जीवन व्यवस्थापन

व्यक्तिमत्त्वातील बदलांसाठी आवश्यक असलेली विचारशुद्धी, जगण्याच्या उद्देशाची निश्चिती दैनंदिन जीवनक्रमाचे नियोजन, भावनांना वळण लावणे, नात्यांमधली स्वत:ची जबाबदारी लक्षात आणून देणे, शांत व स्थिर मनाचे महत्त्व वगैरे अनेक महत्त्वाच्या पैलूंवर यात सोदाहरण विवेचन आहे.

दैनिक सकाळ, पुणे, ०६-०५-२००७

आपले दृष्टिकोन सकारात्मक का ठेवायचे व कसे ठेवायचे, यावर या पुस्तकात प्रामुख्याने भर देण्यात आला आहे. हे दृष्टिकोन सकारात्मक ठेवण्यासाठी निसर्गाने मनुष्यप्राण्याला सजगता, कल्पनाशक्ती, सद्‌सद्विवेकबुद्धी, इच्छाशक्ती या चार देणग्या दिलेल्या आहेत व त्याचा वापर जागृतपणे करायचा, हेही उल्लेखलेले आहे.

दैनिक लोकमत, ०७-०५-२००७

प्रभावी व्यक्तिमत्त्वाचे सूत्र

दैनिक ऐक्य, ३१-१२-२००६

आपल्या स्नेहीजनांना पुस्तके भेट द्या

पुढाकार घ्या

प्रभावी व्यक्तिमत्त्वाचे सूत्र

संजीव परळीकर

मेहता पब्लिशिंग हाऊस

All rights reserved along with e-books & layout. No part of this publication may be reproduced, stored in a retrieval system or transmitted, in any form or by any means, without the prior written consent of the Publisher and the licence holder.
Please contact us at **Mehta Publishing House,** Pune 411030.
Email : production@mehtapublishinghouse.com
Website : www.mehtapublishinghouse.com

♦ या पुस्तकातील लेखकाची मते, घटना, वर्णने ही त्या लेखकाची असून त्याच्याशी प्रकाशक सहमत असतीलच असे नाही.

PUDHAKAR GHYA:
PRABHAVI VYAKTIMATVACHE SUTRA by SANJEEV PARALIKAR
पुढाकार घ्या : प्रभावी व्यक्तिमत्त्वाचे सूत्र : संजीव परळीकर / व्यक्तिमत्त्व विकसन

© अनिता परळीकर

Email : author@mehtapublishinghouse.com

प्रकाशक : सुनील अनिल मेहता, मेहता पब्लिशिंग हाऊस,
१९४१, सदाशिव पेठ, माडीवाले कॉलनी, पुणे - ४११०३०.

मुखपृष्ठ : चंद्रमोहन कुलकर्णी

प्रकाशनकाल : सप्टेंबर, २००६ / मे, २००७ / एप्रिल, २००८ / मार्च, २००९ / एप्रिल, २०१० / ऑगस्ट, २०१० / ऑगस्ट, २०११ / ऑगस्ट, २०१२ / सप्टेंबर, २०१३ / जून, २०१५ / पुनर्मुद्रण : फेब्रुवारी, २०१९

P Book ISBN 9788177667004
E Book ISBN 9788184987515
E Books available on : play.google.com/store/books
www.amazon.in

लेखकाचे मनोगत

१९९६ साली मी जीटीएल ह्या कंपनीत प्रशिक्षक ह्या हुद्द्यावर रुजू झालो. वर्तनशैली ह्या विषयावर मी सर्वप्रथम प्रशिक्षण वर्ग घ्यायला सुरुवात केली ती जीटीएलमध्येच. त्या अनुषंगाने मी काही पुस्तकं वाचली. माझ्या वाचनात आलेल्या पुस्तकांपैकी दोन पुस्तकांचा माझ्यावर फारच प्रभाव पडला. पहिले डॉ. स्टीव्हन कोव्हे ह्यांचे Seven Habits of Highly Effective People आणि दुसरे म्हणजे डॉ. अलबर्ट एलीस ह्यांचे How to Stay With and Without Anger. माझ्या एकूणच प्रशिक्षण कार्यक्रमावर ह्या दोन लेखकांचा प्रभाव पडू लागला आणि जीटीएलमध्ये माझे कार्यक्रम लोकप्रिय होऊ लागले.

एकदा माझ्या कार्यक्रमामध्ये चहापानाच्या वेळात एक संचालक सहकारी माझ्याकडे आले व माझे कौतुक करीत म्हणाले "तुम्ही कार्यक्रम फारच सुंदर पद्धतीने घेता. तुमचे विचार मनाला स्पर्श करून जातात. हे विचार प्रत्येक माणसाला आपल्या वैयक्तिक आयुष्यातसुद्धा अंमलात आणता येतील. तुम्ही हा कार्यक्रम मराठीतून का घेत नाही?"

मी विचारले, "तसे केल्याने काय होईल?"

त्यावर ते उत्तरले, "अहो, आज मराठी तरुण कॉर्पोरेट जगात मागे आहे. कॉर्पोरेट जगात ताठ मानेने जगायचे असेल तर त्यांनी हे विचार ऐकले पाहिजेत. कित्येक होतकरू मराठी तरुण, जे इंग्रजी वाचत नाहीत त्यांनी हे विचार ऐकले पाहिजेत. अनेक गृहिणी ज्यांना इच्छा असूनही असल्या कार्यक्रमांना उपस्थित राहता येत नाही त्यांनी हे विचार ऐकले पाहिजेत. अनेक छोटे उद्योजक ज्यांना मोठं यश प्राप्त करायचं आहे त्या मराठी उद्योजकांनी हे विचार ऐकले पाहिजेत."

हे ऐकल्यावर माझ्यातलेही मराठीपण जागे झाले व मी मराठीतून कार्यक्रम तयार केला. पण त्यामुळे समस्या सुटली नाही तर वाढली. माझा कार्यक्रम ऐकण्यासाठी मराठी समाजातील वेगवेगळ्या स्तरावरील ह्या लोकांना माझ्या वर्गात आणायचे कसे? हा यक्ष प्रश्न अनुत्तरितच राहिला. मग जो कार्यक्रम मनात होता तो लिहून काढला व हे पुस्तक तयार झाले. हे पुस्तक एकाचवेळी सर्व स्तरातील मराठी वाचकांपुढे जाऊ शकते.

ह्या पुस्तकावर डॉ. स्टीव्हन कोव्हे ह्यांच्या 'Seven Habits of Highly Effective People' चा प्रभाव आहे. डॉ. अर्बट एलीस ह्यांच्या 'How to Stay With Anger' ह्या पुस्तकातील विचारांचा प्रभाव आहे. N.L.P. ह्या शास्त्राचाही प्रभाव आहे.

वेगवेगळ्या स्तरामधील मराठी वाचकांपुढे हे विचार नेण्याचा हा छोटासा प्रयत्न.

संजीव परळीकर

संजीव परळीकरांचे 'पुढाकार घ्या' हे पुस्तक वाचले. मराठीतील दुर्मीळ साहित्यापैकी ते एक पुस्तक आहे. ज्या पद्धतीने यात आपल्या संपूर्ण जीवनाविषयी विचार मांडलेले आहेत. तसे एकत्रितपणे कोणत्याच पुस्तकात वाचायला मिळत नाहीत. त्यामुळे हे पुस्तक म्हणजे एक अत्यंत प्रभावशाली व्यक्तिमत्त्व तयार करण्याचे गाइडच आहे, असे म्हटले तरी अतिशयोक्ती होणार नाही. आपले जीवन सुखी, समाधानी आणि समृद्ध करायचे असेल तर पुढाकार घ्या व संजीव परळीकरांचे 'पुढाकार घ्या' हे पुस्तक वाचा आणि आचरणात आणा.

यातील तत्त्व आचरणात आणण्यास सोपी जावी म्हणून संजीव परळीकरांच्या 'पुढाकार घ्या' या कार्यशाळेत कर्मचाऱ्यांना मी ही कार्यशाळा करायला लावतो आहे. या कार्यशाळेमुळे पितांबरी उद्योगात प्रचंड प्रेरणेचे, सहकार्याचे आणि कृतज्ञतेचे वातावरण निर्माण होत आहे.

रविंद्र प्रभुदेसाई
व्यवस्थापकीय संचालक
पितांबरी प्रॉडक्ट्स प्रा. लि.

अनुक्रमणिका

पुढाकाराची पूर्वतयारी / १

पुढाकाराची दहा सूत्रे-

पहिले सूत्र : विचारशुद्धी करा / ११

दुसरे सूत्र : जगण्याचा उद्देश शोधा / ६९

तिसरे सूत्र : नियोजन करा / १२५

चौथे सूत्र : नातीगोती सांभाळा / १६५

पाचवे सूत्र : दुसऱ्यांचे ऐकून घ्या / २०५

सहावे सूत्र : सांघिक बळ निर्माण करा / २१७

सातवे सूत्र : आरोग्याची काळजी घ्या / २२९

आठवे सूत्र : मन स्थिर आणि शांत ठेवा / २४१

नववे सूत्र : समाजाचे ऋण फेडा / २४९

दहावे सूत्र : आनंदी जगा / २५७

पुढाकाराची पूर्वतयारी

तीन प्राध्यापकांची गोष्ट

तत्त्वज्ञान शिकवणारे तीन प्राध्यापक आपल्या एका मित्राला स्टेशनवर निरोप द्यायला गेले. हा त्यांचा मित्रसुद्धा एक प्राध्यापकच होता व शेजारच्या गावात व्याख्यान देण्यासाठी निघालेला होता. असे हे चारही प्राध्यापक वेळेच्या बऱ्याच आधी स्टेशनवर पोहोचले. स्टेशनवर जाऊन पाहतात तर गाडी लागलेलीच होती. त्यामध्ये सामान ठेवलं व प्लॅटफॉर्मवर गप्पा मारीत उभे राहिले. त्यांच्या गप्पा ओघाने तत्त्वज्ञानावर घसरल्या हे काही वेगळे सांगायला नकोच. तत्त्वज्ञानाचे प्राध्यापक आणखी कोणत्या विषयावर बोलणार? हळूहळू त्यांच्या गप्पा इतक्या रंगल्या की, त्या गप्पा न राहता अतिशय उच्च पातळीवरची चर्चा सुरू झाली. आणि हे चारही प्राध्यापक त्यात इतके बुडून गेले की, त्यांच्या गाडीची वेळ होऊन गाडी

सुरू झाली त्यांच्या लक्षातही आलं नाही. जवळ जवळ अर्धी गाडी प्लॅटफॉर्मच्या बाहेर निघून गेलेली असताना अचानक त्यांच्यापैकी एकाच्या लक्षात आलं की, गाडी सुटलेली आहे व तो अक्षरश: किंचाळला,"अरे, गाडी सुटली धावा." आणि ते चौघेही जीवाच्या आकांताने धावत सुटले. त्यांच्या मनात एकच आशा होती की आपल्याला शेवटचा डबा तरी मिळेल. जरी आपण शेवटचा डबा पकडला तरी काही हरकत नाही, पुढच्या स्टेशनपर्यंत आपण आपल्या जागेवर जाऊ शकतो. ते चौघेही किंचाळत, बेभान होऊन धावत सुटले. त्यांचं धावणं अगदीच काही वाया गेलं नाही, चौघांपैकी तिघे गाडीमध्ये चढले व शेवटी एक प्राध्यापक गाडी पकडू शकला नाही. तो अगदी निराश झाला व स्टेशनातील एका बाकड्यावर आपले अंग टाकून बसला.

स्टेशनवरच्या एका हमालाने हा सगळा प्रकार बघितला व तो त्या प्राध्यपाका-कडे गेला व त्याला म्हणाला, "आवो सायेब, तुमी एवढे कशापायी खलास झालांत हो. आवो हे पहा आता दहा मिनिटांत इथं आणखी एक गाडी येईल अन् नेईल तुम्हाला तुमच्या गावाला. बेधडक जावा त्या गाडीनं व तुम्हाला तुमचे दोस्त मंडळीबी भेटतील बगा."

प्राध्यपाक उद्गारला,"अरे मला माहीत आहे रे, दहा मिनिटांतच दुसरी गाडी आहे व त्या तिघांनासुद्धा माहीत आहे. पण माझ्या निराशेचे कारण ते नाही."

"आवो तर मग तुमाला खलास व्हायचं काय बी कारण नाही बगा. ओ सायेब मी काय म्हणतो, मी काय तुमच्यासारखा बुकं शिकलेला नाय बगा, तरी पण सांगतो, चौघातल्या तिघांना तर गाडी मिळाली की. तुमी दहा मिनिटानंतर जा. मग

आता एवढे तोंड वेंगाडून कशापायी बसलात. चला हसा बगू.'' तो हमाल म्हणाला.

''अरे कसं हसू? जे तीन मित्र मला निरोप द्यायला आले होते तेच गाडीत चढले व निघून गेले, मी मात्र त्यांच्या गोंधळापायी इथेच राहिलो''

हे ऐकून हमाल खो खो हसला व निघून गेला.

माझी खात्री आहे की ही गोष्ट वाचून तुम्हीदेखील हसला असाल. हे तीनही प्राध्यापक अतिशय हुशार होते परंतु गोंधळून गेले व प्लॅटफॉर्मवर उभे राहण्याचा संदर्भच विसरून गेले. चालत्या गाडीमध्ये चढण्यात त्यांनी यश मिळवले, पण त्यांच्या यशातच त्यांचं अपयशही होतं. चालत्या गाडीमध्ये चढण्याची कृती बरोबर केली परंतु ती अनावश्यक असल्यामुळे चुकीची ठरली. ते प्लॅटफॉर्मवर फक्त निरोप देण्यासाठी आले होते, गाडी पकडण्यासाठी नव्हे. गोंधळून गेल्यामुळे हा संदर्भ नजरेआड झाला व चुकीची कृती निवडली गेली. गाडी पकडण्याची कृती यशस्वी-रीत्या केली परंतु मुळातच चुकीची कृती निवडली. चुकीची कृती कितीही बरोबर केली तरी शेवटी कुचकामीच ठरते. व्यवस्थापनशास्त्राच्या (Management) भाषेत बोलायचं झालं तर ते प्राध्यापक एफिशियंट (Efficient) होते पण इफेक्टीव्ह (Effective) नव्हते.

साहजिकपणे तुमच्या मनात प्रश्न येइल की आत्तापर्यंत चांगलं सोप्या भाषेत चाललं होतं. अचानकपणे एफिशियंट (Efficient) आणि इफेक्टीव्ह (Effective) असे व्यवस्थापनाचे जड जड शब्द वापरून आम्हाला बुचकळ्यात पाडता काय?

नाही तसा काही माझा हेतू नाही. हे संपूर्ण पुस्तक सोप्या भाषेतच लिहायचा प्रयत्न केला आहे. आपण जरा ह्या दोन जड शब्दांचा अर्थ समजावून घेऊया. तर एफिशियंट म्हणजे कार्यकुशल व इफेक्टीव्ह म्हणजे प्रभावी. आता आपण कार्यकुशलता (Efficiency - एफिशियन्सी) व प्रभावीपणा (Effectiveness – इफेक्टीव्हनेस) ह्यातील फरक समजावून घेऊ. हे तीनही प्राध्यापक कार्यकुशल होते, एफिशियंट होते कारण त्यांच्याकडे चालत्या गाडीत चढण्याचे कौशल्य होते व त्यांनी ते यशस्वीरीत्या वापरले. परंतु ते इफेक्टीव्ह नव्हते कारण त्यांनी त्यांच्या कौशल्याचा उपयोग भलत्याच ठिकाणी केला. त्यांनी त्यांच्या मित्राला गाडीत चढवायला हवे होते व स्वत: प्लॅटफॉर्मवरच राहायला हवे होते. म्हणूनच आपण सगळेजण त्यांना हसलो. केवळ एफिशियन्सी माणसाला यशस्वी बनवतेच असं नाही. उलट असली बिनडोक एफिशियन्सी प्रभाव पाडत तर नाहीच पण तोंडघशीच पाडते व स्वत:चं हसं करून घेते.

तसं बघितलं तर आपलं जीवन हासुद्धा एक प्रकारचा प्रवासच असतो. त्या प्रवासात आपणही प्लॅटफॉर्मवर उभे असतो. परंतु आपण जर आपल्या जीवनाचे संदर्भच विसरलो तर बिकट परिस्थिती आल्याशिवाय राहाणार नाही. आपलीही गत

त्या तीन प्राध्यापकांसारखी झाल्याशिवाय राहाणार नाही. जीवनाच्या प्रवासात फक्त एफिशियन्सी असली तर व्यक्तिमत्त्व बाणेदार बनत नाही. मग रस्त्यावरचा हमालही आपल्याला हसतो. अंगात अनेक कौशल्य आहेत, शिक्षण आहे, हुशारी, सामान्य ज्ञान आहे; परंतु व्यक्तिमत्त्वाची छाप कोणावर पाडता येत नाही अशी गत होईल. याचा अर्थ एफिशियन्सी नकोच असा मुळीच नाही, एफिशियन्सी तर हवीच परंतु त्याबरोबर एफेक्टीव्हनेसही हवा. प्रभावी व्यक्तिमत्व नसेल तर नुसत्या शिक्षणाला कोण विचारतोय. परंतु समाजात दृष्टिक्षेप टाकाल तर असे दृष्टीस पडते की, आपण बहुतांश लोक जीवनाच्या रगाड्यात एफिशियन्सीच्या भोवऱ्यात अडकतो व इफेक्टीव्हनेसकडे लक्ष देण्यास वेळच नसतो. म्हणजे अगदी त्या तीन प्राध्यापकां-सारखी गत होते.. त्यांनासुद्धा त्यांच्या कामाच्या रगाड्यात इफेक्टीव्हनेसकडे लक्ष देण्यास वेळच नव्हता. त्यामुळे यथायोग्य निर्णय घेतला गेला नाही, समर्पक कौशल्य वापरली गेली नाहीत. सुखी आणि समाधानी जीवनात योग्य निर्णय घेण्याची क्षमता अत्यंत आवश्यक आहे आणि ज्या ज्या गोष्टी आपल्याला आवश्यक आहेत त्यासाठी पुढाकारही आपल्यालाच घ्यायला हवा. तो इतर मंडळी घेतील अशी अपेक्षा ठेवून कसं चालेल? हे खरं म्हणजे आपल्याला मान्य असतं. पण पुढाकार घ्यायचा म्हणजे नक्की काय करायचं ते कित्येकांना माहीत नसतं. ह्यासाठीच पुढाकाराचा दहा कलमी कार्यक्रम पुस्तकाच्या माध्यमातून सादर करीत आहे.

■

जादूचा आरसा

माझी खात्री आहे की, ही तीन प्राध्यापकांची गोष्ट वाचल्यावर आणि त्यानंतर लिहिलेला पुस्तकाचा उद्देश वाचल्यावर तुम्ही पुढचे प्रकरण वाचायला प्रोत्साहित झाला असणार. परंतु पुढे जाण्याआधी एक सावधगिरीचा सल्ला देतो कारण हे पुस्तक म्हणजे एक जादूचा आरसा आहे. तुम्ही गोंधळून गेला असाल नाही? त्याचं काय आहे, ज्याप्रमाणे जादूगार टोपीमध्ये रूमाल घालतो व त्यातून ससा काढून दाखवतो त्याचप्रमाणे हे पुस्तक आहे. तुमच्या मूळच्या व्यक्तिमत्त्वाला पूर्णपणे बदलून टाकण्याची जादू हे पुस्तक करू शकते. म्हणूनच सुरुवातीला जादूच्या आरशाची एक गमतीदार गोष्ट ऐका.

एक राजा होता. अतिशय शांतताप्रिय होता. त्याने आपल्या राज्यात कायदा व सुव्यवस्था अतिशय चोख ठेवलेली होती. त्यामुळे राज्यात शांतता व सुबत्ता नांदत होती. राजाची कीर्ती चहुबाजूला पसरली. राज्यातील प्रत्येकजण राजाकडे अतिशय आदराने पाहत होता. परंतु अशा राज्यात एक दिवस जातीय दंगल झाली व राजा अतिशय दु:खी झाला.

आश्चार्याची गोष्ट म्हणजे राजाचे ह्या बाबतीत काहीही चालत नव्हते. दंगल आटोक्यात आणण्याचे सगळे प्रयत्न वाया जात होते. शेवटी प्रधान राजाला म्हणाला "महाराज, माझ्याकडे एक युक्ती आहे त्यामुळे लोकांचं मतपरिवर्तन होईल व दंगल आटोक्यात येईल."

राजाने विचारले, "युक्ती म्हणजे काय आहे?"

प्रधान म्हणाला, "माझ्याकडे एक जादूचा आरसा आहे. त्यामुळे दंगल आटोक्यात येईल. मला हा जादूचा आरसा वापरण्याची परवानगी मिळावी."

खरं म्हणजे राजाचा जादूटोण्यावर वगैरे विश्वास नव्हता. पण जातीय दंगे बंद

व्हावेत असे त्याला मनापासून वाटत होते त्यामुळे ते कशाही प्रकारे बंद झाले तरी त्याला हवेच होते. म्हणून विश्वास नसतानासुद्धा राजाने जादूचा आरसा वापरण्यास परवानगी दिली.

राजाची परवानगी मिळाल्याबरोबर प्रधानाने जादूचा आरसा शहराच्या मध्यभागी ठेवला व संपूर्ण राज्यात दवंडी पिटली, "ऐका हो ऐका. जातीय दंगे थांबवण्यासाठी जादूच्या आरशाचा वापर करण्यात येत आहे. त्यासाठी प्रत्येकाने फक्त आरशासमोर येऊन उभे राहायचे व आरशात बघायचे की प्रत्येकाचे परिवर्तन होऊन दंगे थांबणार आहेत. आरसा शहराच्या मध्यभागी ठेवलेला आहे. तरी प्रत्येकाने एकदा येऊन त्यासमोर उभे रहावे."

हे वृत्त सगळ्यांना समजताच राज्यातील वेगवेगळ्या स्तरावरील लोकांची वेगवेगळी प्रतिक्रिया झाली.

पहिला स्तर श्रद्धाळू मंडळींचा. श्रद्धाळू मंडळींना खूप आनंद झाला. त्यांची खात्री होती की, आता दंगे बंद होणार. ते श्रद्धाळू होते, आस्तिक होते. त्यांची देवावर श्रद्धा होती, राजावर श्रद्धा होती, प्रधानावर श्रद्धा होती व त्यामुळे प्रधानाच्या जादूच्या आरशावर सुद्धा विश्वास होता. आता सगळे त्यासमोर उभे राहतील व जादूचा आरसा लोकांच्यात परिवर्तन घडवून आणेल व लोकांची हिंसक वृत्ती पार बदलून जाईल. ह्या दृढ श्रद्धेमुळे ते स्वत: आरशासमोर गेले नाहीत परंतु बाकी सगळे जातील व सर्वांच्यात परिवर्तन होईल अशी त्यांची श्रद्धा होती.

दुसरा स्तर नास्तिक मंडळींचा होता. ज्या समाजात आस्तिक मंडळी असतात

त्याच समाजात तितक्याच संख्येने नास्तिक मंडळीही असतात व हे राज्यही त्याला अपवाद नव्हते. ती ह्या सर्व प्रकाराला हसू लागली. त्यांची खात्री होती की असल्या थोतांडामुळे लोकांच्यात काही परिवर्तन होणार नाही व दंगल काही थांबणार नाही. त्यामुळे असल्या प्रकाराकडे जास्त लक्ष देता कामा नये, अशी त्यांची ठाम समजूत होती. जसे विचार तसे आचार ह्या नियमाप्रमाणे ही मंडळीही आरशासमोर गेली नाहीत.

तिसरा स्तर हा मिशनरी लोकांचा होता. हे लोक नुसतेच आस्तिक नव्हते तर मिशनरीही होते, आपापल्या श्रद्धेचा प्रसार करणारे होते. ह्यांचीही श्रद्धा राजावर होती, प्रधानावर होती व ओघाने जादूच्या आरशावरही होती. पण ही मंडळी नुसतीच गप्प बसली नाही तर घरातून बाहेर पडली व जादूच्या आरशाचा प्रसार करू लागली व लोकांना आरशासमोर उभे राहाण्याकरता उद्युक्त करू लागली. परंतु हे सगळं करताना ही मंडळी स्वत: आरशासमोर उभी राहिली नाहीत. त्यांना त्याची गरज वाटली नाही.

चौथा स्तर नास्तिक मिशनरींचा होता. ज्याप्रमाणे राज्यात आस्तिक मंडळी मिशनरी होती त्याच प्रमाणे नास्तिकही मिशनरी होते. तेसुद्धा त्यांच्याबाजूने प्रसार करू लागले. 'हे सर्व थोतांड आहे, ह्याला बळी पडू नका. आरशाच्यापुढे कोणीही जावू नका, ही सर्व दिशाभूल आहे, वगैरे वगैरे. ही मंडळी स्वत:ही गेली नाहीत व त्यांनी इतरांनाही जाऊ दिलं नाही.

पाचवा स्तर विद्वान मंडळींचा होता. राज्यात अनेक विद्वान मंडळी होती. ती आस्तिक व नास्तिकांच्या पलीकडची होती. ही मंडळी विद्वान होती, पंडित होती. ही एकत्र आली व फक्त जादूच्या आरशावर चर्चा करत बसली. ह्यांची चर्चासुद्धा उच्च पातळीची होती. त्यात जड जड शब्दांचे प्रयोग होते. तोंडाची वाफ घालविण्या-शिवाय ह्यांनी दुसरे काही केले नाही व ही मंडळीसुद्धा जादूच्या आरशासमोर गेली नाहीत.

सहावा व शेवटचा स्तर संशोधकांचा होता, अभ्यासकांचा होता. ही मंडळी अभ्यास करून बघणारी होती. स्वत:वर प्रयोग करून घ्यायला तयार होती. ही मंडळी कशावरही टीका करण्याआधी त्याची चिकित्सा करून बघणारी होती. 'जादूचा आरसा' परिवर्तन घडवून आणू शकतो की नाही ह्यावर टीका करण्याआधी आपण त्याच्यासमोर उभं राहून बघूया, असं म्हणून ही मंडळी घरातून बाहेर पडली व त्या आरशासमोर जावून उभी राहिली व ह्या मंडळींचे परिवर्तन झाले. कारण हा आरसा खरंच जादूचा होता. तो फक्त शरीराचे प्रतिबिंब दाखवणारा नव्हता तर मनाचेसुद्धा प्रतिबिंब दाखवणारा होता. जेव्हा हे लोक त्या आरशासमोर उभे राहिले तेव्हा त्यांना शरीराबरोबर त्यांच्या मनाचेसुद्धा प्रतिबिंब दिसले. आश्चर्याची गोष्ट

म्हणजे त्यांना मनाचं जे प्रतिबिंब दिसलं, ते अतिशय हिंसक होतं. आता त्यांना कळून चुकलं की, शहरात दंगे का होत आहेत, हिंसा प्रत्येकाच्या मनात भरलेली आहे म्हणून ती बाहेर परावर्तित झालेली आहे. जर बाहेरची हिंसा थांबवायची असेल तर सर्वप्रथम आतमधील हिंसा थांबवली पाहिजे. ह्या साक्षात्कारामुळे त्या क्षणापासून त्यांच्यात परिवर्तन झालं.

आता ह्या गोष्टीमधून आपल्याला काय शिकण्यासारखे आहे ते पाहूया. आज तुम्ही जे पुस्तक वाचायला घेतलं आहे, ते पुस्तक म्हणजेसुद्धा एक प्रकारचा जादूचा आरसाच आहे. ह्या पुस्तकात काही नवीन विचार तुमच्यापुढे मांडले जाणार आहेत. त्या विचारासमोर प्रत्येकाने फक्त उभं राहायचं व आपापलं प्रतिबिंब पाहायचं, म्हणजेच प्रत्येकाने त्याचा अभ्यास करायचा. त्यावर प्रयोग करून पहायचा. तो विचार आचरणात आणायचा प्रयत्न करायचा. तो विचार स्वत:वर अमलात आणून पाहायचा. तो अनुभवायचा. तो जर तुमच्या फायद्याचा ठरला तर आचरणात कायमचा ठेवायचा प्रयत्न करायचा व तोट्याचा ठरला तर टाकून द्यायचा. परंतु आजही आपल्या समाजात वरील सहा प्रकारचे वाचक असतात.

पहिला प्रकार आस्तिक वाचकांचा. ही मंडळी नवीन ज्ञानावर श्रद्धा ठेवतात व म्हणून स्वत:हून अशी पुस्तकं जमा करतात. परंतु हेच ज्ञान रोजच्या व्यवहारात आचारणात आणायचा विचारही ह्यांच्या मनाला शिवत नाही. ज्याप्रमाणे वरील गोष्टीतील आस्तिक मंडळी फक्त आपल्या श्रद्धेवरच खूष होती व ती आरशासमोर जाऊन उभं राहण्याची तसदी घ्यायला तयार नव्हती त्याचप्रमाणे आजच्या काळातील ही मंडळी ह्या नवीन ज्ञानावर श्रद्धा ठेवतात. परंतु हेच ज्ञान आचरणात आणायची तसदी घ्यायला तयार नसतात. असल्या मंडळींना हे पुस्तक उपयोगी पडणार नाही.

दुसऱ्या प्रकारचे लोक नास्तिक असतात. ही मंडळी पहिल्यापासूनच नवीन विचारांच्या विरुद्ध असतात. असली पुस्तकं वाचायच्या फंदातही पडत नाहीत. जर त्यांच्यावर कोणी जबरदस्ती केली तर कदाचित वाचतीलही पण पुस्तक बंद केल्याबरोबर त्यातील विचार तेथेच सोडून ही मंडळी आपापल्या कामाला लागतील. हे पुस्तक असल्या मंडळींना उपयोगी पडणार नाही.

आता तिसऱ्या प्रकारची मंडळी पाहूया. ही मंडळी आस्तिक असतात व मिशनरीही असतात. ही मंडळी पुस्तकातील विचार नुसतेच ऐकत नाहीत तर ह्या विचारांची उपयुक्तता मिळेल त्याला सांगत सुटतात. पण स्वत: हे विचार अमलात आणत नाहीत. हे पुस्तक असल्या मंडळींना उपयोगी पडणार नाही.

चौथ्या प्रकारची मंडळी नास्तिक मिशनरी. ही मंडळी शक्य त्या प्रत्येकासमोर या पुस्तकातील विचारांवर अविश्वास दाखवत सुटतात.

पाचव्या प्रकारची मंडळी पंडित व विद्वान असतात. ही मंडळी फक्त चर्चेमध्ये

वेळ वाया घालवतात. ही मंडळी शाब्दिक घोळ घालतात. ह्यांचे वाचन दांडगे असते व त्यामुळे ह्यांना शब्दच्छल चांगला करता येतो. असल्या लोकांची स्वत:वर प्रयोग करून पहायची तयारी नसते. ही मंडळी असली पुस्तकं अगदी आनंदाने वाचतात कारण त्यांना फक्त ह्या ज्ञानाचा उपयोग करून कोणाशी तरी वाद घालायचा असतो. हे पुस्तक असल्या मंडळींना उपयोगी पडणार नाही.

हे पुस्तक वाचताना फक्त सहाव्या प्रकारच्या लोकांची गरज आहे. उत्तम अन्वेषकांची गरज आहे. ह्या पुस्तकात जे विचार मांडले जाणार आहेत त्यावर नास्तिक किंवा विद्वानांप्रमाणे टीका करण्याऐवजी त्याची चिकित्सा करून बघणाऱ्यांची गरज आहे. तसेच आस्तिकांप्रमाणे अंधश्रद्धेने वाचण्यापेक्षा स्वत:वर प्रयोग करून घ्यायला जे तयार आहेत अशा शोधकांचीच गरज आहे. जे स्वत:ला बदलायला तयार आहेत अशांनाच हे पुस्तक उपयोगी पडणार आहे.

जर शोधकांचा बाणा घेऊन हे पुस्तक वाचलेत तर पुस्तक वाचायला मजा येईल. तुम्ही जर अन्वेषक बनलात तर हे पुस्तक तुम्हाला मित्रासारखे मदत करेल. तुम्हाला हे नीट सांभाळून ठेवायला लागेल. एरवी आपण एखादे गोष्टीचे पुस्तक वाचतो व नंतर त्याकडे ढुंकूनही पाहत नाही. ह्या पुस्तकाच्या बाबतीत तसे करून चालणार नाही. हे पुस्तक म्हणजे एक जादूचा आरसा आहे. माझ्या मताप्रमाणे हे पुस्तक तुम्हाला वारंवार चाळायला लागेल. तुम्ही हे जितके वेळा चाळाल तितके ते तुम्हाला फायदेशीर ठरेल. तुम्ही जास्त इफेक्टीव्ह व्हाल. तुमचे विचार इतरांपेक्षा वेगळे असतील. तुमची कृती इतरांपेक्षा वेगळी असेल व तुमचा दृष्टिकोनही इतरांपेक्षा जास्त प्रगल्भ असेल.

■

पुढाकाराचे पहिले सूत्र
विचारशुद्धी करा

विचार, दृष्टिकोन आणि व्यक्तिमत्त्व

आपल्या व्यक्तिमत्त्वातील सगळ्यांत प्रभावी गोष्ट म्हणजे आपले विचार. विचार हीच माणसाची खरी शक्ती आहे. विचारच आपल्या व्यक्तिमत्त्वाला प्रभावी करतो. आपलं संपूर्ण वर्तन आपल्या विचारांप्रमाणेच होत असते. मी तर म्हणेन आपलं संपूर्ण बाह्य व्यक्तिमत्त्व हे पूर्णपणे आपल्या आंतरिक विचारांचं प्रतीक असतं किंवा हुबेहूब प्रतिबिंब असतं. तुम्ही कोणतीही व्यक्ती घ्या, यशस्वी किंवा अयशस्वी. त्यांचं संपूर्ण बाह्य व्यक्तिमत्त्व हे त्यांच्या आंतरिक विचारांचं प्रतिबिंब होतं. गांधीजी घ्या, गौतम बुद्ध घ्या, नेपोलियन घ्या, हिटलर घ्या, शिवाजी महाराज घ्या किंवा कोणतीही अयशस्वी मंडळीसुद्धा घ्या. त्यांचं संपूर्ण व्यक्तिमत्त्व हे त्यांच्या विचारांनुसार घडलेलं तुम्हाला दिसून येईल.

आपण या पुस्तकात प्रभावी व्यक्तिमत्त्वावर चर्चा करणार आहोत. त्यासाठी प्रभावी विचार आत्मसात करावे लागतील. आपलं बाह्य व्यक्तिमत्त्व प्रभावी करायचं असेल, तर सर्वप्रथम आंतरिक व्यक्तिमत्त्वापासून सुरुवात करावी लागेल. झाडाला फळे चांगली यावी असे वाटत असेल तर केवळ फांदीची देखभाल करून चालणार नाही तर जमिनीत रुजलेल्या मुळांचीही देखभाल करावी लागेल.

ह्याच कारणामुळे आपण सर्वप्रथम आपल्या आंतरिक व्यक्तिमत्त्वाकडे वळणार आहोत व विचारशुद्धी करणार आहोत. प्रभावी व्यक्तिमत्त्वासाठी विचारशुद्धी आवश्यक आहे. प्रभावी व्यक्तिमत्त्वासाठी आपले विचार उच्च जीवनमूल्यावर आधारित असावे लागतात. ते कुठे भरकटून चालण्यासारखे नसते. ज्याप्रमाणे बागेतील वेगवेगळी फुलं एकत्रितपणे बांधली तर फुलांचा एक गुच्छ तयार होतो, त्याचप्रमाणे मनाच्या बागेतील विचार एकत्रित बांधले तर जो गुच्छ तयार होईल, त्याला आपण दृष्टिकोन म्हणतो. प्रभावी व्यक्तिमत्त्वात ह्याचं महत्त्व विशद करताना डॉ. स्टीव्हन कोव्हे ह्या

अमेरिकन लेखकाने आपल्या ‘सेव्हन हॅबिट्स ऑफ हायली इफेक्टीव्ह पिपल’ (Seven Habits of Highly Effective People) ह्या इंग्रजी पुस्तकात एक प्रसंग पुढीलप्रमाणे वर्णन केलेला आहे.

ही घटना विपरीत हवामानात अनेक दिवस काम करणाऱ्या युद्धनौकेवरची आहे. सूर्यास्त होऊन गेलेला होता. धुके बरेच दाटले होते. त्यामुळे समोरचे नीट दिसत नव्हते. काळोख पडायला सुरुवात झाली होती व टेहळणी करणाऱ्यांकडून कप्तानाला संदेश आला,

“समोर दिवा दिसत आहे.”

कप्तानाने विचारले, “त्याचा वेग किती आहे?”

टेहळणी बुरुजावरून उत्तर आले, “अजिबात नाही. तो एका जागेवर स्थिर आहे.”

कप्तान म्हणाला, “म्हणजे थोड्याच वेळात आपले जहाज त्या जहाजावर आदळणार.” कप्तानाने लगेच संदेशवाहकाला बोलावले आणि हुकूम सोडला, “त्या जहाजाला संदेश पाठवा. म्हणावं तुमची दिशा वीस अंशांनी बदला.”

थोड्याच वेळात संदेशवाहक पलीकडून आलेले उत्तर घेऊन आला, “तुम्हाला विनंतीवजा सूचना करण्यात येत आहे, की तुम्हीच दिशा वीस अंशानी बदला.”

कप्तानाने चिडून संदेशवाहकाला परत हुकूम सोडला,“मी कप्तान आज्ञा करीत आहे, वीस अंशाने दिशा बदला नाही तर आमचे जहाज तुमच्यावर येऊन धडकेल.”

पलीकडून उत्तर आले "मी दुसऱ्या श्रेणीतील कर्मचारी आहे. परंतु तुम्ही दिशा बदललीत तर त्यात तुमचंच भलं आहे."

कप्तानाचा पारा आणखीनंच चढला. त्याने ताबडतोब संदेश पाठवला,"मी युद्धनौका आहे. बऱ्या बोलाने दिशा बदला."

पलीकडून उत्तर आले. "मी दीपस्तंभ आहे."

कप्तान भानावर आला. त्याने क्षणाचाही विलंब न करता ताबडतोब स्वत:ची दिशा वीस अंशाने बदलायचा आदेश दिला.

ह्या प्रसंगात कप्तानाच्या आणि हे वाचताना आपल्याही... दृष्टिकोनात जो बदल झाला... त्यामुळे गोष्टीला एकदम कलाटणीच मिळाली.

वस्तुस्थितीकडे थिट्या दृष्टिकोनातून पाहिल्यावर भलतेच अर्थ निघू शकतात व काय बाका प्रसंग ओढवू शकतो हे आपल्याला कळलेच असेल. जीवनात आपले दृष्टिकोन असेच थिटे असतील तर स्पर्धात्मक जगात टिकाव धरताना असाच बाका प्रसंग येऊ शकेल.

तत्त्व ही दीपस्तंभासारखी असतात. ती आपल्याला दिशा दाखवतात. आपला दृष्टिकोन प्रगल्भ करतात. अशा तत्त्वांचा स्वीकार केल्यामुळे ज्याप्रमाणे कप्तानाला फायदा झाला त्याचप्रमाणे आपल्यालाही फायदाच होईल. जीवनमूल्यांना नाकारणे म्हणजे युद्धनौकेवरील कप्तानाने दीपस्तंभाचे अस्तित्व नाकारण्यासारखे आहे हे आपण लक्षात घेतले पाहिजे. जीवनमूल्यांच्या विरुद्ध कोणालाही वागता येत नाही. तसे करणे म्हणजे भिंतीवर डोके आपटून घेण्यासारखे होईल.

तत्त्वांची तुलना कशाशीही होऊ शकत नाही, ती अतुलनीय असतात. ती अतिशय उच्च स्तरावर असतात. तत्त्व ही स्वयंभू असतात, त्यांचा खरेपणा सिद्ध करायची गरज पडत नाही. अग्नी त्यांना जाळू शकत नाही. चोर त्यांची चोरी करू शकत नाही तर भूकंप त्यांना गाडू शकत नाही. वादळामुळे त्यांची त्रेधातिरपीट उडत नाही, फॅशनच्या फॅडबरोबर ती वाहून जाऊ शकत नाहीत. त्यांना कोणीही नष्ट करू शकत नाही. आपण त्यांचं अस्तित्व नाकारलं तर आपलीच त्रेधातिरपीट उडेल आणि आपण त्यांना बरोबर घेऊन चाललो तर आपलंच जीवन आनंदी होईल.

पुढाकार घेताना ही गोष्ट जर नजरेआड झाली तर त्याची चांगलीच किंमत मोजावी लागेल. पण कित्येकांना कोणती तत्त्व आत्मसात करावी व ती कुठे मिळतात हेच माहीत नसते. म्हणूनच बाह्य व्यक्तिमत्त्वाकडे पाहण्याआधी आपण आपल्या वैचारिक व्यक्तिमत्त्वावर नजर टाकूया.

जबाबदारी घ्या

आपल्याला जीवनात जे जे काही मिळवायचं आहे त्यासाठी पुढाकार हा

घ्यावाच लागतो. स्वत:च्या इच्छा-आकांक्षासाठी पुढाकार घेणारी माणसं फक्त स्वत:चंच नेतृत्व करतात असं नाही तर इतरांचे नेतृत्व करण्याची क्षमता त्यांच्यात आपोआपच येते. नेतृत्वगुणाचा श्रीगणेशा स्वत:पासूनच सुरू होतो. म्हणूनच स्वत:चे नेतृत्व कसे करावे हे आपल्याला शिकले पाहिजे.

त्यासाठी सर्वप्रथम आपल्याला आपल्या संपूर्ण आयुष्याची जबाबदारी स्वीकारायला लागेल. परंतु आपण असे करत नाही. आपण कोणीतरी पुढाकार घेण्याची वाट पाहतो आणि आपल्या अपयशाचे खापर कोणावर तरी फोडायचा प्रयत्न करीत असतो. आपण आपल्या आयुष्याची जबाबदारी घेत नाही. आपण असं का करतो?

ह्या प्रश्नाचं उत्तर असं आहे की आपण नकळत कंडिशन्ड (Conditioned) झालेले असतो.

आता ह्याचा अर्थ नीट समजून घेण्यासाठी आपण एक प्रयोग करून पाहूया. चला आता आपण जरा पुढीलप्रमाणे विचार करूया.

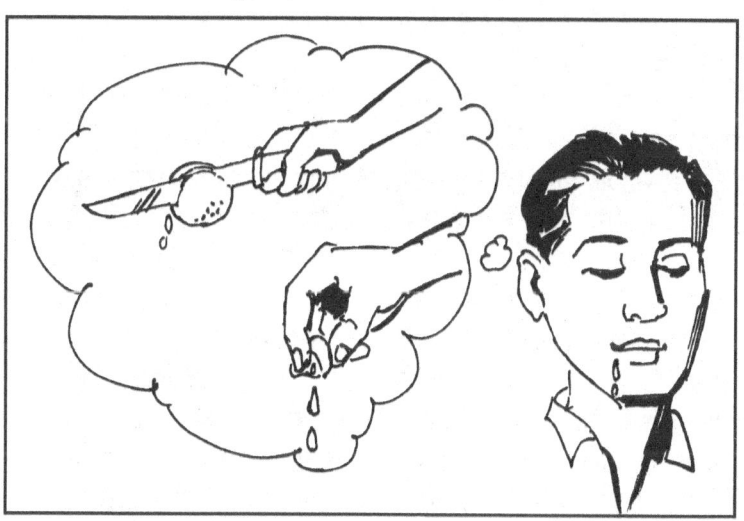

शांत व स्थिर रहा. आता लिंबाचा विचार करा. रसदार लिंबू डोळ्यासमोर आणा. आता कल्पना करा की तुमच्या एका हातात धारदार सुरी आहे व दुसऱ्या हातात रसदार लिंबू आहे. आता सुरीच्या साह्याने लिंबू कापा. ज्या ठिकाणी सुरी लिंबाचा छेद करते त्या ठिकाणी लिंबाचा रस बाहेर येतो, त्याकडे लक्ष द्या. लिंबाच्या रसाचा मंद असा एक गंध दरवळेल त्याचा अनुभव घ्या. लिंबाच्या चांगल्या आठ फोडी करा. त्यानंतर त्यातील एक फोड अलगद उचला व हळूहळू पिळा. त्यातून रसाचे थेंब पडतील. त्यातील एक थेंब तुमच्या जिभेवर ठेवा.

तुम्ही जर हे चित्र डोळ्यासमोर आणू शकलात तर तुमच्या तोंडाला पाणी सुटले असेल. काहीजण म्हणतील की आमच्या तोंडाला पाणी सुटले नाही. तसे असेल तर त्यांनी लिंबाऐवजी त्यांचा कोणताही आवडता पदार्थ डोळ्यासमोर आणावा, त्या पदार्थाबद्दल विचार करावा आणि त्यांच्या तोंडाला पाणी सुटेल.

तुम्हाला वाटेल की ही एक क्षुल्लकशी बाब आहे. पण आपण अनेक क्षुल्लक गोष्टीमधून मोठे मोठे धडे शिकू शकतो. चला आपण पाहूया ह्या प्रयोगातून आपण काय शिकलो आहोत.

आपण एका अन्नपदार्थाचा विचार केला, कल्पनाचित्र रंगवलं व त्यामुळे आपल्या तोंडाला पाणी सुटलं. येथे अन्नपदार्थ हा आपणासाठी एक उद्दीपक (Stimulus – स्टीम्युलस) ठरला आहे व ह्या उद्दीपकाने आपणा सर्वांकडून एक प्रकारची प्रतिक्रिया करवून घेतली. म्हणजेच ह्या उद्दीपकाचा आपणा सर्वांवर अंमल होता, आपला उद्दीपकावर अंमल नव्हता. उद्दीपक आपणा सर्वांपेक्षा वरचढ होता. त्याने आपणाकडून त्याला हवे तसे वर्तन घडवून घेतले. नकळत आपण सर्वांनी तसेच केले.

तुम्ही म्हणाल की खाण्याचा पदार्थ बघितला की तोंडाला पाणी सुटायचंच. त्यात एवढं मोठं काय?

बरोबर आहे तुमचा विचार. खाण्याचा पदार्थ दिसला की पाणी हे सुटणारच. कारण खाण्याचा पदार्थ हा एक नैसर्गिक उद्दीपक आहे व तो इतका शक्तिशाली आहे की तोंडाला पाणी सुटणार नाही असं होऊच शकणार नाही. हा उद्दीपक आपल्याला दुसरा पर्याय ठेवतच नाही. तोंडाला पाणी सुटण्याची नैसर्गिक क्रिया होते. ही क्रिया कोणालाही शिकवायला लागत नाही. ती आपोआपच होते. परंतु एक लक्षात घ्या की येथे कोणताही खाण्याचा पदार्थ प्रत्यक्षात आणला गेला नव्हता. त्याचा गंधही नव्हता. फक्त त्यासंबंधी विचार होता. तरीही तो वैचारिक उद्दीपक शक्तिशाली ठरला. पावलोव्ह ह्या रशियन शास्त्रज्ञाने याच नैसर्गिक क्रियेचा आधार घेऊन जगापुढे एक मोठा सिद्धांत मांडला. पावलोव्ह हा मानसशास्त्रज्ञ होता व त्याच्या सिद्धांताला नोबल पारितोषिक मिळाले होते. चला, त्याच्या प्रयोगाविषयी व सिद्धांताविषयी जाणून घेऊया.

पावलोव्हचा प्रयोग व त्याचा सिद्धांत

पावलोव्हने एका कुत्र्यावर प्रयोग केला. त्याने त्याची खाण्याची वेळ निश्चित केली व दररोज एका ठराविक वेळेस तो त्याला खायला देऊ लागला. परंतु खाण्याचा पदार्थ देण्याआधी तो एक बेल (घंटा) वाजवी व त्यानंतर त्याला खायला देई.

पहिल्या वेळेस जेव्हा त्याने बेल वाजवली त्यावेळेस कुत्र्याने त्याकडे लक्षही

दिले नाही. त्यानंतर त्याच्या आवडीचे खाण्याचे पदार्थ दिल्याबरोबर त्याच्याही तोंडाला पाणी सुटले. कुत्र्याच्या तोंडाला नक्की कधी पाणी सुटलं हे पडताळण्यासाठी त्याने त्याच्यावर एक छोटीशी शस्त्रक्रिया केली होती. त्याच्या हनुवटीच्या जवळ, जिथून लाळ सुटते तेथे शस्त्रक्रिया करून, प्लॅस्टिकची पिशवी घातली होती. म्हणजे लाळ तयार झाली की लगेच ती प्लॅस्टिकच्या पिशवीत जमा व्हायची व पावलोव्हला कळायचे की लाळ कधी सुटली व किती सुटली.

लौकरच कुत्र्याच्या लक्षात आले की बेल वाजवल्यावर आपल्याला खायला

मिळते. आता बेल वाजवल्याबरोबर तो उठून तयार होऊ लागला. तो दुसऱ्या कशातही मग्न असला तरीही बेल वाजवल्याबरोबर सर्व काही सोडून खाण्याच्या तयारीला लागू लागला. पावलोव्हने ह्याची नोंद घेतली. कुत्र्याचे वर्तन आता बेलच्या आवाजामुळे बदलत होते. कुत्र्याच्या वर्तनाचा आणि बेलच्या आवाजाचा संबंध त्याने जोडला होता. परंतु बेलच्या आवाजाने तोंडाला पाणी काही सुटत नव्हते तर ते खाण्याचे पदार्थ दिल्यावरच सुटत होते.

काही दिवसात पावलोव्हच्या असे लक्षात आले की बेलचा आवाज ऐकल्यावर कुत्र्याच्या तोंडाला पाणी सुटण्याच्या क्रियेची सुरुवात होऊ लागलेली होती व त्यानंतर खाद्य पदार्थ दिल्यावर त्याची लाळ गाळण्याची क्रिया पूर्णत्वाला जायची. पावलोव्हने त्याची नोंद घेतली कारण आता कुत्र्याचे वर्तन बेलच्या आवाजाच्या सातत्यामुळे आणखी बदलू लागले होते.

हळूहळू कुत्रा बेलच्या आवाजाला इतका सरावला की बेल ऐकल्याबरोबर त्याचं लाळ गळणं पूर्णत्वाला गेलेलं होतं. खाण्याचे पदार्थ देण्याआधीच किंवा त्याचे वासही येण्याआधीच बेलच्या आवाजापाठोपाठ कुत्र्याच्या तोंडाला पाणी सुटत होते. खाद्यपदार्थ दिल्यावर त्याची लाळ येण्यामध्ये काहीच फरक पडत नव्हता. पावलोव्हने याची नोंद घेतली. ही पावलोव्हच्या दृष्टीने सगळ्यात महत्त्वाची नोंद होती कारण बेलच्या आवाजापाठोपाठ लाळ गाळण्याची क्रिया कुत्र्याकडून होत होती.

आता पावलोव्हने आपला पवित्रा बदलला. त्याने बेल वाजविण्याच्या वेळा बदलल्या व बेलच्या पाठोपाठ अन्नही दिले नाही. त्याने वेगवेगळ्या वेळेस बेल वाजविली व कुत्र्याचे निरीक्षण केले. प्रत्येक वेळेस बेल वाजविल्यावर कुत्र्याच्या तोंडाला पाणी सुटले. लाळेची मात्रा भरपूर होती. आता कुत्रा बेलच्या आवाजाला विशिष्ट प्रतिक्रिया द्यायला शिकला होता व ही क्रिया आपोआप होत होती. त्यासाठी त्याला काही प्रयत्न करायला लागत नव्हते. हे सगळे आपोआप होत होते.

ह्या सगळ्या प्रयोगावरून पावलोव्हने काय निष्कर्ष काढला ते पाहूया.

अन्न हा नैसर्गिक उद्दीपक आहे. ह्या नैसर्गिक उद्दीपकाबरोबर कोणतीही गोष्ट जर सातत्याने पुरविली गेली तर ती पूरक गोष्टसुद्धा नैसर्गिक उद्दीपकाची जागा घेऊ शकते. वरील प्रयोगात बेल हा काही उद्दीपक नव्हता पण अन्नपदार्थाआधी सातत्याने त्याचा पुरवठा केला गेला व थोड्याच अवधीमध्ये बेलच्या आवाजाने अन्नपदार्थाची म्हणजेच नैसर्गिक उद्दीपकाची जागा घेतली.

आपण आपल्या आयुष्यात जे काही शिकत असतो ते प्रामुख्याने ह्याच प्रकारे शिकत असतो. कोणतीही भाषा याच प्रकारे शिकली जाते. उदाहरणार्थ, आपण लहान मुलाला पंखा दाखवतो व तोंडाने 'पंखा' असा उच्चार करतो. एक दोन वेळा असे केल्यावर 'पंखा' या उच्चाराचा अर्थ मुलाला कळतो व तो कायमचा त्याच्या लक्षात राहतो. एवढेच नाही तर आपल्या सवयी आणि स्वभाव ह्याच प्रकारातून तयार होतात. त्याला कंडिशनिंगची प्रक्रिया म्हणतात. चला आता त्याविषयी थोडी चर्चा करूया.

कंडिशनिंगची प्रक्रिया

पावलोव्हच्या निष्कर्षाचा विस्तार करताना डॉ. स्टीव्हन कोव्हे म्हणतात आपल्या आयुष्यातसुद्धा अगदी असेच होत असते. आपल्या आयुष्यात अनेक प्रकारचे उद्दीपक असतात. फक्त हे उद्दीपक एखाद्या खाद्यपदार्थांच्या रूपात नसतात तर विविध प्रसंगांच्या रूपात असतात किंवा अनेक व्यक्तींच्या रूपात असतात. त्यांचा सामना करतानादेखील त्या उद्दीपकाबरोबर एखादी पूरक परिस्थिती असली तर कालांतराने ती पूरक परिस्थितीच जास्त शक्तिशाली उद्दीपक बनू शकते.

याचं कारण म्हणजे कंडिनशिंगची वरील प्रक्रिया आहे. वरील प्रयोगातच बघा आधी बेल व नंतर जेवण या परिस्थितीत कुत्रा रहात होता. ह्या परिस्थितीला कंडिशन (Condition) असे आपण म्हणूया. परंतु दररोज ही परिस्थिती उद्‌भवणे ही प्रक्रिया आहे. या प्रक्रियेला कंडिशनिंग (Conditioning) असे म्हणतात. हे कंडिशनिंग अतिशय शक्तिशाली असते. काही दिवसातच कुत्रा कंडिशन्ड (Conditioned) झाला व बेल वाजल्याबरोबर त्याच्या तोंडाला पाणी सुटू लागले. एकदा का कंडिशनिंग झाले की मग कंडिशन बदलली तरीही कंडिशनिग बदलत नाही. प्रयोगाच्या शेवटच्या पायरीवर पावलोव्हनी कुत्र्याची कंडिशन बदलली होती. कुत्र्याची सुरुवातीची कंडिशन बेल आणि जेवण अशी होती. नंतर ही कंडिशन बदलली गेली. बेल वाजवली तरी जेवण काही दिलं नाही. तरीसुद्धा कंडिशनिंग बदललं नाही. कुत्र्याच्या तोंडाला पाणी सुटणं काही बंद झालं नाही. कालांतराने, कंडिशन कशीही असली तरी शेवटी कंडिशनिंग वरचढ ठरलं.

आपल्या आयुष्यातही अगदी असंच होत असतं व आपण वेगवेगळ्या गोष्टींना कंडिशन्ड होत असतो. आपलं आयुष्य म्हणजे एक अखंड चालू असणारी प्रक्रिया आहे. ह्या प्रक्रियेत अनेक उद्दीपक असतात तसेच काही पूरकही असतात. ज्याप्रमाणे बेल सुरवातीला अगदीच निष्प्रभ होती त्याचप्रमाणे सुरवातीला हे पूरकही अगदी निष्प्रभ असतात. पण हळूहळू पूरकाचाच प्रभाव आपल्यावर वाढत असतो. आपल्याला हे कळतही नाही. हे सगळे आपल्या नकळत होते. जसे कुत्र्याच्या बाबतीत झाले तसेच आपल्याही बाबतीत होते.

ह्याच कारणामुळे विशिष्ट परिस्थितीत आपण विशिष्ट प्रकारे वागतो व बोलतो त्यात बदल झालेला आपल्याला चालत नाही. आपली चहाची वेळ ठरलेली असते, त्याशिवाय आपले प्रातर्विधीही उरकत नाहीत. एवढेच काय, बहुतेकदा, ज्या कपातून चहा पितो तो चहाचा कपही ठराविक असतो. घरात चहा पिण्याची जागा ठरलेली असते. त्या जागेवर दुसरे कोणी बसलेले असले तर आपल्याला चालत नाही. आपली वस्तू ठेवण्याची जागा ठरलेली असते. ती कोणी बदललेली चालत नाही. दररोज स्टेशनवर जायचा रस्ता ठरलेला असतो. बाजारहाटीची दुकानं ठरलेली असतात. झोपताना उशी ठरलेली असते, गादी ठरलेली असते. ह्यापैकी कशातही बदल झाला की आपला दिवस खराब जातो.

ह्याच्या पुढची पायरी म्हणजे आपल्या वागण्या-बोलण्याबद्दलचे कंडिशनिंग, आपली एखाद्याशी वागण्याची पद्धत ठरलेली असते. बायकोशी वागण्याची पद्धत ठरलेली असते, नवऱ्याशी वागण्याची पद्धत ठरलेली असते. सासूची सुनेशी व सुनेची सासूशी वागण्याची पद्धत ठरलेली असते.

ह्याच्या पुढची पायरी म्हणजे संस्काराचे कंडिशनिंग. ह्यामध्ये कोणाशीही

वागण्याची पद्धत मोडू शकते. मग तो वरिष्ठ असो वा कनिष्ठ असो. रस्त्यावरचा माणूस असो वा आपल्या घरातला माणूस असो. एक ना अनेक उदाहरणं आपल्याला पहाता येतील. आपण त्याला आपला स्वभाव म्हणतो.

ह्यानंतरची पायरी म्हणजे एखादी घटना आघात करून गेल्यामुळे वागणुकीमध्ये झालेला बदल. उदाहरणार्थ दुचाकी, चालवताना अपघात झाला व त्यानंतर दुचाकी चालवणेच सोडून दिले, पोहताना नाकात पाणी गेलं म्हणून पोहणंच सोडून दिलं.

ह्या सगळ्यावरती कळस म्हणजे एखाद्या आघातामुळे झालेला बदल पिढ्यान्-पिढ्या टिकवला गेला. कुटुंबातील व्यक्तीचा पोहताना मृत्यू झाल्यामुळे अखंड खानदानामध्ये पोहण्याला पिढ्यान्‌पिढ्या बंदी. दुचाकीवरच्या अपघातामुळे दुचाकी हा अपशकुनी शब्दसुद्धा अखंड कुटुंबात पिढ्यान्‌पिढ्या वर्ज्य.

कित्येक वेळा समस्यांचे समाधान शोधताना आपल्या स्वभावाचं कंडिशनिंगच आपल्या आड येतं. त्यानंतर आपण म्हणतो स्वभावाला औषध नाही व नशिबाला दोष देत राहतो. परंतु आपल्याला हे समजत नाही की दोष आपल्या स्वभावापेक्षा आपण करून घेतलेल्या कंडिशनिंगचा असतो. कंडिशनिंग, आपण करून घेतो. कुत्र्याच्या आयुष्यात बेल वरचढ ठरली ती त्याने करून घेतलेल्या कंडिशनिंगमुळे. त्या बेलच्या आवाजाला कुत्र्यानेच शक्ती प्रदान केली आहे. त्यानं जर ठरवलं तर ती शक्ती तो काढून घेऊ शकतो, परंतु तसे तो करणार नाही. कारण त्याच्या कंडिशनिंग संबंधी तो सजग नाही. किंबहुना कोणताही प्राणी हे करू शकत नाही. एकदा का प्राणी कंडिशन्ड झाला की त्याचं कंडिशनिंग कायमचं असतं. परंतु मनुष्यप्राणी कंडिशनिंगबाबत सजग असू शकतो व तो आपलं कंडिशनिंग तोडू शकतो.

विचारशुद्धीसाठी पुढाकार घ्यायचा म्हणजे सर्वप्रथम आपल्या कंडिशनिंगची संपूर्ण जबाबदारी घ्यायची. त्यामुळे आपल्या संपूर्ण आयुष्याची जबाबदारी आपल्यावर येते. दुसरी गोष्ट म्हणजे पुढाकार घेतलात तर आपण आपल्याला नको असलेले कंडिशनिंग तोडू शकतो. तिसरी गोष्ट पुढाकार घेऊन नेहमीपेक्षा काहीतरी वेगळा प्रतिसाद दिला म्हणजे क्रिया-प्रतिक्रियांची साखळी तुटते व काहीतरी नवीन साकार होतं. जीवन हे प्रतिध्वनीसारखं आहे. आपण जे करत होतो तेच करत राहिलो तर आपल्याला जे मिळत गेलं तेच मिळत राहील. आपल्याला जर काही नवीन मिळवायचं असेल तर काहीतरी नवीन करायला पाहिजे व त्यासाठी पुढाकार घ्यायला पाहिजे, विचारशुद्धी करावी लागेल.

सामन्यत: असं दृष्टीस पडतं की लोक पुढाकार घेत नाहीत व त्यामुळे ते क्रिया प्रतिक्रियांच्या साखळीत अडकलेले असतात. त्यातून बाहेर कसे पडायचे हे त्यांना माहीत नसते. *'कोणीतरी ह्यातून मला सोडवावं'* असा विचार ते करत असतात. हा विचार नेतृत्वाला प्रेरणा देत नाही. पुढाकार घेतला नाही तर तुम्ही यशस्वी होऊ शकत नाही. तुम्ही वाट पाहात राहिलात तर तुमचं यश *'कोणीतरी'* भेटण्यावर अवलंबून असतं. असं *'कोणीतरी'* आपल्याला हव्या त्या वेळेला हव्या त्या ठिकाणी भेटेलच असं नाही. अशा रीतीने आपलं यश किंवा आपला आनंद आपल्याला चांगल्या व्यक्ती भेटण्यावर, चांगले वरिष्ठ भेटण्यावर, चांगली सून मिळण्यावर, चांगली सासू मिळण्यावर, चांगले सासरे, चांगला नवरा, चांगलं घर, चांगले शेजारी वगैरे वगैरे अनेक गोष्टी ज्या आपल्या नियंत्रणाबाहेर आहेत अशा गोष्टींवर अवलंबून असतं. आपला आनंद जर एवढा परावलंबी असेल तर मनाची ओढाताण साहजिकच आहे. त्यातून आणखी क्रिया-प्रतिक्रियांची साखळी तयार होते व आपल्या अपयशाचं खापर कशावर तरी फोडण्याची वृत्ती बळावते.

सर्वसाधारणपणे आपल्या अपयशाचं खापर नशिबावर फोडताना ते आपण तीन प्रकारे फोडत असतो.

१. आनुवंशिकता : माझा रागीट स्वभाव बऱ्याचवेळा माझ्याच अंगाशी येतो. पण माझ्या तो रक्तातच आहे. माझा राग टाकून द्यायचं मी किती वेळा ठरवलं. परंतु मला असं वाटतं आमचं खानदानच रागीट आहे. माझे वडील, काका, आजोबा सगळे रागीट. आता आमच्या खानदानातच रागीटपणा असल्यावर मी तरी काय करणार, माझं नशिबच तसं आहे.

२. कौटुंबिक परिस्थिती : माझ्या भिडस्त स्वभावामुळे कित्येक वेळा माझं नुकसान झालेलं आहे हे मला माहीत आहे. परंतु मी अगदी मध्यमवर्गीय कुटुंबात वाढलेला माणूस. माझ्या नसानसातून हा स्वभाव भिनला आहे आणि आता पंचवीस तीस वर्षाच्या राहणीनंतर हा स्वभाव टाकून देणे मला जमणार नाही. माझ्याकडे

बाकी सारी कौशल्यं आहेत पण माझा स्वभाव आड येतो. साधं चार लोकांसमोर बोलायची वेळ आली की माझी त्रेधातिरपीट उडते. लोक म्हणतात माझ्यात आत्मविश्वास नाही. किलिंग स्पिरीट नाही. पण मी काय करू, मध्यमवर्गात हे सगळं नसतं. मी जर श्रीमंताच्या घरी जन्मलो असतो तर मी वेगळा झालो असतो. पण जन्म-मृत्यू काय कोणाच्या हातात असतो?

३. सामाजिक व राजकीय परिस्थिती : मी एवढा ग्रॅज्युएट झालो, साला एक नोकरी मिळेल तर शपथ. कोणी उभं करायला तयार नाही. खरं म्हणजे आपला देश नैसर्गिक साधन संपत्तीने समृद्ध आहे. त्यामुळे देशात बेकारी व्हायलाच नको होती. पण साले हे राजकारणी लोक पैसा खातात व काही सुधारणा करत नाहीत

व आम्हाला नोकऱ्या मिळत नाही. खरं म्हणजे आपल्या देशातील सर्व समस्यांचे मूळ हे राजकारणी आहेत. साला आमचं नशीबच असं आहे की आम्ही ह्या देशात जन्माला आलो. मी जर अमेरिकेत वाढलो असतो तर मी वेगळा झालो असतो.

तसं बघितलं तर ही कारणं अगदी खरी वाटतात. परंतु या कारणांना काहीही शास्त्रीय आधार नाही. खरं कारण आहे आपलं कंडिशनिंग. जे आपल्या नकळत घडत असतं. जे आपल्याला नेतृत्वहीन बनवत असतं. ज्याप्रमाणे त्या कुत्र्याला कळत नव्हतं की तो बेलच्या आवाजाला कंडिशन्ड होत आहे अगदी त्याचप्रमाणे आपणसुद्धा आपल्या भोवतालच्या पूरक परिस्थितीला कंडिशन्ड होत असतो. ह्या कंडिशनिंगमुळे विशिष्ट परिस्थितीत आपल्या प्रतिक्रिया विशिष्ट प्रकारच्याच होतात. आपण ज्याप्रकारे परिस्थिती हाताळतो त्या प्रकारावर आपलं यश किंवा अपयश अवलंबून असतं. आपल्याला वारंवार यश मिळत असेल तर उत्तम. सहसा ह्या प्रकारातील लोक रिॲक्टीव्ह नसतात. पण जर आपल्याला वारंवार अपयश मिळत असेल तर आपल्याला आपल्या पद्धती बदलाव्या लागतील. काहीतरी वेगळं करावं लागेल. आपलं कंडिशनिंग तोडावं लागेल. आपल्याला पुढाकार घ्यावा लागेल. परिस्थितीला नवीन प्रतिसाद कसा द्यायचा हे शिकायला लागेल.

यशस्वी आणि प्रभावी जीवनाचे पहिले तत्त्व– पुढाकार घ्या, विचारशुद्धी करा. लक्षात असू द्या की तीन प्राध्यापक हुशार होते, शिकलेले होते पण प्रभावी नव्हते.

मला माहीत आहे की माझे हे विवेचन म्हणजे कित्येक वाचकांना एक उद्दीपकच असणार आहे. हा उद्दीपक मनात अनेक उलटसुलट विचार आणेल. एक विचार असा असेल...पण स्वभावात आनुवंशिकता ही असतेच.

एकदा मी एका नेतृत्वविकासाच्या कार्यशाळेत बोलत होतो. कंडिशनिंगबद्दल बोलून झाल्यावर एका श्रोत्याने अगदी हाच प्रश्न विचारला.

मी म्हटले, "चला आपण तपासून पाहूया."

"प्रत्येकाच्या स्वभावात आनुवंशिकता असते असे तुम्हाला म्हणायचंय काय?" मी विचारले.

"थोड्याफार प्रमाणात."

"थोड्या? की फार?"

"कधी थोड्या तर कधी फार."

"तर कधी अजिबातच नाही. बरोबर?" मी विचारले.

"होय कधी कधी तशीसुद्धा परिस्थिती असते."

"म्हणजेच दुसऱ्या शब्दात या स्वभावाच्या बाबतीत आनुवंशिकता फार अनिश्चित असते. बरोबर?"

“बरोबर.”

आता आपण आनुवंशिकता कशाला म्हणतात हे समजावून घेऊया. आई आणि वडिलांच्या गुणसूत्रांतून जे अपत्याला मिळते ते आनुवंशिक असते. ज्या गोष्टी मुलांना आनुवंशिकतेने मिळतात त्याची जैवरसायनशास्त्राने उकल केली आहे. शारीरिक प्रकृती, बांधा, उंची, वर्ण काही व्याधी ह्या आनुवंशिकतेने मिळतात. त्याबद्दल निश्चित आडाखे बांधता येतात. त्या गोष्टी जन्मापासूनच शरीरात असतात. उदाहरणार्थ, मुलाची उंची, बांधा, वर्ण हे जन्मापासून ठरलेले असते.

जन्माच्या वेळेस त्या पूर्ण साकारलेल्या नसतात एवढेच. एवढ्या ढोबळ माहितीवर आनुवंशिकतेची व्याख्या करायची असेल तर तुम्ही काय कराल?

“आनुवंशिकता पालकांच्या पेशीतून मिळते. ती जन्मापासून असते. त्यासंबंधी निश्चित आडाखे बांधता येतात व आनुवंशिक गोष्टी बदलता येत नाहीत.”

“अगदी बरोबर. आता ही व्याख्या स्वभावाशी पडताळून पाहूया. स्वभाव हा जन्मत: असतो काय?”

कार्यशाळेतील इतर सहकारी म्हणाले... “नसतो.”

“स्वभावाच्या पेशी असतात काय?”

बरेचजण...“माहीत नाही.”

“जर असत्या तर मुलांकडे पालकांपैकी दोघांच्या किंवा कोणातरी एकाच्याच पेशी असत्या. म्हणजेच त्यांच्या स्वभावाचे पैलू अगदी पालकांच्या पैलूप्रमाणे झाले असते. एका कुटुंबाचा स्वभाव एका विशिष्ट प्रकारचा झाला असता. बरोबर?”

“बरोबर.”

“मुलांचा स्वभाव पालकांप्रमाणेच असतो काय?”

“नाही”

“स्वभाव बदलता येत नाही काय? ”

“येतो.”

“मग असे असताना स्वभाव आनुवांशिक असतो असे म्हणता येईल काय?”

“नाही. पण बऱ्याच वेळा असे दिसते की काही कुटुंबात सारखे स्वभाव असतात.”

“हो दिसते खरे. पण त्यात आनुवंशिकतेचा भाग आहे की नाही ह्यावर निश्चितपणे भाष्य करता येणार नाही. पण पावलोव्हने केलेल्या प्रयोगावरून त्याची थोडीशी उकल निश्चितपणे होते. स्वभाव तयार होण्याची प्रक्रिया असते. ह्या प्रक्रियेत अनेक प्रसंगातून अनेक प्रकारचे कंडिशनिंग होत असते. मुलांच्या सुरुवातीच्या आयुष्यात जे जे प्रसंग त्यांना अनुभवायला लागतात त्यात बहुधा पालक असतातच व प्रत्येक प्रसंगातून काही ना काही कंडिशनिंग होतच असते. त्यामुळे स्वभाव

घडण्यामध्ये त्यांचा हातभार प्रचंडच असतो. परंतु तो आनुवंशिक नसतो. जर स्वभावसुद्धा आनुवंशिक असता तर प्रत्येक मुलाच्या जन्मापासूनच त्याचा स्वभाव काय होणार आहे हे निश्चित सांगता आलं असतं. परंतु आजही त्याविषयी ठामपणे कुणीही सांगू शकत नाही. त्याविषयी फक्त तर्क केले जातात पण त्याला शास्त्रीय आधार नसतो. त्याला निश्चिती नसते. दोन जुळी मुलं आनुवंशिकतेमुळे दिसायला सारखी असतात पण त्यांचे स्वभाव अगदी भिन्न असू शकतात. अशा वेळेस स्वभावाला आनुवंशिक म्हणता येणार नाही. दुसरी गोष्ट आनुवंशिक गोष्टी शरीराच्या पेशीतून आल्यामुळे त्या बदलता येत नाहीत. मुलाची उंची, वर्ण हा आनुवंशिक असतो, त्यात फेरफार करता येत नाहीत. उंची वाढवण्याच्या शिबिराला पाठवून मुलांची उंची वाढवता येते हे जरी खरे असले तरी मूळ उंचीमध्ये थोडेसेच फेरफार होऊ शकतात. आनुवंशिक गोष्टी बदलता येत नाहीत. परंतु स्वभावाचे तसे नसते. स्वभाव हा जन्माच्यावेळेस नक्की नसतो. तो हळूहळू साकार होणार असतो. त्यामध्ये कंडिशनिंगचा महत्त्वाचा भाग असतो. तिसरी गोष्ट स्वभाव हा कोणत्याही वयात बदलू शकतो. वाल्याकोळ्याचा वाल्मिकी ऋषी झाल्याची उदाहरणं आपल्याकडे सापडतात. ही उदाहरणं नुसतीच पुराणातील वांगी नाहीत तर रोजच्या आयुष्यातसुद्धा स्वभाव आमूलाग्र बदललेले लोक असतात. एवढेच कशाला आज तुमचा जो स्वभाव आहे तो पंचवीस वर्षापूर्वी नव्हता असे मी म्हटलं तर ते खोटं ठरेल काय?

"नाही..." सर्वजण म्हणाले.

तर मग आता वाचकांना मी असं विचारू इच्छितो की आजपासून पंचवीस वर्षांनी तुम्ही जेव्हा मागे पाहाल तेव्हा तुमचा स्वभाव तुम्हालाच बदललेला दिसेल... येणाऱ्या पंचवीस वर्षांत तुमच्यापैकी प्रत्येकजण काही अशा प्रसंगांना सामोरे जाल की कोणतातरी प्रसंग तुमचा स्वभाव बदलून टाकेल. काही प्रसंग चांगले असतील तर काही नकोसेही असतील. असले प्रसंग उद्दीपक ठरतात व आपल्याला बदलून टाकतात. स्वभाव जेव्हा नकळत बदलतो तेव्हा तो आपण कोणते प्रसंग अनुभवतो त्यावर अवलंबून असतो. त्यामुळे आपल्यातील बदल आपल्या हातात नसतो तर तो परिस्थितीवर अवलंबून असतो. आपण नशिबावर अवलंबून असतो. म्हणजेच बाह्यपरिस्थितीचे आपल्यावर नियंत्रण असते. आपल्या हातात काहीही नसते.

नेमका याच ठिकाणी आपण पुढाकार घ्यायचा आहे. येथे विचार असा आहे की स्वत:ला चांगल्या कारणांसाठी बदलण्याकरता आपण एखाद्या प्रसंगाची पंचवीस वर्ष वाट पहात बसायची काय? एवढे करूनही तो प्रसंग घडलाच नाही तर नशिबाला बोल लावत बसायचं की आत्ता पुढाकार घेऊन आपल्याला हवा तसा बदल घडवून आणण्याकरता टाकाऊ कंडिशनिंग तोडून टाकायची कला शिकायची. पुढाकार घ्यायचा म्हणजे स्वत:च्या कंडिशनिंगची जबाबदारी स्वीकारायची, आपापल्या

स्वभावाची जबाबदारी घ्यायला शिकायचे व आपल्याला हवे तसे आयुष्य घडवून आणण्यासाठी पुढाकार घ्यायचा. स्वत:ला दोष देत बसायचं नाही.

काही वाचक म्हणतील की जरी आम्ही मान्य केलं की स्वभाव हा आनुवांशिक नसतो तरी कौटुंबिक परिस्थितीचा आपल्यावर परिणाम होतच असतो.

आपण हासुद्धा विचार तपासून पाहूया.

...कौटुंबिक परिस्थितीचा आपल्यावर परिणाम होतच असतो.

कित्येकवेळा असे दृष्टीस पडते की कुटुंबाच्या राहणीमानाचे संस्कार मुलांवर रूजलेले असतात. मध्यमवर्गाच्या विचारसरणीचे विशिष्ट संस्कार मुलांच्या व्यक्तिमत्त्वावर झालेले दिसतात तर उच्चभ्रू वर्गात एक विशिष्ट बेदरकारपणा दिसतो. त्यामुळे कित्येकांना असे वाटते की आत्मविश्वासाची कमतरता ही मध्यमवर्गीय राहणीमुळे झाली किंवा बिनधास्तपणा हा पैशाच्या पाठबळाशिवाय येत नाही.

आपण हा विचारसुद्धा तपासून पाहूया.

ठीक आहे. आता असं पहा. ३ + २ = ५ हे गणिताचं एक समीकरण आहे. एकदा का हे समीकरणाच्या रूपात मांडलं की मग ते उलट सुलट करून त्याचा ताळा करून बघता येतो. हे समीकरण कोणत्याही प्रकारे उलट सुलट केलं तरी त्याचं उत्तर चुकत नाही. ते साहजिकच बरोबर राहतं. आपण हे २ + ३ = ? असं मांडलं तरी त्याचं उत्तर ५ असंच राहतं. आपण हे समीकरण उलटं मांडलं म्हणजे ५ – ३ = ? असं मांडलं तरी उत्तर २ येतं, ते चुकत नाही. आपण हे ५–२ =? असं मांडलं तरी उत्तर ३ येतं, ते चुकत नाही. चारही प्रकारे उत्तर चुकत नाही व ह्यामुळे साहजिकच सुरवातीला मांडलेलं समीकरण अचूक होतं असं म्हणायला वाव राहतो.

आता आपण या आधी मांडलेलं समीकरण घेऊया. पैशाचं पाठबळ कमी असेल, तर अगदी साहजिकपणे थोडासा बुजरेपणा मुलांच्यात येतो व तो आयुष्यभर राहतो हे समीकरणाच्या रूपात मांडलं तर आपण वर बघितल्याप्रमाणे उलट सुलट करून उत्तर तेच येतंय की नाही ह्याची खात्री करून घेऊया. पैशाची कमतरता व बुजरेपणा हे दोन्ही उलट केलं. तर भरपूर पैसा म्हणजे भरपूर आत्मविश्वास व बिनधास्तपणा. ह्याचा अर्थ असा होईल की जर भरपूर पैसा असेल तर भरपूर आत्मविश्वास व बिनधास्त वृत्ती अंगी येईल, बरोबर?

ह्याचं उत्तर जर होकारात्मक असेल तर ह्याचा अर्थ असाही होईल की माणसाकडे जितका पैसा जास्त तितका आत्मविश्वास जास्त, तितका बिनधास्तपणा जास्त, तितकी धडाडी जास्त, तितकी जिद्द जास्त व माणूस जितका गरीब तितका त्यात बुजरेपणा, भिडस्तपणा, न्यूनगंड जास्त. आता नीट विचार करा की आपल्याला हे समीकरण मांडता येई का?

एकदा एका कार्यशाळेत तरुण मुलांसमोर मी हा प्रश्न मांडला व लगेच वर्गात चर्चा रंगली. वेगवेगळ्या प्रतिक्रिया उमटल्या. परंतु चर्चेच्या अखेरीस हे समीकरण फेटाळलं गेलं. सगळ्यांचा सूर असा निघाला हे समीकरण म्हणून जरी बरोबर नसलं तरी बऱ्याचवेळा पैशाची झाक व्यक्तिमत्त्वावर पडलेली का दिसते व त्याबद्दल काय करता येईल?

वाचकांच्या मनातसुद्धा हाच प्रश्न असेल तर त्यावेळी कार्यशाळेत उत्तर शोधताना जे प्रश्न विचारले तेच तुम्हालाही विचारतो. वरील प्रश्न म्हणजे ही तुमची स्वतःची समस्या आहे काय? तुम्ही तुमची समस्या घेऊन जादूच्या आरशासमोर जायला तयार आहात काय? स्वत:वर प्रयोग करून घ्यायला तयार आहात काय? तुमची समस्या सोडविण्यासाठी पुढाकार घ्यायला तयार आहात काय? माझ्या प्रश्नांची उत्तरं होकारार्थी असतील तर तुम्हाला तुमच्या समस्येचं उत्तर आपोआप मिळेल आणि माझ्या प्रश्नांची उत्तरं नकारार्थी असतील तर तुम्ही तुमची समस्या कोणीतरी पुढाकार घेऊन सोडवावी अशी वाट पहात आहात. तुम्ही काय करावं हा सर्वस्वी तुमचा प्रश्न आहे. तुम्ही जो काही निर्णय घ्याल त्याची जबाबदारी संपूर्णपणे तुमची आहे.

आता आपण पाहूया, कुटुंबाच्या राहणीचा सर्वांवर एकसारखा परिणाम का होत नाही. मी आधी म्हटल्याप्रमाणे ह्यामध्येही कंडिशनिंगचाच हात असतो. परंतु प्रश्न असा तयार होतो की कुटुंबाची राहणी जर स्वभावावर कंडिशनिंग करणार असेल तर एकाच राहणीचं वेगवेगळं कंडिशनिंग कसं होतं?

हे समजून घेण्यासाठी आपण एक कोडं सोडवायचा प्रयत्न करून पाहूया नऊ ठिपक्यांचं कोडं.

आपापल्या वहीत ह्याप्रमाणे नऊ ठिपके काढा व त्यानंतर हे ठिपके चार सरळ रेषांच्या साह्यायाने जोडायचा प्रयत्न करा. परंतु त्याआधी तीन नियम पाळायचे आहेत ते पुढीलप्रमाणे आहेत:-

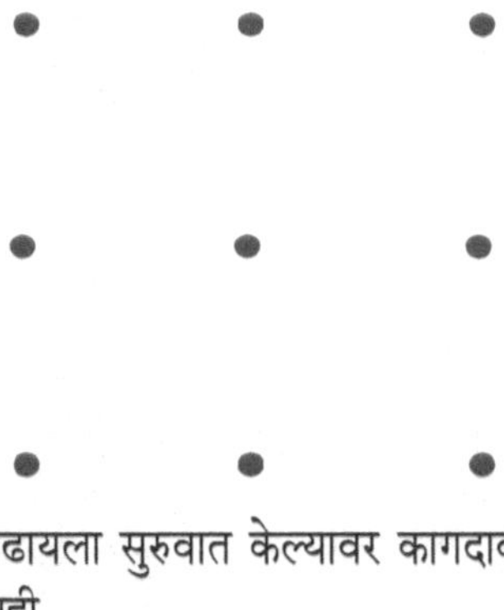

१. एकदा रेषा काढायला सुरुवात केल्यावर कागदावरून पेन किंवा पेन्सिल उचलायची नाही.

२. रेषांनी नऊ ठिपके जोडले गेले पाहिजेत आणि

३. कोणतीही रेषा न गिरवता नऊ ठिपके जोडायचे.

उदाहरणार्थ,

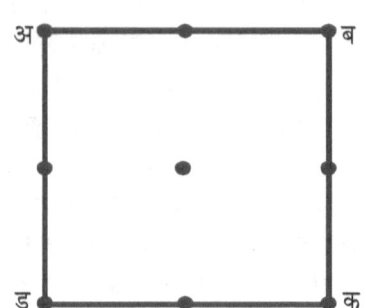

आता चार सरळ रेषा काढताना मी अ ठिपक्यापासून सुरुवात केली व ब पर्यंत गेलो. त्यानंतर पेन्सिल न उचलता दुसरी रेषा काढली व क ठिपक्यापर्यंत गेलो व नंतर तिसरी रेषा काढताना ड ठिपक्यापर्यंत गेलो व चौथी रेषा काढताना परत अ ठिपक्यापर्यंत नेली तर ते बरोबर नाही. याचं कारण असं की जरी या रेषा पेन्सिल न उचलता काढल्या असल्या व त्या कुठेही गिरवलेल्या नसल्या तरी या रेषा नऊ ठिपके जोडत नाहीत. म्हणून माझे उत्तर चुकलेले आहे. आता तुम्ही प्रयत्न करून पाहा. मी तुम्हाला ह्यासाठी पाच मिनिटे देत आहे.

आजपर्यंत मी अनेकवेळा हे कोडं माझ्या कार्यशाळेत वेगवेगळ्या वयोगटांसाठी वापरलं आहे. सगळेजण हे कोडं सोडवायचा अगदी मनापासून प्रयत्न करतात. बहुतेकवेळा त्यांचा प्रयत्न खालीलप्रमाणे असतो.

वाचकांनी आपले उत्तर तपासून पाहावे. तुमची आकृतीसुद्धा वरील आकृतीमध्ये आहे काय?

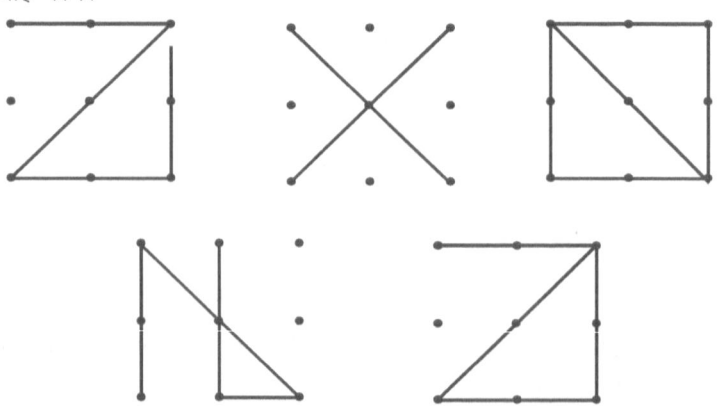

आता ह्या कोड्याचे उत्तर काय आहे हे पाहूया. उत्तर खालीलप्रमाणे आहे.
सर्वप्रथम १ ह्या ठिपक्यापासून रेष काढा व २ ह्या ठिपक्यामधून ३ पर्यंत न्या

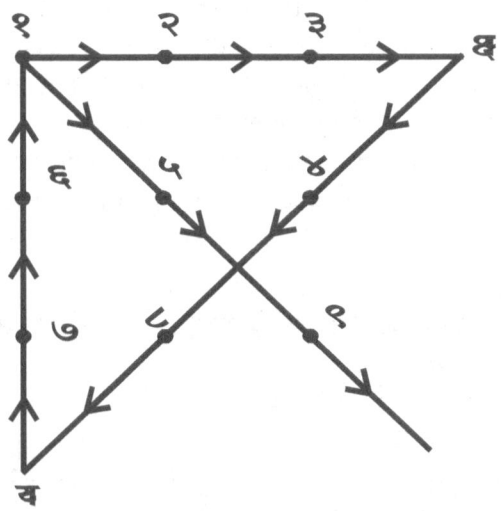

व तशीच पुढे क्ष पर्यंत वाढवा. त्यानंतर हात न उचलता दुसरी रेष काढायला सुरुवात करा. क्ष पासून रेष ४ ह्या ठिपक्यापर्यंत आणा व पुढे ८ या ठिपक्यामधून नेऊन य पर्यंत वाढवा. तिसरी रेष य पासून सुरुवात करून ७ कडे न्या व पुढे ६ मधून १ पर्यंत न्या. चौथी रेष १ पासून सुरुवात करून ५ कडे न्या व तेथून पुढे ९ कडे न्या. चार रेषा पूर्ण झाल्या आणि नऊ ठिपकेसुद्धा पूर्ण झाले.

उत्तर बघितल्याबरोबर कार्यशाळेत नेहमीच थोडासा हशा पिकतो. लगेचच एक प्रतिक्रिया येते...

"... पण रेष ठिपक्याच्या बाहेर गेली."

"होय बरोबर आहे. पण त्यात बिघडलं कुठं? जर रेष ठिपक्याच्या बाहेर नेली नाही तर हे कोडं कधीच सुटणार नाही. उलट सगळ्यात योग्यच गोष्ट केली."

"पण तुम्ही तर सांगितलं होतं की ठिपक्याच्या बाहेर जायचं नाही."

"मी असं कुठं म्हटलं होतं."

"तुम्ही फळ्यावर काढून दाखवलं होतं."

"किती लोकांना असं वाटतं त्यांनी हात वर करा."

वर्गातले बरेच हात वर जातात. त्यानंतर मी म्हणालो की मी फळ्यावर, एक चुकीची पद्धत दाखवली होती व स्पष्टपणे म्हटलं होतं हे उत्तर चुकीचं आहे.

परंतु मी रेषांची चौकडी मुद्दामहून काढली व तुम्ही कंडिशन्ड झालात. मी असं

कधीच म्हटलं नव्हतं की तुम्ही ह्या चौकडीच्या बाहेर जायचं नाही पण तुम्ही असा समज करून घेतलात.

कित्येकवेळा कुटुंबात जे वेगवेगळ्या प्रकारचे कंडिशनिंग होते ते ह्याच प्रकारे होते. पालक प्रत्येकवेळी जबाबदार असतातच असे नाही. किंबहुना पालक काही सांगतही नाहीत पण मुलं काहीतरी भलताच समज करून घेतात व कंडिशन्ड होतात. या संदर्भात आणखी एक गमतीदार किस्सा ऐका.

एकदा एका कार्यक्रमात एका माणसाने एक प्रयोग केला. दोन काचेचे ग्लास घेतले. एकात स्वच्छ पाणी भरले व दुसऱ्यात दारू. त्यानंतर प्रत्येक ग्लासामध्ये एक एक मुंगी टाकली. थोड्याच वेळात दारूच्या ग्लासमधील मुंगी मरून गेली व पाण्याच्या ग्लासमधील मुंगी पोहत जिवंत राहिली.

त्यानंतर त्याने प्रेक्षकांना उद्देशून विचारले,... ''ह्या प्रयोगावरून आपण काय धडा शिकू शकतो?''

प्रेक्षकात एक दारूच्या व्यसनात बुडालेले गृहस्थ होते. ते म्हणाले, 'मी सांगतो दारूच्या ग्लासमधील मुंगी मेली म्हणजे दारूमध्ये किडे जिवंत राहू शकत नाही. आपल्या पोटातसुद्धा अनेक किडे असतात ते जर मारून टाकायचे असतील तर आपलं पोट दारूने सदा तुडुंब भरलेलं असलं पाहिजे.'

यावरून हेच दिसून येतं की कोणत्या प्रसंगातून कोण काय शिकेल व कोण कसा कंडिशन्ड होईल हे कोणालाही सांगता येत नाही फक्त शक्यता वर्तवता येते. त्यामुळे एकाच कुटुंबातील व्यक्ती पण कोण कसा कंडिशन्ड होईल हे काही सांगता येणार नाही. म्हणूनच आपल्यावर जे कंडिशनिंग झालेलं आहे त्याची संपूर्ण जबाबदारी आपल्यालाच घ्यावी लागेल, कुटुंबावर टाकून चालणार नाही.

आणखी एक प्रश्न मला नेहमी कार्यशाळेत विचारला जातो. तो म्हणजे...

कंडिशनिंगला किती कालावधी लागतो?

मग मीच त्यांना उलट प्रश्न करतो. किती कालावधी लागत असेल असं तुम्हाल वाटतं?

कुत्र्याला जर काही दिवस लागत असतील तर माणसाला काही महिने तरी निश्चित लागतील.

ह्यावर एकदा असाच मी एका कार्यशाळेत प्रयोग केला. मी माझे दोन्ही हात समोर खांद्याच्या सरळ रेषत घेतले व म्हणालो 'चला आपण आणखी एक प्रयोग करून पाहूया.' मी थोड्यावेळ सर्वांची प्रतिक्रिया पाहात थांबलो. काही क्षणानंतर मी पुन्हा सुरुवात केली.' 'आता सर्वांनी मी सांगतो तसं करायचं. सर्वांनी उठून उभे राहा.'

सर्वांनी तसे केले.

'आता सर्वांनी माझ्यासारखे हात समोर खांद्याच्या रेषेत घ्या.'
सर्वांनी तसे केले.
आता मी हात खाली केले व म्हटले, 'हात खाली घ्या.'
सर्वांनी तसे केले.
मी दोन्ही हात वर केले व म्हटले, 'हात वर करा.'
सर्वांनी माझ्यासारखे हात वर केले.
मी माझा उजवा हात खाली आणला व म्हटले,'एक हात खाली घ्या.'
सर्वांनी उजवा हात खाली घेतला.
आता मी उजवा हात परत वर घेतला व म्हटले, 'असं करा.'
सर्वांनी दोन्ही हात खाली घेतले.

त्यानंतर मी सावकाशपणे उजवा हात वर नेऊ लागलो व हळूच मी माझी हनुवटी चिमटीमध्ये पकडली व म्हटले, 'सर्वांनी आपापला गाल चिमटीत पकडा.'

मी जसजसा हात वर नेऊ लागलो तसतसा सगळ्यांचा उजवा हात वर जाऊ लागला व हळूच हनुवटीवर स्थिरावला.

त्यानंतर मी तसाच स्तब्ध राहिलो व सगळ्यांकडे थोडे मिस्किल स्मित करून पाहात होतो.

एक दोघांना लगेच त्यांची चूक लक्षात आली व त्यांनी आपला हात हनुवटीवरून काढला व गालावर नेला.

त्यांच्याकडे पाहून मी म्हटले, 'थोडा उशीर झाला.'

त्यांना कळले मी काय म्हणतोय पण इतरांना काहीच कळेना काय चाललंय. त्यानंतर मी सगळ्यांना उद्देशून विचारलं. माझी शेवटची सूचना काय होती ते आठवतंय ना?

हो आठवतंय हात गालावर ठेवा.

मग तुमचा हात कुठे आहे?

त्यानंतर वर्गात एकदम हशा पिकला. ह्या वेळेस सगळ्यांना लक्षात आले की त्यांचा हात हनुवटीवर आहे. त्यांच्यापैकी सर्वांनी सूचना बरोबर ऐकली. पण कृती माझ्यासारखी केली. मी हात हनुवटीवर नेला म्हणून सगळ्यांनी हात हनुवटीवर नेला.

'पावलोव्हने कुत्र्यावर केलेला प्रयोग आठवतोय का?'

'होय.' सर्वांकडून होकार आला.

'सुरुवातीला घंटा अतिशय निष्प्रभ होती परंतु काही कालावधीत ती घंटाच जास्त प्रभावी ठरली. अगदी तसेच्या तसे इथे झाले आहे असे वाटत नाही का तुम्हाला?'

'आम्हाला कळलं नाही.'

'मी सुरुवातीला हात समोर घेतले होते. ही माझी कृती तुम्हाला निरर्थक वाटली असेल. ज्याप्रमाणे सुरुवातीला घंटेच्या आवाजाला काही अर्थ नव्हता अगदी त्याचप्रमाणे माझ्या कृतीलाही काही अर्थ नव्हता. थोड्याच वेळात मी म्हणालो 'आता मी सांगतो तसे करा.' त्यानंतर माझी प्रत्येक तोंडी सूचना ही नैसर्गिक उद्दीपक होती व माझी कृती ही घंटेच्या आवाजाप्रमाणे पूरक होती. ज्याप्रमाणे घंटा व जेवण हे एकापाठोपाठ येत होते. ज्याप्रमाणे हळूहळू कुत्र्याचं लक्ष घंटेकडे जास्त गेलं, त्याचप्रमाणे तुमचं लक्ष माझ्या कृतीकडे जास्त गेलं. शेवटच्या क्षणी जेव्हा कृती व सूचनेमध्ये तफावत केली, तेव्हा तुम्ही ती ऐकली पण तुमचं लक्ष त्याकडे नव्हतं. तुम्ही तोपर्यंत माझ्या कृतीलाच कंडिशन्ड झाला होतात.'

आता तुम्ही मला विचारलेला प्रश्न मीच तुम्हाला विचारतो. कुत्र्याला कंडिशन्ड व्हायला काही दिवस लागतात तर आपल्याला कंडिशन्ड व्हायला किती कालावधी लागेल?

ह्या प्रश्नावर सगळे खजील झाले. कोणी उत्तर द्यायला तयार नव्हते.

परंतु वाचकांनी हा मुद्दा लक्षात घ्यावा की कंडिशनिंगला फारसा कालावधी लागत नाही. ते कोणत्या प्रकारचं कंडिशनिंग आहे ह्यावरही अवलंबून राहिल. परंतु ते एखाद्या प्रसंगातूनही होऊ शकतं एवढं लक्षात ठेवलं की झालं.

चला आता मी आणखी एक प्रश्न विचारतो. जर कंडिशनिंग व्हायला फारसा वेळ लागत नाही तर कंडिशनिंग संपुष्टात यायला किती वेळ लागेल?

असं म्हणता येईल की जर कंडिशनिंग व्हायला फारसा वेळ लागत नसेल, तर ते तोडायलाही फारसा वेळ लागायला नको. परंतु प्रत्यक्ष आयुष्यात काय परिस्थिती असते?

जुन्या सवयी मोडायला जंग जंग पछाडायला लागतात कधी कधी तर महत्प्रयास करूनही काही जुनी कंडिशनिंग संपुष्टात येत नाही असे का होते?

आपण जरा निसर्गाकडे नजर टाकली तर असे का होते ह्याचं उत्तर मिळू शकेल. ओसाड जमिनीवर पाऊस पडला की काही दिवसातच ती हिरवीगार दिसू लागते. ह्याच ओसाड जमिनीत शेतकरी सोनं पिकवायचं ठरवितो. परंतु त्यासाठी त्याला मशागत करायला लागते. आधीचं जंगली तण उखडून टाकायला लागतं. नुसतंच एवढ्यावर भागत नाही तर जमिनीत काही बीज उरलेलं असेल तर ते परत उगवेल म्हणून ते बीज जाळून टाकायला लागतं. ह्या प्रक्रियेनंतर ती जमीन नवीन

बीज पेरण्यालायक होते. शेतकरी बीज पेरतो. परंतु तेवढे पुरेसे नसते. जमिनीला पाणी द्यायला लागते. पुरेसे पाणी मिळाल्यावर रोप उगवू लागते. त्या रोपाची राखण करावी लागते. राखण केली नाही तर जनावरं खाऊन टाकतात किंवा तुडवून टाकतात. जसजसे रोप वाढू लागते तसतसे जंगली तणसुद्धा वाढू लागते. शेतक‍ऱ्याला ती सतत उपटून टाकावी लागतात. तसे केले नाही तर त्याने लावलेले पिक येणार नाही.

ज्याप्रमाणे नवीन बीज पेरायच्या आधी जंगली तण कितीही काढलं, कितीही जाळलं तरी पाऊस पडला की थोडंसं उरलेलं तण उगवतंच व तेवढंही पिकाची नासाडी करायला पुरेसं ठरतं. त्याचप्रमाणे जुना स्वभाव कितीही बदलला, कितीही जाळला तरी काही उद्दीपक समोर आल्यावर थोडंसं उरलेलं बीज डोकं वर काढणारच व तेवढं तुमच्या नवीन उद्दिष्टाची नासाडी करायला पुरेसं असतं. शेतकरी जसे टाकाऊ तण शांतपणे काढून टाकतो तसेच आपल्यालाही जुना स्वभाव जरी

डोकावला तरी तो शांतपणे हाताळणं जरुरीचं आहे.

दुसरी गोष्ट पीक उगवायला लागलं तरी शेतकऱ्याला त्याची राखण करावी लागते व जनावरांपासून त्याचे संरक्षण करायला लागते त्याचप्रमाणे नवीन सवय किंवा स्वभाव अंगीकारला तरीही त्याची बाल्यावस्था असल्यामुळे राखण करणे जरुरीचे आहे. इतर मंडळी चेष्टा वगैरे करून तुम्हाला मूळच्या स्वभावावर किंवा सवयींवर आणून सोडायचा प्रयत्न करतील. त्याचा परिणाम होऊ न देणे हे आपले काम आहे.

तिसरी गोष्ट ज्याप्रमाणे टाकाऊ तण आपोआप येतं, त्यासाठी काहीही खटपट करायला लागत नाही त्याप्रमाणे टाकाऊ स्वभाव किंवा सवयी आपोआप आत्मसात होतात, त्यासाठी मेहनत घ्यावी लागत नाही.

चौथी गोष्ट ज्याप्रमाणे जमिनीत टाकाऊ गवत उगवतं व सोनंसुद्धा उगवतं त्याचप्रमाणे आपल्या मनाला टाकाऊ स्वभावाची लागण होऊ शकते व चांगल्या स्वभावाचीसुद्धा लागण होऊ शकते.

पाचवी गोष्ट ज्याप्रमाणे शेतकऱ्याने मेहनत केल्याशिवाय जमिनीत सोनं उगवूच शकत नाही त्याचप्रमाणे आपण प्रयत्न केल्याशिवाय मनाला चांगल्या सवयी लागूच शकत नाहीत. रागीट स्वभाव होण्याकरता प्रयत्न करावे लागत नाहीत तर राग घालवण्याकरता प्रयत्न करावे लागतात. संशयी स्वभाव होण्याकरता प्रयत्न करावे लागत नाहीत तर संशयाचं भूत डोक्यातून काढायला प्रयत्न करावे लागतात. जे आपोआप उगवतं ते रानटी गवत असत. त्यासाठी मेहनत करावी लागत नाही. परंतु मेहनत करुन उगवतं त्यालाच सोनं म्हणतात. म्हणूनच प्रयत्नपूर्वक साकार केलेल्या स्वभावाचंच शेवटी सोनं होणार.

सहावी गोष्ट, मेहनत करायची की नाही व केली तर किती करायची हा प्रत्येकाचा प्रश्न आहे. स्वभावावर मेहनत करायची ज्यांची तयारीच नसते असे लोक म्हणतात,'काय करू, किती प्रयत्न केले तरी मूळ स्वभाव काही जात नाही. स्वभावाला औषध नसते हेच खरं आहे.' ह्या म्हणण्याला काही अर्थ नाही. हा रिॲक्टीव्ह विचार झाला. पुढाकार घ्यायचा म्हणजे स्वत:च्या स्वभावाची जबाबदारी घ्यायची. स्वत:च्या निर्णयाची जबाबदारी घ्यायची. जुना स्वभाव परत डोकावू लागल्यामुळे परत प्रयत्न करायचे सोडून द्यायचे हा वैयक्तिक निर्णय झाला. ह्या निर्णयाची संपूर्ण जबाबदारी त्या व्यक्तीची आहे. स्वत:ला बदलणे मी सोडून दिले असे म्हणायच्या ऐवजी ही मंडळी तोंडावर एक म्हण फेकून मोकळी होतात. स्वभावाला औषध आहे. जुनी म्हण कित्येक लोकांनी खोटी ठरविली आहे. जमीन जाळूनसुद्धा जंगली गवत उगवतं म्हणून वैतागून शेतकऱ्याने ते काढलंच नाही व पिक नाही आलं म्हणून परिस्थितीला दोष देऊन मोकळा झाला तर चालेल काय?

नाही चालणार. तरीसुद्धा जबाबदारी घेणं सोपं नसल्यामुळे आणखी एक म्हण फेकून जबाबदारी झटकून टाकायचा मोह होतो. मग लोक म्हणतात,'अहो सुंभ जळला तरी पीळ काही जात नाही' हो बरोबर आहे. सुंभ जळाला तरी पीळ कधी जात नाही. परंतु हा जळका पीळ कशाला बांधूनही ठेवू शकत नाही. तो कुचकामी असतो. परंतु तुमच्या जुन्या स्वभावाचा पीळ ज्याअर्थी बांधून ठेवू शकतो त्याअर्थी तो जळलेला नसतोच. किंबहुना तो जाळलेलाच नसतो. तो जाळायची तयारीच नसते. स्वत:ला न बदलू शकण्याविषयीच्या कित्येक म्हणी लाखो लोकांनी खोट्या ठरवल्या आहेत. अशा लाखो लोकांचे अनुभव पद्धतशीरपणे अभ्यास करूनच आजचं शास्त्र तयार झालं आहे.

माणसाचे पहिले पाऊल चंद्रावर पडले तो एक ऐतिहासिक क्षण होता. 'अपोलो अकरा' ह्या अंतराळयानाने पहिला मानव चंद्रावर नेला व सुरक्षितपणे पृथ्वीवर आणला. परंतु त्या अंतराळवीरांना चंद्रावर पोहोचण्यासाठी गुरुत्वाकर्षणाची प्रचंड ओढ तोडूनच पुढे जावं लागलं. विशेष म्हणजे ह्या लाखो मैलाच्या संपूर्ण यात्रेला जेवढे इंधन खर्च झाले त्यातले नव्वद टक्के गुरुत्वाकर्षणाच्या पट्ट्यातच खर्च झाले. नंतरचे सगळे अंतर हे जवळ जवळ इंधनाशिवायच कापले गेले असे म्हटले तरी अतिशयोक्ती होणार नाही.

आपल्या स्वभावामध्येही गुरुत्वाकर्षणासारखी प्रचंड ओढ असते. ती आपल्याला प्रतिक्रियात्मक (रिॲक्टीव्ह) बनविते. प्रतिक्रियात्मकता मोडूनच काढायला लागते. वर्षानुवर्षे अंगवळणी पडलेल्या सवयी मोडणेसुद्धा शक्य होऊ शकते. उदा. आळस, उतावीळपणा, आक्रस्ताळेपणा, अतिचिकित्सक धोरण, स्वार्थीपणा वगैरे वगैरे. असे स्वभाव लौकरात लौकर टाकून देणे हे महत्वाचे आहे कारण असा स्वभाव माणसाला रिॲक्टीव्ह व प्रभावशून्य बनवितो. आता हा स्वभाव मोडण्यासाठी काय लागतं? फक्त थोडीशी इच्छाशक्ती व जीवनात मामुली फेरफार. पण 'सुरवातीची झेपच' सगळं इंधन खाते, त्यानंतरची भरारी ही इंधनाशिवाय असते हे लक्षात ठेवले पाहिजे. अगदी आकाशात स्वतंत्रपणे तरंगणाऱ्या घारीसारखी.

कंडिशनिंग कसे तोडावे?

आपल्या विकासाच्या आड येणारे कंडिशनिंग तोडायची इच्छा तर आहे, पण कसे?

हेच तर शिकायचे आहे. सर्वप्रथम एक गोष्ट लक्षात ठेवायची की मनुष्यप्राण्याला निसर्गाने चार अप्रतिम देणग्या दिलेल्या आहेत. मी देणग्या अशासाठी म्हटलं आहे कारण त्या पृथ्वीतलावरील इतर कोणत्याही प्राण्याला दिलेल्या नाहीत. त्या फक्त मनुष्यप्राण्यालाच दिलेल्या आहेत. ह्या देणग्यांमुळेच माणसाची सत्ता अखंड पृथ्वीवर

आहे. ह्या देणग्यांच्याच आधारे माणसाने प्रतिकूल परिस्थितीतसुद्धा टिकाव धरला. ह्या देणग्या पृथ्वीवरील प्रत्येक मनुष्यप्राण्याकडे जन्मत:च असतात. त्यासाठी वेगळे काही करावे लागत नाही. ज्यांनी अत्यंत प्रतिकूल परिस्थितीवरसुद्धा जय मिळवला त्या सर्वांनी ह्याच चार देणग्यांचा वापर केला व त्यामुळेच ते श्रेष्ठ ठरले. आपणही ह्या देणग्यांचाच उपयोग करून कंडिशनिंग कसे संपुष्टात आणायचे ते पाहूया.

पहिली देणगी : सजगता (Self-Awareness)

समस्त प्राणिमात्रांपैकी सजगता फक्त माणसाकडेच आहे. सजगतेमुळेच माणसाला कोणतंही कंडिशनिंग संपुष्टात आणता येऊ शकते. जनावरं एकदा कंडिशन्ड झाली की झाली, त्यांना त्यामधून बाहेरच पडता येत नाही. म्हणूनच ती कोणत्या परिस्थितीत कशी वागतील ह्याचा अंदाज अचूक वर्तवता येतो. पण माणसाच्या बाबतीत तसं करता येत नाही. तो कोणत्याही परिस्थितीत वेगळा वागू शकतो. सजगतेमुळे तो कोणत्याही परिस्थितीचे विश्लेषण करू शकतो. तसा विचार करण्याची ताकद माणसाकडे आहे..ही ताकदच सजगता आहे.

दुसरी देणगी : कल्पनाशक्ती (Imagination)

मनुष्य कोणत्याही परिस्थितीचे कल्पनाचित्र रंगवू शकतो. घटना घडलेली असो वा घडायची असो कल्पनाचित्राला काही मर्यादा नसतात. तो त्या कल्पनाचित्रात स्वत:ला एखाद्या त्रयस्थाप्रमाणे पाहू शकतो. जनावरं असं करू शकत नाहीत. ह्या प्रकरणाच्या सुरवातीला तुम्ही लिंबाचे चित्र मन:चक्षुसमोर आणले. त्यात तुम्ही स्वत: ते सुरीने कापले. हे सर्व सजगतेमुळे व कल्पनाशक्तीमुळे झाले. सगळ्यात महत्त्वाची गोष्ट म्हणजे कल्पनेच्या चित्रात तो चाकोरीबाहेर जाऊन विचार करू शकतो. कधीही न घडलेल्या गोष्टीही घडवू शकतो. ह्या शक्तीमुळेच जगात अनेक शोध लागले आहेत.

तिसरी देणगी : सदसद्विवेकबुद्धी (Conscience)

माणसाच्या सदसद्विवेकबुद्धीमुळे तो एखाद्या गोष्टीचा न्यायनिवाडा करू शकतो. खरं म्हणजे सदसद्विवेकबुद्धीच त्याला माणूस बनविते. नाहीतर माणूस व राक्षस ह्यात काही फरक राहिला नसता.

चौथी देणगी : इच्छाशक्ती (Will Power)

माणसाची ही शक्ती अप्रतिम आहे. सजगता वापरून, कल्पनाशक्ती वापरून व सदसद्विवेकबुद्धीचा उपयोग करून काहीतरी नवीन घडवण्याची शक्ती माणसाच्या

इच्छाशक्तीमध्ये आहे. चाकोरीबाहेरचे कृत्य फक्त इच्छाशक्तीच्या आधारेच करता येते.

ह्या चार देणग्यांचा जेव्हा संगम होतो तेव्हा एक प्रचंड शक्ती निर्माण होते, अगदी गुरुत्वाकर्षणशक्तीसारखी. ही शक्ती जर एखाद्या उद्दीपकासमोर ठेवली तर तो उद्दीपक कितीही उग्र असला तरी त्याचे कंडिशनिंग निष्प्रभ ठरू शकते. तो उद्दीपक आपल्याकडून प्रतिक्रिया करवून घेण्याऐवजी त्याला आपण चाकोरीबाहेरचा प्रतिसाद देऊ शकतो. आपण एखादी वेगळी कृती करू शकतो. त्याला आपण काय प्रतिसाद द्यायचा हे ठरविण्याचा मार्ग मोकळा होतो. उद्दीपक आणि प्रतिसाद ह्यामध्ये एक पोकळी आहे ह्याचा आपल्याला अनुभव येऊ शकतो. ह्या पोकळीमध्ये आपल्या चार देणग्या दडून बसलेल्या आहेत. त्यांना बाहेर काढलं व सतत जागृत ठेवलं तर प्रत्येक उद्दीपकाला काय प्रतिसाद द्यायचा हे ठरवायची संधी आपल्याला मिळते. परंतु आपल्या देणग्या जर सुप्तावस्थेत ठेवल्या तर ही संधी मिळत नाही व आपण प्रतिक्रियात्मक राहतो म्हणजेच जनावरांसारखे कंडिशन्ड रहातो.

आता तुमच्या मनात प्रश्न येईल की अनेकवेळा परिस्थिती अशी असते की आपल्याला प्रतिक्रिया तर द्यावीच लागते. विचार करायला वेळ नसतो. अशा वेळेस काय करायचे?

सर्वप्रथम सगळ्यांनी हे लक्षात ठेवायचे की येथे चार देणग्या जागृतावस्थेत ठेवायला सुचविले आहे. जर सजगतेची पातळी उच्च असेल तर त्याचा वापर क्षणार्धातसुद्धा करता येतो. सजगतेचे निर्णय क्षणार्धात जरी घेतलेले असले तरी ते बाह्य परिस्थितीने नियंत्रित केलेले नसतात तर प्रामुख्याने व्यक्तीने राजीखुषीने निवडलेले पर्याय असतात..त्यामुळे त्यांच्या परिणामांची जबाबदारी ओघाने त्या व्यक्तीकडेच येते व सजग विचारसरणीचे लोक ती जबाबदारी घेतात. पुढाकारामधील विचार असा आहे की आपलं वागणं बोलणं म्हणजेच आपण वेगवेगळ्या उद्दीपकांना दिलेली प्रतिक्रिया. ही प्रतिक्रिया जर बाह्य उद्दीपकांनी नियंत्रित केली तर आपण प्रतिक्रियात्मक झालो. रिॲक्टीव्ह लोक त्यांच्या वागण्या-बोलण्याची जबाबदारी घेत नाहीत ही पहिली चूक करतात. त्यानंतर त्यांच्या वागण्याचं ते समर्थन करतात ही दुसरी चूक करतात. त्यासाठी ते पुरावेही सादर करतात. सगळ्यात शेवटी त्यांच्या वागण्याचा संपूर्ण दोष दुसऱ्यांना देऊन मोकळे होतात ही तिसरी चूक ते करतात.

पुढाकार घेणारे लोक ह्याच्या विरुद्ध असतात. ते त्यांच्या संपूर्ण वागण्याची जबाबदारी घेतात. त्यासाठी ते कोणालाही दोष देत बसत नाहीत. ते त्यांच्या वागण्याचं समर्थन करीत नाहीत. त्यांनी क्षणार्धात दिलेली प्रतिक्रियासुद्धा प्रामुख्याने त्यांच्या विचारसरणीचेच प्रतीक असते व ते त्यांच्या क्षणार्धातील वागण्याचीसुद्धा संपूर्ण जबाबदारी घेतात.

मी एकदा एका कार्यशाळेत ह्याच विषयावर बोलत होतो. आमचा एक सहकारी उशिरा आला. मी त्याला कारण विचारल्यावर तो म्हणाला 'ट्रेनच्या तिकीटाला खूप लाइन होती' आता हे उत्तर म्हणजे जबाबदारी झटकण्याचं उदाहरण झालं. म्हणजे जर ह्याला वेळेवर पोहोचायचं असेल तर बाकीच्यांनी घरी बसावं. उगाच तिकीटाच्या लाइनमध्ये उभं राहू नये. 'मला निघायला उशीर झाला' हे म्हणायच्या ऐवजी 'तिकीटाला लाइन होती' असं उत्तर देऊन हा खुशाल मोकळा झाला.

जबाबदारी घेणं हे सोपं काम नाही. त्याला प्रचंड धैर्य लागतं. जर मी म्हटलं 'मी जबाबदार आहे' तर त्याचा अर्थ असाही होतो 'मी आजपर्यंत बेजबाबदार होतो' आणि हे मान्य करणं काही सोपं नाही. मला उशीर झाला ह्या गोष्टीला मीच जबाबदार आहे असं म्हटलं तर मी बेजबाबदार आहे असं आपोआपच सिद्ध होतं. नेतृत्व-गुणाचा कस येथूनच सुरू होतो. सामान्य लोक जबाबदारी घेऊ शकत नाहीत. त्याला असामान्य प्रवृत्ती लागते.

काही दिवसांपूर्वीच माझा एक मित्र कॉल सेंटरच्या नोकरीत रुजू झाला. एक दोन महिन्यातच त्याच्या भाषेत मला बऱ्याच शिव्या आढळल्या. मी त्याला विचारले 'मित्रा तुझी भाषा हल्ली बिघडलेली दिसतेय. काय झालंय तुला?' लगेच तो म्हणाला, 'अरे काय सांगू ही कॉल सेंटरची नोकरीच अशी आहे की तोंडात शिव्या ठेवायलाच लागतात, तशा ठेवल्या नाहीत तर तुमचा टिकावच लागू शकत नाही. तू कोणत्याही कॉल सेंटरमध्ये जा, तुला हेच दिसेल.'

पाहिलंत जबाबदारी घेणं किती कठीण आहे. ह्या माणसाने त्याच्या भाषेची जबाबदारी घेतली नाही. त्यानंतर त्याने आपल्या वागण्याचं समर्थन केलं. त्यासाठी इतर ठिकाणीही असंच होतं असा पुरावाही सादर केला आणि ह्या सगळ्याला कॉल सेंटरची नोकरी जबाबदार आहे असा दोष देऊन तो मोकळा झाला. म्हणजे ह्याची भाषा सुधारायला उद्योगपतींनी कॉल सेंटरचा धंदाच बंद करायला हवा.

असा वाद घातला तर आपलं कंडिशनिंग कधीच संपुष्टात येणार नाही. ते संपुष्टात आलं नाही तर त्याचीही जबाबदारी आपल्यावरच येईल कारण वाद घालत बसायचं की नाही हा आपला वैयक्तिक निर्णय आहे. आपण कंडिशनिंग कसं संपुष्टात आणायचं हे शिकत आहोत म्हणून सर्वप्रथम असे वाद बंद करायचे. आपापली जबाबदारी स्वीकारायची आणि येणारी परिस्थिती वेगळ्या पद्धतीने हाताळायची. आपलं जे काही नेहमीचं वागणं आहे ते सोडून काहीतरी वेगळं करायचं. पण एक लक्षात ठेवायचं की तुम्ही जे काही कराल ते राजीखुषीने करायचं कारण त्याच्या परिणामाची संपूर्ण जबाबदारी तुमच्यावरच आहे. माझ्या दृष्टीने हे लक्षात ठेवणे अतिशय महत्त्वाचे आहे. आपल्याला कोणती कृती करायची हे ठरवायचा अधिकार आहे, पण त्याचे परिणाम काय होतील हे ठरवायचा अधिकार नाही. मी धावत्या

गाडीच्या समोर उभं राहायचं की नाही हे ठरवायचा अधिकार माझा आहे, पण तसे केल्यावर परिणाम काय होतील हे ठरवायचा अधिकार नाही. जेव्हा आपण काठीचे एक टोक उचलतो तेव्हा दुसरे टोक आपसुकच उचलले जाते. येथे काठीचे एक टोक म्हणजे तुमची कृती व दुसरे टोक म्हणजे तिचे परिणाम. आपण जेव्हा कृती निवडतो तेव्हाच त्याचे परिणामही उचललेले असतात. फक्त काही परिणाम दृष्य असतात व लगेच अनुभवास येणार असतात तर काही परिणाम अदृष्य असतात व ते भविष्यकाळात भेडसावणार असतात.

आता तुमच्या मनात प्रश्न येईल की आपले कधी आणि कोणते वागणे बदलायचे?

तुमच्या वैयक्तिक आयुष्यात डोकावून पाहा, तुमच्या व्यावसायिक आयुष्यात पाहा, तुमच्या वैवाहिक आयुष्यात डोकवा, तुमच्या सवयींकडे पहा, तुमच्या कौटुंबिक आयुष्यात पाहा. तुम्हाला कुठेतरी समस्या आढळेल. सतत भेडसावणारी समस्या असेल त्या बाबतीत तुम्हाला काहीतरी वेगळं घडावं असं वाटत असेल. इतरांनी असं वागू नये असं तुम्हाला वाटत असेल. तुमचा रागीट स्वभाव आड येत असेल किंवा तुमचा भिडस्त स्वभाव घोळ घालत असेल, कदाचित तुम्हाला कोणाचा तरी हेवा वाटत असेल, कदाचित तुमच्यात न्यूनगंड असेल, कदाचित छोट्या छोट्या प्रसंगात आक्रस्ताळेपणा करायची सवय असेल किंवा तुम्हाला नेहमीच सगळीकडे उशिरा जायची सवय लागलेली असेल, सकाळी लौकर उठायचं म्हणजे अगदी जिवावर येत असेल, चार लोकांसमोर बोलायचं म्हणजे हातपाय थरथरू लागत असतील, एखाद्याबद्दल मनात उगाचच अढी निर्माण झालेली असेल, नवरा बायकोमध्ये तणाव असेल, वरिष्ठांशी पटत नसेल, व्यावसायिक मित्रांचा सहकार मिळत नसेल, काम करताना सारख्या चुका होत असतील, तुम्हाला इतरांचा गलथानपणा सहन होत नसेल व त्यावरून भांडणं होत असतील कदाचित तुमची बायको किंवा तुमचा नवरा अतिशय रागीट असेल, तुमचे वरिष्ठ अतिशय रागीट असतील. अशी कोणतीही समस्या घ्या. हातातील पुस्तक बाजूला ठेवा. समस्येसंबंधी नीट विचार करा. तुमच्या समस्येची शहानिशा करून घ्या. त्यानंतरच पुढचे वाचन करा.

तुम्ही जर समस्या नीट तपासून घेतलीत तर तुम्ही सजगतेचा (Selfwareness) आणि इच्छाशक्तीचा (Will Power) वापर केला आहे असे समजा. आपल्या वागण्यातील नेमकी समस्या काय आहे ह्याची शहानिशा करण्याकरता आत्मपरीक्षण करावे लागते. ते सजगतेशिवाय होत नाही. तसेच आपल्यात सुधारणा करण्यासाठी आत्मपरीक्षण करणे ह्याला प्रचंड इच्छाशक्ती लागते.

आपल्याला चार देणग्या मिळालेल्या आहेत. त्यातील दोन तुम्ही वापरल्या असतील तर पन्नास टक्के काम झाले आहे असे समजा. परंतु आपल्याला ह्या चारही

देणग्यांचा एकत्रितपणे वापर करायचा आहे. आता आपण आणखी दोन देणग्यांचा वापर कसा करायचा आहे ते पाहूया.

आता समस्या ओळखल्यावर ती कोणत्या वेळी भेडसावते ह्याचा विचार करून ठेवा. त्या परिस्थितीत उद्दीपक नेमका कोणता आहे ह्याचाही विचार करून ठेवा. आता आपण तिसरी देणगी उपयोगात आणून पाहूया. तुमची कल्पनाशक्ती (Imagination) वापरून तो उद्दीपक काही वेगळ्याप्रकारे हाताळता येईल काय ह्याचा विचार करा. कल्पनेत तुम्ही पुढाकार घेऊन वेगळ्या प्रकारे वागत आहात असा विचार करा. कोणत्याही दिशेने तुम्ही विचार करू शकता.

परंतु कल्पनेत भरारी मारून झाल्यावर चौथ्या देणगीचा उपयोग करून पाहा. चौथी देणगी म्हणजे सदसद्विवेकबुद्धी (Conscience). ह्या देणगीचा कधीही विसर पडता कामा नये. नाही तर भलताच प्रकार होऊन बसेल. तुमच्या सदसद्विवेकबुद्धीला जागे करा व विचारा तुमच्या कल्पनेतल्या पर्यायाबद्दल. जर होकार मिळाला तर तसा बदल स्वत:मध्ये करायची तयारी झालेली आहे म्हणून समजा.

एवढे जर तुम्ही मनापासून केले असेल तर तुम्ही चारही देणग्यांचा वापर केलेला आहे. तुम्ही आत्मपरीक्षण केलंत, सजगता वापरली, इच्छाशक्ती वापरली, कल्पनाशक्ती वापरली आणि सदसद्विवेकबुद्धीसुद्धा वापरली. ह्या देणग्या जर सकारात्मक गोष्टींसाठी वापरल्यात व सतत जागृत ठेवल्यात तर तुमचं व्यक्तिमत्त्व इतरांच्या तुलनेत अतिशय वेगळं आणि प्रभावी बनेल.

आता आपण एक प्रयोग करून पाहूया. तुम्ही चारही देणग्या वापरून तुमच्यामध्ये कोणता बदल करायचं जरी ठरवलं असेल तरी 'कळतं पण वळत नाही' अशी बऱ्याचवेळा स्थिती आढळते कारण पूर्वीचं कंडिशनिंग अतिशय घट्ट आहे. त्याची पकड ढिली करण्याकरता आता खालील प्रयोग करून पाहूया. खाली काही सूचना मांडल्या आहेत. तुम्ही जर दुसऱ्या कोणा व्यक्तीला ह्या सूचना तुमच्यासाठी वाचून दाखवायला सांगितल्यात व तुम्ही त्या डोळे मिटून ऐकल्यात तर त्याचा परिणाम अतिशय चांगला होईल.

१. कल्पना करा की तुमच्यापासून अगदी थोड्या अंतरावर तुमची प्रतिकृती उभी आहे. हा प्रयोग आपण ह्या प्रतिकृतीवर करून पहाणार आहोत. त्यानंतर तुमची जर खात्री पटली तरच हा प्रयोग तुम्ही तुमच्यावर करून पहा. तुमची खात्री पटण्यासाठी हा प्रयोग करताना तुम्ही सतत तुमच्या प्रतिकृतीबरोबरच राहा.

२. तुम्हाला कोणती नवीन सवय अंगीकृत करायची आहे त्याबद्दल विचार करा. ती महत्त्वाची आहे हे तुम्हाला समजतं परंतु त्यावर कार्यवाही करायला तुम्ही कंटाळता. ह्या प्रयोगाकरता एखादी सोपी गोष्ट निवडा. उदा. घरची साफसफाई किंवा

सकाळी लौकर उठणे वगैरे वगैरे.

३. आता तुमच्या प्रतिकृतीकडे पहा. नवीन सवय त्याने पूर्णत्वाला नेली आहे असे चित्र उभे करा. त्यामुळे त्याला अनेक प्रकारे फायदा होत आहे ते पहा.

४. तुमची प्रतिकृती नवीन सवय अमलात आणत आहे असे चित्र डोळ्यासमोर आणा. त्या कामाची संपूर्ण प्रक्रिया ती पार पाडत आहे असे चित्र पहा. तुम्ही तिच्यापासून काही फुटावरच उभे आहात त्यामुळे तुम्ही तिच्याकडे अगदी बारकाइने

पाहू शकता आहात. ती प्रतिकृती स्वत:ला उत्तेजित करण्यासाठी स्वत:शीच बोलते आहे. तो आवाज ऐकण्याचा प्रयत्न करा. ते उत्तेजित करणारे शब्द ऐका. आणखी एक महत्त्वाची गोष्ट निरीक्षण करा की प्रतिकृतीचं लक्ष शरीराला पडणार या त्रासाकडे नाही तर नंतर मिळणार या फायद्याकडे आहे. त्या फायद्याची चित्र तिने मोठी केली आहेत व प्रक्रियेची चित्र छोटी केले आहेत.

५. ह्या प्रयोगाची संपूर्ण उजळणी करा व स्वत:च्या मनाला विचारा की तुम्हाला तुमच्या प्रतिकृतीची जागा घ्यायला आवडेल काय?

६. तुमची जर खात्री पटली असेल तर अगदी अलगद ह्या प्रतिकृतीला पकडा व स्वत:च्या हृदयात ठेवा. ज्यांनी हा प्रयोग मनापासून केला त्यातील काहीजण तर अक्षरश: आपले दोन्ही हात पुढे करून प्रतिकृतीला पकडायला जातात.

आता पुढाकार घ्या. रीतसर योजना आखा व जुन्याच उद्दीपकाला नव्याने सामोरे जा आणि नवीन सवयीवर अंमल करायला सुरुवात करा.

ह्या प्रयोगामुळे आपण जुने कंडिशनिंग तोडून टाकले व त्याजागी नवीन परंतु सकारात्मक कंडिशनिंग तयार केले. ह्या कंडिशनिंगचा प्रभाव टिकण्यासाठी कदाचित

हा प्रयोग तुम्हाला दोन-तीन वेळा करावा लागेल. त्याकरिता तुम्हाला कोणाची मदत घ्यावी लागली तर जरूर घ्या. पण हा प्रयोग अतिशय उपयुक्त आहे हे लक्षात असू द्या. ह्यासाठी शांत जागा निवडा. तसेच सूचना अगदी सावकाशपणे वाचल्यात व कल्पनाशक्ती वापरली तर हा प्रयोग अगदी नक्की यशस्वी होतो. ज्या सवयी वर्षानुवर्ष सुटल्या नाहीत त्या सवयी ह्या प्रयोगामुळे सुटलेल्या आहेत.

आता आपण आणखी एक प्रयोग करूया. वरील प्रयोगासारखाच हा प्रयोगसुद्धा जर तुम्हाला कोणी वाचून दाखवला आणि तुम्ही डोळे मिटून त्या सूचनांचं पालन केलंत तर तुमच्यातील सकारात्मक भावना नक्कीच द्विगुणीत होईल.

नेमक्या क्षणी आणखी थोडा आत्मविश्वास असता तर आयुष्यात काय काय मिळविलं असतं? भूतकाळातील एखादी सकारात्मक भावना जशीच्या तशी उचलून वर्तमानकाळात हलविण्याचा पर्याय तुमच्या पुढे आला तर कोणती भावना व कोणता प्रसंग जसाच्या तसा जगण्याची परत इच्छा होईल?

१. उभे रहा व डोळे मिटा. भूतकाळात जा व आठवणींची उजळणी करा. त्यातील एखादा असा प्रसंग निवडा की त्या प्रसंगात तुम्हाला संपूर्ण आत्मविश्वास वाटतो आहे. तो प्रसंग जसाच्या तसा डोळ्यासमोर उभा करा. जणू काही तो आत्ता घडतो आहे. तो प्रसंग इतका जिवंत करा की त्यातील सगळे आवाज तुम्हाला ऐकू येऊ द्या, सगळे चित्र डोळ्यासमोर आणा. तुमच्या भावना जशाच्या तशा जिवंत होऊ द्या.

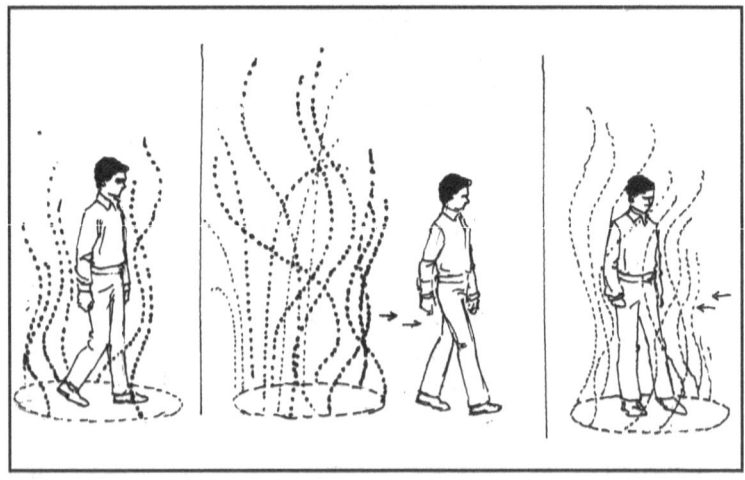

२. एकदा का आत्मविश्वास जिवंत झाला की कल्पना करा की एका रंगीत वर्तुळामध्ये तुम्ही उभे आहात. ज्या रंगाचं वर्तुळ तुम्हाला आवडेल तो रंग निवडा. त्या वर्तुळामधून काही ध्वनिलहरी बाहेर पडताहेत ही जाणीव तुम्हाला आवडेल?

आवडत असेल तर त्यात मनाला आल्हाददायक अशा कोणत्याही ध्वनिलहरी भरा. मृदु पाार्श्वसंगीत किंवा ओंकाराच्या ध्वनिलहरी, जे काही तुम्हाला लागू पडेल असे कोणतेही ध्वनी निवडा व त्या वर्तुळात भरा. त्या ध्वनिलहरींची तीव्रता मनाला आल्हाददायक वाटेल इतकीच ठेवा. आता हे संपूर्ण चित्र मन:चक्षुसमोर आणा. तुम्ही तुमच्या आवडत्या रंगाच्या वर्तुळात उभे आहात. त्यातून सुंदर अशा ध्वनीलहरी बाहेर पडत आहेत. त्या लहरी तुमच्या अवतीभवती आहेत. तुम्हाला त्या जाणवत आहेत. त्यातच तुमच्या भूतकाळातील प्रसंग अगदी जिवंत झाला आहे. तुमच्या आत्मविश्वसाच्या भावना अगदी तीव्र झालेल्या आहेत. कल्पनाचित्र, रंग, ध्वनिलहरी आणि भावना ह्यामधून निघणारी सकारात्मक कंपने ही सगळी वर्तुळात आहेत. आता हळूच ह्या वर्तुळातून बाहेर पडा. एक पाऊल पुढे या. ती सगळी सकारात्मक कंपने त्या वर्तुळातच ठेवा. आता तुम्ही त्या वर्तुळाच्या बाहेर उभे आहात. त्या वर्तुळात तुम्हाला कल्पनाचित्र, रंग, आवाज व भावना अक्षरश: दिसताहेत. परंतु तुम्ही त्यापासून एक पाऊल अंतरावर उभे आहात. आता हळूच त्या वर्तुळात शिरा. एक पाऊल मागे जा. पहा आता काय फरक झाला. आता ती सगळी सकारात्मक कंपने तुम्हाला जाणवताहेत. तुम्ही त्यांचा एक भाग आहात. परत एकदा ही सगळी कंपने वर्तुळातच ठेवून एक पाऊल पुढे या. वर्तुळातून बाहेर या.

३. तुम्ही वर्तुळाच्या बाहेर आहात. आता हळुवारपणे भविष्यकाळात शिरा. भविष्यात तुम्हाला कोणत्या प्रसंगात ही सकारात्मक कंपने तुमच्या बरोबर असली तर तुमची कामगिरी चांगल्या प्रकारची होईल असे वाटते? तो प्रसंग कल्पनेने रंगवा. त्याची क्षणचित्रे पहा. त्यातील आवाज ऐका. कदाचित तो प्रसंग तुमच्या वरिष्ठांबरोबरचा असेल किंवा मित्रमैत्रिणीबरोबरचा असेल किंवा व्यवसायासंबधी मुलाखतीचा असेल किंवा तुम्ही भाषण देणार असाल तो प्रसंग पहा व ऐका. त्यासंबंधीच्या तुमच्या सगळ्या जाणिवा जागृत होऊ द्या.

४. भविष्यातील त्या प्रसंगाच्या सर्व जाणिवा जागृत झाल्या की हळूच एक पाऊल मागे जा म्हणजे तुम्ही वर्तुळात शिराल. तेथे शिरल्याबरोबर सकारात्मक कंपनामुळे तुमच्या आत्मविश्वासाच्या भावना जागृत होतील. त्या आत्मविश्वासाच्या भावनेमध्ये तो भविष्यातील संपूर्ण प्रसंग तुमच्या समोर उलगडत आहे. आता त्याचे रंग व आवाज बदललेले आहेत कारण तुमच्याकडे भावनात्मक साधनसामग्री आलेली आहे.

५. आता ही सकारात्मक कंपने घेऊन वर्तुळाच्या बाहेर या. एक पाऊल पुढे जा. आता परत भविष्यातील प्रसंग डोळ्यासमोर आणा व तुमची मानसिक स्थिती तपासून पहा. ती जर आत्मविश्वासाची असेल तर तुम्ही तुमच्या मेंदूतील संगणकीय सूचना (computer program) बदललेल्या आहेत. त्या प्रसंगाचा विचार केल्यावर

अजूनही मनाचा आल्हाददायकपणा गेला नाही, मनाला दुर्बलता आलेली नाही, असे असेल तर जेव्हा तो प्रसंग प्रत्यक्षात घडेल, तेव्हाही ह्याच भावना राहतील. तुमच्या मेंदूला त्यात नवीन काही वाटणार नाही. जणूकाही आत्मविश्वासाची लसच टोचली आहे. डोळे उघडा व थोडावेळ शांत बसून रहा.

ह्या सूचना जर तुम्ही मनापासून अमलात आणल्यात तर कंडिशनिंग संपुष्टात आणायची तुमची पूर्वतयारी झालेली आहे असे समजा. आता तुम्ही त्याचा वापर प्रत्यक्ष आयुष्यात करण्याचा प्रयत्न करायचा.

९० : १० चे तत्त्व

कंडिशनिंग संपुष्टात आणायची पूर्वतयारी झालेली असेल तर सर्वप्रथम हे तत्त्व समजून घ्यायचं व अमलात आणायचं. जर तुम्ही ते समजावून घेतलं तर तुमचं आयुष्यच बदलून जाईल.

आपल्याला वाटतं धकाधकीच्या जीवनामुळे आपलं जीवन खडतर होत असतं. रोजच्या आयुष्यात ज्या घडामोडी घडत असतात त्यावर आपलं भविष्य अवलंबून असतं. पण खरं म्हणजे त्यांचं स्थान आपल्या आयुष्यात फक्त १०% असतं.

आपलं ९०% आयुष्य तर, त्या घडामोडींना आपण कसं हाताळतो त्यावरच अवलंबून असतं. आता तुम्ही विचाराल ह्याचा अर्थ काय?

आपल्या सभोवताली घडणाऱ्या घटनांवर खरं म्हणजे आपलं काहीही नियंत्रण नसतं. हे झालं आपलं १०% आयुष्य. आपल्या स्कूटरचं चाक पंक्चर होणार असेल तर आपण ते थांबवू शकत नाही, आपण ट्रॅफिकमध्ये अडकणार असू तर ते आपण टाळू शकत नाही, आपली बस चुकणार असेल तर ती चुकायची राहत नाही, कधी आपल्याला अपघात व्हायचा असेल तर तो व्हायचा काही थांबत नाही, आपल्याला आजारपण यायचं असेल तर ते आल्याशिवाय काही राहात नाही. ह्या सर्वामुळे आपलं आयुष्य ढवळून निघतं खरं. पण हे सगळं १०% मध्ये मोडतं.

आता आपण उरलेले ९०% पाहूया. हे जरा वेगळे आहेत. ह्या ९०% वर आपलं पूर्णपणे नियंत्रण असू शकतं. आपल्या आयुष्याला खरा आकार ह्या ९०% मुळेच मिळतो. कसा?

आपल्या स्कूटरच्या चाकामध्ये खिळा घुसण्यावर आपलं नियंत्रण नसतं पण खिळा घुसून चाक पंक्चर झाल्यावर स्वत:वर संयम ठेवणं हे संपूर्णपणे आपल्या नियंत्रणामध्ये असतं. ट्रॅफिक सिग्नलवर आपलं नियंत्रण नसतं पण स्वत:वर निश्चितपणे असू शकतं, अपघातामध्ये कोण किती जखमी होईल ह्यावर आपलं नियंत्रण नसतं पण अपघात झाल्यावर त्या परिस्थितीतून वाट कशी काढायची हे फक्त आपल्याच हातात असतं, काही आजार आनुवंशिकसुद्धा असतात तर काही आजार अगदी

नियतीने सूड उगवल्यासारखे अचानकपणे ऐन उमेदीच्या काळातसुद्धा येतात, पण त्या परिस्थितीतून शारीरिक आणि मानसिकदृष्ट्या लौकरात लौकर बाहेर कसं पडायचं हे मात्र आपल्या हातात असू शकतं.

आपण आता एक उदाहरण घेऊन पाहूया.

तुम्ही सकाळी घरी न्याहारी करीत आहात. तुम्हाला आज एका महत्त्वाच्या बिझनेस मिटींगला जायचे आहे व तेथे एक सादरीकरण करायचे आहे. तुमच्या मुलीने चहा आणून देताना तुमच्या नवीन कपड्यांवर चहाचा कप सांडवला. ह्या प्रसंगावर तुमचं नियंत्रण नव्हतं. पण आता पुढे जे काही घडणार ते सर्वस्वी तुम्ही कोणत्या प्रकारची प्रतिक्रिया देता ह्यावर अवलंबून आहे.

तुमचं टाळकं सणकलं व तुम्ही तिच्या अंगावर ओरडलात, 'केलेस माझे कपडे खराब? माझ्या मिटींगला सकाळीच नाट लावलास? नीट काम करता येत नाही काय?' एवढे बोलून तिच्या एक मुस्काटात लगावलीत. तुम्ही एवढ्यावरच थांबला नाहीत तर आता बायकोकडे मोर्चा वळवलात आणि तिच्यावरसुद्धा तोंडसुख घेतलेत. ह्या सगळ्यात तुमचा वेळ गेला. त्यानंतर तुम्ही कपडे बदलायला गेलात. रागारागाने हाताला मिळतील ते कपडे घातले पण ते बिझनेस मिटींगला साजेसे कपडे नव्हते... मिटींगला साजेसे दुसरे कपाटातच होते पण रागाच्या भरात तुम्हाला ते लक्षात आलं नाही.

इकडे मुलीचं रडणं काही थांबत नाही व त्यामुळे तिलाही शाळेला उशीर होतो... तिची शाळेची बस चुकते व तिला रिक्षा करून जायला लागते. तुम्ही तुमची स्कूटर घाईघाईने काढता व भरधाव वेगात निघून जाता. वेगाने जाताना तुम्ही

ट्रॅफीक सिग्नल तोडता आणि लगेच पोलिसाची शिटी वाजते. चिडलेल्या अवस्थेत तुम्ही पोलिसाकडे जाता. तुमचा तो अरेरावीचा पवित्रा पाहून, हवालदार काय ऐकून घेतोय काय? तुम्हाला दंड भरावा तर लागतोच पण पोलिसाकडून चार गोष्टी ऐकून घ्याव्या लागतात आणि शिवाय अर्धा तास आणखी उशीर होतो.

हे सगळं झाल्यावर तुम्ही ऑफिसमध्ये पोहोचता आणि लक्षात येतं की कागदपत्राची फाईल घरीच राहिली. दिवसाची सुरुवातच अशी घाणेरडी झाल्यावर आणखी काय होणार. संपूर्ण दिवस खराब जातो. संध्याकाळी तुम्ही विचार करता हे असं का झालं?

कशामुळे झालं असेल बरं?

अ : चहाच्या कपामुळे?
ब : तुमच्या मुलीच्या निष्काळजीपणामुळे?
क : पोलिसामुळे?
ड : स्वत:मुळे

उत्तर आहे ड : स्वत:मुळे

त्या चहाच्या कपावर तुमचं अजिबात नियंत्रण नव्हतं पण चहाचा कप सांडल्यावर त्यानंतरच्या पाच सेकंदात तुम्ही जी प्रतिक्रिया दिली त्यामुळे तुमचा दिवस खराब झाला.

तुमच्या संयमावर फक्त तुमचंच नियंत्रण होतं आणि तुम्ही ते ठेवू शकला नाही. चहा सांडल्यावर लगेच रडकुंडीला आलेल्या मुलीच्या अंगावर आणखी ओरडण्या-पेक्षा जर तिला समजून घेऊ शकला असतात तर त्यात तुमचाच फायदा झाला असता.

'चल जाऊ दे. जरा लक्ष देऊन काम करत जा.'

एवढे बोलून लगेच दुसऱ्या कपड्यांच्या तयारीला लागू शकत होता. तसे केले असते तर पुढच्या अनेक समस्या वाचल्या असत्या आणि सुरुवात जरी खराब झाली तरी ती दिवसभर पुढे टिकून राहिली नसती. तिला टिकवायचं काम तुम्हीच केलं. मुलीला शाळेत जायला उशीर झाला नसता, दुसरे कपडे निवडताना प्रसंगाला साजेसे कपडेच निवडले गेले असते, सिग्नल तोडला गेला नसता आणि फाईलही घरी राहिली नसती.

पण हे सगळं करायला पुढाकार घ्यायला हवा. त्याशिवाय काहीही होऊ शकणार नाही. आपल्याला कोणत्या प्रसंगाला सामोरं जायला लागेल ह्यावर आपलं नियंत्रण नसतं. प्रसंग आपल्या मनासारखा असेल किंवा तापदायकही असू शकेल, पण असल्या प्रसंगात संयम ठेवायला आपल्यालाच पुढाकार घ्यावा लागेल. ती आपलीच जबाबदारी आहे. ती जबाबदारीच जर नाकारली तर काहीही होऊ शकणार

नाही. जबाबदारी नाकारणे हा अशुद्ध विचार आहे. आपल्याला अशुद्ध विचार टाकायचे आहेत. म्हणूनच चला आपण आजपासून पुढाकार घेऊन प्रसंग वेगळ्याप्रकारे हाताळता येतो का ह्यावर विचार करून पाहूया.

तुम्ही जे आयुष्य जगता आहात त्यातील प्रत्येक प्रसंगावर परत एकदा विचार करून पहा. जे प्रसंग तुमच्या मनाप्रमाणे घडत नाहीत त्या ठिकाणी पुढाकार घेऊन तोच प्रसंग वेगळ्याप्रकारे हाताळता येतो का ते तपासा. तुमचा स्वभावच तुमच्या कामामध्ये अडथळा निर्माण करतो आहे का ते तपासा. तेथे काही सकारात्मक बदल घडवून आणण्याकरता पुढाकार घेऊन बघा. तसे करताना काही नियमांचं आपल्याला पालन करावं लागेल.

१. दुसऱ्यावर आरोप करायचा नाही.

२. स्वत:च्या चुकांचं समर्थन करायचं नाही.

३. संपूर्ण जबाबदारी घ्यायची.

४. पुढाकार फक्त सकारात्मक असायला हवा.

वरील नियम लक्षात ठेवून प्रक्षोभक उद्दीपकाला अपमान वगैरे न समजता, सजग राहून जर परिस्थिती समंजसपणे हाताळली तर आपण नेतृत्वाच्या स्थितीत जातो.

भगवान बुद्धांची एक छोटीशी गोष्ट ऐका.

एकदा भगवान बुद्धांची पदयात्रा एका गावातून चालली होती. परंतु त्या गावात भगवान बुद्धांचा विरोध करणारी काही मंडळी होती. ती मंडळी भगवानांना शिवीगाळ करू लागली. बुद्धांनी त्यांची शिवीगाळ अगदी शांतपणे ऐकून घेतली व प्रसन्न चेहऱ्याने त्यांना म्हणाले 'बाबा रे तुम्ही माझ्या स्वागताकरता जे काही शब्द वापरले ते माझ्या काही उपयोगाचे नाहीत म्हणून मी ते तुमच्याकडंच परत देऊन पुढच्या प्रवासाला जात आहे.' बुद्धांचा प्रतिसाद हा परिस्थितीचं नेतृत्व करणारा होता.

आपल्याला अशा प्रकारची उदाहरणं पहायला फक्त भगवान बुद्धांच्या काळातच पहायला पाहिजे असे नाही. अगदी हल्लीच्या काळातील स्वामी विवेकानंदांचा अशाच प्रकारचा किस्सा ऐका.

एकदा स्वामी विवेकानंद इंग्लंडमधील रेल्वेमधून प्रवास करत होते. गाडी रिकामीच होती, रिकामी म्हणजे भारताच्या गर्दीपुढे अगदीच रिकामी होती. गाडीमध्ये मोजकीच गोरी मंडळी बसलेली होती. स्वामीसुद्धा त्यांच्यामध्ये जाऊन बसले. भारतीय माणूस आपल्यामध्ये बसल्यावर तेथे असलेल्या गोऱ्या मंडळींना चांगलंच झोंबलं. त्यातील एकाने स्वामींना उद्देशून इंग्रजीमध्ये शिवी हासडली 'IDIOT' '*इडयिट*'. लगेच दुसऱ्या बाजूने दुसऱ्या गोऱ्या माणसानेसुद्धा स्वामींना उद्देशून दुसरी शिवी हासडली 'FOOL' '*फूल*'. परदेशात प्रवास करत असताना, स्थानिक

लोकांकडून आपल्याला उद्देशून दोन्ही बाजूनी अस्खलित शिव्या ऐकू येणं म्हणजे तर अतिशय प्रक्षोभक उद्दीपक. परंतु विवेकानंदाचा त्याला प्रतिसाद अतिशय योग्य असाच आला व त्यांनी त्या प्रसंगातील हवाच काढून घेतली. गाडीमध्ये बसल्यावर दोन बाजूंनी शिव्या ऐकू आल्याबरोबर विवेकानंद अतिशय नम्रपणे उभे राहून त्या दोघांना म्हणाले 'Thanks for introducting yourself, now let me introduce myself, I am Naren.' म्हणजे तुम्ही तुमची ओळख करून दिल्याबद्दल धन्यवाद, माझं नाव नरेन आहे.'

सजगता असल्याशिवाय हे असे प्रतिसाद देता येत नाहीत. माणसात सजगता असली तर सगळं काही जमतं. ह्याच सजगतेमुळे काहीजणांना देवत्व किंवा काहींना स्वामित्व प्राप्त होतं.

आजचे मानसशास्त्रज्ञ म्हणतात आपल्यापैकी प्रत्येकजण स्वतःबरोबर एक अदृश्य अशी एक थैली घेऊन फिरत असतो. त्या थैलीमध्ये दिवसभर घडलेल्या घटनांना आपण काय काय प्रतिक्रिया दिल्या त्या जमा होत असतात. दिवस मावळल्यावर जेव्हा आपण घरी जातो तेव्हा ही थैली उघडली जाते व कोणाचे घर चांगल्या प्रतिसादाच्या सुगंधाने दरवळून जाते तर कोणाचे घर राग, लोभ, द्वेष, अपमान वगैरे वगैरे सारख्या प्रतिक्रियांच्या दुर्गंधीने भरून जाते. ज्याने दुसऱ्यांच्या दोषांवर बोट ठेवलेले असते त्याची थैली दुर्गंधाने भरलेली असते व ज्यांनी दुसऱ्यांच्या गुणांवर बोट ठेवले असते त्याची थैली सुगंधाने भरलेली असते.

प्रतिक्रियांच्या दुर्गंधाने भरलेल्या प्रत्येकाला चांगल्या प्रतिसादाचा सुगंध हवाहवासा वाटत असतो पण त्यासाठी आपली प्रवृत्ती बदलायची इच्छा नसते. हे पुस्तक प्रवृत्ती बदलण्याचे आहे. एकदा प्रवृत्ती बदली तर वृत्ती आपोआपच बदलेल.

केवळ याच कारणासाठी प्रत्येकाने सर्व प्रथम पुढाकार घेण्याचा निश्चय करायचा..म्हणजे पहिल्या प्रथम समोर असलेल्या परिस्थितीची संपूर्ण जबाबदारी घ्यायची. ह्या परिस्थितीला मीच जबाबदार आहे, माझं कंडिशनिंग जबाबदार आहे, माझ्या सवयी जबाबदार आहेत. अंगावर आलेल्या परिस्थितीबद्दल कोणालाही दोष देत बसायचं नाही तर आता पुढाकार घ्यायचा. मला ह्या परिस्थितीत काय करता येईल, आणखी कोणते पर्याय माझ्याकडे आहेत फक्त ह्याचा विचार करायचा. उद्दीपकाला आपण काही वेगळा प्रतिसाद देऊ शकतो का हा विचार करायचा. दुसऱ्यांच्या दोषांवर बोट ठेवायचं नाही.

दुसरी गोष्ट, आपण उद्दीपकाला पुढाकार घेऊन वेगळा प्रतिसाद देणार आहोत. लक्षात ठेवा त्याचे जे काही परिणाम होणार आहेत त्याची सर्वस्वी जबाबदारी आपली आहे. तुम्ही जेव्हा काठीचे एक टोक धरून काठी उचलता तेव्हा दुसरे टोक आपोआपच उचलले जाते. म्हणजे तुम्ही पुढाकार घेऊन जे काही करायचे ठरविले आहे ते काठीचे पहिले टोक पण त्यासरशी तुम्ही काठीचे दुसरे टोकही उचलले आहे. दुसरे टोक म्हणजेच त्या कृतीचे परिणाम आहेत हे लक्षात असू द्यायचे. आपल्याला काठी उचलायची की नाही हे ठरवायचे स्वातंत्र्य आहे पण त्याचे परिणाम ठरविण्याचे स्वातंत्र्य नाही. परिणाम हे आपोआपच येणार आहेत. मी धावत्या ट्रेनसमोर उडी मारायची की नाही हे ठरविण्याचे स्वातंत्र्य मला आहे. पण एकदा उडी मारली की त्याचे परिणाम काय झाले पाहिजेत हे ठरविण्याचा अधिकार नाही. तुमच्या पुढाकाराचा परिणाम जर तुमच्या पारड्यात पडला तर उत्तमच आहे पण यदाकदाचित परिणाम मनासारखा झाला नाही तर त्याची संपूर्ण जबाबदारी घेऊन परत एकदा पुढाकार घेऊन कृती बदलायची तयारी ठेवायला लागेल हे लक्षात असलेले बरे. जोपर्यंत आपल्या मनासारखे परिणाम होत नाहीत तोपर्यंत पुढाकार घेत कृती करत रहाणे हेच शहाण्या माणसाचे लक्षण आहे.

तिसरी गोष्ट, आपण उद्दीपकाला वेगळा प्रतिसाद द्यायला शिकत आहोत. त्याची सुरुवात आपण आजपासूनच करूया. जर आपण त्यासाठी मुहूर्त पहात बसलो तर याचा अर्थ आपण कंडिशनिंग संपुष्टात आणायचा प्रयत्नच करीत नाही असा होईल. शुभकार्याला कधीही मुहूर्त लागत नाही. ज्यांना पुढाकार घ्यायचा नसतो त्यांना मुहूर्तासारखी कारणं हवी असतात. ही सगळी जबाबदारी टाळायची लक्षणं आहेत हे लक्षात असू द्यावे.

चौथी गोष्ट, हे काम आपण राजीखुषीने करायचे. नाईलाजास्तव करायचे

नाही. नाईलाजास्तव केलेली कामं मन मारून केलेली असतात. आपल्याला मनापासून जे काम करायचे नाही पण नाइलाजास्तव करावे लागले तर ते काम यशस्वी होऊ शकत नाही. ज्या कामासाठी आपले मन तयार नसते त्या कामाची कार्यवाही सदोष असते. नाईलाजास्तव केलेले काम कोणत्यातरी उद्दीपकाने नियंत्रित केलेले असते. असली कार्यवाही माणसाला नेतृत्व प्रदान करीत नाही तर नेतृत्वहीन बनविते. आपण स्वपरिवर्तनाचे काम करतो आहोत. ते काम राजीखुषीने आनंदाने करायचे आहे.

जबाबदारी घ्या आणि स्वत:च्या विचारांना वेगळी दिशा द्या. वेगळी दिशा कशी द्यायची ते पुढील मजकूर वाचल्यावर लक्षात येईल.

वेगळी दिशा

सर्वसाधारणपणे आपल्यापैकी प्रत्येकाचं एक वेगळं विश्व असतं. आपल्या विश्वात ज्या काही बऱ्या वाईट घटना घडतात त्याविषयी आपण सर्वच जण संवेदनशील असतो. परंतु त्या विश्वाच्या पलीकडल्याही जगात अनेक बऱ्या वाईट घटना घडत असतात. त्याविषयी आपल्याला काही वाटत नाही. फार फार तर कोरडी सहानुभूती दाखवण्यापलीकडे आपली मजल काही जात नाही. आता समजा तुम्ही घरात काही काम करीत बसला आहात आणि तुम्हाला कोणी येऊन सांगितलं की समोरच्या रस्त्यावर अपघात झाला व त्यात एक पादचारी जखमी झाला आहे, अशावेळेस तुम्ही कदाचित म्हणाल 'अरेरे वाईट झालं' आणि आपल्या कामाला लागाल. पण थोड्यावेळाने तुम्हाला कोणी येऊन सांगितलं की तुमचा अमेरिकेतील भाऊ अपघातात जखमी झालेला आहे तर त्यानंतर तुमचं कामात लक्ष लागणार नाही. 'तो कितपत जखमी झाला असेल? त्याच्या जिवावर तर नाही ना बेतलं? जर काही बरं वाईट झालं तर त्याच्या कुटुंबाचं काय होईल? त्याला काही मदत लागेल काय? आजूबाजूच्या लोकांनी मदत केली असे काय? का फक्त कोरडी सहानुभूती दाखवून आपापल्या कामाला लागले असतील?' असे अनेक विचार येतील.

वरील दोन अपघातांमध्ये काय फरक होता? पहिला अपघात हा तुमच्या विश्वातला नव्हता व दुसरा अपघात तुमच्या विश्वात झालेला होता. आपल्या विश्वात ज्या घटना घडतात त्याविषयी आपण जरा जास्तच संवेदनशील असतो व बाकीच्या जगात जे काही होतं त्याविषयी आपण जरा त्रयस्थ नजरेनेच बघत असतो. परंतु लक्षात घेण्यासारखी गोष्ट अशी की आपण सर्वांनीच जगाचे असे दोन भाग केलेले असतात. आकृती १ मध्ये *स्वतःचं विश्व* आणि *बाकीचं जग* दाखवलेलं आहे.

स्वत:च्या विश्वाला भौगोलिक सीमांची बंधनं नसतात. वरील उदाहरणामध्ये

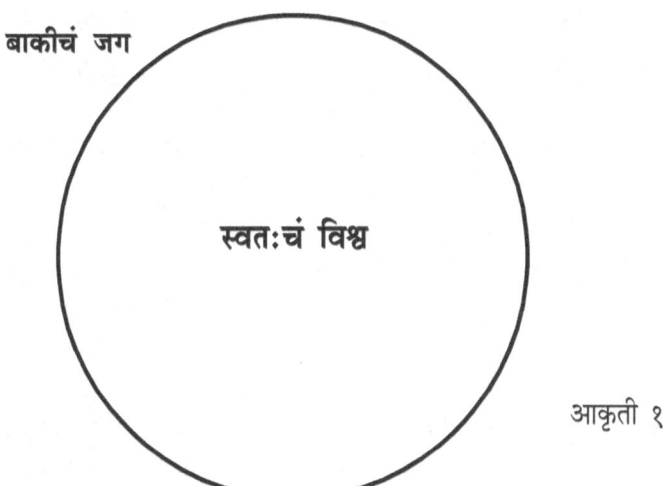

आकृती १

आपण हे पाहिलेले आहे. समोरच्या रस्त्यावरील अपघात हा स्वत:च्या विश्वात नव्हता आणि सातासमुद्रापलीकडला अपघात हा स्वत:च्या विश्वात मोडत होता. आता असं पहा, स्वत:च्या विश्वातील प्रत्येक बारीकसारीक घटनांविषयी आपण संवेदनशील असतो पण त्यातील फारच थोड्या गोष्टी आपल्या नियंत्रणाखाली असतात. आकृती २ मध्ये हीच गोष्ट दाखवलेली आहे.

स्वत:च्या विश्वात घटना घडतच असतात आणि प्रत्येक बारीकसारीक घटनेविषयी आपण संवेदनशील असतो. पण जर आकृती २ प्रमाणे आपलं स्वत:चं विश्व विशाल असेल आणि नियंत्रणाखालचं विश्व फारच छोटं असेल तर आपल्याभोवती

आकृती २

अनेक समस्या असतील व त्यातील कोणत्याच समस्या आपल्या नियंत्रणाखाली नसतील. असलं व्यक्तिमत्त्व प्रभावी होऊ शकत नाही. असल्या व्यक्तिमत्त्वामुळे नकारात्मक ऊर्जा तयार होते. अनेकवेळा भावनांचे उद्रेक होण्याची शक्यता असते, संयम सुटण्याची शक्यता असते. कर्तृत्वापेक्षा नशिबावर भरवसा ठेवण्याची वृत्ती बळावते. ह्या व्यक्तीकडे भरपूर तक्रारी असतात. नोकरी मिळत नाही, मिळाली तर ती चांगली नाही, खूप प्रवास करावा लागतो, प्रवासाचा त्रास होतो, सहकारी चांगले नाहीत, ते सहकार्य करत नाहीत, मला बढतीच मिळत नाही, घरात बायको भांडकुदळ आहे, मूलं ऐकत नाहीत, सासू-सासरे चांगले नाहीत, अशा अनेक तक्रारी असतात. असल्या विचारामुळे आपल्या नियंत्रणातून आणखी काही गोष्टी निसटत जातात. कालांतराने नियंत्रणाखालचं विश्व छोटं होत जातं व दोन विश्वात दरी वाढत जाते. ह्या दोन विश्वामध्ये (स्वतःचे विश्व आणि नियंत्रणाखालचे विश्व) जितकी मोठी दरी तितकी असहायता जास्त, तितक्या समस्या जास्त.

आता आपण आणखी एक व्यक्तिमत्त्व पाहूया. आकृती ३ चे जरा बारकाईने निरीक्षण करा.

ही आकृती तुम्ही जर बारकाईने वाचली तर असं लक्षात येईल की ह्या व्यक्तिमत्त्वाचं स्वतःचं विश्व छोटं आहे पण त्याच्या नियंत्रणाखालचं विश्व मोठं

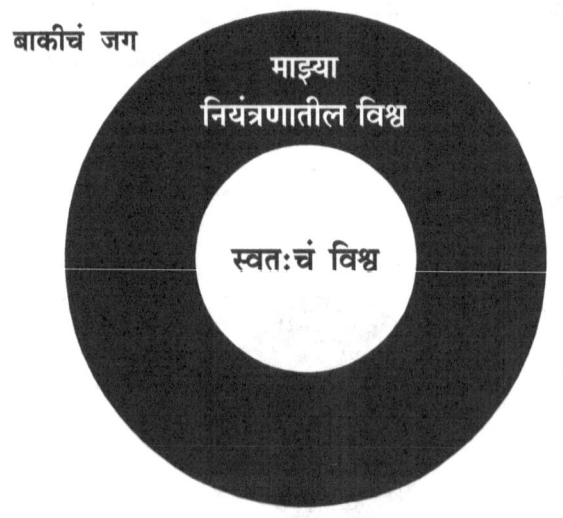

आकृती ३

आहे. ह्याचा अर्थ असा आहे की ही व्यक्ती गरज नसताना प्रत्येक गोष्टीमध्ये नाक खुपसायचा प्रयत्न करील. ही व्यक्ती लष्कराच्या भाकऱ्या भाजायला सदोदित तयार असेल. त्यामुळे ह्या व्यक्तीने अनेक आपत्तींना आमंत्रण दिलेलं असेल. दोन

विश्वांमध्ये जितकी मोठी दरी तितक्या मोठ्या आपत्ती ह्या व्यक्तीभोवती पिंगा घालतील.

ही दोन्ही प्रकारची व्यक्तिमत्त्व व्यावहारिक जगात प्रभावी ठरत नाहीत. प्रभावी व्यक्तिमत्त्वामध्ये दोन्ही विश्व समसमान असतात किंवा प्रभावी व्यक्ती ही दोन्ही विश्व समसमान ठेवायचा आटोकाट प्रयत्न करतात व त्यामुळे त्यांच्या दोन्ही विश्वातील अंतर कमीत कमी असते. आकृती ४ पहा.

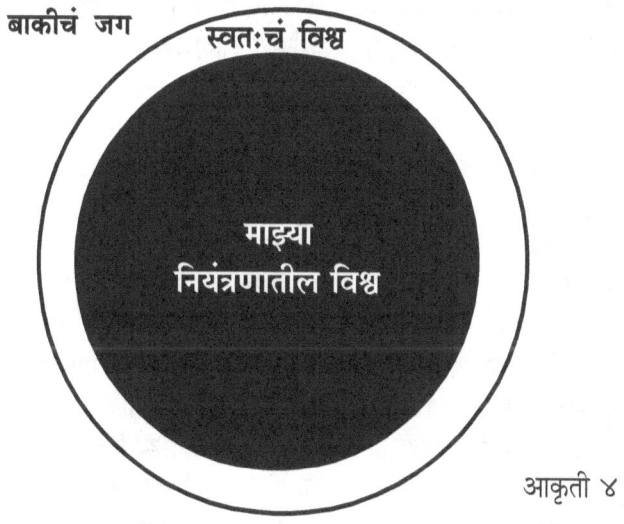

आकृती ४

आकृती ४ मध्ये स्वतःचे विश्व आणि माझ्या नियंत्रणाखालचं विश्व जवळ जवळ सारखं आहे. नियंत्रणाखालचं विश्व हे स्वतःच्या विश्वातच सामावलेलं आहे. ह्याचा अर्थ असा की हे व्यक्तिमत्त्व स्वतःच्या विश्वात ज्या काही घटना घडतील त्याबाबतीत संवेदनशील तर असेलच पण जर त्या गोष्टी मनासारख्या घडत नसतील, तर त्याविषयी ही व्यक्ती स्वस्थ बसणार नाही तर निश्चितपणे पुढाकार घेईल. हातावर हात ठेवून बसणे आणि नुसतीच तक्रार करत राहणे हे ह्या व्यक्तीच्या स्वभावातच नसेल. तक्रारीच्या पायरीवर जास्त वेळ अडकून न राहाता ही व्यक्ती त्या तक्रारीचं निवारण करण्याकरता काहीतरी मार्ग काढण्याच्या खटपटीला लागेल. तसेच ही व्यक्ती नशिबावरही अवलंबून राहणार नाही. हिचा कल प्रामुख्याने प्रयत्नांवर राहिल. परंतु ही व्यक्ती इतरांच्या जगात उगाचच नाक खुपसणार नाही आणि ढवळाढवळही करणार नाही. त्यामुळे हे व्यक्तिमत्त्व इतरांपेक्षा जरा उजवं ठरेल.

एवढ्या माहितीवरून आपल्याला आपल्या पुढाकाराची दिशा कोणत्या बाजूला

ठेवायची आहे हे ठरवायचे आहे. समजा स्वत:च्या जगामध्ये एखादी घटना मनासारखी घडत नसेल तर त्या घटनेविषयी तुम्ही पुढाकार घेऊन एकतर तिला नियंत्रणाखाली आणू शकता किंवा त्याच्या विरुद्ध दिशेलाही पुढाकार घेऊ शकता. म्हणजेच त्या घटनेला स्वत:च्या जगाच्या बाहेर फेकू शकता. दोन्ही प्रकारे तुम्हाला घटना प्रभावीपणे हातळता येऊ शकेल.

आपण ह्याचं एक छोटंसं उदाहरण घेऊन पाहूया. समजा तुम्ही अभ्यासाला किंवा महत्त्वाच्या कामाला बसला आहात व त्यासाठी तुम्हाला शांतता हवी आहे, पण तेवढ्यात शेजारी कोणीतरी कर्कश्श आवाजात संगीत लावलेलं आहे. आता ही घटना तुमच्या मनासारखी नाही कारण तुमची शांती भंग पावलेली आहे. ह्याबद्दल तुम्ही दोन प्रकारचा पुढाकार घेऊ शकता. एक म्हणजे तुम्ही दारं, खिडक्या लावून आवाजाच्या प्रदुषणाची तीव्रता कमी करू शकता. समजा ते पुरेसं नसेल तर पुढाकाराची पुढची पायरी म्हणजे ज्यानी कर्कश्श आवाजात संगीत लावलेलं आहे त्याच्याकडे जाऊन, त्या व्यक्तीशी सुसंवाद साधून काहीतरी मार्ग काढायचा प्रयत्न करू शकता. ह्या प्रकारचा पुढाकार घेतल्याने ही घटना तुमच्या नियंत्रणाच्या विश्वात येण्याचा संभव जास्त असेल (अर्थात तुम्ही कोणत्याप्रकारे संभाषण सुरू करता ह्यावर ते जास्त अवलंबून राहील) व तुमच्या नियंत्रणाचे विश्व मोठे होईल. आता दुसऱ्या प्रकारचा पुढाकार पाहूया. हा पुढाकार पहिल्या प्रकारच्या विरुद्ध दिशेला जातो. कर्कश्श आवाजाच्या घटनेला तुम्ही स्वत:च्या विश्वाच्या बाहेर फेकून देऊ शकता. हे सगळं मानसिकरित्या करावं लागेल. पुढाकार घेऊन स्वत:च्या कामात जास्त लक्ष दिलं किंवा मनापासून काम केलं तर आजूबाजूच्या गोंगाटाचा तुम्हाला विसर पडू शकतो. मग कर्कश्शपणाची तक्रार निघून जाईल.

थोडक्यात असे की दोन्ही दिशेला तुम्ही पुढाकार घेऊ शकता. नुसतीच तक्रार करून बसणे ह्याला हुशारी म्हणत नाहीत. कर्कश्श आवाजाची तक्रार ही पहिली पायरी आहे हे जरी मान्य केले तरी मुख्य पायरी पुढाकाराची आहे. एक तर इतरांशी जाऊन सुसंवाद साधा आणि ते जर जमण्यासारखं नसेल तर स्वत:च्या मनाशी सुसंवाद साधा. दोन्ही प्रकारे परिस्थिती हाताळली जाईल. आता हेच सूत्र कोणत्याही समस्येला लावून पाहा.

नोकरी मिळत नाही,सहकारी तुम्हाला समजून घेत नाहीत, लग्न जमत नाही वगैरे वगैरे तक्रारी काहीही असो. तुमच्या प्रयत्नांची दिशा तुम्ही ठरवा व तक्रारीचं निवारण करा.

पुढाकार कोणत्याही दिशेला घ्या पण त्यातून सकारात्मक ऊर्जा निघेल ह्याची तुम्हास प्रचीती येईल.

नेतृत्वाची भाषा शिकूया

चला आता एक नजर नेतृत्वाच्या भाषेवर टाकूया.

नेतृत्वाची भाषा पुढाकार घेणारी असते, जबाबदारी घेणारी असते. परंतु अनवधानाने आपण काही भलतीच भाषा वापरत असतो व सरळ जबाबदारी झटकून मोकळे होतो. बऱ्याच वेळा इतरांना किंवा परिस्थितीला नावं ठेवूनसुद्धा मोकळे होतो.

- काय वैताग आहे! परिस्थिती माझ्या नियंत्रणाबाहेर आहे.
- शी, माझं आयुष्य म्हणजे नुसते प्रॉब्लेमच प्रॉब्लेम!
- माझी सुटका ह्यातून का होत नाही?
- माझ्याच आयुष्यात हे का होतं?
- मीच का म्हणून कमीपणा घेऊ?
- मला नेहमीच पडती बाजू घ्यावी लागते.

आपण परिस्थितीपुढे मान तुकवणार की नेतृत्व करणार हे आपल्या वाणीवर अवलंबून असतं. आपल्याला वाटतं की इतरांना दरडावलं, त्यांना शिव्या दिल्या, त्यांना नावं ठेवली की त्यात मर्दुमकी? उलट ती तर नामर्दुमकी. असल्या भाषेत जबाबदारी झटकलेली असते कारण आपल्यात जबाबदारी घ्यायची कुवत नसते. जबाबदारी झटकण्यात मर्दुमकी लागत नाही तर जबाबदारी घेण्यासाठी मर्दुमकी लागते. वरील भाषाा वापरली तर त्याचा अर्थ काय होतो ते आपण पाहूया.

भाषा	अर्थ
काय वैताग आहे	परिस्थिती माझ्या नियंत्रणाबाहेर आहे.
शी, माझं आयुष्य म्हणजे नुसते अडचणीच, अडचणी!	मला प्रॉब्लेम सोडवता येत नाही.
माझी सुटका ह्यातून का होत नाही?	कोणीतरी ह्यातून मला सोडवा.
माझ्याच आयुष्यात हे का होतं?	माझ्यात काहीतरी कमी आहे.
मीच का म्हणून कमीपणा घेऊ?	तू कमीपणा घ्यायला पाहिजेस.
मला नेहमीच पडती बाजू घ्यावी लागते.	माझ्यात काहीतरी कमी आहे.

माणसाची वाणी ही त्याची शुद्धता किंवा कलुषितता दर्शवित असते. आपण इतरांसंबंधी जे काही शब्द वापरतो ते शब्द इतरांचं वर्णन करण्याऐवजी आपल्याच मनाचं दर्शन इतरांना घडवित असतात हे आपण सर्वांनी लक्षात ठेवलेलं बरं. आपण जेव्हा इतरांना शिव्या देतो तेव्हा इतर किती वाईट आहेत हे सांगण्याऐवजी आपलं मन किती कलुषित आहे हेच दर्शवित असतो. आपण जेव्हा परिस्थितीला शिव्या देत असतो तेव्हा परिस्थिती किती बिकट आहे हे सांगण्याऐवजी आपण स्वत: किती कमजोर आहोत हेच वर्णन करीत असतो.

जशी वाणी तशी प्रवृत्ती आणि जशी प्रवृत्ती तशीच वाणी. आपली प्रवृत्ती नेतृत्वाची असेल तर अशी भाषा बोलली जाणार नाही.

- परिस्थिती वैतागवाणी असली तरी मी खंबीर राहिन.
- मी प्रॉब्लेम सोडवण्यात हुशार आहे म्हणूनच मला प्रॉब्लेम सोडवण्याच्या अनेक संधी उपलब्ध होत आहेत.
- मी ह्यातून माझी सुटका करण्याचा आटोकाट प्रयत्न करीन.
- माझ्या आयुष्यात असले कठीण प्रसंग घडले तर त्यात काही जगावेगळं नाही कारण हे कोणाच्याही आयुष्यात घडू शकतं.
- आज मला कमीपणा घ्यायला लागला तरी काही हरकत नाही कारण कमीपणा घ्यायलासुद्धा मनाचा मोठेपणा जवळ असावा लागतो.
- माझं मन मोठं आहे, मी आनंदाने सगळ्यांना सामावून घेत असतो.

ही भाषा नेतृत्वाची आहे. स्वत:कडे कणखरपणा घेणारी आहे. कोणत्याही परिस्थितीत जबाबदारी घेणारी आहे. अशी माणसं परिस्थिती नियंत्रणात आणू शकतात कारण त्यांच्या भाषेमुळे प्रश्न छोटा होतो आणि ते स्वत: मोठे होतात. आयुष्यात आपणा सर्वांनाच वेगवेगळे प्रॉब्लेम भेडसावत असतात. पण आपण नकळत आपल्या भाषेमुळे राईचा पर्वत करतो. पण गंमत अशी आहे की आपली भाषा थोडीशी वळवली की ह्याच पर्वताची राई होऊ शकते हे आपल्या लक्षातच येत नाही. आपल्या पदरात प्रॉब्लेम असला तर तो हाताळता येतो पण जर मानगुटीवर असेल तर बरंच काही बिघडू शकतं. प्रॉब्लेम आपल्या हातात आहे की मानगुटीवर आहे हे आपल्या भाषेवर अवलंबून राहिल. आता तुम्ही म्हणाल की एखाद्या वैतागवाण्या परिस्थितीला 'काय वैताग आहे' असं म्हटल्याने काय मोठं बिघडणार आहे?

तसं बघितलं तर हे म्हणणं अगदी बरोबर आहे. पण आपण कंडिशनिंगची प्रक्रिया बघितलेलीच आहे. हळूहळू आपण प्रत्येक लहानसहान गोष्टींना वैताग असं संबोधतो व कंडिशनिंगमुळे आपल्याला ह्या भाषेची सवय लागायचा अगदी दाट संभव असतो. दिवसातून अनेक वेळा असले शब्द बोलून खरोखरीच आपलं आयुष्य वैतागवाणं होऊ लागतं आणि तेही काही कारण नसताना. मग ही मंडळी सदोदित कातावलेल्या

अवस्थेत दृष्टीस पडतात. छोट्या छोट्या प्रसंगात भावनांचा उद्रेक होताना दिसतो.

तसेच ह्या भाषेची आणखी एक खुबी अशी आहे की आपल्या आजूबाजूला जी भाषा बोलली जाते त्याचा परिणाम आपल्या मनावर होत असतो व कालांतराने आपल्या प्रवृत्तीवर होत असतो. मानसशास्त्रज्ञांनी ह्यावर प्रयोग करून हे सिद्ध करून दाखवले आहे की भाषेचा परिणाम माणसाच्या मनावर किती खोलवर जाऊ शकतो. एका धडधाकट माणसाला भेटायला आलेला माणूस सहज बोलता बोलता म्हणाला, 'काय रे आजारी आहेस काय? चेहरा आजारी असल्यासारखा दिसतो आहे.' योजनापूर्वक रोज चार-पाच माणसं त्याला भेटली व बोलता बोलता असे वाक्य बोलली. पंधरा दिवसात हा धडधाकट माणूस आजारी पडला.

वाचकांनी प्रयोग करून पहावा, सकाळी उठल्यापासून तुम्ही जर सतत बोलत राहिलात 'काय वैताग आहे, त्यामुळे माझं डोकं दुखतंय' तर पहा ह्याचा परिणाम काय होतो. माझ्या मते दुपारपर्यंत तुमचं डोकं खरंच दुखायला लागेल व तेही काही कारण नसताना. आपण आपल्याविषयी जे काही बोलतो तसंच पुढे घडत जातं. आपलं मन तसा परिणाम घडवून आणतं. घरातील मोठ्या माणसाकडून सतत ज्या मुलांना 'बावळट, तुला जमणार नाही' असली भाषा ऐकायला लागते ती खरोखरीच थोडीशी बावळट होतात किंवा त्यांच्यात न्यूनगंड येतो. हळूहळू ती बावळटपणाला किंवा न्यूनगंडाला कंडिशन्ड होतात. त्यानंतर तो त्यांचा स्वभाव बनतो व बावळटपणा अगदी स्वाभाविकपणे देहबोलीतून बाहेर पडत असतो. मग कोणताही व्यक्तिमत्त्व विकासाचा कार्यक्रम त्यांचा बावळटपणा बदलू शकत नाही. पण जर त्यांनी पुढाकार घेऊन ह्या पुस्तकातील काही सूचनांचा अवलंब केला तर हाच स्वभाव, त्यांचा त्यांना मोडून काढता येऊ शकतो.

म्हणूनच असल्या नकारात्मक भाषेला थारा न देता सकारात्मक भाषा आत्मसात केली तर आपलं मनसुद्धा सकारात्मक परिणाम घडवून आणेल. सकारात्मक भाषा ही कणखर लोकांची भाषा असते. स्वतःकडे जबाबदारी घेऊन पुढच्या वाटेवर मार्गक्रमण करण्यासाठी धाडस लागते, कणखरपणा लागतो. आपल्या आयुष्यात कठीण समय कधी ना कधीतरी सगळ्यांवरच येतो. परंतु कठीण समय फार काळ टिकत नाही तर कणखर माणसं दीर्घकाळ टिकतात. कणखर माणसांची वाणीसुद्धा कणखर असते. परंतु नुसता ओरडाओरडा केला किंवा आदळआपट केली म्हणजे कणखरपणा झाला असं नाही तर जबाबदारी घेऊन परिस्थिती नियंत्रणाखाली आणणे ह्याला खरा कणखरपणा म्हणतात. हे काम जास्त कठीण आहे. ओरडाओरड्यामुळे उलट बऱ्याचवेळा परिस्थिती नियंत्रणाबाहेर जाते. मग दुसऱ्या कोणी पुढाकार घेतला नाही तर प्रश्न वाढतच जातो. समस्येपुढे डगमगून न जाता त्यावर उपाययोजना करण्यालाच कणखरपणा म्हणतात. कणखर माणसांच्या वाणीमध्ये प्रश्नापेक्षा

उपाय-योजना जास्त असतात. अचानकपणे स्कूटर पंक्चर झाल्यावर वैतागून शिव्या देण्यापेक्षा संयम ठेवून चटकन उपायांचा विचार आणि उच्चार करणं हे जास्त महत्त्वाचं असतं. कोणतीही पूर्वसूचना नसताना छोटासा अपघात झाल्यावर डगमगून न जाता पुढे काय करायचे ह्याचा विचार करणे हे जास्त उचित असते. अशावेळेस वाणीवर बाचाबाचीचे शब्द आणले तर फक्त वेळ वाया जातो. त्यापेक्षा पुढाकार घेऊन संयम ठेवला व सकारात्मक भाषा वापरली तर त्यात आपलाच फायदा होईल.

आता काहींच्या मनात असा विचार येईल की हे सगळं बरोबर आहे पण कित्येक वेळा आम्ही पुढाकार घ्यायचं ठरवतो पण परिस्थितीच अशी येते की मनाला मुरड घालावीच लागते व कित्येक गोष्टी मनाविरुद्ध कराव्या लागतात.

खरं आहे. एकदा एका विद्यार्थ्यावरही अशीच वेळ आली होती. त्याला क्रिकेटचा सामना खेळायला जावे लागणार होते, पण त्याला क्लासही बुडवायचा नव्हता. त्याने सरांना विचारलं,

"सर, मला आज क्रिकेटच्या सामन्याला जावंच लागणार आहे. मला क्लासला गैरहजर राहायची परवानगी मिळेल काय?"

सरांनी विचारले, "तू गेला नाहीस तर काय होईल?"

विद्यार्थी म्हणाला, "ते मला संघातून बाहेर काढतील."

"त्याला आपण सामाजिक परिणाम असे म्हणूया. हा परिणाम तुला आवडेल?"

"नाही अजिबात आवडणार नाही आणि म्हणूनच मला जायलाच हवं."

"आता मला सांग तू न गेल्याचा नैसर्गिक परिणाम काय होईल?"

"सामना माझ्याशिवाय खेळला जाईल."

"अगदी बरोबर. आणि तू जर क्लास बुडवलास तर त्याचा नैसर्गिक परिणाम काय होईल?"

"क्लास माझ्याशिवाय घेतला जाईल."

"बरोबर, आता मला सांग, त्याचा नैसर्गिक परिणाम काय होईल?"

"माझं त्या दिवशीचं शिक्षण बुडेल."

"अगदी बरोबर. आता असं ठरव. तुला शिक्षण बुडलेलं चालेल की क्रिकेटचा सामना तुझ्याशिवाय खेळलेला चालेल?"

विद्यार्थी गोंधळून गेला. सर पुढे त्याला म्हणाले, "मी जर तुझ्या जागी असतो तर म्हणालो असतो शिक्षण बुडालेलं चालेल कारण ते नंतर भरून काढता येईल. पण हा सामना नंतर खेळता येणार नाही. पण सामन्याला जावंच लागेल असं बोलू नको. परवानगी मिळाली तर जाणे पसंत करीन असे बोल. जीवनात कोणतंही काम मन मारून करू नको."

वरील गोष्टीवरून आपल्या लक्षात येईल की आपण कुठली भाषा वापरतो

त्यावरच सगळं काही अवलंबून असतं. जेव्हा आपल्या मनाविरुद्ध गोष्टी करायची वेळ येते तेव्हा त्याचे नैसर्गिक परिणाम पाहून आपल्या भाषेत योग्य तो बदल करावा लागेल. काय करावे आणि काय नाही ह्यातील फरक नीट समजून घ्यायचा असेल तर नैसर्गिक परिणामांवर आपल्याला लक्ष केंद्रित करावे लागेल. पण सतत मन मारून जगणं हे काही नेतृत्वाचं लक्षण नाही. उलट त्याचे गंभीर दुष्परिणाम आपल्या व्यक्तिमत्त्वावर होत असतात. सतत पडते घेण्याची सवय लागली की मग न्यूनगंड येतो. आपण आपला स्वाभिमान हरवून बसतो. स्वाभिमान नसला तर इतरांना मान देणेही जमत नाही. वगैरे वगैरे दुष्परिणाम असतात.

आपल्या आयुष्यात किती गोष्टी आपण मनाविरुद्ध करतो व किती गोष्टी मनासारख्या करतो ह्याची एकदा यादी करून पहा. जर मनाविरुद्ध गोष्टी जास्त असतील तर त्याचे दुष्परिणामही तपासून पहा. ते वरीलप्रमाणे असतील तर सर्व प्रथम पुढाकार घेऊन भाषा बदलण्याची जरुरी आहे असे समजा. जेव्हा जेव्हा मनाविरुद्ध गोष्टी करण्याची वेळ येईल तेव्हा तेव्हा त्या गोष्टीचे नैसर्गिक परिणाम तपासून तुम्हाला कोणती गोष्ट करणं पसंत आहे हे ठरवा व तसे बोला. वर एक तक्ता देत आहे. त्यामध्ये भाषा सुचवलेली आहे.

वरील तक्त्यामध्ये मनाविरुद्ध कराव्या लागणाऱ्या गोष्टीची भाषा कशी बदलायची

मन मारणारी भाषा	नेतृत्वाची भाषा
मला हुंडा घ्यायचा नव्हता पण घ्यावाच लागला.	मला हुंडा घ्यायचा नव्हता पण वडिलमंडळीच्या आग्रहाखातर मी माझं मत बाजूला ठेवणं पसंत केलं.
	मला हुंडा घेणे पसंत नाही. ते माझ्या तत्त्वामध्ये बसत नाही. त्याच्या आड कोणीही आलं तरीही मी त्यावर अढळ राहाणे पसंत करीन.
मला हे लग्न करायचं नव्हतं पण	मला जरी हे लग्न पसंत नव्हतं तरी घरच्या वडिलमंडळींची आवड शिरसावंद्य मानायचं मी पसंत केलं.
	लग्न म्हणजे आयुष्याचा साथीदार मी निवडणार असं माझं मत आहे आणि मी माझ्या मतावर ठाम राहाणं पसंत करीन.

विचारशुद्धी करा । ५९

मला लग्नात एवढा खर्च करणे पटत नाही पण आपल्या चालीरितीप्रमाणे करावाच लागतो.	मला लग्नाचा भरमसाठ खर्च म्हणजे निव्वळ वेडेपणा आहे असं वाटतं पण माझं हे मत आज मी बाजूला ठेवणे पसंत करीन.
	माझं हे मत काही तत्त्वांवर आधारित आहे व मी माझी तत्त्व बाजूला ठेवणार नाही.

हे नमूद केलेलं आहे. तुम्हाला दिसेल की ती भाषा दोन्ही बाजूंनी वाकवलेली आहे जेव्हा आपण म्हणतो 'मला हुंडा घ्यावाच लागला' तेव्हा त्यात अगतिकता दिसते, मन मारून जगत असलेलं दिसतं. परंतु अशा भाषेमुळे आपण जबाबदारी घेण्याचं टाळत असतो. जेव्हा आपण 'मी हुंडा घेणं पसंत केलं' असं म्हणतो तेव्हा जरी आपण इतरांच्या म्हणण्यापुढे पडतं घेतलं तरी त्यामध्ये गुणात्मक फरक होतो. ह्या भाषेमुळे माझ्या निर्णयाची संपूर्ण जबाबदारी माझ्यावर येते. त्यामुळेच प्रत्येकवेळी इतरांपुढे पडतं घेणं मी पसंत करणे ही अशक्य गोष्ट होते. मग मी दुसऱ्या प्रकारची भाषा बोलू लागतो आणि म्हणतो, 'ह्यावेळी मी माझं मत बाजूला ठेवणं पसंत करणार नाही.'

आता आपण आणखी एका मुद्द्याकडे लक्ष वळवूया. माझी चूक नसताना करावी लागणारी तडजोड

कित्येकवेळा मला हा प्रश्न विचारला जातो. माझी चूक नसताना मी तडजोड का म्हणून करायची?

ह्या प्रश्नामागे 'चूक आणि बरोबर' ही एक मध्यवर्ती कल्पना दिसते. दोन अधिक दोन ह्या गणितामध्ये चार लिहिलं तर उत्तर बरोबर आहे व पाच लिहिलं तर चूक आहे. संपूर्ण शालेय जीवनात आपण पहात आलो आहोत की काही उत्तरं बरोबर असतात व काही चूक असतात. हळूहळू आपण चूक आणि बरोबर ह्याला कंडिशन्ड होतो आणि हेच सूत्र संपूर्ण जीवनाला लावू पहातो.

गणिताची उत्तरे चूक किंवा बरोबर असू शकतात. पण जेथे माणसाच्या वागणुकीचा प्रश्न येतो तेव्हा चूक आणि बरोबर हे सूत्र तंतोतंत लागू होऊ शकत नाही. आपल्याला थोडंसं वरच्या स्तरावर जाऊन पहावं लागेल. वरचा स्तर म्हणजे चूक आणि बरोबरच्या पलीकडचा. आता असं पहा, खोटं बोलणं चूक आहे. पण आयुष्यात काही प्रसंग असे येतात की तेव्हा खोटं बोलणं हा उत्तम पर्याय असू शकतो. हॉस्पिटलमध्ये असलेल्या रोग्याला कधीतरी खरी परिस्थिती सांगण्यापेक्षा

खोटा दिलासा देणे हाच पर्याय असू शकतो. त्यामुळे चूक आणि बरोबर या संकल्पना शब्दश: पाळता येणार नाहीत. म्हणूनच पुढाकाराच्या भाषेत बोलायचं झालं तर आपण चूक आणि बरोबर ह्यामध्ये अडकण्यापेक्षा योग्य आणि अयोग्य अशी भाषा बोलूया.

भाषेमध्ये असा फरक केल्याने आपल्यामध्ये काही फरक पडतोय का ते पाहूया. क्वचित आपली चूक नसेल पण ती कृती अयोग्य होऊ शकते. त्यामुळे चूक नसताना तडजोड करणे हे योग्य होऊ शकते किंवा अशा वेळेस तडजोड न करणे हे अयोग्य होऊ शकते. त्यामुळे तडजोड करायची की नाही हे प्रत्येक परिस्थितीचा पूर्ण विचार केल्यावरच ठरवता येईल. एखाद्या परिस्थितीत चूक नसतानाही तडजोड करावी लागेल तर कधीतरी चूक असून सुद्धा तडजोड करावी लागणार नाही. एखादी वागणूक काल चुकीची ठरली म्हणजे ती कायमची चुकीची राहिल हा समजच चुकीचा ठरतो. ऋण काढून सण साजरे करणं हे एकेकाळी अतिशय चुकीचं समजल जात होतं. आज क्रेडिट कार्ड संस्कृती आलेली आहे आणि क्रेडिट कार्ड वापरणे हे सोयीस्कर झालेले आहे. आजकाल सणासुदीची बहुतेक खरेदी क्रेडिट कार्डावरच होते. एका दृष्टीने क्रेडिट कार्ड वापरणे म्हणजे तात्पुरते कर्ज घेण्यासारखेच आहे.

तडजोड करताना चूक आणि बरोबर ह्या मुद्द्याचा विचार करण्यापेक्षा योग्य आणि अयोग्य ह्याचा विचार करणे हे जास्त सोयीस्कर राहिल. ह्याचा विसर न पडलेला बरा.

आता आणखी एका मुद्द्यावर विचार करूया. अपमान होतो तेव्हा जबाबदारी कशी घ्यायची.

अपमान होत असताना आपण मनातल्या मनात काय बोलत असतो त्यावर जरा लक्ष केंद्रित करूया. ही खरं म्हणजे स्वगताची भाषा आहे.

तू हे बोललासंच कसं???

तुझी हिंमतच कशी झाली???

मी तुला आसरा दिला आणि मलाच आज तोंडघशी पाडतोस???

माझी हीच किंमत केलीस???

दीडदमडीच्या माणसा आता तुला माझा इंगा दाखवलाच पाहिजे.

अशीच काहीशी भाषा असते. प्रसंगानुसार ह्या भाषेत थोडासा फेरबदल होतो पण प्रामुख्याने भाषा अशीच राहते. आपल्या मनात जे विचार असतील तेच विचार आपल्या वाणीवर येतात. जसे विचार त्यानुसारच भावना उमटतात. असली भाषा फक्त अपमानित झाल्याच्या भावना उमवटते. जशा भावना तशी माणसाच्या हातून कृती घडते.

विचार आपले असतात. भावना आपल्या असतात, त्यामुळे कृतीची संपूर्ण

जबाबदारी आपली असते. ह्या कृतीमुळे जर परिस्थिती आटोक्यात येण्याऐवजी चिघळली तर त्याला संपूर्णपणे आपण जबाबदार असणार. आता काही मंडळी म्हणतील की प्रसंगच असा होता की असली भाषा बोलण्याशिवाय गत्यंतर नव्हतं. किंबहुना दुसऱ्याच्या बेजबाबदार वागण्यामुळे अशी भाषा तोंडावर साहजिकच येते. मग परिस्थिती चिघळली तर त्याची जबाबदारी माझ्याकडे कशी काय येऊ शकते? इतरांच्या बेताल वागण्यामुळे जर माझा अपमान झाला तर त्यालासुद्धा मीच जबाबदार कसा काय राहू शकतो?

गांधीजी म्हणाले होते, "मी जर माझा स्वाभिमान दिला नाही तर माझ्याकडून तो कोणीही हिरावून घेऊ शकत नाही."

स्वामी विवेकानंदांनी तो कोणाला दिला नाही. गौतम बुद्धाचा स्वाभिमान कोणीही हिरावून घेऊ शकला नाही. दुसऱ्यांच्या बेताल वागण्यामुळे महापुरुषांचा अपमान होऊ शकला नाही तर ते सर्वसामान्यांचा कसा काय होतो? किंबहुना दुसऱ्यांच्या बेताल वागण्यामुळे ज्यांचा अपमान होतो ते सर्वसामान्य विचारसरणीचे असतात.

एखादा मद्यधुंद झाला तर त्याची लाज जाते की माझा अपमान होतो? एखाद्याने शिवी हासडली तर त्याचे संस्कार दिसतात की माझा अपमान होतो? एखाद्याने अंगावरचे कपडे काढले तर त्याची लाज जाते की इतरांची? एखाद्याने सोन्याला दगड म्हटलं तर त्याचं अज्ञान दिसतं की माझं? एखाद्याने मला कमी लेखलं तर त्याचा कमीपणा दिसतो की माझा अपमान होतो?

अतिमद्यसेवनामुळे जर मद्यधुंद माणसाची लाज जाण्याऐवजी तुमचा अपमान होणार असेल तर मानापमानाच्या संकल्पनेची धुंदी तुम्हालाच जास्त आहे असे सिद्ध होईल. अशा माणसाचा कशानेही अपमान होऊ शकतो. एखाद्याच्या अपशब्दामुळे त्याचे कुसंस्कार दिसण्याऐवजी जर तुमचा अपमान होणार असेल तर तुमच्यात आणि त्या माणसात फरक काय राहिला? बेताल वागणे म्हणजे चांगल्या संस्कारांची वस्त्रे काढून टाकण्यासारखेच आहे. त्यामुळे कपडे काढणाऱ्याची लाज जाईल की आपली? सोन्याला दगड म्हटलं म्हणून जर तुम्ही बाचाबाची करायला सुरुवात केलीत तर तुम्हीही त्याच्या इतकेच अज्ञानी नाही काय? एखाद्याने जर तुम्हाला कमी लेखल्यावर तुमचा अपमान होणार असेल तर तुम्ही निश्चितपणे कमी सिद्ध होता.

कुत्रे कितीही भुंकले तरी सिंह आपल्या वाटेवरून ढळत नाही. कुत्रे भुंकल्यामुळे जर सिंहाचा अपमान झाला आणि तो आपल्या वाटेवरून ढळला तर तो सिंह कसला? आपल्याला सिंहाच्या वाटेने जायचं आहे की कुत्र्याच्या वाटेने जायचं हा ज्याचा त्याचा प्रश्न आहे. परंतु सिंहाची चाल ही नेतृत्वाची चाल आहे हे नजरेआड न झालेलं बरं त्यामुळे आपल्या स्वगताची भाषा बदललेली बरी.

माझे अनुभव

ज्या दिवशी मी माझ्या संपूर्ण आयुष्याची जबाबदारी घेतली तेव्हापासून माझ्या आयुष्यात अनेक प्रकारची स्थित्यंतरं घडत गेली. पहिली गोष्ट म्हणजे मला जे काही हवं आहे त्यासाठी बुजरेपणा करण्याऐवजी पुढाकार घेण्याची सवय लागली.

आपण कित्येकवेळा बुजरेपणा करत राहतो व हाती येणाऱ्या संधींपासून वंचित होतो. परंतु ह्या बुजरेपणाला आपले कंडिशनिंग जबाबदार असते. कंडिशनिंग आपण करून घेतलेले असते त्यामुळे आपल्या बुजरेपणाच्या स्वभावाला आपण स्वतःच जबाबदार असतो. परंतु आपल्याला सतत वाटत राहते की हे आनुवांशिक आहे किंवा कुटुंबाच्या राहणीचा प्रभाव आहे वगैरे वगैरे. त्याला आपण हजारो कारणं देत रहातो पण त्या कारणांमध्ये स्वतःचं नाव कधीच नसतं. परंतु ज्या दिवशी मी ही सगळी कारणं बाजूला ठेवली आणि स्वतःचं नाव घेतलं त्या दिवशी ह्यातून बाहेर पडण्याचा मार्ग मोकळा झाला.

बुजरेपणामुळे स्पर्धेत मी सर्व क्षेत्रात मागे रहात होतो. कॉलेजमधे असताना इंग्रजी बोलता येत नाही हा तर मोठाच अडसर होता म्हणून मागे रहायची सवय लागलेली. नोकरीला लागल्यावरही तेच धोरण कायम कारण इंग्रजी येत नाही. एकदा नोकरीच्या संदर्भात पंचतारांकित हॉटेलमध्ये जायची वेळ आली. हॉटेलचा श्रीमंत थाट बघून मला तर धडकीच भरली. मी काहीही न बोलता माझ्या सहकाऱ्यांबरोबर वावरत होतो. त्यावेळेस मी एकटा नव्हतो हे माझं नशिबच. वरिष्ठ मंडळींशी बोलाचयं म्हणजे धडकी भरायची. मग डोळ्याला डोळा न भिडवता अडखळत बोलायचीच सवय. असे हजारो अनुभव.

आज मी जेव्हा मागे वळून बघतो तेव्हा माझ्या असं लक्षात येतं की ज्या दिवशी मी जबाबदारी घेतली त्या दिवसापासून परिस्थिती झपाट्याने माझ्या नियंत्रणात येत चालली होती. मग इतके वर्ष मी जबाबदारी घेण्याचं का टाळत होतो?

माझ्या असं अनुभवास आलं की *जबाबदारी घ्यायला पाहिजे* हे म्हणणं सोपं आहे पण हे म्हणताना त्यामध्ये एक धोका आहे. मी जेव्हा म्हणतो की *ह्याला मी जबाबदार आहे* तेव्हा असंही सिद्ध होतं की *आजपर्यंत मी बेजबाबदार होतो*. मी नेमक्या ह्याच गोष्टीला घाबरत होतो. पण माझ्या हे काही लक्षात येत नव्हतं की जोपर्यंत मी *जबाबदारी* घेत नाही तोपर्यंत मी *बेजबाबदार* रहाणार आहे व ज्यादिवशी मी *जबाबदारी* घेईन त्यादिवशी मी माझं *बेजबाबदार* वागणं टाकणार आहे.

मी जेव्हा माझी व्यावसायिक कारकीर्द सुरू केली तेव्हा मला इंग्रजी अजिबात बोलता येत नव्हतं. माझ्या प्रगतीमध्ये इंग्रजी न येणं हा तर एक मोठा अडसर होता. पण मी म्हणत होतो मला इंग्रजी न येणं साहजिकच आहे. माझं शिक्षण मराठीमधून

झालं आहे. माझी मातृभाषा मराठी आहे. तसंच आमचं कुटुंब मध्यमवर्गीय आहे, घरात कोणीच इंग्रजी बोलत नाही. नुसतं घरातच नाही तर मी जिथे रहातो तिथे आजूबाजूला कोणीच इंग्रजी बोलत नाही. मग मला इंग्रजी कसं येणार?

ही सगळी सत्य परिस्थिती होती. पण ही परिस्थिती, मला इंग्रजी न येण्यास कारणीभूत नव्हती. जर मी माझ्या कौटुंबिक परिस्थितीलाच दोष देत राहिलो आणि आजूबाजूच्या सामाजिक परिस्थितीवरच माझ्या अपयशाचं खापर फोडत बसलो तर माझी प्रगती कधीच होणार नाही. मग मी विचार केला की माझ्या कौटुंबिक परिस्थितीवर माझं नियंत्रण नाही, माझ्या सामाजिक परिस्थितीवर माझं नियंत्रण नाही पण माझ्यावर माझं नियंत्रण आहे. मी ह्याच परिस्थितीकडे वेगळ्या दृष्टिकोनातून पाहू शकतो. माझे विचार माझ्या नियंत्रणात आहेत. मी त्यांची दिशा बदलू शकतो. मी इंग्रजी शिकण्याकरता निश्चितपणे पुढाकार घेऊ शकतो. इंग्रजी बोलणारे मित्र जोडण्यासाठी पुढाकार घेऊ शकतो. माझ्या मोडक्या तोडक्या इंग्रजीकडे पाहून जर कोणी माझी टिंगल केली तर त्याकडे दुर्लक्ष करण्याकरता मला पुढाकार घेता येतो. माझं काय चुक हे विचारण्याकरता पुढाकार घेता येतो. मला इंग्रजी बोलण्याकरता पुढाकार निश्चितपणे घेता येतो.

परंतु मी पुढाकार घ्यायलाच घाबरत होतो. मला इंग्रजी बोलता न येण्याचे हेच कारण होते. जेव्हा मी ह्याची जबाबदारी स्वीकारली तेव्हापासून परिस्थिती बदलायला सुरुवात झाली. मी इंग्रजी बोलणारे मित्र जोडले. माझ्या मोडक्या इंग्रजीला कोणी हसण्याआधीच त्यांना सांगून टाकले की मी जेव्हा जेव्हा चूक करीन तेव्हा ताबडतोब चूक माझ्या निदर्शनास आणून द्यावी. त्यांनी जेव्हा जेव्हा चूक निदर्शनास आणली तेव्हा त्याला अपमान न समजता, लागलीच चूक सुधारली व त्यांना त्याबद्दल धन्यवाद दिले. जिथे संधी मिळेल तिथे इंग्रजी बोलण्याकरता पुढाकार घेतला. अनेक चुका केल्या, त्या अनेकांनी निदर्शनास आणल्या. त्याबद्दल त्यांचे आभार मानले..इंग्रजी शिकण्याचा कार्यक्रम असा अव्याहतपणे चालूच ठेवला. कौटुंबिक परिस्थिती बदलली नाही, सामाजिक परिस्थिती बदली नाही पण हळूहळू माझं इंग्रजी सुधारलं.

आज मागे वळून पाहिलं तर माझं मलाच हसू येतं. बुजरेपणा टाकला आणि पुढाकार घेऊन इंग्रजी बोलायला शिकलो. अर्थात हे कौशल्य काही एका दिवसात आलं नाही तर त्यासाठी काही वर्ष लागली.

तात्पर्य, मला हव्या असणाऱ्या प्रत्येक गोष्टीसाठी पुढाकार घेतला व टाकाऊ गोष्टी टाकण्यासाठीही पुढाकार घेतला. घरात चांगले वातावरण राहण्यासाठी पुढाकार घेतला. घराबाहेरही चांगले संबंध जोडण्यासाठी पुढाकार घेतला, भावना नियंत्रित करण्यासाठी पुढाकार घेतला, नवीन कौशल्य शिकण्याकरता पुढाकार घेतला, स्वत:चे आरोग्य सुधारण्यासाठी पुढाकार घेतला. मी जेथे जेथे गेलो तेथे

माझ्या फायद्यासाठी, माझ्या उन्नतीसाठी मी पुढाकार घेतला. त्यासाठी वेगवेगळे प्रयोग स्वत:वर करून पाहिले. माझ्या स्वगताची भाषा बदलून पाहिली, खाण्यापिण्याच्या सवयी बदलून पाहिल्या, नावडत्या गोष्टी आवडीने करून पाहिल्या, नावडते पदार्थ आवडीने खाऊन पाहिले, भीती वाटणाऱ्या गोष्टी धीटपणे करून पाहिल्या, राग आणणाऱ्या प्रसंगात शांत राहून पाहिले, राग आलाच तर तो व्यक्त करण्याची पद्धत बदलून पाहिली, नकारात्मक दृष्टिकोन लांब ठेवला आणि सकारात्मक दृष्टिकोन प्रयत्नपूर्वक आत्मसात केला.

परंतु माझ्या फायद्यासाठी पुढाकार घ्यायचा ह्याचा अर्थ इतरांना ओरबाडून टाकायचे असा नाही. ह्या वागण्याला नेतृत्व म्हणत नाहीत. असले वागणे म्हणजे क्रूरता. आपण क्रूरता शिकत नाही तर नेतृत्व शिकत आहोत. येथे इतरांच्याही अडचणी समजून घेऊन त्यांना बरोबर घेऊन उन्नती करायची. हे वागणं कठीण आहे..हे वागणं जाणिवपूर्वक पुढाकार घेतल्याशिवाय येणार नाही. त्यासाठी सजगता लागेल, सदसद्‌विवेकबद्धी लागेल, कल्पकता लागेल व इच्छाशक्तीही लागेल. निसर्गाने आपल्याला ह्या चार देणग्या दिलेल्या आहेत. त्याचा उपयोग केल्यानंतर जो पुढाकार तयार होतो तो घ्यायचा. पुढाकार घेताना ह्यातील एक जरी गोष्ट अनुपस्थित असेल तर तो योग्य पुढाकार नाही.

आयुष्यात प्रत्येक ठिकाणी जबाबदारी स्वीकारण्याची कला शिकलो तेव्हापासून माझा आत्मविश्वास वाढला, माझे नातेसंबंध सुधारले, नवीन कौशल्य शिकण्याची इच्छा जिवंत राहिली, चांगल्या सवयी लावण्याची जबाबदारी घेतली, चांगले मित्र जोडण्याची जबाबदारी घेतली, वाईट सवयी मोडण्याची इच्छाशक्ती जागृत झाली, संभाषणचातुर्य आत्मसात केलं, सभाधीटपणा निर्माण झाला. आज चार लोकांच्यासमोर बोलणं हे काही कठीण काम राहिलं नाही. अनोळखी लोकांच्यात एकटं पडण्याची वेळ येत नाही, एखादी गोष्ट मिळाली नाही तर ती मागून घ्यायला लाज वाटत नाही आणि ती जर नसेलच तर त्यावाचून अडूनही राहात नाही. गरज नसताना मन मारून जगण्याची वेळ येत नाही व तडजोड करायची असेल तर तीही आनंदाने करायची कुवत निर्माण झालेली आहे. एखादी गोष्ट माहीत नसेल तर त्याविषयी कुणाकडे चौकशी करायला लाज वाटत नाही व एखादी गोष्ट माहीत असेल तर त्याविषयी माहिती सांगण्यासही मागे पुढे बघायची वेळ येत नाही. असंख्य अडीअडचणी असूनसुद्धा आत्मविश्वासपूर्वक वागण्याची सवयच लागलेली आहे.

ह्यातील प्रत्येक अनुभव प्रसंगानिशी वर्णन करायचा असेल तर ते एक वेगळे पुस्तक होऊ शकेल. पण माझ्या लिहिण्याचा उद्देश वेगळा आहे. वाचकांनी आपापल्या आयुष्यात हे तत्त्व अमलात आणून त्याचा अनुभव घ्यावा.

स्वाध्याय सप्ताह

आजपासून एक आठवड्यासाठी वाचकांनी एक अभिनव प्रयोग करून पहा. ९०:१० चे तत्त्व अंमलात आणून पहा. आपल्या सभोवताली घडणाऱ्या घटना म्हणजे दहा टक्के आयुष्य हे आपण पाहिलेलंच आहे. त्यावर आपलं नियंत्रण नसतं हेही आपण पाहिलेलंच आहे. मग त्यावर आपण आपली ऊर्जा अजिबात खर्च करायची नाही. आपली ऊर्जा आपण आपल्या ९० टक्क्यातील आयुष्यावर खर्च करायची.

टीका करण्याऐवजी सहकार्य करा, सौजन्याने वागा. इतरांच्या चुकांवर बोट ठेवण्याऐवजी त्या चुकांकडे सहानुभूतिपूर्वक पहा, त्यांना मार्गदर्शन करा. त्यांच्याशी प्रेमाने वागा. समस्यांवर सतत भाष्य करण्यापेक्षा पर्यायी उत्तरांवर जास्त भाष्य करा.

तुमच्या स्वगताची भाषा बदलून पहा. जबाबदारी टाळणारी भाषा टाका व जबाबदारी स्वीकारणारी भाषा तोंडी ठेवा. इतरांच्या दोषांवर वाद घालू नका. स्वत:च्या दोषांचं समर्थनही करू नका. स्वत:ची चूक असेल तर चटदिशी मान्य करा, त्यापासून धडा घ्या व पुढे चला. दोषारोपणाच्या चक्रव्यूहात स्वत:ला अडकवून घेऊ नका. प्रयत्न सोडू नका. स्व:तला बदलायची वेळ आली तर पुढाकार घ्या.

तुमच्या स्वगताची भाषा बदलून पहा. जबाबदारी टाळणारी भाषा टाका व जबाबदारी स्वीकारणारी भाषा तोंडी ठेवा. इतरांच्या दोषांवर वाद घालू नका. स्वत:च्या दोषांचं समर्थनही करू नका. स्वत:ची चूक असेल तर चटदिशी मान्य करा, त्यापासून धडा घ्या व पुढे चला. दोषारोपणाच्या चक्रव्यूहात स्वत:ला अडकवून ठेवू नका. प्रयत्न सोडू नका. स्वत:ला बदलायची वेळ आली तर पुढाकार घ्या.

जर तुमच्या मनात विचार आला,"तो असं का वागतो?" "तिने असं वागायला नको होतं." "माझ्याच आयुष्यात असं का होतं?" तर थांबा. हे स्वगतच चुकीचं आहे. जबाबदारी टाळणारं आहे. इतरांनी कसं वागावं किंवा त्यांनी कसं वागू नये हा प्रश्नच मुळी गौण आहे. महत्त्वाचा मुद्दा असा आहे की इतरांच्या वागण्यावर तुमचा प्रतिसाद कसा राहणार आहे. कोणत्याही बाह्य परिस्थितीला दोष देण्याचा मोह झालाच तर मनाला लगाम घाला. हा विचारच चुकीचा आहे. ह्या विचाराला मूळासकट उपटून टाका.

सारांश

पुढाकार घेणं हे काही कठीण काम नाही. उलट त्यात स्वत:चा फायदाच आहे. होणारा फायदा पाच-दहा टक्क्यांचा नाही तर पाच-दहा हजार टक्क्यांचा किंवा त्याहीपेक्षा जास्त आहे. त्यासाठी लगाणारे मानसिक सामर्थ्य हे निसर्गाने प्रत्येकाकडे दिलेलेच आहे.

ज्याप्रमाणे एक बीज जमिनीत पेरले की त्याचा वृक्ष होतो व त्याला हजारो फळे लागतात त्याचप्रमाणे पुढाकाराचे हे एक सकारात्मक बीज पेरल्याने जो व्यक्तिमत्त्वाचा वृक्ष तयार होईल, त्याला हजारो फळे लागलेली आढळतील. ही फळे आयुष्याच्या वेगवेगळ्या स्तरांवर वेगवेगळ्या वयात मिळतील. सगळ्यात महत्त्वाची गोष्ट म्हणजे ही सगळी फळे अतिशय गोड असतील. ह्यातील एकही फळ कटू नसेल. किंबहुना ते कटू असूच शकत नाही. ह्या प्रत्येक फळामध्ये आणखी एक बीज असेल व त्यातून आणखी एक वृक्ष तयार होईल. अशी ही सकारात्मकतेची मालिका तयार होईल. पुढाकाराच्या विचाराचे बीज पेरा, त्यातून कृतीचा वृक्ष तयार होईल. कृतीच्या वृक्षाला जी फळे लागलेली असतील, त्यामध्ये एक बीज मिळेल. हे बीज तुमच्या मनात पेरा, त्यातून एक मोठा वृक्ष तयार होईल. हा वृक्ष सवयीचा असेल. ह्या वृक्षाला जी फळे लागलेली आढळतील त्यामध्ये आणखी एक बीज मिळेल. हे बीज पेरा, त्यातून एक मोठा वृक्ष तयार होईल. हा वृक्ष स्वभावाचा असेल. स्वभावाच्या वृक्षाच्या प्रत्येक फळामध्ये आणखी एक बीज मिळेल. हे बीज पेरा, त्यातून एक वृक्ष तयार होईल. हा वृक्ष प्रारब्धाचा असेल. आपण प्रत्येकजण आपापल्या नशिबाला रोजच्या रोज आकार देत असतो. म्हणून आजच हे बीज पेरा.

१. तुम्हाला नोकरी मिळत नाही? कोणालाही दोष देत बसू नका. पुढाकार घ्या. ह्या परिस्थितीची जबाबदारी घ्या आणि कामा लागा. एखाद्या कंपनीत नोकरी मिळण्यासाठी कोणती कौशल्ये आवश्यक आहेत ह्याची माहिती काढा. कंपनीच्या व्यवसायाची माहिती मिळवा. कंपनीच्या अडचणींची माहिती मिळवा. त्या किंवा तत्सम अडचणी हाताळण्यासाठी कोणती कौशल्ये आवश्यक आहेत ह्याची माहिती काढा. ती कौशल्ये शिकून घ्या. ती कौशल्ये तुम्ही आत्मसात केली आहेत हे इतरांना कळू द्या, त्यासाठीही तुम्हालाच पुढाकार घ्यावा लागेल, तो घ्या. मग बघा. अडचणींवर मात करणाऱ्या माणसाला कोणीही जवळ करेल.

२. तुमच्या मनासारख्या गोष्टी होत नाहीत? मनासारखी बढती मिळत नाही? मनासारखा व्यवसाय होत नाही? मनासारखी प्रेयसी / प्रियकर मिळत नाही? प्रेयसी / प्रियकर होकार देत नाही? थांबा. कोणालाही दोष देऊ नका. दोषाची जबाबदारी स्वीकारा आणि पुढाकार घ्या. तुम्ही म्हणाल 'आम्ही पुढाकार घेतला तरीदेखील मनासारखं होत नाही. आता काय करायचं?' तर मग तुमची पद्धत चुकली असं समजा. तुमच्या चुकीच्या पद्धतीची जबाबदारी स्वीकारा आणि काहीतरी वेगळं करा. पण पुन्हा पुढाकार घ्या. तुम्ही जे काही करत आला आहात तेच केलंत तर तुम्हाला जे काही मिळत गेलं आहे तेच मिळत राहील. तुम्ही जर त्याचा वेग वाढवला तर वेगाने तेच तेच मिळत राहिल. म्हणूनच पुढाकार घ्या आणि काहीतरी वेगळं करा, ते लागू पडण्याची शक्यता जास्त आहे आणि नाहीच पडलं तर तेही

विचारशुद्धी करा । ६७

सोडा आणखी वेगळं करा. तुमच्या मनासारखं होईपर्यंत काहीतरी वेगळं करत रहा. पुढाकार घ्या आणि मनासारख्या गोष्टी घडवून आणा.

३. कौटुंबिक कलह असह्य होतोय? हाताखालची मंडळी ऐकत नाहीत? वरिष्ठ मंडळींची मर्जी सांभाळणं कठीण जातंय? मुलांच्या समस्या भेडसावताहेत? ह्या प्रश्नांची उत्तरे होकारात्मक असतील तर हे सगळं भूतकाळातील तुमच्याच कृतीचे परिणाम आहेत असे समजा. त्यामुळे ह्या परिस्थितीची संपूर्ण जबाबदारी घ्या आणि पुढची कार्यवाही ठरवा. पुढाकार घ्या आणि काहीतरी वेगळं करा. आता तुमच्यापैकी काहींच्या मनात विचार येईल की तसे केल्याने लगेच प्रश्न सुटणार आहे काय? तर ह्याचं उत्तर नकारात्मकच आहे. ह्यातील कोणताही प्रश्न लगेच सुटण्यासारखा नाही हे जरी खरं असलं तरी तो प्रश्न सोडवण्याच्या दिशेकडे तुमचं पहिलं पाऊल पडलं असं समजा. ह्याच्या पुढचं प्रत्येक पाऊल नेटाने आणि जोमानेच उचलावं लागेल.

४. आपल्याला आयुष्यात पदोपदी अनेक अडचणी येत असतात. आपल्याला वाटतं की हे सगळं इतरांच्या चुकीच्या वागण्यामुळे होत आहे. पण थांबा. हा विचारच चुकीचा आहे. इतर मंडळी तुमच्याशी कशी वागताहेत किंवा त्यांनी तुमच्याशी कसं वागायला पाहिजे हा मुद्दाच मुळात गौण आहे. महत्त्वाचा मुद्दा आहे तो असा की इतरांच्या वागण्यावर तुमची काय प्रतिक्रिया राहणार आहे. पुढचा एक महिना तरी हाच विचार अमलात आणून पहा. इतर कसेही वागोत. तुम्ही कसे वागणार आहात हे ठरवा. येणाऱ्या प्रत्येक अडचणीची जबाबदारी घ्या. कुणालाही दोष देऊ नका. अडचणीच्या परिस्थितीतही तुम्ही काय करायला पाहिजे ह्याचाच विचार करा. सजगता ठेवा, सदसद्विवेकबुद्धी जागृत ठेवा, कल्पनाशक्ती वापरा, तुमच्या इच्छाशक्तीचा वापर करून तुमच्या स्वगताची भाषा सकारात्मक करा आणि काहीतरी वेगळं करा... पुढाकार घ्या, विचारशुद्धी करा आणि मग पुढाकाराचे दुसरे प्रकरण वाचा.

■

पुढाकाराचे दुसरे सूत्र
जगण्याचा उद्देश शोधा

घ्या देवाचं नाव आणि व्हा मरायला तयार

घाबरू नका! फक्त कल्पनेतल्या जगात जाऊन जरा गंमत करायची आहे. परंतु मरायच्याआधी मला सांगा की पुस्तकाच्या सुरवातीलाच तीन प्राध्यापकांची गोष्ट सांगिलेली आहे ती आठवते आहे काय? त्या गोष्टीचा विसर पडता कामा नये. ते तीन प्राध्यापक एफाशियंट होते पण इफेक्टिव्ह नव्हते. आपल्याला तसे जगणे मंजूर नाही म्हणून आपण इफेक्टीव्हनेस शिकत आहोत.

त्यानंतर जादूच्या आरशाची गोष्ट सांगितलेली आहे, ती आठवते आहे काय? ह्या दोन्ही गोष्टींचा विसर पडला असेल तर सर्वप्रथम त्या गोष्टी आठवा किंवा त्यावर परत नजर फिरवा. त्या गोष्टीत सांगितल्याप्रमाणे, हे प्रकरण वाचतानासुद्धा शोधकाची नजर ठेवून वाचलंत तर ते जास्त इफेक्टीव्ह होईल हे नजरेआड न झालेले बरे.

असो, तुम्ही पुढाकार घ्यायला सुरवात केलेलीच असेल असे मी अध्याहृत धरतो. ह्याचे कारण असे आहे की पुढाकार घेण्याची सवय अंगिकारलेली नसेल तर मात्र पुढाकाराचे हे दुसरे प्रकरण तुम्हाला कंटाळवाणे वाटले. असे असेल तर हे प्रकरण वाचायच्या आधी पहिल्या भागातील काही सूचना तुम्ही अमलात आणणे आवश्यक आहे.

आज आपण वेगळ्याच प्रकारचा पुढाकार घेणार आहोत. त्यामध्ये प्रचंड कल्पनाशक्तीचा उपयोग करावा लागेल, सजगता तर ठेवावीच लागेल, पण सदसद्विवेकबुद्धी वापरून तुमच्या इच्छाशक्तीचाही वापर करावा लागेल. आपण आपल्या आयुष्याचा उद्देश शोधणार आहोत. त्यासाठी आपल्याला आपल्या आयुष्याचा पूर्णार्थाने विचार करायला लागणार आहे.

तुम्हाला जीग सॉ पझलचा (Jig-saw puzzle) खेळ माहीत आहे काय? त्यामध्ये वेगवेगळ्या आकाराचे व वेगवेगळ्या रंगाचे प्लॅस्टिकचे तुकडे असतात.

ते सर्व विशिष्ट पद्धतीने मांडले की एक मोठा चौरस तयार होतो. प्रत्येक तुकड्याची विशिष्ट जागा असते. ती जागा जर चुकवली तर तो चौरस कधीच तयार होऊ शकत नाही. समजा मी त्यातील सोंगट्या तुम्हाला दिल्या व चौरस करायला सांगितला तर काय होईल माहीत आहे?

तुम्ही त्या सोंगट्या घेऊन वेगवेगळ्या रितीने लावून तो चौरस पूर्ण करायचा प्रयत्न कराल व ह्यामध्ये तासन्तास जातील तरी तो चौरस काही केल्या तयार होणार नाही. पण जर मी तुम्हाला त्या चौरसाचे चित्र दिले, त्यातील प्रत्येक सोंगटी कशी व कुठे लावायची हे स्पष्टपणे दाखवलेले चित्र दिले तर काय होईल?

सर्वप्रथम तुम्ही तुमच्या सोंगट्या लावायचं काम थांबवून तो कागद वाचाल व समजून घ्याल. एकदा का तुम्हाला त्या कागदावरचा नकाशा समजला की मग तुम्ही आधीच्या लावलेल्या सोंगट्या बाजूला साराल. मग संपूर्णपणे नव्याने सुरवात करून तुम्ही तुमच्या सोंगट्या दोन मिनिटांत लावून चौरस करून मोकळे व्हाल.

मी माझ्या कार्यशाळेत नेहमीच ह्या खेळाचे प्रात्यक्षिक करतो. दोन वेगवेगळे कंपू तयार करतो. एका कंपूला नुसत्याच सोंगट्या देतो व दुसऱ्या कंपूला चित्रासकट सोंगट्या देतो. दुसरा कंपू आपला चौरस दोन मिनिटात करून मोकळा होतो तर पहिल्या कंपूचा चौरस काही केल्या होतच नाही.

ह्यावरून आपल्याला काय शिकण्यासारखे आहे ते पाहूया.

तुम्ही सोंगट्या कितीही मनापासून लावल्यात तरी तुमचा चौरस तयार होण्याची शक्यता अगदी दुर्मिळ अशीच रहाते. तासन्तास झगडल्यानंतरही कित्येकांचा चौरस तयार होत नाही. ह्याचा अर्थ ते काम मनापासून करत नाही असा नाही तर ते आपल्या कामात इफेक्टिव्ह नाहीत असा होतो. आता तुम्हाला त्या चौरसाचा नकाशा दिला तर तुम्हाला पहिल्या प्रथम आपलं काम थांबवून नकाशा वाचायला लागतो, तो समजून घ्यायला लागतो. त्यामध्ये प्रत्येक सोंगटीची विशिष्ट जागा दाखवलेली असते. सगळ्या सोंगट्या आपापल्या जागी लागल्यानंतरची ती अंतिम स्थिती असते. एकदा का ती अंतिम स्थिती लक्षात आली की मग पहिल्या प्रथम पटावरच्या सगळ्या सोंगट्या बाजूला सारल्या जातात व नव्याने काम सुरू होते. एखाद्या सोंगटीची जागा बदलायची असेल तर तेथे कुणाचा अहंकार आडवा येत नाही. सोंगट्यांची जागा बदलल्याशिवाय चौरस पूर्ण होणारच नसतो हे अगदी स्पष्ट दिसत असतं.

आता हेच आपल्या आयुष्यात कसे लागू होत असते ते पाहूया. ज्याप्रमाणे जीग सॉ पझलच्या अंतिम स्थितीपासून सुरुवात केल्यावर चौरस दोन मिनिटात तयार झाला, त्याचप्रमाणे हे तत्त्व आपल्या जीवनात आचरणात आणल्यामुळे जे यश मिळवायला पन्नास वर्षे लागतात तेच वीस वर्षात किंवा त्याहीपेक्षा कमी वेळात

मिळू शकते. परंतु त्यासाठी आपल्याला कामाच्या रगाड्यातून काही वेळ बाहेर पडायला लागेल व शांतपणे 'तो' नकाशा शोधावा लागेल.

एकदा का नकाशा तुमच्या हाती लागला की तुम्हाला जाणवेल की संपूर्ण जीवनावर तुमचा ताबा राहील. एवढेच नाही तर तुम्ही इतरांनाही दिशा दाखवाल तुमची समस्या हाताळण्याची पद्धत इतरांपेक्षा वेगळी असेल. तुमच्या लक्षात येईल की तुमची वागणूक म्हणजे पटावरच्या सोंगट्यांसारखीच आहे व ती तुम्ही योग्य प्रकारेच हाताळाल. तुमची आजची वागणूक , उद्याची वागणूक , परवाची वागणूक, तेरवाची वागणूक, पुढील आठवड्यातली वागणूक, पुढील पंधरवड्यातील वागणूक, पुढच्या महिन्यातील वागणूक, पुढच्या वर्षातील वागणूक ही त्या नकाशाच्या मार्गदर्शनामुळे योग्य आणि सुसंगत अशीच असेल.

तुम्हाला तुमच्या स्वभावात काही बदल करावा लागला तर तुम्ही तो प्रतिष्ठेचा प्रश्न न करता सहजपणे कराल कारण तुमच्या लक्षात आले असेल की जीवन हा सुद्धा एक प्रकारचा जीग सॉ पझल (Jig-saw puzzle) चा खेळ आहे. एखादी सोंगटी अनवधानाने चुकीच्या जागी लावली तर प्रतिष्ठेचा प्रश्न न करता ती वेळीच तेथून बाजूला करण्यातच शहाणपण आहे नाहीतर खेळ पूर्ण होऊच शकत नाही. ह्या साक्षात्कारामुळे मीच का माफी मागू तसेच मीच का बदलू किंवा माझा स्वभावच तसा आहे त्याला मी काय करू असे प्रतिष्ठेचे प्रश्न कुचकामी आहेत हे तुमच्या लक्षात येईल व असे प्रश्न तुम्ही सोडून द्याल.

चला आता आपण आपला नकाशा कसा शोधायचा ते पाहुया. ज्याप्रमाणे जीग सॉ पझलच्या खेळातल्या नकाशामध्ये अंतिम स्थिती होती त्याचप्रमाणे आपल्या नकाशातसुद्धा आपल्या जीवनाची अंतिम स्थिती असली पाहिजे. जेव्हा असा नकाशा आपल्या सर्वांच्या हाती लागेल तेव्हा आपण आमूलाग्र बदलून जाऊ. ह्यासाठी आपल्याला कल्पनाशक्तीचा वापर करावा लागेल. माणसाला ज्या चार देणग्या मिळलेल्या आहेत त्यात कल्पनाशक्ती ही दुसरी देणगी आहे. पुढाकाराच्या पहिल्या भागामध्ये आपण प्रामुख्याने सजगतेवर चर्चा केली आहे तर आता दुसऱ्या भागात प्रामुख्याने कल्पनाशक्तीवर चर्चा करणार आहोत. आपला नकाशा शोधण्यासाठी आपल्याला कल्पनाशक्तीचा भरपूर वापर करावा लागेल. आपल्या जीवनाच्या अंतिम स्थितीचे चित्र आजच आपल्या डोळ्यासमोर उभे करायचे व आपला नकाशा शोधायचा ह्याला प्रचंड कल्पनाशक्ती लागेल. कल्पनेतले चित्र जितके स्पष्ट असेल तितका नकाशा स्पष्ट असेल. परंतु सगळ्यांकडे ही शक्ती सारख्याच प्रमाणात निसर्गाने दिली असल्याकारणामुळे कोणालाही काळजी करण्याचे कारण नाही.

कल्पना करा की तुम्ही तुमच्या रोजच्या कामाच्या रगाड्यात अगदी व्यस्त आहात. तुम्हाला निरोप मिळतो की तुमच्या घरातील / कुटुंबातील एका व्यक्तीचे

निधन झाले आहे. तुम्ही लगेच घरी येता. घरात अनेक मंडळी जमलेली आहेत. त्या लोकांमधून तुम्हाला वाट काढून जावे लागत आहे. कोणाचंही तुमच्याकडे लक्ष नाही. तुम्ही वाट काढत पुढे सरकता व तुम्हाला मृत व्यक्तीचे शव तेथे ठेवलेले दिसते. त्या शवाकडे बघितल्यावर तुम्हाला धक्काच बसतो. कारण ते तुमचेच शव आहे. हा तुमचाच मृत्यू आहे.

तुम्ही जमलेल्या सर्व मंडळींकडे नजर टाकता. सर्व मंडळी तुमच्या शवाकडे बघत शांत उभी आहेत. आता अंत्यसंस्काराला सुरवात होणार व अंत्यसंस्कार झाल्यावर सगळेजण आपापल्या रगाड्यात गुंतून जाणार. हीच जगरहाटी आहे.

परंतु तुमच्या मनात अनेक प्रश्न येतात.

मी काय वारसा मागे ठेवून जात आहे?

कोणत्या प्रकारचं आयुष्य मी जगलो?

कोणत्या आठवणी मागे ठेवल्या? सुखद की तापदायक?

मुलगा/ मुलगी म्हणून मी कोणती कर्तव्य पार पाडली?

भाऊ/बहीण म्हणून मी कोणती कर्तव्य पार पाडली?

नवरा/बायको म्हणून मी कोणती कर्तव्य पार पाडली?

सून/जावई म्हणून मी कोणती कर्तव्य पार पाडली?

फक्त स्वतःसाठी जगलो की दुसऱ्यांच्याही उपयोगी पडलो?

मी जीवनात यशस्वी झालो की अपयशीच ठरलो?

नुसता वयाने वाढलो की मनानेही वाढलो?

आज मृत्यूला सामोरे जाताना काही खंत आहे काय?

एखादा छंद जोपासायचा राहिलाय काय?
समाजाला काही दिलं की नुसतं समाजाकडून घेतलं?
मी कोणाकडून स्फूर्ती घेतली?
मी स्फूर्तिदायी ठरलो का?
माझा इतरांच्या यशामध्ये किती सहभाग होता?
मी अहंकारी होतो की स्वाभिमानी?
माझ्या उपस्थितीमुळे आनंदाचे तरंग यायचे की कटुतेचे?
मी निरपेक्ष प्रेम कुणाला दिले?
इतरांना किती आधार दिला?
इतरांना कोणते विचार दिले?
मला चांगल्या आठवणी मागे सोडून जायला आवडेल की क्लेषदायक?

ह्या सगळ्या प्रश्नांची उत्तरं काय आहेत ह्याचा विचार करा. त्यानंतर असा विचार करा की तुमच्याबद्दलच्या ह्या प्रश्नांची उत्तरं जर दुसऱ्या कोणी लिहिली तर ती काय असतील. तुमच्या उत्तरांमध्ये आणि इतरांच्या उत्तरांमध्ये साम्य असेल की तफावत असेल? तुम्हाला साम्य असलेलं आवडेल की तफावत असलेली आवडेल? जर संधी मिळाली तर तुम्हाला तुमच्या उत्तरामध्ये बदल करावासा वाटेल काय?

आता हाच मृत्यू पाच वर्षानंतर येणार आहे असे समजा आणि तुम्हाला तुमच्यात काय बदल करावासा वाटतो ते ठरवा आणि तसे करा. समजा पुढच्या पाच वर्षात मृत्यू आला नाही तर बरंच आहे. निदान ही पाच वर्ष सत्कारणी लागतील. स्वत:च्या अंतर्गत व्यक्तिमत्त्वाचा विकास करणे हे सत्कार्यच आहे

आणि ते आपण सतत चालू ठेवले पाहिजे.

IF YOU QUIT GETTING BETTER, YOU WILL SOON STOP BEING GOOD.

म्हणजे आपण आपल्या प्रवृत्तींमध्ये अधिक सुधारणा करण्याचे थांबवले तर अल्पावधीतच आपण आपला चांगुलपणा हरवून बसतो.

एका धनगराची गोष्ट

फ्रेंच राज्यक्रांतीचे दिवस होते, राज्यात अनेक ठिकाणी उठाव होत होते. काही क्रांतिकारक तर राजाच्या जीवावरच उठले होते. राजा कसाबसा त्यांच्या तावडीतून निसटून पळून जात होता. एका गावात त्याची गाठ गरीब धनगराशी पडते. राजाने त्याला लपवण्याची विनंती केली. धनगराने त्याला आपल्या अंगणातल्या एका कचऱ्याच्या ढिगाऱ्यामागे लपवले. राजाच्या मागावर असलेले क्रांतिकारक थोडाच वेळात तेथे पोहोचले व धनगराला राजाबद्दल विचारलं. धनगर काही थांगपत्ता लागू देत नाही. तरीही क्रांतिकारकांना संशय आल्याशिवाय राहात नाही. ते त्याच्या घराची झडती घेतात. त्यांना घरात काही मिळत नाही. त्यांची नजर अंगणातील कचऱ्याच्या ढिगाऱ्याकडे जाते. धनगराला दरदरून घाम फुटतो. आता ते त्या ढिगाऱ्याची तपसाणी करायला जातात. ते आपापले भाले काढून कचऱ्याच्या ढिगाऱ्यात खुपसून बघायला सुरुवात करतात आणि इतक्यात त्यांना राजाच्या सैन्याची चाहूल लागते. क्रांतिकारक लगेच आपली शोध मोहीम थांबवतात व तेथून पळ काढतात. राजाचे सैन्य पोहोचते व आता धोका टळलेला असल्यामुळे धनगर राजाला बाहेर काढतो. राजा धनगराचे आभार मानतो व आपल्या तुकडीबरोबर तेथून निसटायच्या तयारीस लागतो. आता राजा निघून जाणार तेवढ्यात धनगर त्याला विचारतो, ''महाराज, त्या कचऱ्याच्या ढिगाऱ्यावर जेव्हा त्यांनी भाले खुपसायला सुरुवात केली तेव्हा साक्षात मृत्यू तुमच्यासमोर उभा होता. तुमची तुकडी पाच मिनिटे जरी उशिरा पोहोचते तरी आज तुम्ही घोड्यावर जिवंत जाऊ शकला नसतात. माझा प्रश्न असा आहे की जेव्हा तुम्ही मृत्यूच्या एवढ्या जवळ गेला होतात तेव्हा तुम्हाला कसं वाटलं? तुमच्या मनात काय आलं ते सांगाल काय?''

ऐका राजा काय म्हणाला...

राजाचा चेहरा क्षणार्धात रागाने लाल झाला.''अरे दीडदमडीच्या धनगरा, स्वतःच्या राजाच्या मृत्यूबद्दल बोलायला तुझी जीभ धजावते तरी कशी?''

राजाने हुकूम सोडला, ''ह्या धनगराला आत्ताच्या आत्ता माझ्या समोर देहदंडाची शिक्षा द्या.''

सैनिकांनी लगेच देहदंडाची तयारी सुरू केली. सर्वप्रथम धनगराचे डोळे काळ्या पट्टीने बांधले. त्याला समोर उभे केले. आता त्याला फक्त आवाज ऐकू येत

जगण्याचा उद्देश शोधा । ७५

होते. आवाजावरून सैनिकांचे काय चालले आहे ह्याचे तो फक्त अंदाज बांधू शकत होता. साधारण पंधरा फुटावर त्याला सैनिकांच्या बुटांचे, कवायत करताना जसे आवाज येतात तसे आवाज येऊ लागले. त्या सैनिकांच्या तुकडीला राजा स्वत: हुकूम सोडत होता. त्याला कळून चुकले की देहदंडाची तयारी सुरू झाली. त्या राज्यात देहदंडाची शिक्षा म्हणजे दहा बंदुकधारी सैनिक अपराधी माणसावर गोळ्या झाडत असत. आता त्या दहा बंदुकधारी सैनिकांची कवायत धनगराला ऐकू येत होती. राजा स्वत: हुकूम सोडत होता. बुटांच्या आवाजावरून परेड करीत सैनिक त्याच्या समोर येत आहेत हे त्याला कळले. हुकूम सुटला व सगळेजण एका लयीत थांबल्याचा आवाज आला. परत हुकूम सुटला व त्या सगळ्यांनी त्याच्या दिशेला तोंड फिरविलेले त्याला कळले. परत हुकूम सुटला व सगळ्यांनी बंदुकीची स्थिती घेतलेली ऐकू आली. आता राजाने आकडे मोजायला सुरुवात केली. दहा, नऊ, आठ, साऽऽत, सऽऽऽऽहा, पाच, चाऽऽऽर...

धनगर खूप घाबरला. आता सगळे संपणार होते. त्याला घाम फुटला.. त्याला ब्रह्मांड आठवू लागले.

तीऽऽन, दोऽऽऽऽन, एऽऽक

आता सगळे संपणार, शून्य म्हटल्यावर बंदुका धडाडणार व आपल्या देहाच्या चिंधड्या. त्याला आपलं संपूर्ण जीवन क्षणार्धात आठवलं. तोडलेली नाती आठवली.

इतरांवर अन्याय केला ते आठवलं, मदत केली ते आठवलं. बायको मुलं आठवली. त्या काही सेकंदात विश्वास न बसण्यासारख्या गोष्टी त्याच्या मनात येऊन गेल्या, सांगून न समजण्यासारख्या गोष्टीचा अनुभव आला.

आऽऽऽणि आऽऽऽ ता शून्य हे बोलताना राजाने त्याच्या डोळ्यावरची पट्टी काढली. समोर पाहातो तो सैनिक शांतपणे उभे होते. राजाच्या चेहऱ्यावर स्मित हास्य होते. राजाने त्याला विचारलं, "मित्रा मृत्यूसमोर असताना कसं वाटतं हे कळलं? अरे जगात बऱ्याच गोष्टी सांगताना शब्द कमी पडतात. त्याला अनुभवच घ्यावा लागतो."

जीवनात काही गोष्टी समजून घेण्याकरता शब्द कमी पडतात विशेषत: जेव्हा जीवनाचे संदर्भ समजून घेण्याचा प्रश्न येतो तेव्हा त्या प्रसंगाचा अनुभव जे सांगून किंवा शिकवून जातो ते कोणत्याही शाळेत किंवा वर्गात शिकता येण्यासारखे नसते. मृत्यूपासून आपल्याला शिकण्यासारखे आहे. परंतु ते सांगून समजण्या-पलीकडचे आहे. आणखी एक गोष्ट म्हणजे आजपर्यंत आपल्या समाजात मृत्यू म्हणजे वाईट हे आपल्यावर बिंबवले गेले आहे. आपण त्याला कंडिशन्ड झालेलो आहोत. परंतु असल्या कंडिशनिंगमुळे जीवनातील उपयुक्त गोष्टी शिकण्याचे पर्यायही बंद होतात. मृत्यू हा विश्वाचा अविभाज्य भाग आहे. आपण जर हे आपल्या मनात पक्कं बसवून आपल्या दिनचर्येची सुरुवात केली तर दिवसभरातलं आपलं वागणंच बदलून जाईल.

एक अभिनव प्रयोग

आता आपण एक अभिनव प्रयोग करून पाहूया.

आपण आपल्या रोजच्या जीवनात डोकावलं तर असं आढळेल की आपण प्रत्येकाला काही ना काही नावं ठेवत असतो. हा आळशीच आहे, तो बुद्धूच आहे. काहीना आपण दीडशहाणाच आहे असे म्हणतो. हा मूर्ख आहे, बावळट, नेभळट, तडफदार, स्त्रीलंपट, शिस्तप्रिय, प्रामाणिक, थापाड्या, हा अमूकच आहे तर हा तमुकच आहे अशी नाना प्रकारची नावं ठेवलेली असतात. पोस्टामध्ये जसा प्रत्येक पत्रावर शिक्का मारला जातो तसाच आपण आपल्या संपर्कात येणाऱ्या जवळ जवळ प्रत्येक व्यक्तीवर कसला तरी शिक्का मारतो. हा अदृश्य असतो. तो त्या व्यक्तीला दिसत नाही पण आपल्याला दिसत असतो.

ज्याप्रमाणे आपण एखाद्या व्यक्तीला शिक्का मारतो त्याचप्रमाणे इतर व्यक्तीही आपल्याला काही ना काही नावं ठेवतच असतात. हा शिक्का किंवा असल्या नावांची लेबल आपल्याला दिसत नसतात पण ती इतरांना दिसत असतात. जेव्हा इतर मंडळी आपल्याला लेबल लावतात तेव्हा ते त्यांच्या आवडीचं लेबल लावतात. परंतु ते आपल्या नावडीचं असतं. दुसरी गोष्ट म्हणजे आपल्याला कोणतं लेबल लावलेलं

आहे ह्याची आपल्याला कल्पनाही नसते.

येथूनच आपल्या अभिनव प्रयोगाला सुरुवात होते. पुढाकाराचा विचार असा आहे की इतरांनी आपल्याला कोणतं लेबल लावलेलं आहे ह्याचा विचार करण्याऐवजी आपण आत्ताच पुढाकार घेऊन स्वत:लाच लेबल लावूया. जेव्हा आपण आपल्यासाठी लेबल निवडू तेव्हा आपण आपल्या आवडीचं लेबल निवडू. हे लेबल इतरांना दिसणार नाही पण आपल्याला त्याची सतत जाणीव असेल.

खाली काही लेबलं दिलेली आहेत. त्या लेबलांचा थोडक्यात अर्थही दिलेला आहे. तुम्हाला जर त्यातील काही लेबलं आवडली तर तुम्ही खुशाल स्वत:साठी उचलू शकता. खालीलपैकी जर एकही लेबल तुम्हाला आवडलं नाही व तुम्हाला उचलायचं नसेल तरीही काही हरकत नाही. तुम्ही स्वत:साठी तुमच्या आवडीचं वेगळं लेबल करू शकता. तुम्ही अनेक लेबलंसुद्धा उचलू शकता.

माझी खात्री आहे आपल्याला पसंत आहे ते लेबल उचलून त्याप्रमाणे जीवन जगण्यासाठी पुढाकार घेणे, हाच शहाणपणाचा मार्ग आहे हे तुम्हा सर्वांना पटले असेलंच. पण थांबा ह्यामध्ये एक धोका आहे. तुमचे लेबल व तुमची वागणूक ह्यात जर तुम्हाला स्वत:ला समन्वय दिसला नाही तर मात्र जग तुम्हाला वेगळेच लेबल लावेल व तुमची चांगलीच फजिती होईल. ह्याकरताच नीट विचार करा. वरील प्रश्नावली आठवा. तुम्हाला कोणत्या प्रकारचं जीवन जगलेलं आवडेल व कोणत्या-प्रकारे स्मरणात राहिलेलं आवडेल ह्याचा आजच आपल्या मनाशी नीट विचार करा.

SMILING PERSON हसतुमख

मी नेहमी हसतमुख राहीन. माझ्या उपस्थितीमुळे वातावरण नेहमी प्रसन्न होईल.

GIVER दानशूर

मी कोणत्याही क्षणी दानशूर राहीन.

HEALTHY PERSON सुदृढ व्यक्तिमत्त्व

माझं व्यक्तिमत्त्व मी सुदृढ ठेवीन.

MADE LIFE ENJOYABLE आनंदाने जगणारा

आयुष्यात आनंद निर्माण करणारा

TAKER लोभी
फक्त स्वार्थ जाणणारा, सगळे फायदे घेणारा.

FIRM AND FAIR न्यायी
न्यायाने वागणारा

NO BAD HABITS निर्व्यसनी
कोणतेही व्यसन नसलेला

RESERVED PERSON मितभाषी
अबोल

FLEXIBLE PERSON लवचिक
स्वभावात लवचिकता असलेला

GOOD PLANNER योजनापूर्वक काम करणारा
कोणतंही काम योजनापूर्वक करणारा

SERIOUS PERSON गंभीर
मी सर्व गोष्टींचा गंभीरपणे विचार करतो. माझ्या आयुष्यात हास्याला जागा नाही.

HUMOUROUS विनोदी
हास्यरस माझ्याकडे भरभरून वाहत असेल.

CREATOR OF A HAPPY HOME घर आनंदी ठेवणारा

मी माझे घर आनंदी ठेवेन.

NO COMPROMISE ON FAMILY TIME कुटुंबवत्सल

कुटुंबासाठी सतत झटणारा

GOOD LISTENER दुसऱ्याचं ऐकून घेणारा

दोन्ही बाजू ऐकून घेणारा

आपली प्रत्येक कृती, आपला प्रत्येक शब्द हा मागे कसलीतरी स्मृती ठेवून जाणणार असतो. आपल्या प्रत्येक कृतीचं व उच्चारलेल्या प्रत्येक शब्दाचं लेबल तयार होऊ शकतं व ते आपल्या पाठीवर नकळतपणे चिकटू शकतं. पाठीवरची लेबल आपल्याला दिसत नाहीत आणि म्हणूनच आज पुढाकार घेऊन छातीवर लेबल लावायचं आहे.

छातीवर लेबल लावणे म्हणजे जगण्याचा अंतिम उद्देश शोधण्यासारखे आहे. एकदा का ते ठरविले की मग आजचे वागणे, उद्याचे वागणे, परवाचे वागणे, तेरवाचे वागणे, पुढल्या आठवड्यातील वागणे, पुढच्या वर्षीचे वागणे, पाच वर्षानंतरचे वागणे, सर्वकाही ह्या लेबलाप्रमाणेच असेल. लोकशाहीमध्ये राज्याची ज्याप्रमाणे घटना असते, त्याप्रमाणेच आपल्याला हे लेबल असले पाहिजे. घटनेप्रमाणे सरकार चालत नसेल तर सरकार तरी बदलावे लागते किंवा घटनातरी बदलावी लागते. तसेच आपल्या लेबलाप्रमाणे वागता येत नसेल तर लेबल तरी बदलावं लागेल किंवा स्वत:ला तरी बदलावं लागेल.

स्वत:च्या छातीवर स्वत:च लेबल लावणे हे धैर्याचे काम आहे, नेतृत्वाचे काम आहे. हे येऱ्यागबळ्याचे काम नव्हे. इतरांना लेबल चिकटवायची कला आपल्याला चांगलीच अवगत असते. आपण ते अगदी सहज करीत असतो. पण स्वत:लाच लेबल लावायची पाळी आली की पंचाईत होते. पहिली गोष्ट म्हणजे आपण कसे वागतो ह्या विषयी बहुतेकांची सजगता अतिशय कमी असते. त्यामुळे आपल्या वागण्याला कोणते लेबल द्यावे हे आपल्याला समजत नाही. परंतु येथे समस्या त्यापेक्षाही गंभीर आहे. कारण आपण जे आहोत त्यासाठी लेबल निवडायचे नाही तर जसे वागणार आहोत त्यासाठी लेबल निवडायचे आहे व सगळ्यांसमोर उभे

राहून छातीठोकपणे सांगायचे आहे की आजपासून मी हे लेबल निवडले आहे. कारण मला माझ्याबद्दल ह्या प्रकारची स्मृती मागे ठेवून जायचं आहे. हे धैर्याचे काम आहे. सुरुवातीला लोक हसतील पण त्या उद्दीपकालासुद्धा वेगळ्या पद्धतीने हाताळायला धैर्य लागेल. कदाचित काही जुन्या प्रथा मोडीत काढाव्या लागतील, काही चालीरीतीच्या विरुद्ध ठामपणे उभे राहावे लागेल. नाहीतर हल्ली समाजात काही नामर्द बोलताना दिसतात 'मला हुंडा घेणे चुकीचे आहे हे पटतं, पण काय करू आमच्या समाजात राहायचं असेल तर हुंडा मागावाच लागतो.' 'माझ्या इच्छेच्या विरुद्ध मला हे लग्न करावेच लागणार' ही भाषा नेभळटांची आहे. नेभळट लोक स्वबळावर कधी यशस्वी होत नाहीत. धैर्यशील लोक त्यांचे विचार काळजीपूर्वक निवडतात व त्याची अंमलबजावणी करतात. आज आपणही तसेच उद्दीष्ट डोळ्यासमोर ठेवून पुढाकार घ्यायचा व आज आपल्या छातीवर लेबल लावायचे आणि त्याप्रमाणे जगायला सुरुवात करायची आहे. म्हणजे कालांतराने आपल्या पाठीवर जी लेबल येतील तीच लेबल आपल्या छातीवर असतील.

आपण जगण्याचा उद्देश शोधत आहोत म्हणूनच योग्य अशा लेबल निवडीसाठी सजगता आणि कल्पकता वापरून मृत्यू डोळ्यासमोर आणणे जरुरीचे आहे. तुम्ही कोणाला पोहोचवायला स्मशानात गेला आहात काय? एखाद्याच्या मृत्यूनंतर लोक काय बोलत असतात? तेथे कोणत्या प्रकारचे विचार असतात?

मृत व्यक्तीच्या कोणत्याही अतिरेकाची तेथे निंदाच होते. म्हणजे समजा मृत व्यक्तीने खूप पैसे कमावले असतील तर 'नुसता पैशाच्या मागे होता' 'जाताना सगळं पैसे इथेच तर राहिले,'असे बोलत असतात. आता समजा मृत व्यक्तीने परोपकार केले पण अजिबात पैसे कमावलेच नाहीत तर 'नुसत्या लष्कराच्या भाकऱ्या भाजण्यात आयुष्य घालवलं.' 'आता मुलंबाळं वाऱ्यावरंच आली न,' असं बोलत असतात. समजा खूप पैसा कमावला आणि तितकाच खर्चही केला तर 'ह्या माणसाने भविष्याचा कधी विचारच केला नाही. जेवढं कमावलं तेवढं सगळं घालवलं' असं बोलतात. समजा पैसे कमावले व खर्च केलेच नाहीत तर 'नुसता पैशाच्या मागे लागला होता पण त्यातील एकही पैशाचा आनंद घेतला नाही. आता नातेवाइकांना फुकटची इस्टेट मिळाली' असं बोलतात. पण मृत व्यक्तीने प्रामाणिकपणे पैसा कमावला, त्याचा आनंदही घेतला, त्याच्या आनंदात कुटुंबालाही सामील करून घेतले, चांगले मित्र जोडले, जरूर पडली तर मित्रांसाठी भरपूर पैसाही खर्च केला, परोपकारही केले, माणसं जोडली, कौटुंबिक स्वास्थ्याकडेही लक्ष दिले तर लोक त्याची स्तुतीच करतात. जीवनाचा पूर्णार्थाने विचार करायचा असेल तर मृत्यूला वगळून चालणार नाही. मृत्यू डोळ्यासमोर आला की सारासार विचार करण्याचा शक्ती वाढते असा माझा अनुभव आहे. क्षुल्लक गोष्टी खड्यासारख्या

बाजूला काढता येतात. मृत्यू कोणाच्याही हातात नसतो. जन्माला आलेला प्रत्येक जीव मरणार तर असतोच. जन्माला कधी यावे व कुठे यावे हे कुणाच्या हातात नसते. तसेच मरण कधी येणार हेही कुणाच्या हातात नसते. पण जन्म आणि मृत्यूच्या मधले आयुष्य कसे जगावे हे प्रत्येकाच्या हातात असते. त्यावर संपूर्णपणे स्वत:चे नियंत्रण असू शकते.

एकदा मी एक कार्यशाळा घेत होतो. सहा दिवसाची कार्यशाळा होती. वीस एक जणांचा चमू कार्यशाळेत होता. आम्ही सर्वजण एका हॉटेलमध्ये राहात होतो. कार्यशाळेच्या दुसऱ्या दिवशी आम्ही मृत्यू ह्या विषयावर चर्चा केली. मी अनेक प्रश्न उपस्थित केले. त्या दिवसाच्या अखेरीस एक सहकारी म्हणाला,"परवा मी जेव्हा ह्या कार्यक्रमाला आलो त्याच्या आदल्यादिवशी माझं आणि माझ्या बायकोचं भांडण झालं. दुसऱ्या दिवशी घरातून निघताना मी तिच्याशी बोललोसुद्धा नाही. मनात विचार आला माझी चूक नसताना मी स्वत:हून का म्हणून बोलू? येथे कार्यक्रमाला आल्यापासून मी तिला रागाने फोनसुद्धा केला नाही. पण आजच्या चर्चेमध्ये मला जाणवलं की अहंकार अगदी क्षुल्लक आहे व कौटुंबिक नातेसंबंध जास्त महत्त्वाचे आहेत. चहापानाच्या सुट्टीमध्ये मी सर्वप्रथम तिला फोन केला व तिची चौकशी केली. मला बरे वाटले."

जेव्हा सगळं काही सुरळीत चाललेलं असतं तेव्हा आपल्याला वाटतं की आपण अमर आहोत. आपल्याकडे बरंच आयुष्य पडलेलं आहे. मग महत्त्वाच्या गोष्टी बाजूला सारल्या जातात आणि क्षुल्लक गोष्टीच जास्त जवळच्या वाटतात. परंतु जेव्हा वेळेचं भान येतं तेव्हा कळतं की आयुष्य क्षणभंगुर आहे. ह्यातील प्रत्येक क्षण मोलाचा आहे. हाती असलेल्या प्रत्येक क्षणातून महत्त्वाच्या गोष्टी निसटता कामा नयेत. यासाठीच आज आपण आपल्यासाठी लेबल निवडायचं आणि त्याची घोषणा करायची. वर सुचवलेली लेबलं जर तुम्हाला आवडली नसतील तर तुम्ही तुमच्यासाठी वेगळं लेबल तयार करू शकता हे आधीच सांगितलेलं आहे.

पण आज स्वत:साठी लेबल उचलणं हे महत्त्वाचं आहे.

तत्त्वाधारित लेबल उचला

पुढाकाराच्या पहिल्या प्रकरणामध्ये विचारशुद्धी करताना तत्त्वनिष्ठ पुढाकार घेण्याकरता सुचविलेले आहे. आज आपण त्या सूचनेचा वापर कसा करायचा हे पाहूया. आज आपण जे लेबल आपल्यासाठी उचलणार आहोत ते तत्त्वनिष्ठ असले पाहिजे. याचं कारण असं आहे की आपलं लेबल म्हणजे आपल्या आयुष्याची मध्यवर्ती कल्पना आहे असं मी समजतो. ही कल्पना जर तत्त्वावर आधारित नसेल तर काय होईल? ह्या प्रश्नावर नीट विचार करा.

मी सांगू काय होईल? उत्तर सोपं आहे. ती जर तत्त्वांवर आधारित नसेल तर मग ती कशावर तरी किंवा कोणा व्यक्तीवर तरी अवलंबून असणारच. मग त्याचा परिणाम काय होईल?

ह्या प्रश्नाचं उत्तर शोधण्याआधी आपण एक गोष्ट लक्षात ठेवायला पाहिजे व ती म्हणजे प्रत्येक व्यक्ती कोणतं ना कोणतं लेबल हे घेऊनच फिरत असते. तुम्ही एकतर जागरूकतेने लेबल उचललेलं असतं किंवा नकळतपणे उचललेलं असतं. जेव्हा तुम्ही ह्याबाबत सजग नसता तेव्हा नकळतपणे लेबल उचलून त्याप्रमाणे वागत असता. तुम्ही जर तुमच्यासाठी जागृतपणे लेबल उचललेलं नसेल तर नकळतपणे काहीतरी लेबल घेतलेलंच असणार. खरं वाटत नाही ना? पण आता असं पहा तुम्हाला विशिष्ट व्यवसायच आवडतो, त्यातली विशिष्ट माणसंच आवडतात, विशिष्ट सामाजिक कार्यातच तुम्ही भाग घेता, विशिष्ट खेळच तुम्हाला आवडतो, विशिष्ट देवस्थानंच तुम्हाला आकर्षित करतात, विशिष्ट मनोरंजन प्रकारच तुम्हाला आवडतो व तुम्ही विशिष्ट कार्यक्षेत्रच निवडता. हा सगळा तुम्ही नकळत निवडलेल्या लेबलाचाच प्रताप असतो, कुणी देशभक्त असतो, कुणी सिनेमा नट असतो, कुणी शिक्षक असतो. कुणी समाजकार्य करतो, कुणी पर्यावरणवादी असतो, कुणी डॉक्टर होतो, कुणी नाटक क्षेत्रामध्ये कार्य करतो, कुणी स्वतंत्र उद्योग करतो पण त्यातही कुणी व्यापार करतो तर कुणी उत्पादन करतो तर कुणी फसवाफसवी करतो, कुणी मैत्रीसाठी त्याग करतो, कुणी कुटुंबासाठी त्याग करतो, कुणी पैशाच्या मागे लागतो. कुणी सेवाभाव जपतो, कुणी धर्मरक्षणाची गदा उचलतो वगैरे वगैरे.

आता दुसरी गोष्ट. तुम्ही लेबल सजगतेने घेतलेलं असो की नकळत घेतलेलं असो, तुमचं वागणं ह्या लेबलांच्या भोवतालीच फिरणार. तुम्ही उचललेल्या लेबलाच्या विरुद्ध तुमचं वागणं जाऊच शकत नाही. मनाविरुद्ध कुणी उत्तम डॉक्टर होऊ शकत नाही, मनाविरुद्ध कुणी सामाजिक कार्य करू शकत नाही, मनाविरुद्ध कुणी उत्तम नट होऊ शकत नाही, मनाविरुद्ध कुणी व्यापार करू शकत नाही. ह्या गोष्टी मनाविरुद्ध झालेल्या कोणी ऐकलेल्या नाहीत. तुम्ही जर नकळत लेबल उचललेली असतील तर नकळत तुमचं वागणं त्या लेबलांभोवती फिरेल आणि जर तुम्ही सजगतेने लेबल उचललेली असतील तर तुमचं वागणं त्या लेबलांभोवती सजगतेने फिरेल एवढेच.

आता आपण आपल्या मूळ प्रश्नाकडे वळूया. लेबल तत्त्वाधारित नसेल तर काय होईल? पण तत्पूर्वी जरा खालील प्रश्नांची उत्तरे द्यायचा प्रयत्न करा.

- माणुसकीची सगळी नाती फक्त पैशामध्ये मोजणाऱ्याशी मैत्री करायला आवडेल काय?
- स्वतःच्या वैयक्तिक सुखासाठी आई वडिलांची जबाबदारी झटकणारा

मुलगा तुमच्या पोटी जन्मलेला आवडेल काय?

- आपल्या मुलाच्या सर्वांगीण विकासाऐवजी घराण्याची खोटी अब्रू सांभाळणारे पालक तुम्हाला चालतील काय?
- हुंड्यासारख्या अनेक चालीरिती चुकीच्या आहेत हे माहीत असूनसुद्धा त्याविरुद्ध उभं राहात येत नाही, असा नेभळट नवरा आवडेल काय?
- जन्मभर कुटुंबाच्या गरजांपेक्षा मित्रमैत्रिणींमध्ये रमणारे पालक आवडतील काय?
- उच्चनिचता मानणाऱ्या माणसाला न मागता मान मिळतो काय?
- खरेदीच्या बाबतीत शेजारणीशी व्यर्थ स्पर्धा करणारी बायको आवडेल काय?
- स्वार्थी माणूस कुणाला आवडतो काय?
- आपल्या पेशंटना विनाकारण कापणारा डॉक्टर तुमच्या पोटी जन्माला आलेला आवडेल काय?
- व्यवसायापुढे कुटुंबाच्या सर्व जबाबदाऱ्या झटकणारा माणूस आवडेल काय?
- व्यावसायिक स्पर्धेच्या निमित्ताने सगळ्यांशी वैर घेऊन जगणारा माणूस आवडेल काय?
- अतिशय हुशार पण उद्धट मुलगा तुमच्या घरात जन्माला आलेला चालेल काय?
- सतत भांडणारे शेजारी आवडतील काय?
- नवऱ्याच्या तालावर नाचणाऱ्या बायकोला स्वाभिमान असू शकतो काय?
- बायकोच्या तालावर उड्या मारणाऱ्या नवऱ्याला प्रतिष्ठा प्राप्त होते काय?
- इतरांच्या तालावर चालणाऱ्या व्यक्तीला स्वत:ची मते असू शकतात काय?
- स्वाभिमान नसलेल्या व्यक्तीचा, स्वप्रतिष्ठा नसलेल्या व्यक्तीचा आणि स्वत:ची मते नसलेल्या व्यक्तींचा ह्या स्पर्धात्मक जगात टिकाव लागेल काय?

माझी खात्री आहे कोणतीही सुजाण व्यक्ती वरील प्रश्नावलीला नकारार्थीच उत्तर देईल. वरील एकाही प्रश्नाला होकारार्थी उत्तर येऊ शकत नाही. असं का बरं आहे? ह्याप्रश्नांमध्ये असं काय आहे की कोणतीही सुजाण व्यक्ती त्याला होकार देणार नाही.

ह्यातील प्रत्येक प्रश्नामध्ये ज्या वागणुकीविषयी विचारणा झालेली आहे त्या प्रत्येक वागणुकीमध्ये माणुसकीच्या काही मूलभूत तत्त्वांची पायमल्ली झालेली दिसते आहे. आपल्या जवळच्या कोणत्याही व्यक्तीने माणुसकीच्या तत्त्वांना झुगारून

दिलेलं आपल्याला आवडत नाही. पण भावनेच्या भरात आपण क्वचित कधीतरी खुशाल तसे वागत असतो. मग अशा वागण्याला आपण आपली कारणमीमांसा देतो की आज असं असं झालं होतं म्हणून मी असा असा वागलो. मग क्वचित होणाऱ्या गोष्टी वारंवार घडायला लागतात. काही दिवसांनी वारंवार घडणाऱ्या गोष्टींची आपल्याला सवय लागते.

आता तुमच्यापैकी काही जणांच्या मनात लगेच विचार येईल की आम्ही नाही असे वागत.

तसे जर असेल तर निश्चितपणे स्तुत्य आहे. याचा अर्थ असा होईल की तुम्ही तुमच्या वागण्याबोलण्याबाबत अतिशय सजग आहात. दुसऱ्या शब्दात सांगायचं झालं तर तुम्ही सजगतापूर्वक तुमच्यासाठी लेबल उचललेली आहेत व ती तत्त्वाधारित आहेत. किंबहुना तत्त्वाधारित लेबल जागृतपणेच उचलावी लागतात. त्यासाठी प्रचंड इच्छाशक्ती वापरावी लागते. ही लेबल आपोआप उचलली जात नाहीत.

आता कळलं लेबल तत्त्वाधारित नसेल तर काय होईल? आयुष्यात भरकटत जाण्याचा संभव जास्त होईल. ज्याची जी मध्यवर्ती कल्पना असेल तो त्या दिशेला भरकटत जाईल.

आपण वेगवेगळी लेबल घेऊन त्याभोवती फिरत असतो.

काहीजण पैशाच्या मागे भरकटत जातात. माणुसकीच्या ऐवजी पैशाला जास्त महत्त्व देतात. पैसा गोळा करतात पण माणसं तोडतात. मग आयुष्याच्या उत्तरार्धात त्यांना पश्चाताप होतो.

काहीजण ऐहिक सुखाच्या मागे लागतात. अशावेळेस त्यांना आपल्या आई

वडिलांचीसुद्धा अडचण होते. मग त्यांच्या म्हातारा, म्हातारीची रवानगी वृद्धाश्रमात होते. त्यांची मुलं हे पाहतात आणि वडिलधाऱ्या माणसांना कसं वागवायचं ह्याचं बाळकडू त्यांना लहान वयातच मिळतं. ही मुलं मोठी झाल्यावर वडिलधाऱ्यांचा मान कसा ठेवतील?

काही पालक आपल्या मुलांच्या विकासाऐवजी घराण्याच्या खोट्या अब्रूमध्ये भरकटतात. मुलांच्या विकासाकरता ज्या गोष्टी योग्य आहेत त्या गोष्टी घराण्यात चालणार नाहीत ह्या नावाखाली करत नाहीत किंवा मुलांना करू देत नाहीत. अशा वेळी त्यांच्यामध्ये आणि मुलांमध्ये एकतर खूप वाद होतील किंवा त्यांची मुलं घराण्याच्या दबावाखाली स्वत:चं मन मारून जगतील. मग काही मुलं घराण्याविरुद्ध उग्रावतार धारण करतील तर काही एकदम बुजरी आणि बावळट होतील.

काहीजण मित्रांच्या दबावाखाली कुटुंबाच्या गरजा दुर्लक्षित करतात. घरातील प्रत्येक निर्णय मित्रांना विचारल्याशिवाय घेत नाहीत. त्यांना कायम असं वाटत असतं की मित्रांनी जर आपल्याला दूर लोटलं तर मग आपलं काय होईल?

काहीजण उगाचच उच्चनिचता बाळगताना दिसतात. ही उच्चनीचता फक्त जात, धर्म, रंग, रूप ह्यासारख्या गोष्टींवर अवलंबून असते. त्यामध्ये माणुसकीचा समावेश नसतो. मग असली माणसं उत्तम नागरिक होण्यास अपात्र ठरतात. उत्तम पालक होण्यास अपात्र ठरतात. उत्तम कामगार,व्यवस्थापक, उद्योजक होण्यास अपात्र ठरतात. माणसाची लायकी ठरविण्याकरता ह्या गोष्टींची तुलना केलीत तर मग एक वेगळंच जग तयार होईल. असल्या जगात प्रेमापेक्षा राग, लोभ, द्वेषच जास्त अनुभवायला मिळतो.

काहीजण मग ह्याच्याही पुढची पायरी गाठतात. इतरांच्या तुलनेत आपल्याकडे खूप काही कमी आहे ह्याची जाणीव त्यांना होते. मग अशी लोकं स्पर्धा करू लागतात. परंतु ही स्पर्धा वेडी स्पर्धा ठरते. त्यामध्ये सारासार विचार गहाण ठेवलेला दिसतो. शेजाऱ्याने कॉम्प्युटर घेतला मग मलाही घेतलाच पाहिजे. त्या वस्तूची गरज आहे की नाही ह्यापेक्षा दुसऱ्याकडे आहे आणि माझ्याकडे नाही ह्या मुद्द्यांवर सगळी खरेदी करण्याचा अट्टाहास असतो. अशावेळेस जर ऐपत नसेल तर त्या कुटुंबाला अनेक अग्निदिव्यातून जावे लागते. घरात येणारा पैसा योग्य गोष्टींवर खर्च होण्याऐवजी अयोग्य स्पर्धेमध्ये खर्च होतो. मुख्य गोष्टी राहूनच जातात. मग त्यासाठी पैसा आणायचा कुठून? शेवटी वाममार्गही अवलंबिले जातात पण स्पर्धा सोडली जात नाही.

काही मंडळी स्वार्थाच्या मागे लागतात. ती इतकी स्वार्थाच्या आहारी जातात की परमार्थ पूर्णपणे विसरून जातात. जळी, स्थळी, काष्ठी, पाषाणी फक्त स्वार्थ साध्य होत आहे की नाही ह्या मध्यवर्ती कल्पनेतूनच निर्णय घेतात. घरातील,

व्यवसायातील प्रत्येक निर्णय फक्त स्वार्थावर अवलंबून असण्याची शक्यता जास्त असते. ह्या मंडळींना 'द्यायचं' माहीतच नसतं फक्त 'घ्यायचं' माहीत असतं. मग स्वार्थापोटी आपली हुशारी वापरून दुसऱ्यांना फसवण्याची वृत्ती समाजात दिसते. माणूस हुशार डॉक्टर असतो पण पेशंटना फसवतो. असं फसवणारे फक्त काही वैद्यकीय क्षेत्रातच असतात असं नाही तर प्रत्येक क्षेत्रात आपल्याला पाहायला मिळतात. आपापली हुशारी वापरून लोक दुसऱ्यांना फसवत असतात. डॉक्टरी पेशा हा माणुसकीच्या उच्च स्तरावरचा आहे असं आपण समजत असतो. म्हणून डॉक्टरनेही फसवाफसवी केली तर आपल्याला धक्का बसतो.

काहीजण स्वत:च्या व्यवसायामध्ये इतके मग्न होऊन जातात की त्यांना दुसरं काही आयुष्यच राहात नाही. मग त्यांना वाटतं की घराची जबाबदारी घेणं हे त्यांचं कामच नाही. व्यवसायामध्ये अतिशय उंच उंच भराऱ्या मारणे किंवा उंच उंच पायऱ्या चढणे म्हणजेच आनंदी जीवन असा त्यांनी जगण्याचा अर्थ संपूर्णपणे चुकीचा होता असा त्यांना साक्षात्कार होतो. पण त्यावेळेस खूप उशीर झालेला असतो. मग उर्वरित आयुष्यात फक्त पश्चाताप करण्याशिवाय त्यांना काहीही करता येत नाही.

व्यवसायाच्या स्पर्धेमध्ये तर काहीजण इतके मग्न असतात की त्यांना सगळीकडे जिंकायचं असतं. कालांतराने जणूकाही ते सगळीकडे युद्धच खेळत असतात असं दिसतं. युद्धामध्ये जसे गुप्तहेर लागतात. सगळीकडच्या बातम्या अशा व्यक्तींना पाहिजे असतात. शेजारी काय करतो, सहकारी काय करतो, तो वरिष्ठांकडे कशाला गेला, त्यांना माझ्या विरुद्ध काही सांगितलं तर? असे अनेक प्रश्न घेऊनच ते फिरत असतात. मग बऱ्याचवेळा अशा व्यक्तींचं वागणं आणि अशा व्यक्तींचे निर्णय, ह्यांना ज्या बातम्या मिळतील त्यावर अवलंबून असतात. त्यामुळे अशा व्यक्तींच्या आयुष्यात अनेक गैरसमज आणि गुंतागुंत झालेली असते. हे सगळ्यांना आपला वैरी समजतच फिरत असतात.

काहीजण खूप शिकतात. पण जितके शिकतात तितका त्यांच्या अंगात उर्मटपणा वाढत जातो. शिक्षणामुळे जी विनयशीलता यायला पाहिजे त्याच्या अगदी विरुद्ध वागतात. शिक्षणामुळे माणूस सुसंस्कृत होतो. मग तो जितका शिकेल तितका विनयशील झाला पाहिजे. पण ही माणसं भरकटत जातात.

काहीजण धर्माच्या नावाखाली भरकटलेले दिसतात. धर्माचा मूळ उद्देश कोणता आहे ह्यावर पूर्णपणे डोळेझाक करून धर्माच्या शिकवणीच्या अगदी उलट वागताना दिसतात. क्वचितपणे इतर धर्माशी स्पर्धा सुरू होते. मग तुमची पद्धत बरोबर की आमची, ह्यावार वाद सुरू होतो. हळूहळू हा नुसता वाद न राहता त्याचे भांडणातसुद्धा रूपांतर होण्याची शक्यता असते. मग पुढे, तुम्ही धार्मिक कार्याकरता रस्ता बंद केला म्हणून आम्हीही करणार, तुम्ही लाऊडस्पीकर वापरला म्हणून आम्हीही वापरणार

किंवा तुम्हाला जेणे-करून त्रास होईल असे वागणार. ह्यातून दंगल झाली तरी बेहत्तर असा दृष्टिकोन पहायला मिळतो. इतरांनी सण वेगळ्याप्रकारे साजरे केले तर ह्या मंडळींची संस्कृती बुडते. म्हणून ती पद्धत बंद करण्यासाठी आंदोलन उभारा. असल्या भांडणात धर्माने सांगितलेले मुख्य माणुसकीचे तत्त्व पायदळी तुडवले गेले तरी ह्या माणसांना त्याची पर्वा नसते. ही मंडळी मुख्यत: धर्माच्या चालीरितीमध्ये अडकलेली असतात. स्वत:च्या चालीरिती सोडल्या तर इतरांच्या चालीरितींना हसण्याची ह्यांची वृत्ती दिसते.

आता आपण नवरा बायकोचं नातं पाहूया. कित्येकवेळा नवरा, बायकोला किंवा बायको नवऱ्याला, स्वत:च्या तालावर नाचवत असते. तरुणपणी ह्याच दोघांपैकी कुणालाच काही वाटत नाही. विशेषत: जो पक्ष वरचढ असतो त्याला असल्या वागण्यामुळे सत्ता हातात ठेवल्यासारखं वाटतं. पण असल्या वागण्याचे फार दूरगामी परिणाम होत असतात. विशेषत: ह्याचे परिणाम मुलांवर आणि कुटुंबसंस्थेवर होतात.

आपली आई वडिलांच्या तालावर नाचते आहे किंवा वडील तिचा सतत अपमान करतात, तिच्या मताला काडीची किंमत देत नाहीत, तिला विश्वासात घेत नाहीत, ज्या मुलाने लहानपणापासून हेच दृश्य पाहिले तो मोठा झाल्यावर आईचा मान कसा ठेवणार? एवढेच नाही तर तो स्त्रियांचा मान कसा ठेवणार? बहीण भाऊ ह्या नात्याचा मान कसा ठेवणार? कुटुंबसंस्थेवर विश्वास कसा ठेवणार? किंवा आता दुसरी शक्यता अशी की असा मुलगा लहानपणापासूनच वडिलांचा द्वेष करत मोठा होईल. लहानपणी हा द्वेष तो व्यक्त करू शकणार नाही पण मोठा झाल्यावर तो कसा आणि कुठे व्यक्त होईल व कशा स्वरूपात व्यक्त होईल ह्याचा काही नेम नाही. परंतु हिंसक आणि खुनी प्रवृत्तीची माणसं सहसा द्वेष घेऊन जगत असलेली मानसशास्त्रज्ञांना आढळली आहेत. बरं त्या मुलाच्या ठिकाणी जर मुलगी असेल, तर तिच्यातही आत्मविश्वास कसा निर्माण होणार? ज्या समाजात स्त्रियांना आत्मविश्वास नसतो. त्या समाजाची कधी सुधारणा होऊ शकत नाही; कारण स्त्री तोच आत्मविश्वास पुढच्या पिढीला देणार असते. मग पुढची पिढी मनाने दुबळी निपजली जाणार म्हणूनच स्त्री ही मनाने आणि शरीराने अतिशय सुदृढ असणे हे अत्यंत जरुरीचे आहे.

आता आपण उलट चित्र पाहूया. जर बायको नवऱ्याचा मान ठेवत नसेल. त्याच्या मताला किंमत देत नसेल, त्याला विश्वासात घेत नसेल तर त्याचा परिणाम मुलांवर काय होईल? जो मुलगा अशा वातावरणात वाढेल तो मोठा झाल्यावर वडिलांचा मान कसा ठेवेल? तो समस्त वरिष्ठांचा मान ठेवणार नाही किंवा तो स्वत:चा आत्मविश्वास पूर्णपणे गमावून बसेल व आईचा द्वेषही करेल. मग आईचा द्वेष अनेक स्त्रियांवर निघण्याची शक्यता निर्माण होईल. ह्या मुलाच्या जागी मुलगी असेल तरी असल्याच परिणामांची शक्यता निर्माण होईल.

पाहिलं किती गंभीर परिणाम होतात.

आपण जर आपल्या लेबलांविषयी सजग नसलो तर आपल्याकडून तत्त्वांची पायमल्ली होईल. आपण जर ह्या गोष्टीकडे संपूर्ण दुर्लक्ष केलं तर आपलं वागणं हे संपूर्णपणे परिस्थितीवर किंवा कोणा व्यक्तीवर किंवा अनेक व्यक्तींवर अवलंबून राहिल. आपल्या सभोवतालची परिस्थिती सतत बदलत असते तसेच आपल्याबरोबरच्या व्यक्तीही सतत बदलत असतात. त्यांचे मूडही सतत बदलत असतात. जर आपला दिवस ह्या व्यक्तींवर अवलंबून असेल तर त्यांच्या मूडचा आपल्या वैयक्तिक जीवनावर विपरीत परिणाम होऊ शकतो. बदलत्या परिस्थितीशी आणि ह्या व्यक्तींच्या बदलत्या मूडशी जुळवून घेताना आपली त्रेधातिरपीट उडते. ह्याचं कारण असं आहे की इतरांचे बदलते मूड आणि बदलती परिस्थिती हाताळायला आपल्याकडे अचल, अढळ आणि खंबीर असं काहीतरी असावं लागतं. अशी गोष्ट म्हणजे फक्त तत्त्व असतात. तत्त्व उचललेली असतील तर प्रत्येक परिस्थितीत किंवा प्रत्येक व्यक्तीचा मूड हाताळताना आपण भरकटत जाण्याची शक्यता राहात नाही.

आता प्रश्न असा निर्माण होतो की तत्त्व म्हणजे नक्की काय? हे ओळखण्याचे काही नियम आहेत. तुमची जी काही तत्त्व आहेत त्याला खालील नियम लावून पहा. जर लागू पडत असतील तर ती योग्य तत्त्व आहेत असे समजा.

- तत्त्व कालातीत सत्य असतात.
- तत्त्व ही कोणत्याही परिस्थितीत लागू होतात.
- तत्त्व ही सगळ्यांनाच सारखी लागू होतात. विशिष्ट वर्गासाठी ती कमी किंवा जास्त लागू होत नाहीत.
- तत्त्वांची सत्यता पटवून द्यायची गरज पडत नाही तर ती सूर्यप्रकाशासारखी लख्ख असतात.
- तत्त्व ही कोणत्याही व्यक्तीपेक्षा आणि कोणत्याही परिस्थितीपेक्षा मोठी असतात.
- आपल्या मानण्यावर किंवा न मानण्यावर त्यांचे अस्तित्व अवलंबून राहात नाही.
- आपल्या वागण्याचे परिणाम हे तत्त्वांनी नियंत्रित केलेले असतात
- तत्त्वांना कोणीही नष्ट करू शकत नाही.
- फॅशनच्या फॅडसारखे आज आहेत तर उद्या नाहीत असं तत्त्वांचं होऊ शकत नाही. ती अढळ असतात. काळाप्रमाणे तत्त्व बदलत नाहीत.
- तत्त्वांच्या विरुद्ध वागलं तर परिणाम विपरीत होतात आणि तत्त्वांना योग्य तो मान देऊन वागलं तर परिणाम चांगले होतात.

तत्त्व बदलत नाहीत हे वाचून आश्चर्य वाटलं असेल नाही? पण तत्त्व ही कधीच

बदलत नाहीत. आता असं पहा की 'आरोग्यासाठी व्यायाम' हे जर तत्त्व असेल तर हे कधीही बदलू शकत नाही. पण काळाप्रमाणे व्यायामाची उपकरणं बदलू शकतात. जो माणूस ह्या तत्त्वाला योग्य मान देऊन चालतो तो व्यायामाच्या वेगवेगळ्या उपकरणांनासुद्धा मान देतो व आपल्याला योग्य वाटेल तो प्रकार स्वत:साठी अमलात आणतो. क्वचित कधीतरी वेगवेगळ्या उपकरणांविषयी उत्सुकतासुद्धा दाखवू शकतो. पण 'आमच्या काळी दंड बैठका होत्या आणि आता हे जिमचं फॅड निघालं आहे, ह्याची काय गरज आहे' असं कुत्सितपणे बोलणार नाही. तत्त्वांवर विश्वास ठेवणाऱ्या मंडळींना हे चांगलं लक्षात येतं.

बदलत्या परिस्थितीशी, नवीन पिढीशी, नवीन चालीरितींशी तत्त्वांवर विश्वास ठेवणारी मंडळी चांगलं जमवून घेऊ शकतात. कारण पद्धती बदलल्या तरी तत्त्व तेच आहे हे त्यांना चांगलं उमगतं. मंडळी चालीरीतींच्या मागचा हेतू लक्षात घेतात व म्हणून एखादी पद्धत बदलायची गरज निर्माण झाली तर तसा निर्णय घेण्यास मागेपुढे पहात नाहीत. नवीन पिढीची भाषा बदललेली असली, वागण्याची पद्धत बदललेली असली तरी तत्त्व तेच आहे हे फक्त तत्त्वांवर विश्वास ठेवणारी मंडळीच ओळखू शकतात म्हणून त्यांच्या बदललेल्या पद्धतींवर त्यांचा आकस नसतो.

आज परिस्थिती झपाट्याने बदलत आहे. जगामध्ये व्यावहारिक - तात्त्विक भूमिकांमध्ये उलथापालथ झालेली दिसते. आपण बदलत्या परिस्थितीशी जुळवून घेतलं नाही तर ह्या स्पर्धात्मक जगात आपला टिकाव लागणे हे मुश्कीलच आहे. ह्या बदलत्या परिस्थितीशी मुकाबला करायचा असेल तर अचल, अढळ आणि खंबीर अशी तत्त्व स्वीकारणे हे गरजेचे होत आहे.

तत्त्वांवर विश्वास ठेवणारी माणसं पैशाचं मोल चांगलंच ओळखतील. आयुष्यात पैसा नसेल तर काहीही मिळवता येणार नाही. हे त्यांनाही पटेल. पण म्हणून ते माणुसकी सोडून पैशाच्या मागे लागणार नाहीत. जेव्हा नातेसंबंध तुटायची वेळ येईल तेव्हा सुवर्णमध्य कुठे साधायचा हे त्यांना चांगलं कळेल.

तत्त्वांवर विश्वास ठेवणारी माणसं कधीही आपल्या पालकांना टाकणार नाहीत. पालक कसेही असोत पण ह्या जगात आपण आहोत ते फक्त त्यांच्यामुळे व त्यांचं ऋण आपल्याला फेडायलाच पाहिजे ही जाणीव त्यांना सतत असेल.

तत्त्वांवर विश्वास ठेवणारे पालक घराण्याची खोटी अब्रू कधीही बाळगणार नाहीत. मुलांना वाढवायच्या पद्धती काळाप्रमाणे बदलू शकतात पण त्यामागे एकच तत्त्व असते व ते म्हणजे 'मुलांचा सर्वांगीण विकास'. ह्या तत्त्वाच्या विरुद्ध न जाता ते घराण्याच्या चालीरिती खुशाल बदलतील.

तत्त्वांवर विश्वास ठेवणारी माणसं खूप मित्रमंडळी गोळा करतील. पण त्याचबरोबर कुटुंबाच्या गरजा कधीही नजरेआड होऊ देणार नाहीत.

उच्चनीचता ही मूळातच तत्त्वाच्या विरुद्ध आहे त्यामुळे तत्त्वांवर विश्वास ठेवणारी मंडळी त्यापासून लांब असतील. ते इतरांना मान देतील. कनिष्ठांनासुद्धा मान देतील. *उच्चनीचता मानली नाही तर उगाचच लोकांशी स्पर्धाही करणार नाहीत.* खरेदी करायची असेल तर करतीलही पण फक्त त्याच्याकडे आहे म्हणून माझ्याकडे पाहिजे हे कारण नसेल तर त्या वस्तूची गरज, उपयुक्तता आणि स्वत:ची राहणी अशी अनेक कारणांवर खरेदी केली जाईल.

व्यावसायिक यश महत्त्वाचे आहेच. त्यासाठी आपण आपापल्या क्षेत्रात अत्युच्च कामगिरी केलीच पाहिजे. परंतु हे करताना तत्त्वांवर विश्वास ठेवणारे लोक एक महत्त्वाचा मुद्दा नजरेआड होऊ देणार नाहीत व तो म्हणजे व्यवसाय म्हणजे कौटुंबिक आणि वैयक्तिक गरजा साध्य करण्याचे साधन आहे. त्यामुळे साध्य नजरेआड करण्याचा प्रश्नच निर्माण होत नाही आणि साधन हातात नसेल तर साध्य कसे साध्य होईल?

व्यवसायात यश मिळवायचे म्हणजे स्पर्धा ही ओघाने आलीच. पण व्यवसायातील स्पर्धा म्हणजे वैयक्तिक वैर नाही ह्याचा विसर या मंडळींना पडत नाही. तसेच आयुष्यात सगळीकडेच जिंकणं गरजेचं नाही हेसुद्धा नजरेआड होऊ देत नाहीत.

तत्त्वांवर विश्वास ठेवणारी मंडळी धार्मिक असली तरी त्यांची धार्मिकता आंधळी नसते. ते धर्माचा मूळ उद्देश डोळ्याआड होऊ देत नाहीत. धर्माचा मूळ उद्देश म्हणजे प्रत्येकाला उत्तम माणूस बनवणे होय. प्रत्येक धर्म वेगवेगळ्या पद्धतीने माणुसकीविषयीच बोलत असतो. जरी हे तत्त्व एकच असेल आणि ते पाळायच्या पद्धती वेगवेगळ्या असल्या तरीही तत्त्वांवर विश्वास ठेवणाऱ्या मंडळींना त्याचा त्रास होऊ शकत नाही. त्यामुळे त्यांना वेगवेगळ्या धर्माचे मित्र असू शकतात. प्रार्थनेच्या

वेगवेगळ्या पद्धतींचा त्यांच्यावर काही विपरीत परिणाम होत नसल्याने ते प्रत्येक धर्माच्या पद्धतींना योग्य तो मान देऊ शकतात. तसेच एखाद्या पद्धतीचा समाजाला त्रास होत असेल तर त्याविषयीही जागरूक असतात. लाउडस्पीकरची गरज पडली तर ते मागे पुढे पहाणार नाहीत. तसेच क्वचित रस्ता बंद करायची वेळ आली तर त्यालाही मागे-पुढे पहाणार नाहीत. पण इतर धर्माच्या लोकांनी केलं म्हणून मी करणार हा बाणा ते घेणार नाहीत. तसेच एखाद्याने वेगळ्या पद्धतीने सण साजरे केले तरी ह्यांची संस्कृती बुडत नाही. उलट काही वेगळ्या चालीरीती अवलंबल्यामुळे ह्यांची संस्कृती समृद्धच पावते. आपण शिवरायांच्या इतिहासावर जर नजर टाकली तर कित्येक प्रसंग दिसतील की जेथे शिवरायांनी त्यांच्या राज्यात इस्लाम धर्मालासुद्धा योग्य तो मान दिला होता. त्यांच्या संपूर्ण कारकिर्दीत ते मुस्लीम राज्यकर्त्यांविरुद्ध लढत होते पण मुसलमान धर्माविरुद्ध लढत नव्हते. किंबहुना ते प्रत्येक जुलमी राज्यकर्त्यांविरुद्ध लढत होते मग तो हिंदू असो वा मुसलमान वा ख्रिश्चन.

तत्त्वांवर विश्वास ठेवणारी मंडळी नवराबायकोच्या नात्यालाही योग्य तो मान देतील. तेथे उच्चनीचता नसेल. तेथे समजूतदारपणाच जास्त आढळेल. ही मंडळी कुटुंबसंस्थेला मान देतील. ह्या संस्थेचे दूरगामी परिणाम डोळ्यासमोर ठेवूनच ही माणसं वागतील पाहिलंत किती फरक पडतो.

तत्त्वांवर विश्वास ठेवणारी आणि तत्त्वविरहित ह्या दोन प्रकारच्या वागण्याची तुलना केली आहे. माझी खात्री आहे तुम्हीसुद्धा वरील परिस्थिती अनुभवली असेल. तुमचं वागणं कोणत्या प्रकारचं आहे? तुम्हाला कोणत्या प्रकारचं वागणं आवडेल?

निश्चितपणे तुम्हाला तत्त्वांवर विश्वास ठेवणाऱ्याचं वागणं आवडेल. कारण त्यामध्ये आपले फायदे आहेत. ह्या वागण्याचे परिणाम चांगले आहेत.

तत्त्वधारित मंडळी स्वत:चे नेतृत्वही उत्तम प्रकारे करू शकतात. जो स्वत:चे नेतृत्त्व करू शकतो तोच दुसऱ्याचेही नेतृत्व करू शकतो. हे तत्त्व जर पटले असेल तर आपल्या रोजच्या आयुष्यात हे कसे अमलात आणायचे हे आपण पुढच्या प्रकरणामध्ये पाहूया.

माझी घोषवाक्य

माझी खात्री आहे की तुम्ही स्वत:साठी जी काही लेबलं निवडली असतील ती सगळी सकारात्मक असतील. नकारात्मक लेबल कोणत्याही सुजाण माणसाला आवडत नाही. परंतु आजपर्यंतच्या तुमच्या जगण्यावर नजर टाका व स्वत:लाच विचारा की तुम्ही कसे जगलात.

ह्या प्रश्नाचं उत्तर अगदी प्रामाणिकपणे द्या.

जर तुम्ही सकारात्मपणे वागला असाल तर उत्तमच आहे. त्यामध्ये काही

सुधारणेला वाव आहे का हे तपासा. पण तुम्ही जर नकारात्मक वागला असाल तर तुमच्या पाठीवर आधीच कुणीतरी तशी लेबल लावलेली असतील असं वाटत नाही काय तुम्हाला?

आता विचार करा, तुमच्या पाठीवर तुम्हाला न दिसणारी, नावडती किंवा नकारात्मक लेबलं आहेत व तुमच्या छातीवर फक्त तुम्हाला दिसणारी सकारात्मक लेबलं आहेत. छातीवरची लेबलं नवीन असल्या कारणामुळे चटकन गळून पडू शकतात पाठीवरची लेबलं जुनी आणि घट्ट बसवली असल्याकारणामुळे सहजासहजी गळून पडणार नाहीत. परंतु कोणती लेबलं ठेवायची आणि कोणती काढून टाकायची हे सर्वस्वी तुमच्या हातात आहे.

उदाहरणार्थ, तुम्ही पटकन चिडता तर तुम्हाला 'चिडका बिब्बा' असं लेबल लावलेलं असेल किंवा तुम्ही मोठ्या आवाजात बोलत असाल तर तुम्हाला 'लाऊड स्पीकर' असं लेबल लावलेलं असेल. आता तुम्ही ते बदलायचं ठरवलं आणि शांततेनं वागायला लागलात किंवा हळू आवाजात बोलू लागलात तरी ही आधीची दोन लेबलं लगेच निघतील ह्या भ्रमात राहू नका. अनेक वेळा, अनेक वेगवेगळ्या प्रसंगात, अनेक व्यक्तींकडून ह्याची खात्री करून घेतली जाईल. त्यानंतर तुमच्या पाठीवरचे लेबल गळून पडेल. पण त्या आधीच जर तुम्ही तुमचा संयम सोडलात तर तुमचं नवीन लेबल स्थिर होण्यापूर्वीच गळून पडले असेल. उलट लोकं 'आरंभशूर' असं आणखी एक लेबल तुम्हाला लावतील. आरंभशूर मंडळी कोणत्याही चांगल्या उपक्रमात लगेच पुढाकार घेतात. पण त्यांचा उत्साह फक्त काही काळच टिकतो त्यामुळे कोणताही उपक्रम ते शेवटापर्यंत नेऊ शकत नाही.

आता आपला हा अभिनव उपक्रम तडीस नेण्यासाठी तुम्हाला आणखी थोडा पुढाकार घ्यावा लागेल. आहे का तयारी?

आता आपली वही काढायची आणि तुम्ही कसे वागणार ह्याची घोषवाक्य तयार करून लिहून काढायची. ही वाक्य होकारात्मक असायला हवी. म्हणजे 'मी वायफळ खर्च करणार नाही' हे नकारात्मक वाक्य झालं. त्याऐवजी 'मी बचत करीन' हे होकारात्मक वाक्य लिहिणं जरुरीचं आहे. तुम्ही जे काही लिहिणार ते तुमच्या सदसद्विवेकबुद्धीला पटेल असंच लिहा. पाच ते दहा वाक्यात तुमच्या मनातील चित्र तुम्ही पकडावे अशी अपेक्षा आहे. लिहिताना कोणाशीही चर्चा करू नका. फक्त स्वत:च्या मनाशी विचार करा व लेबलांविषयी जरा विस्तृतपणे वाक्य तयार करा. तुमच्याविषयी दहा वाक्य लिहा. त्यासाठी चांगला तासभराचा निवांत वेळ काढा..

घोषवाक्य लिहिताना खालील नियम लक्षात घेतलेले बरे.

घोषवाक्याचे नियम

- घोषवाक्य स्वत:विषयी असायला हवीत. त्यामुळे 'मी'च्या भाषेत लिहिणे आवश्यक आहे.
- घोषवाक्य लिहिताना काय करणार नाही हे लिहिण्यापेक्षा काय करणार ते लिहिणे आवश्यक आहे 'मी चिडणार नाही' असे लिहिण्याऐवजी 'मी शांत राहीन' हे लिहिणे आवश्यक आहे.
- घोषवाक्य सकारात्मक हवे.

उदाहरणादाखल खाली काही घोषवाक्य सुचवित आहे

माझी घोषवाक्य (उदाहरण १)

१. कौटुंबिक सौख्य हे मला जास्त महत्त्वाचे आहे

२. नैतिक कारणासाठी मी नेहमीच मदत करीन.
३. मी सर्वच क्षेत्रात प्रामाणिक राहीन.
४. घरातील भिंतीपेक्षा घरातील माणसं आणि नातीगोती मला जास्त महत्त्वाची वाटतात.

५. दोन्ही बाजू ऐकून घेतल्यावरच निर्णय घेईन.

६. मी इतरांचा सल्ला घेईन.

दुसऱ्या एका व्यक्तीने स्वत:साठी केलेली घोषवाक्य खालीलप्रमाणे होती.

माझी घोषवाक्ये (उदाहरण २)

१. मी कोणतंही काम मनापासून करीन.

२. मी निर्णायक राहीन.

३. मी दरवर्षी एक तरी नवीन कौशल्य शिकेन.

४. मी उद्याच्या दिवसाची तयारी आजच करेन.

५. वेळ वाया न घालवता, पण सबुरीने काम करेन.

६. मी कायम सकारात्मक भूमिका घेईन.

७. माझ्या जीवनात विनोदाला चांगलं स्थान असेल.

८. हातून चूक होणं हे काही गैर नाही, पण चूक न सुधारण्याची प्रवृत्तीं बाळगणं हे गैर आहे असं मी मानतो म्हणूनच अशी प्रवृत्ती मी लांब ठेवीन

९. इतरांच्या यशामध्ये आणि आनंदामध्ये मी सहभागी होईन.
१०. तोंडापेक्षा कानाचा वापर मी जास्त करीन.
११. भूतकाळाविषयी दु:ख करत बसण्यापेक्षा आणि भविष्याविषयी काळजी करत बसण्यापेक्षा हाती आलेल्या कामामध्ये मन लावून काम करणेच मी पसंत करीन.

एका स्त्रीने केलेली घोषवाक्ये

माझी घोषवाक्ये (उदाहरण ३)

१. मी कौटुंबिक सुख आणि व्यावसायिक यश ह्याचा सुवर्णमध्य साधण्याचा आटोकाट प्रयत्न करीन कारण ह्या दोन्ही गोष्टी मला अतिशय महत्वाच्या आहेत.
२. 'आनंदी आनंद गडे इकडे तिकडे चोहीकडे' असे माझे घर असेल.
३. नीटनेटकेपणा मला अतिशय महत्वाचा वाटतो, माझ्या घरात व माझ्या व्यवसायात सगळ्यांना तो पहायला मिळेल.
४. मी माझ्या मुलांना हसायला शिकवीन, खेळायला शिकवीन, त्यांच्या पूर्ण व्यक्तिमत्त्वावर भर देईन.
५. मी माझी हुशारी मुलांवर चांगले संस्कार करण्यासाठी वापरीन.
६. स्वातंत्र्य, जबाबदारी आणि कर्तव्य ह्या लोकशाही मूल्यांची मी जपणूक करीन.
७. देशाच्या राजकारणातील घडामोडींमध्येही रस घेईन.

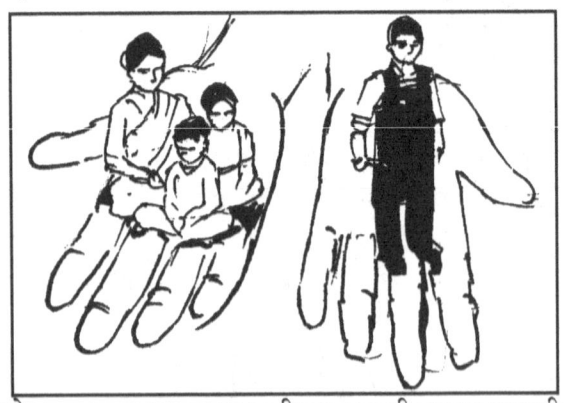

वरी घोषवाक्य वाचून झाल्यावर तुम्ही तुमच्यासाठी अशाच प्रकारची घोषवाक्य तयार करा. एका कागदावर लिहून काढल्यावर तुमचं तुम्हालाच बरं वाटेल. काही तरी भरीव कामगिरी केल्यासारखं वाटेल. त्या भावनांचा अनुभव घ्या.

त्यानंतर एक आठवडा तुमच्या घोषवाक्याप्रमाणे जगून पहा. तुम्ही जर संपूर्ण आठवडा तुमच्या घोषणापत्रिकेप्रमाणे वागलात तर तुम्हाला तो आठवडा काहीतरी विलक्षण आहे असं जाणवेल. सकृद्दर्शनी तुमचं जीवन नेहमीप्रमाणेच चालू असेल पण तरीही त्यात तुम्हाला आमूलाग्र बदल जाणवेल कारण तो बदल बाह्य नसून अंतर्गत झालेला असेल. जितके दिवस तुम्ही तुमच्या घोषणापत्रिकेप्रमाणे जगाल तितके दिवस तुम्हाला हा सात्त्विक आनंद मिळत राहील. आता हा आनंद सतत मिळत राहावा आणि द्विगुणित होत राहावा त्यासाठी तुम्हाला आणखी थोडासा पुढाकार घ्यावा लागेल. आहे का तयारी?

चला तर मग पुढच्या पानावर

चौफेर व्यक्तिमत्त्व

आता सगळ्यांनी व्यवस्थापनाचं एक तत्त्व लक्षात ठेवायचं Out of sight is out of mind. आऊट ऑफ साइट इज आउट ऑफ माइंड म्हणजे जी गोष्ट नजरेआड राहाते ती आपण विसरून जातो. म्हणूनच ही घोषवाक्य नजरेआड होऊ देता कामा नये, मग त्यासाठी आपल्याला काय करता येईल बरं?

नीट विचार केला तर आपल्याला असं लक्षात येईल की आपल्याला बरंच काही करता येण्यासारखं आहे. वेगवेगळे लोक वेगवेगळ्या पद्धती वापरतात. कुणी डायरीच्या पहिल्या पानावर ठळक अक्षरात लिहून ठेवतात. कुणी पोस्टकार्डासारखं कार्ड तयार करतात आणि त्यावर ठळकपणे लिहून सतत खिशात ठेवतात. तर कुणी कागदावर लिहून कामाच्या टेबलाच्या समोर किंवा टेबलावरील काचेखाली ठेवतात. काहीजण तर असला कागद आपल्या कपाटाच्या आतल्या बाजूला चिकटवून ठेवतात म्हणजे तो रोजच्या रोज नजरेसमोर राहतो. हल्ली कॉम्प्युटरचासुद्धा उपयोग केला जाऊ लागला आहे. कॉम्प्युटरच्या मॉनिटरवर स्क्रीनसेव्हर म्हणून या महत्त्वाच्या गोष्टी नजरेसमोर ठेवलेल्या मी पाहिलेल्या आहेत.

येथे महत्त्वाचा मुद्दा असा आहे की अमुक एक पद्धत चुकीची आहे किंवा अमुक एक पद्धत जास्त बरोबर आहे असे म्हणता येणार नाही. ज्याला जी पद्धत जास्त सोयीस्कर वाटेल त्याने ती वापरावी. जेणेकरून घोषणापत्रिका नेहमी नजरेसमोर येत राहील आणि सतत तुमच्या डोक्यात/मनात असेल, घोषवाक्य म्हणजे आपल्या जगण्याचा उद्देश आहे. हा उद्देश दीर्घकालीन योजनेमध्ये मोडतो. तो सतत आपल्या डोळ्यासमोर असायला हवा. त्यासाठी आपण आपल्याला सोईस्कर अशी पद्धत निवडलेली आहे. चला आता आपण आणखी पुढे जाऊया.

आपला अंतिम उद्देश पूर्ण करण्यासाठी आपण आपल्या आयुष्यात सर्वसाधारणपणे चार वेगवेगळ्या भूमिका पार पाडत असतो.

पहिली म्हणजे कौटुंबिक भूमिका. आपल्यापैकी प्रत्येकजण आपापल्या कुटुंबासाठी

जगत असतो. कुटुंबात अनेक जबाबदाऱ्या पार पाडायला लागतात. उदा. मुलाची किंवा मुलीची जबाबदारी, भावाची जबाबदारी किंवा बहिणीची जबाबदारी, नवरा किंवा बायकोची जबाबदारी, आई, बाप, आजोबा, आजी अशा अनेक जबाबदाऱ्या आपण पार पाडत असतो.

दुसरी म्हणजे व्यावसायिक भूमिका. आपण प्रत्येकजण काही ना काही तरी व्यवसाय करतो. त्या आधारेच आपण आपल्या कुटुंबातील अनेक जबाबदाऱ्या पार पाडतो.

तिसरी महत्त्वाची भूमिका म्हणजे व्यक्तिगत भूमिका. आपल्या आधीच्या दोन्ही भूमिका व्यवस्थितपणे पार पाडण्यासाठी आपल्याला आपलं व्यक्तिमत्त्व सुधारावं लागतं.

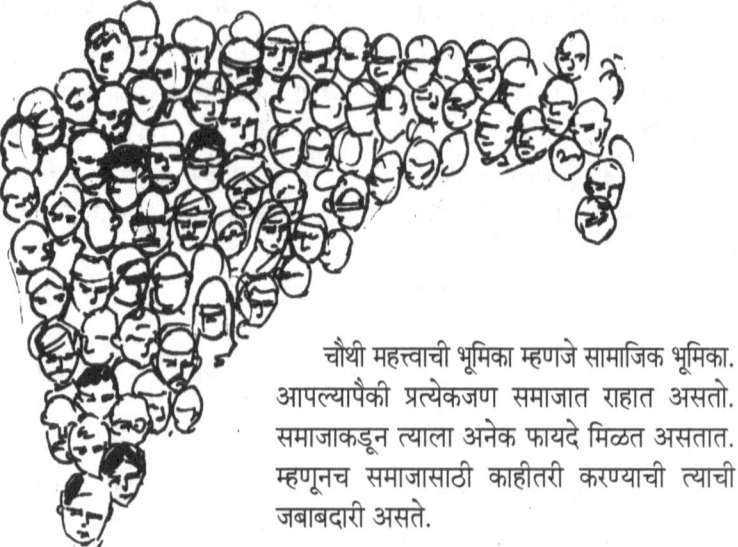

चौथी महत्त्वाची भूमिका म्हणजे सामाजिक भूमिका. आपल्यापैकी प्रत्येकजण समाजात राहात असतो. समाजाकडून त्याला अनेक फायदे मिळत असतात. म्हणूनच समाजासाठी काहीतरी करण्याची त्याची जबाबदारी असते.

जीवन अर्थपूर्ण कसं करायचं हे आपण शिकत आहोत. जगण्याचा उद्देश ठरविला आणि तो घोषवाक्याच्या स्वरूपात नुसता लिहून काढला तरी तुम्हाला समाधान वाटलं असेल. आता हीच अंतिम उद्दिष्टे डोळ्यासमोर ठेवून ती आपल्या रोजच्या आयुष्यात कार्यान्वित कशी करायची ते शिकूया. तुमच्या चार मुख्य भूमिका जर लक्षात घेतल्या तर ह्या चारही भूमिकांच्यामार्फत तुम्हाला आयुष्यात जे काही मिळवायचं आहे ते तुम्ही लिहून काढायचं. त्यासाठी खालीलप्रमाणे तक्ता करूया.

डाव्या हाताला चार भूमिका लिहिलेल्या आहेत. त्या पुढच्या कॉलममध्ये ह्या चारही भूमिकांसंदर्भात आज काय परिस्थिती आहे ते लिहून काढायचे. त्यानंतर ह्या चारही भूमिकांमध्ये पुढच्या पाच वर्षात तुम्हाला काय मिळवावंसं वाटतं, पुढल्या दहा वर्षात काय मिळवावंसं वाटतं, पुढल्या पंधरा वर्षात काय मिळवावंसं वाटतं हे उजव्या हाताच्या कॉलममध्ये लिहून काढायचं. तुम्हाला हवे तितके तुम्ही कॉलम करू शकता.

हा तक्ता रोजच्या आयुष्यात कसा वापरायचा हे पुढाकाराच्या पुढील म्हणजे तिसऱ्या प्रकरणात सविस्तरपणे नमूद केलेले आहे. ह्या भागात आपण फक्त आपली उद्दिष्टं ठरवणार आहोत. आयुष्यात काय मिळवायचं आहे ते ठरविणार आहोत. ते कसं मिळवायचं ही पुढची पायरी. त्यामुळे आता त्यावर विचार नको.

तक्त्याच्या पहिल्या कॉलममध्ये भूमिका लिहिलेल्या आहेत. त्यानंतरच्या कॉलम-मध्ये त्यासंदर्भातील आजची परिस्थिती लिहायची आहे. आता आपण हा कॉलम

भूमिका	आजची परिस्थिती	पाचवर्षानंतर	दहा वर्षानंतर	पंधरा वर्षानंतर
कौटुंबिक				
व्यावसायिक				
व्यक्तिगत				
सामाजिक				

कसा भरायचा ते पाहूया. तुमची आजची कौटुंबिक परिस्थिती काय आहे हे थोडक्यात लिहा. घर स्वत:चं आहे की नाही? किती मोठं आहे? कुटुंबात नातेसंबंध कसे आहेत? सुखसोयी कोणत्या आहेत? जमीनजुमला प्रॉपर्टी किती आहे? घरात साधनसंपत्ती किती आहे? वगैरे वगैरे गोष्टी तुम्ही लिहू शकता.

त्यानंतर तुमच्या व्यावसायिक भूमिकेमध्ये आजची परिस्थिती काय आहे हे लिहा. तुम्ही कोणता व्यवसाय करता? तुमची मिळकत किती आहे? तुमच्याकडे कोणकोणती व्यावसायिक कौशल्ये आहेत? वगैरे गोष्टी तुम्ही लिहू शकता.

त्यानंतर सामाजिक परिस्थिती काय आहे ह्यावर विचार करा. तुमचं समाजात काय स्थान आहे? तुम्ही समाजासाठी काय करता? तुम्ही समाजाला काय देता? आता आपण पुढच्या कॉलमकडे वळूया. पुढच्या पाच वर्षात तुम्हाला ह्या चारही भूमिकांमध्ये काय मिळवावंसं वाटतं ते लिहून काढा. कौटुंबिक परिस्थितीमध्ये कोणता बदल व्हावासा वाटतो ते लिहा. घर मोठं व्हावं की नातेसंबंध सुधारावे की घरात आणखी काही साधनसंपत्ती असावी असं वाटतं ते नीट तपासा. कुणाला आणखी जमीनजुमला हवा असेल किंवा कुणाला नवीन गाडी घ्यायची असेल तर कुणाला वातानुकूलन यंत्र घ्यायचं असेल, नवीन फर्निचर करायचं असेल, घराला रंग लावायचा असेल, नवीन जागेत स्थलांतर करायचं असेल वगैर वगैरे अनेक गोष्टी असू शकतील. ह्या गोष्टी तुम्हाला पुढील पाच वर्षात हव्या आहेत की दहा वर्षात की पंधरा की वीस वर्षात हव्यात हे नक्की ठरवा व त्या त्या कॉलममध्ये लिहा.

वरीलप्रमाणेच बाकीच्या तीनही भूमिका तपासा. व्यावसायिक भूमिकेमध्ये तुम्हाला पुढील पाच वर्षात काय मिळवायचे आहे ते लिहा. पुढील दहा वर्षामध्ये काय पाहिजे ते लिहा तसेच पंधरा व वीस वर्षामध्ये काय मिळवावेसे वाटते ते लिहून काढा. कुणाला बढती मिळवायची असेल, कुणाला स्वतंत्र उद्योग काढायचा असेल, कुणाला आपल्या उद्योगाची कक्षा वाढवायची असेल, कुणाला उद्योग बदलायचा असेल, कुणाला नोकरी बदलायची असेल, कुणाला निर्यात सुरू करायची असेल, कुणाला आयात करायची असेल वगैरे वगैरे.

एक व्यक्ती म्हणून पुढील पाच, दहा, पंधरा आणि वीस वर्षात काय करावेसे वाटते त्यावर नीट विचार करा व त्या त्या कॉलममध्ये लिहून काढा. कोणते कलागुण अवगत असावेत असे वाटते, कोणत्या नवीन सवयी लावून घ्याव्यात असे वाटते ह्यावर विचार करा. शारीरिक, मानसिक स्तरावर काय मिळवायचे आहे ते तपासून पहा व लिहून काढा.

पुढील पाच, दहा, पंधरा आणि वीस वर्षात तुम्ही समाजाला काय देणार हे लिहा. तुमचा सामाजिक स्तर काय असावा असे तुम्हाला वाटते ते लिहून काढा. ह्या चारही बाबतीत तुम्हाला जे काही वाटतं ते लिहून काढा. आज तुम्हाला कितीही

अशक्य वाटलं तरी प्रयत्नपूर्वक तुमच्या मनातल्या गोष्टी तुम्ही लिहून काढा. त्या कशा मिळवायच्या हे आपण पुढच्या भागात पाहाणार आहोत. म्हणूनच शक्य - अशक्य असा विचार न करता तुमचं मन मोकळं करा. ह्या कागदावर जेव्हा तुम्ही पाच दहा वर्षांनंतर नजर फिरवाल तेव्हा तुमचं तुम्हालाच बरं वाटेल. आज काही गोष्टी आपल्याला अशक्य वाटतात पण भविष्यात काय आहे हे कुणालाच माहीत नसते. भविष्यकाळात अनेक आश्चर्ये दडलेली असतात. आपल्या नशिबात काय आहे हे ज्योतिषाकडे जाऊन पडताळण्यापेक्षा आपण आपले भविष्य घडवायला सुरुवात करूया. न जाणो आज आपल्याला वाटणाऱ्या अशक्य गोष्टी आपण योजनाबद्धतेने घडवून आणूसुद्धा.

यासाठीच हा तक्ता भरताना घाई करायची नाही. हे काम घाई घाईचे नाही. हे अतिशय शांतपणे एकांतात बसून करायचे काम आहे. कदाचित तुम्हाला अनेकवेळा बसावे लागेल. कदाचित तुम्हाला ह्या तक्त्यावरचा मजकूर परत परत बदलावा लागेल. असे झाले तरी हरकत नाही. पण काही दिवसांनंतर तुम्ही विशिष्ट उद्दिष्टांवर स्थिरावाल. तुमच्या जीवनाचा आलेख सतत वर जाणारा असेल तर तुम्हाला जगणं अर्थपूर्ण वाटेल. येणारा प्रत्येक दिवस तुमच्यासमोर काहीतरी संधी घेऊन येईल. पण जर आलेखाची दिशा खाली जाणारी असेल तर हे जग तुम्हाला नरकाहूनही वाईट आहे असे वाटेल. तसेच जर आलेख वरही जात नाही व खालीही न जाता समांतर असेल तर जीवन कंटाळवाणं होईल, तेच तेच आयुष्य कसंबसं रडतखडत जाईल. मुख्य म्हणजे ह्या सर्व गोष्टींना आपण स्वत: जबाबदार असणार आहोत हे नजरेआड होऊ न दिलेले बरे.

जन्म कुणाच्या हातात नसतो. तसेच मृत्यूही कुणाच्या हातात नसतो. मृत्यू कधी येईल हे कुणालाच माहीत नसते. त्याची जागा, वेळ आणि स्वरूप ह्यातील काहीही आपल्याला बदलता येत नाही. परंतु जन्माला आल्यावर मृत्यूपर्यंत आयुष्य कसे जगावे ह्याची मात्र पूर्णपणे मोकळीक आपल्याला असते. आपला आलेख वर जाणारा ठेवावा की अधोगतीकडे जाणारा ठेवावा हे पूर्णपणे आपल्या हातात असते. आपल्याला आपला आलेख वर न्यायचा असेल तर अनेक स्तरांवर आपल्याला चांगली कामगिरी करावी लागेल. त्यासाठी सर्वप्रथम एक उत्तम व्यक्ती व्हावं लागेल. उत्तम व्यक्तीकडून उत्तम कामगिरी होऊ शकते. चारही भूमिकांचा विचार करताना सर्वप्रथम एक व्यक्ती म्हणून स्वत:कडे पाहावे असे मला सुचवावेसे वाटते. माझ्या मनात दडलेल्या माणसाचा आलेख जर मी उंचावणारा ठेवला नाही तर तो माणूस मनातल्या मनातच गुदमरून जाईल. माझ्यातला माणूस गुदमरला तर माझ्यातला राक्षस जागा होईल. मग माझी प्रगती होणार कशी? मी जर चांगल्या सवयी स्वत:ला लावल्या नाहीत तर माझी कामगिरी उत्तम होणार कशी? मी जर

वाईट सवयी टाकल्या नाहीत तर माझी प्रगती होणार कशी? एक व्यक्ती म्हणून जर आपण चांगल्या गोष्टी, चांगली कौशल्य उचलायचं उद्दिष्ट ठेवलं नाही तर अनेक स्तरांवर आपला आलेख उंचावेलच असं नाही. ह्या सगळ्याचा विचार करून शांतपणे चारही भूमिकांसाठी काहीतरी भरीव कामगिरी कागदावर उतरवून काढा. ह्या कामासाठी जर काही दिवस लागणार असतील तरी हरकत नाही. पण जोपर्यंत तुम्ही हा तक्ता पूर्ण करत नाही तोपर्यंत पुढे पुस्तक वाचू नका.

वरील तक्ता भरून झाला असेल तरच आता पुढचे पान वाचायला घ्या.

आत उद्देशांचे विभाजन करूया.

आता मी तुम्हाला एक प्रश्न विचारतो.
तुम्ही मोठा हत्ती कसा खाल?

प्रश्न थोडा विचित्र आहे ह्याची मला कल्पना आहे. काहीजण म्हणतील आम्ही हत्ती खात नाही तर काही म्हणतील आम्ही कोणतंही मांस खात नाही वगैरे. पण हा काल्पनिक प्रश्न आहे असे समजा. बाकीच्या सर्व गोष्टी आपण अध्याहृत धरू. आता ह्या प्रश्नाचं काल्पनिकच उत्तर द्या.

अहो ह्याचं उत्तर सोपं आहे. ह्याचं उत्तर आहे की हत्तीचे छोटे छोटे तुकडे करून. तुम्ही म्हणाल हे ठीक आहे. पण ह्याचा इथे संबंध काय?

सांगतो, सांगतो.

आपण आता जो तक्ता तयार केला आहे तो म्हणजे एक हत्तीच आहे. आपल्या संपूर्ण आयुष्याचं एक विस्तृत चित्र आहे. ही योजना आपल्याला कार्यान्वित करायची आहे. आत ह्या हत्तीला कसे खायचे? उत्तर सोपं आहे. छोटे छोटे तुकडे करून. पण आता प्रश्न असा उभा राहील की ह्या हत्तीचे तुकडे कसे करायचे?

चला आपण शिकूया.

आत वरील चारही महत्त्वाच्या भूमिकांच्या संदर्भात पुढील पाच वर्षात तुम्हाला काय मिळवायचं आहे हे ध्यानात घेऊन येत्या महिन्यासाठी किंवा दोन महिन्यांसाठी छोटी छोटी उद्दिष्टे ठरवायची आणि ती साध्य करायची. मी छोटी छोटी अशासाठी म्हणतोय की अनेक छोट्या छोट्या उपक्रमातून प्रचंड मोठा फायदा होऊ शकतो. आपल्याला वाटतं की मोठ्या फायद्यासाठी मोठा उपक्रम लागेल व मोठ्या उपक्रमासाठी मोठी साधनसंपत्ती लागेल. आपल्याकडे तर काहीच नाही. मग मोठ्या उपक्रमाकडे बघायचं तरी कशासाठी? असल्या विचारातून आपण प्रेरित होत नाही व काही उद्दिष्टही ठेवत नाही. म्हणूनच मी छोट्या छोट्या उद्दिष्टांची कल्पना मांडत आहे. आपल्या आवाक्यात असलेली उद्दिष्ट साध्य केली की मग आपली प्रेरणा आणखी वाढेल. यशाची एकदा गोडी लागली की मग आणखी यश मिळवावंसं वाटतं. अशावेळेस आपण आपलं पुढचं उद्दिष्ट आणखी मोठं ठेऊ शकतो.

आता आपण पहिली पायरी चढूया. आपल्या ह्या चारही भूमिकांसाठी आपण काहीतरी उद्दिष्ट ठरवायचं आहे आणि तुमच्या वहीत लिहून काढायचं आहे. ते कसे साध्य करायचे ह्याविषयी आत्ता चिंता करू नका. आपण त्याविषयी योजनासुद्धा कशी आखायची ते आपण पुढच्या प्रकरणात शिकणार आहोत. आत्ता फक्त उद्दिष्ट ठरवायची आहेत. उद्दिष्ट लिहिताना आपल्याला काही नियम पाळायचे आहेत.

- साधारणपणे जे मिळवायला तुम्हाला दोन महिने लागतील असं उद्दिष्ट

महिन्याभरासाठी ठरवायचं आहे.
- तुमच्या रोजच्या कामाव्यतिरिक्त कोणतंही काम तुम्ही उद्दिष्ट म्हणून घेऊ शकता.
- निवडलेले उद्दिष्ट सकारात्मक वाक्यात लिहिलेलं पाहिजे.
- घेतलेलं उद्दिष्ट स्वत:विषयी असायला हवे.
- उद्दिष्ट नेमके (Specific) असायला हवे.
- उद्दिष्टाचे मापन (Measurable) करता यायला हवे.
- उद्दिष्ट साध्य करता येण्यासारखे (Achievable) हवे.
- त्यातून काहीतरी भरीव कार्य साध्य व्हायला (Result oriented) हवे
- उद्दिष्टाला वेळेची मर्यादा (Time Bound) हवी.

जर उद्दिष्ट लिहिण्याची तुमची पहिलीच वेळ असेल तर तुम्हाला जास्त काळजी घ्यायला पाहिजे. याचं कारण असं आहे की बहुधा आपल्याकडून सर्वसाधारण चूक अशी होते की उद्दिष्ट नेमकी नसतात. आपण जर त्याचा नेमकेपणा हरवून बसलो तर मग काहीच साध्य करता येणार नाही. यासाठीच नमुन्यादाखल खाली काही उद्दिष्टे मांडत आहे.

कौटुंबिक

- येत्या तीस दिवसात घराला रंग लावण्याची योजना आणि त्यासाठी पंचवीस हजार रुपयांची व्यवस्था करणे.
- येत्या तीस दिवसात संपूर्ण कुटुंबाच्या उन्हाळ्याच्या सुट्टीतील सहलीची योजना आखणे.

व्यावसायिक

- येत्या तीस दिवसांत मालाची विक्री रुपये पन्नास हजार करणे
- येत्या तीस दिवसांत नफ्याचे प्रमाण पाच टक्क्यांनी वाढवणे.
- येत्या तीस दिवसांत दहा नवीन ग्राहक निर्माण करणे.
- येत्या तीस दिवसांत मार्केट रिसर्च पूर्ण करणे.

व्यक्तिगत

- येत्या तीस दिवसांत पासपोर्टचा अर्ज करणे.
- येत्या तीस दिवसांत पोहायला शिकणे.

सामाजिक

- येत्या तीस दिवसात सोसायटीमधे स्वच्छता मोहीम राबवणे.

- येत्या तीस दिवसात सोसायटीमध्ये पाच झाडे लावून ती जगवणे.

ही झाली नमुन्यादाखलची उद्दिष्टे. तुम्हीदेखील तुमच्यासाठी काही उद्दिष्टे लिहून काढा. आता काहीजण म्हणतील की लिहून कशाला काढायला पाहिजे. आम्हाला हा विषय समजला. येत्या महिन्यात काय करायचं आहे हे आम्ही मनातल्या मनात पक्कं केलेलं आहे.

हे कितीही खरं असलं तरी तुम्ही जोपर्यंत ते लिहून काढत नाही तोपर्यंत तुमच्या उद्दिष्टाला काही नेमकेपणा येणार नाही. उद्दिष्ट नेमकी नसतील तर हाती काहीही लागणार नाही. तुम्ही टी.व्ही.वर डिस्कव्हरी चॅनल कधी पाहता काय? वाघ, सिंह जेव्हा आपलं सावज हेरतात, ते दृश्य बघण्यासारखं असतं. वाघ नदीच्याकाठी गवतामध्ये दबा धरून बसलेला असतो. त्याच्या समोर हरणांचा कळप पाणी प्यायला आलेला असतो. त्याच्या आवाक्यामध्ये अनेक हरणं आलेली असतात. त्याने झडप मारली तर अनेक हरणांपैकी कोणतं तरी हरीण नक्की पकडता येईल असं आपल्याला वाटतं. पण नाही, वाघाला तसं वाटत नाही. याचं कारण असं आहे की त्याच्या अनुभवाची शिकवण त्याला वेगळाच धडा देऊन गेलेली असते. त्याने जर सावज नक्की करायच्या आधी कळपावर झडप मारली तर त्याच्या हाताला एकही हरीण लागत नाही व तो दिवस त्याला भुकेलेलाच घालवायला लागतो. म्हणून कळप कितीही आवाक्यामध्ये आला तरी तो तेथेच लपून कळपाचं निरीक्षण करतो. कोणत्या हरिणावर झडप मारायची हे नक्की करतो व मगच निर्णायक झडप मारतो.

आपल्या उद्दिष्टांचंही असंच असतं. आपण जेव्हा कागद पेन्सिल घेऊन लिहून काढतो तेव्हाच आपलं सावज नक्की होतं. त्यानंतरच निर्णायक झडप मारायची आहे हे चांगलं लक्षात ठेवायचं आणि सर्वप्रथम उद्दिष्टे लिहून काढायची आहेत.

वरील कामगिरी झाली असेल तरच पुढच्या पानावर जा.

थोडं थांबा

वर सांगितल्याप्रमाणे तुम्ही उद्दिष्टे लिहून काढली असतील तर आता थोडं थांबा. परंतु उद्दिष्टे ठरविली, ती लिहून काढली म्हणजे सर्व काही संपले असे नाही तर आपण फक्त सुरुवात केली असे आहे. कित्येकवेळा उद्दिष्टे ठरविल्यावर ती साध्य करण्यासाठी अनेक अडचणींना तोंड द्यावे लागते. त्यामुळे आपल्याला कोणत्या अडचणी येतील व त्या आल्यावर काय करायचे ह्याची चर्चा आपण पुढाकाराच्या तिसऱ्या प्रकरणामध्ये पाहणार आहोत. आज ह्या भागामध्ये फक्त काय करायचे आहे ते ठरवायचे. मग पुढच्या भागात कसे करायचे ते पाहूया.

आता थोडी उजळणी करूया. आज आपण स्वत:च्या मरणाचे कल्पनाचित्र रंगवले. त्यानंतर त्या कल्पनाचित्राच्या अनुषंगाने आपण स्वत:ला लेबलं लावून घेतली. त्या लेबलांच्या अनुषंगाने घोषवाक्य तयार केली. त्या घोषवाक्याच्या अनुषंगाने चार प्रमुख भूमिका तपासून पाहिल्या. त्यामध्ये आज मी कुठे उभा आहे हे पाहिलं. त्यानंतर पाच वर्षांने मला कुठे जायचं आहे ते लिहिलं. दहा वर्षांनंतर कुठे जायचं आहे ते पाहिलं. पंधरा वर्षांनंतर आणि वीस वर्षांनंतर कुठे जायचं आहे हेही पाहिलं. त्या चारही भूमिकांमधील उद्दिष्टांचे छोट्या छोट्या भागांत विभाजन केले. तसे करताना आपण उद्दिष्ट कशी लिहायची हे शिकलो व त्याचा उपयोग करून दीर्घ कालीन उद्दिष्ट ठरवली.

पुढाकाराच्या पहिल्या प्रकरणामध्ये पुढाकाराविषयी अनेक गोष्टी सुचविल्या होत्या. त्या पुढाकाराच्या विचाराला ह्या दुसऱ्या प्रकरणामुळे काही कलाटणी मिळत आहे काय?

माझा अनुभव असा आहे की ह्या प्रकरणातील विचार पुढाकाराला विशिष्ट दिशा देतो. याचं कारण असं आहे की एकदा आपण आयुष्याचं विस्तीर्ण चित्र पाहिलं की मग आपल्या आयुष्यातील बऱ्याचशा समस्या ह्या समस्या न राहता फक्त छोटे छोटे प्रश्न होतात; हाताळण्यासारखे प्रसंग होतात. जीवनातल्या समस्या संपल्या नाही तरी आपण समस्येपेक्षा मोठे झालेले असतो अशा वेळेस त्या प्रसंगात सजग राहून प्रतिसाद निवडणे सोपे जाते, शक्य होते.

दुसरी गोष्ट आपल्याला आपलं आयुष्य अर्थपूर्ण करायलाच पाहिजे. ज्या ज्या व्यक्ती यशस्वी झालेल्या आहेत त्या त्या व्यक्तींच्या आयुष्याला काहीतरी अर्थ होता व तो त्यांनीच निर्माण केलेला होता.

बाबा आमट्यांचं उदाहरण घ्या. त्यांनी आपलं आयुष्य महारोग्यांच्या उन्नतीसाठी वेचलं. मेधा पाटकरांचं उदाहरण घ्या. त्यांनी आपलं उभं आयुष्य शोषितांच्यासाठी आणि पर्यावरणासाठी वेचलं. बाबासाहेब पुरंदरे यांचं उदाहरण घ्या. शिवरायांच्या इतिहासाचे संशोधन करून त्याचा प्रसार करण्यासाठी त्यांनी आयुष्य वेचलं. महात्मा गांधींचं उदाहरण घ्या, मदर तेरेसांचं उदाहरण घ्या आणि अशीच उदाहरणं शोधलीत तर ह्या मंडळींसारखी कित्येक माणसं आढळतील की ज्यांच्या जगण्याला विशिष्ट अर्थ होता, विशिष्ट उद्दिष्ट होतं व ते त्यांचं त्यांनीच निर्माण केलेलं आहे.

रिलायन्स उद्योगसमूहाचे अध्यक्ष धीरूभाई अंबानी ह्यांच्या उदाहरणामध्येही हेच आढळते. पेट्रोलपंपावर नोकरी करीत असतानाच त्यांनी मोठीमोठी स्वप्न पाहिली व ती प्रत्यक्षात आणली. जी माणसं दिवसाढवळ्या उघड्या डोळ्यांनी स्वप्न बघतात त्यांचीच स्वप्न प्रत्यक्षात अवतरू शकतात.

अगदी आजकालच्या जगातलं उदाहरण घ्यायचं झालं तर 'जीटीएल' ह्या

उद्योगसमूहाचे अध्यक्ष श्री. मनोज तिरोडकरांचं उदाहरण घ्या. मध्यम-वर्गातील मराठमोळ्या वातावरणात वाढलेल्या ह्या तरुणाने लहानपणापासूनच स्वप्न पाहिली व आपल्या आयुष्यात अर्थ निर्माण केला. आज 'जीटीएल' हा तीन हजार कर्मचाऱ्यांचा आंतरराष्ट्रीय उद्योगसमूह आहे.

किरण बेदींचं उदाहरण घ्या. पोलिसदालतील ही एक पोलादी स्त्री. अनेकवेळा अनेक कारणासाठी त्यांची बदली झाली. पण जिथे गेल्या तिथे त्यांनी उत्कृष्ट कामगिरी केली.

हेलन केलरचं उदाहरण घ्या. नियती तिच्या बाबतीत फारच निष्ठुर होती. तिला दिसत नव्हतं, बोलता येत नव्हतं आणि ऐकूही येत नव्हतं. प्रकाश म्हणजे काय हे तिला माहीत नाही. स्वर म्हणजे काय हे माहीत नाही आणि अशी हेलन केलर आंधळी, मुकी, बहिरी असताना तिने तिचे आयुष्य अर्थपूर्ण केले व इतरांना मार्गदर्शक साहित्य लिहिले. आज तिचे साहित्य अनेकांना स्फूर्ती देते.

संत गोराकुंभार हा साधा कुंभार होता. मातीची मडकी बनवायचा त्याचा उद्योग होता. पण त्याने त्याचा वेगळाच अर्थ लावलेला होता. प्रत्येक मडक्याद्वारे तो कोणाची तरी सेवा करीत होता. प्रत्येक मडक्यामध्ये तो देव शोधत होता. त्यामुळे मडकी बनवण्याचा त्याचा उद्योग म्हणजे साधंसुधं काम राहिलेलं नव्हतं. त्यामुळेच प्रत्येक मडक्याची गुणवत्ता अप्रतिम होती.

आता सावतामाळी बघा. साधा माळी, पण बागेतील प्रत्येक झाड म्हणजे त्याची लेकरं होती. त्यांना तो वाढवत होता. म्हणूनच बागेमधील काम हे काम न राहता मुलांच्या संगोपनामध्ये परिवर्तित झालेलं होतं. तो प्रत्येक झाडाशी बोलायचा. त्यांना मायेनं वाढवायचा. त्यांच्यावर प्रेम करायचा. त्यामुळे बागेत वेळ कसा जायचा हे त्याला कळायचं नाही. त्याची बाग अप्रतिम होती.

आता आपण एक वेगळंच उदाहरण पाहूया. दुसऱ्या महायुद्धाच्या काळातील गोष्ट आहे. सर व्हीक्टर फ्रँकलीन हा ज्यू मानसशास्त्रज्ञ जर्मनांच्या छळछावणीत होता. अनेक वर्ष अनेक यातना भोगतानाही त्याने तेथे मानसशास्त्राचा अभ्यास चालू ठेवला. त्याच्या तेथील अभ्यासाचा मुख्य भाग होता जीवनाचा अर्थ शोधणे. त्याने सिद्धांत मांडला की, छळछावणीतसुद्धा ज्यांच्या जीवनाला अर्थ होता, ज्यांना जीवनात काही मिळवायचे होते, ज्यांच्या समोर काही उद्दिष्ट होती त्या कैद्यांची जगण्याची इच्छा जबरदस्त होती व ते जिवंत राहिले. ज्यांच्या जीवनात काहीही उद्दिष्ट नव्हती असे कैदी लवकर मरण पावले. नंतर हा सिद्धांत जपानी आणि अमेरिकन मानसशास्त्रज्ञांनी पडताळून पाहिला व मान्य केला. त्याने म्हटले यातना-ताळातील ज्या लोकांना त्यांचे जीवन अगदी निरर्थक वाटले ते लोक मरण पावले व ज्यांना जीवनात काहीतरी साधायचे होते, ते असल्या हालअपेष्टासुद्धा सहन करू शकले व त्यांना त्यांची स्वप्ने

पूर्ण करायची संधी मिळाली. छळछावणीतून सुटल्यावर सर व्हिक्टर फ्रँकलिनने ह्या विषयावर पुस्तक लिहिलं Man's Search for Meaning व ते जगभर प्रसिद्ध झाले.

आपल्याला आपल्या आयुष्याचा अर्थ शोधण्यासाठी कोणत्याही छळछावणीत जायची गरज नाही. फक्त आपल्या आयुष्याचं विस्तीर्ण चित्र मनात ठेवायची गरज आहे. त्यासाठी संतमहंत किंवा उद्योगपती वगैरे व्हायचीही गरज नाही. अगदी आपले सर्वसामान्य आयुष्य जगतानाही आपल्याला आपलेच आयुष्य मजेत जगता येईल.

माझ्या परिचयातले एक स्नेही आहेत, खाण्यापिण्याच्या बाबतीत अतिशय चिकित्सक. पदार्थाच्या नुसत्या वासावरून त्यात मीठ कमी आहे की जास्त आहे हे ओळखायचे. परंतु दुसऱ्याच्या पाककृतीवर नुसतीच टीका करत बसण्यापेक्षा त्यांनी पाककला अवगत केली. नित्यनेमाने नवनवीन पाककृती शिकणे ह्यामुळे वेळ चांगला जातो व घरात वातावरण आनंदी राहते. ह्यातूनच पुढे उत्कर्षाच्या अनेक संधीही उपलब्ध होऊ शकतात.

एक वकील माझ्या पाहण्यात आहेत. त्यांचं म्हणणं आहे की आयुष्यभर नुसतीच वकिली केली तर जगणं रूक्ष होऊन जाईल. त्यांनी स्वत:ला कवितांमध्येही गुंतवून घेतले आहे. कविता ऐकतात, वाचतात, कविसंमेलनाला जातात, अनेक कवींशी त्यांचा पत्रव्यवहार चालू असतो. कवितांच्या रसग्रहणामुळे त्यांचा वकिलीचा व्यवासायही मजेत चालू असतो.

आम्ही एकदा किन्हवलीला एका फार्महाऊसवर गेलो होतो. साधारणपणे पाच सहा एकराचा फार्म अतिशय आवडीने विकसित केलेला दिसत होता. आमची मालकाशी ओळख झाली तेव्हा मालकाला निसर्गाशी जवळीक साधायची अतिशय आवड दिसली. अनेक वर्ष तन-मन-धन लावून त्यांनी तो फार्म विकसित केला होता. बोलता बोलता समजलं की मालक कल्याणमधले निष्णात डॉक्टर होते.

वैद्यकीय व्यवसायातून झाडाफुलांमध्ये रमणारा हा डॉक्टर होता. त्यांच्या फार्म-वरील गुलाबांना प्रदर्शनात राष्ट्रीय स्तरावर बक्षिसं मिळतात.

हल्ली वाचनसंस्कृती कमी होत चालली आहे असं आपण सगळेचजण बोलत असतो पण त्याविषयी काही करत नाही. माझ्या एका मित्राने घरगुती वाचनालय काढलंय. लहान मुलांना तो गोष्टीची पुस्तके देतो. ती वाचण्यास उद्युक्त करण्यासाठी तो त्यांच्या स्पर्धा भरवतो. महिन्यातून एकदा मुलं जमतात व वाचलेल्या पुस्तकातून गोष्टी सांगतात. उत्तम गोष्टीला तो बक्षिस देतो. हे सगळं आपली नोकरी सांभाळून करतो.

अशी माणसं तुमच्या पाहण्यातही असतीलच. तात्पर्य काय तर आपलं जगणं आपल्यालाच अर्थपूर्ण करता येतं.

ह्या प्रकरणात पहिल्यापासून उजव्या मेंदूला ताण दिलेला आहे.

कल्पकता हे उजव्या मेंदूचे काम आहे. तर्काधिष्ठित विचार हे डाव्या मेंदूचे

काम आहे. आपण जेव्हा विचार करतो तेव्हा मेंदूच्या विशिष्ट भागात त्या विचारांची प्रक्रिया होते. कल्पकतेच्या विचारांची प्रक्रिया उजव्या मेंदूमध्ये होते व तर्काधिष्ठित विचाराची प्रक्रिया डाव्या बाजूला होते. सहसा आपण डाव्या मेंदूचा वापर जास्त करताना आढळतो. लहान मुले सर्वसाधारणपणे उजव्या मेंदूचा वापर करत असतात. त्यामुळे ती निखळ हास्य, निखळ आनंद उपभोगू शकतात. ह्यावरील एका संशोधनात असे आढळून आले आहे की लहान मुले सर्वसाधारणपणे दिवसातून तीनशेवेळा हसतात व प्रौढावस्थेत आल्यावर त्या हास्याचं प्रमाण दिवसातून अवघे पंधरा ते सोळा एवढे खाली उतरते. बाल्यावस्थेपासून ते प्रौढावस्थेपर्यंत आपल्यावर एवढ्या तर्काधिष्ठित आज्ञांचा वर्षाव होत असतो की आपण हळूहळू डाव्या मेंदूवर कंडिशन्ड होतो.

अमुक करू नको, तुमक करू नको, बावळटपणा करू नको, हसू नको, उड्या मारू नको, खेळू नको, वगैरे वगैरे तर्काधिष्ठित ऑर्डरचा वर्षाव आपल्याला उजव्या मेंदूच्या वापराचा जणूकाही मज्जावच करतो.

परंतु आपल्या व्यक्तिमत्त्वासाठी डाव्या आणि उजव्या मेंदूचा पूर्णपणे वापर करायला हवा. उद्दिष्टे ठरवण्याकरता उजव्या मेंदूचा वापर करायचा व ती उद्दिष्टे साध्य करण्याकरता डाव्या मेंदूचा वापर करायचा.

परंतु उजवा मेंदू नेतृत्वाचे काम करतो व डावा मेंदू व्यवस्थापनाचे काम करतो. नेतृत्व हे सर्वप्रथम येते. व्यवस्थापन हे नेततृत्वानंतर येते. काय साधायचे हे ठरविणे हे नेतृत्वाचे काम आहे. कसे साधायचे हे व्यवस्थापनाचे काम आहे. आपण सर्वच तसे बऱ्यापैकी व्यवस्थापक असतो. पण आपण नेतृत्व नीट केलेले नसते म्हणून बऱ्याच वेळा पश्चातापाची पाळी येते.

काही मुले आईवडिलांच्या दबावामुळे इंजिनियर किंवा डॉक्टर व्हायला जातात. पण अभ्यासात मन लागत नाही. अशी मुले हुशार असतील तर ती इंजिनियर किंवा डॉक्टर होतील पण त्यांचं मन त्या व्यवसायात लागणार नाही. मग असा इंजिनियर किंवा डॉक्टर त्याच्या व्यवसायाशी प्रामाणिक कसा राहील? त्यासाठी त्याची सदसद्विवेकबुद्धी जागृत असायला हवी. सदसद्विवेकबुद्धी हे उजव्या मेंदूचे काम आहे. तसेच ही मुलं हुशार नसतील तर त्यांच्यावर अभ्यासाचा दबाव येऊन ती शिक्षण अर्धवट सोडून देतील.

कित्येकजण नोकरी मिळत नाही म्हणून जी नोकरी मिळेल ती पत्करतात. मग त्या कामात त्यांचे मन लागत नाही. असा माणूस त्या नोकरीशी प्रामाणिक कसा राहणार? ज्या कामात आपलं मन नाही त्या कामातून समाधान कसं मिळणार? ज्यात मन नाही त्या कामात आपली प्रगती कशी होणार?

परंतु आपलं मन कशात आहे ह्याचा शोध घेणे हे उजव्या मेंदूचे काम आहे. उजवा मेंदू चित्र रंगवतो. तसेच अनेक अधर्वट चित्रांना जोडतो तर डावा मेंदू त्या

चित्रांचं शब्दात रूपांतर करतो. त्याचं विश्लेषण करतो. त्याचे तुकडे करतो. त्याची व्यवहार्यता तपासतो. परंतु उद्दिष्टे ठरविताना सहसा डावा मेंदू बाजूला ठेवावा.

बऱ्याचवेळा असं दृष्टीस पडतं की एखाद्यावर अशी संकटं कोसळतात व तो अचानकपणे डाव्या मेंदूवरून उजव्या मेंदूवर अक्षरश: ढकलला जातो. म्हणजे तार्किक विचार सोडून कल्पक विचार करावयास लागतो. क्वचित कुणाकडे कुटुंबातील कमावती व्यक्ती अचानकपणे दगावते. ज्याच्यावर अशी पाळी येते. त्याची विचार करण्याची पद्धत एकदम बदलते. कुटुंबातील एखाद्या व्यक्तीचं आजारपण इतरांना कल्पक विचार करण्यास भाग पाडतं. धंद्यातील अचानक आलेला तोटा वगैरे असले प्रसंग माणसाला झटक्यासरशी विचारसरणी बदलायला लावतात. मग आपण आपले साचेबद्ध विचार सोडून काही वेगळा विचार करतो आणि आपली प्रगती होते.

आपली प्रगती होण्याकरता असल्या प्रसंगाची वाट पहात बसण्यापेक्षा आजच पुढाकार घेतलेला बरा. अनेक प्रकारे आपल्याला उजवा मेंदू जागृत ठेवता येतो.

- थोर व्यक्तींची चरित्रे वाचणे
- कल्पनाचित्र रेखाटणे
- आपल्या मनातील विचार लिहून काढणे
- नित्यनेमाने ध्यानधारणा करणे
- कलात्मक सिनेमा पाहणे
- चित्र काढणे
- फोटोग्राफी करणे
- कला किंवा छंद जोपासणे
- निसर्गसान्निध्यात जाणे
- आपल्या कामात देव शोधणे
- कल्पनाचित्र रंगवणे
- दिवास्वप्न पहाणे
- दिलखुलास हसणे
- एकांतात जाऊन बसणे
- मौन पाळणे
- मनोभावे कसलीतरी सेवा करणे.

ह्या प्रकरणाच्या सुरुवातीला मृत्यूबद्दल विचार करायला सुचवलेला आहे. परंतु काही जणांना मृत्यूबद्दल विचार करायला आवडत नाही. हरकत नाही. आपण मृत्यूबद्दल नव्हे तर दीर्घायुष्याबद्दल विचार करूया. सर्वप्रथम तुमच्या आयुष्यातील सगळ्यात महत्त्वाच्या व्यक्ती कोणत्या आहेत त्यांची यादी करा. त्यांची नावं लिहून काढा. खाली तक्ता दिला आहे त्यात डाव्या हाताच्या पहिल्या कॉलम मध्ये त्यांची

महत्त्वाची व्यक्ती	तुमच्याशी नाते	तुमच्याबद्दलचे उद्गार

नावं लिहा आणि त्याच्या उजव्या हाताच्या कॉलममध्ये त्यांच्याशी तुमचे काय नाते आहे ते लिहा. सगळ्या व्यक्तींची नावे लिहून झाली की मग आपल्या भावी आयुष्याचे कल्पनाचित्र तयार करायचे आहे.

मागील तक्त्यामध्ये तुमच्या महत्त्वाच्या व्यक्तींची नावं आणि त्यांचं तुमच्याशी असलेलं नातं लिहून झालं की मग तुमच्या ऐंशीव्या वाढदिवसाचं चित्र रंगवा. वरील तक्त्यामध्ये ज्या ज्या व्यक्तींची नावे तुम्ही लिहिलेली आहेत, त्यांचे आजचे वय कितीही असो, तुमच्या ऐंशीव्या वाढदिवशी त्या सगळ्या व्यक्ती हयात आहेत आणि तुम्हाला शुभेच्छा द्यायला आलेल्या आहेत, त्या दिवशी त्या व्यक्ती तुमच्या- बद्दल कोणते उद्गार काढतील ते तिसऱ्या कॉलममध्ये लिहून काढा. किंबहुना अशा प्रसंगी त्यांनी तुमच्याबद्दल कोणते उद्गार काढावेत अशी तुमची अपेक्षा आहे?

जर ऐंशीव्या वर्षी माझे नातेवाईकांशी संबंध चांगले हवे असतील तर आजच मला त्याविषयी काहीतरी करावे लागेल.

जर ऐंशीव्या वर्षी माझ्याकडे सगळ्यांनी आदरपूर्वक पहावं असं मला वाटत असेल तर आजच मला त्याविषयी काहीतरी करावे लागेल.

जर ऐंशीव्या वर्षी माझ्याकडे भरपूर पैसा शिल्लक आहे हे मला अनुभवायचे असेल तर आजच मला त्याविषयी काहीतरी केले पाहिजे.

ह्या कल्पनाचित्रातून जी घोषवाक्य तयार होतील ती तुमची अंतिम उद्दिष्टे असे समजा. परंतु हे सगळे तुम्हाला लिहून काढावे लागेल. त्यासाठी सगळी कामं बाजूला ठेवून कधीतरी एकांतात बसावे लागेल. कोणताही व्यत्यय चालणार नाही म्हणून जेथे फोनसुद्धा नाही अशा ठिकाणी जा. जाताना मोबाइल घरी ठेवूनच जा. शांतपणे विचार करा. तुमच्या आयुष्याचा उद्देश कोणता आहे ते नक्की करा.

घोषणापत्रक लिहून काढा. त्यानंतर तुमच्या चार महत्त्वाच्या भूमिका आठवा. कौटुंबिक, व्यावसायिक, व्यक्तिगत आणि सामाजिक. ह्या चारही भूमिकांसाठी छोटी छोटी उद्दिष्टे ठरवा. त्यावर अंमलबजावणी करा आणि मग पहा जीवन कसं अर्थपूर्ण होतं.

ह्या कल्पनाचित्रामध्ये तुमच्या मनाला पटतील असे खालीलपैकी कोणतेही फेरफार तुम्ही करू शकता.

- तुमच्या पन्नासाव्या वाढदिवसाचं कल्पनाचित्र रंगवा.
- तुमच्या साठाव्या वाढदिवसाचं कल्पनाचित्र रंगवा.
- तुमच्या सत्तराव्या वाढदिवसाचं कल्पनाचित्र रंगवा.
- तुमच्या लग्नाच्या पंचविसाव्या वाढदिवसाचं कल्पनाचित्र रंगवा.
- तुमच्या लग्नाच्या पन्नासाव्या वाढदिवसाचं कल्पनाचित्र रंगवा.

अशा कल्पनाचित्राचे फायदे किती आहेत हे जाणण्यासाठी पुढचे प्रकरण वाचा.

उजव्या मेंदूची शक्ती

उजव्या मेंदूमध्ये प्रचंड शक्ती आहे. भविष्यात आपल्याला हव्या असणाऱ्या

गोष्टी घडवून आणायची शक्ती आहे. पुरातन काळी माणूस जंगली श्वापदांबरोबर राहात होता. प्रत्येक दिवस जगण्यासाठी तो हिंस्त्र श्वापदांबरोबर झगडत होता. पण आज परिस्थिती काय आहे? असा एकही प्राणी नाही की जो माणसाच्या नियंत्रणात येऊ शकत नाही. नैसर्गिक आपत्ती वगळता माणूस सर्वशक्तिमान झाला आहे. हे सगळे माणसाच्या उजव्या मेंदूमुळे शक्य झाले. जे अस्तित्वात नाही ते बघायची शक्ती उजव्या मेंदूकडे आहे. एवढेच नाही तर ते घडवून आणायची शक्तीही उजव्या मेंदूकडे आहे.

उजवा मेंदू म्हणजे काय चीज आहे हे पाहण्याआधी आपण संपूर्ण मेंदू म्हणजे काय चीज आहे हे पाहूया.

तुम्हाला माहीत आहे का?

- आपला मेंदू हा जगातील सगळ्यात शक्तिशाली कॉम्प्युटर आहे.
- झोपेत असतानासुद्धा मेंदूचे काम चालूच असते व त्याच्या कामाचा आवाका टेलिफोन एक्सचेंजच्या ट्रॅफिकपेक्षाही मोठा असतो.
- कॉम्प्युटरच्या भाषेत बोलायचं झालं तर एका सर्वसाधारण मेंदूच्या डेटा प्रोसेसिंगच्या ताकदीची बरोबरी करायची असेल तर त्याला दोन लाख मेन-फ्रेमचे मोठे कॉम्प्युटर लागतील. त्यासाठी दोनशे पन्नास किलोमीटर जागा लागेल. हे कॉम्प्युटर चालविण्याकरता जो विद्युत पुरवठा लागेल त्यामुळे जी उष्णता निर्माण होईल त्या उष्णतेमुळे समुद्राचे तपमान बदलू शकेल व पर्यावरणाचा समतोल ढळू शकेल.
- पुस्तकाच्या भाषेत बोलायचं झालं तर एका सर्वसाधारण मेंदूच्या स्मरणशक्तीने दहा कोटी पुस्तकातील मजकूर सहज लक्षात ठेवता येईल.
- आकड्याच्या भाषेत स्मरणशक्तीची ताकद लिहायची म्हटली तर तो आकडा एवढा मोठा असेल की त्याची लांबी पृथ्वीपासून चंद्राला तेरावेळा प्रदक्षिणा घालण्याइतकी असेल. हा आकडा प्रतिसेकंदाला एक अंक ह्या वेगात लिहिण्याकरता ९० वर्ष लागतील.
- एका माणसाला संपूर्ण आयुष्यभर प्रतिसेकंदाला दहा नवीन गोष्टींची माहिती पुरवली तरी त्याच्या मेंदूच्या स्मरणशक्तीची ताकद अर्धीच वापरली जाईल.
- वयपरत्वे मेंदूच्या ताकदीवर काहीही परिणाम होत नाही.
- निसर्गाने मेंदू हा सगळ्यांना सारखाच दिलेला आहे.
- जी माणसं मेंदूची ताकद वापरतात त्यांना आपण हुशार म्हणतो.
- सर्वसाधारणपणे आपण आपल्या जवळील मेंदूच्या ताकदीच्या फक्त पाच ते सहा टक्केच वापर करतो.

काय आश्चर्य वाटतंय ना? पण हे सगळं सत्य आहे. ह्यावर भरपूर संशोधन झालेलं आहे.

आता असा हा मेंदू कल्पनाचित्रामुळे काय काय करत असतो ते पाहूया.

कल्पनाचित्रामुळे भविष्यात काय घडणार आहे हे आपण आजच पाहू शकतो.

तुम्ही विचाराल,“भविष्यात काय घडणार आहे ते आपण पाहू शकतो?”

हो हो. भविष्यात काय घडणार आहे ते तुम्ही आजच पाहू शकता. म्हणजे आता तुम्हाला ज्योतिषाकडे जायची गरज पडणार नाही. आपण जे कल्पनाचित्र तयार करू ते घडवून आणण्याची शक्ती आपल्यामध्ये आहे.

आता मी सांगतो तसा विचार करून पाहा.

तुम्हाला पंख फुटलेले आहेत. तुम्ही आकाशात उंच उडता आहात. आकाशातून तुम्हाला विस्तीर्ण दृश्य दिसत आहे. सह्याद्रीचे डोंगर दिसताहेत. तुम्ही त्याही पुढे जाता. संपूर्ण महाराष्ट्र दिसत आहे, गुजरात दिसत आहे. आता राजस्थानमधील वाळवंट दिसत आहे.आता दक्षिणेकडे वळता. पूर्ण दक्षिण भारत दिसत आहे.खाली निमुळता होत गेलेला भारत, तेथील समुद्रकिनारा, डोंगरदऱ्या अशी संपूर्ण यात्रा करून तुम्ही परत आपल्या जागी येता.

माझी खात्री आहे तुम्ही हे चित्र डोळ्यासमोर आणले असेल. ह्यालाच कल्पनाचित्र रंगवणे म्हणतात. आपला मेंदू विशेषत: उजवा मेंदू आपल्या विचारांचे चित्र बनवतो आणि आपले विचार चित्राच्या रूपात स्मरणात ठेवतो. असे लाखो करोडो चित्ररूपातले विचार आपल्या मेंदूमध्ये असतात. जेव्हा निर्णायक प्रसंग असतो तेव्हा मेंदू आपल्या स्मरणातील विचार तपासतो व त्याप्रमाणे आपल्याकडून कृती करून घेतो.

तुम्ही कधी नोकरी मिळविण्याकरता मुलाखतीसाठी गेला आहात काय? तेथे कंपनीच्या रिसेप्शनमध्ये थांबवून ठेवल्यावर तुमच्या मनात पुढीलप्रमाणे विचार येतात का?

बापरे काय होईल? मिळेल काय मला नोकरी? मला सगळ्या प्रश्नांची उत्तरं देता येतील काय? तिथे कोणते प्रश्न विचारतील? मागच्या वेळेस फारच कठीण प्रश्न विचारले होते, मला उत्तरं देता आली नव्हती. आजसुद्धा असंच होईल काय?

आणि मग प्रत्यक्षातसुद्धा परत तसंच घडतं, नोकरी मिळत नाही, बरोबर?

मला माहीत आहे बऱ्याच लोकांचं उत्तर 'होय' असंच असणार. कारण त्यांच्या मेंदूकडे फक्त काळजीची आणि नकारात्मक चित्र असतात. कोणताही प्रॉब्लेम मेंदूकडे नेला तर त्याच्याकडे एकतर 'होय' असं उत्तर असतं किंवा 'नाही' असं उत्तर असतं. जर जास्तीत जास्त नकारात्मक चित्र असतील, तर मेंदू सवयीप्रमाणे 'नाही' असंच उत्तर देतो व म्हणतो 'तुला उत्तर देता येणार नाही तुला नोकरी मिळणार नाही.' मग प्रत्यक्षात आपल्याला आयत्यावेळी उत्तरं आठवत नाहीत. म्हणजे उत्तर

येत असूनसुद्धा नोकरी मिळत नाही कारण मेंदूने तसं आपल्याकडून करवून घेतलं. आता आपण हेच चित्र बदलून टाकलं तर काय होईल?

जशी चित्र आपण ठेवू त्याप्रमाणे प्रसंग घडण्याची शक्यता असते. आतप्रश्न असा उभा राहतो की ही चित्रं कशी बदलायची?

ही चित्र बदलायची कल्पनाचित्राद्वारे. आपल्याला कोणत्या प्रकारचं जगणं आवडले त्याचा सतत विचार करा. त्याप्रमाणे तुम्ही तुमच्या मेंदूला चित्र तयार करायला सांगा.

आता तुम्ही विचाराल,'मी माझ्या मेंदूशी कसं बोलू?'

उत्तर सोपं आहे. आपण पुढाकाराच्या पहिल्या प्रकरणात स्वगतावर चर्चा केलेली आहे. आठवते काय? नसेल आठवत तर पुढाकाराचे पहिले प्रकरण वाचा. आपल्या स्वगताची भाषा बदलायची. आपल्या तोंडातून बाहेर पडणाऱ्या शब्दांपेक्षा, तोंडातून बाहेर न पडणारे शब्द जास्त परिणामकारक असतात. सगळ्या यशस्वी लोकांना ह्याची जाणीव असते म्हणून त्यांच्या स्वगतामध्ये ते कटाक्षाने सकारात्मक भाषाच वापरतात. बऱ्याचवेळा आपण अनवधानाने नकारात्मक भाषा वापरत असतो. मला अमुक का मिळत नाही. माझ्याच बाबतीत हे होत असतं. मला नेहमीच पडती बाजू घ्यावी लागते. माझं नशीबच चांगलं नाही. ह्या भाषेमुळे कल्पनाचित्रही नकारात्मक तयार होतात. म्हणूनच आपल्या स्वगतामध्ये काळजी करण्याची भाषा सोडून द्यायची व अंतिम परिणामाची चित्र ठेवायची. म्हणजे मी कितीवेळा उत्तरं देताना ढेपाळलो ह्यपेक्षा मला नोकरी मिळालेली आहे ह्याचं चित्र ठेवायचं.

आत परत तुमच्या मनात विचार येईल की फक्त एवढं करून मला खरंच यश मिळणार आहे काय?

याचं उत्तर 'होय' आणि 'नाही' असं आहे. आता मात्र तुम्ही पूर्णपणे बुचकळ्यात पडला असाल.

ह्याचं उत्तर 'होय' अशासाठी आहे की निर्णायक प्रसंगी मेंदूला नजीकच्या भूतकाळातील सकारात्मक चित्र मिळतील म्हणून तुम्हाला सकारात्मक कृती करण्या-करता चालना मिळेल व त्यामुळे यश मिळण्याची शक्यता बळावते.

तसेच ह्याचे उत्तर 'नाही' अशासाठी की नुसता विचार करून काहीही होणार नाही. विचाराला जर कृतीची जोड नसेल तर तुम्हाला यश काही केल्या मिळणार नाही. लहान मुलाला चालणं शिकवताना जर ते मूल चाललंच नाही तर त्याला काही केल्या चालता येणार नाही. विचारांमुळे चालण्याकरता अनुकूल परिस्थिती होते एवढेच.

आता आपण कल्पनाचित्राचा कसा उपयोग करायचा ते शिकूया.

सर्वप्रथम एका शांत जागेवर जाऊन बसा. जेथे तुम्हाला कोणीही त्रास देणार

नाहीत अशा ठिकाणी जाऊन बसा. बसल्या जागेवर डोळे मिटून शांतपणे मी सांगतो तसे कल्पनाचित्र तयार करा. तुम्हाला कोणत्या प्रकारचं आयुष्य जगायला आवडेल त्या प्रकारचं आयुष्य तुम्ही जगत आहात असं चित्र डोळ्यासमोर आणा. त्या चित्रात तुमचं घर कसं आहे ते न्याहाळा. त्या घरात तुम्ही अगदी मजेत आयुष्य जगत आहात असं पाहा. तुम्ही तुमच्या कौटुंबिक आयुष्यात तुम्हाला जे काही पाहिजे ते मिळवलेलं आहे असं चित्र डोळ्यासमोर आणा. तुमच्या व्यावसायिक आयुष्यातही तुम्ही तुम्हाला जे काही हवं आहे ते सगळं मिळवलं आहे असं दृश्य पाहा. तुमचं व्यक्तिगत आयुष्यही डोळ्यासमोर आणा. तुम्हाला स्वत:बद्दल अगदी अभिमान वाटतो आहे असं दृष्य पहा. सामाजिक जीवनातही तुम्ही तुम्हाला जे काही महत्वाचे वाटते आहे ते सर्वकाही करता आहात असं चित्र पाहा. ही चित्र तुम्ही एका चित्रपटगृहामध्ये पाहात आहात असं दृश्य डोळ्यासमोर आणा. ह्या चित्रांचा आकार खूप मोठा असायला हवा. ही चित्रे रंगीत हवीत. जर त्यात रंग नसतील तर रंग भरा. मोठ्या पडद्यावरची चित्र ही चित्रपटासारखी चलत्‌चित्र आहेत त्यांना आवाज आहे, हालचाल आहे एवढे कटाक्षाने पाहा.

आता तुम्ही विचाराल,'हे कधी करायचे?'

रोज करायचे. रात्री झोपायच्या आधी केले तरी चालेल किंवा पहाटे उठल्यावर केले तरी चालेल. परंतु रोजच्या रोज हे चित्र पहा.

आता तुमच्या मनात विचार येईल की असे केल्याने काय होईल?

असे केल्याने तुमची दृष्टीच बदलून जाईल. जशी दृष्टी तशी सृष्टी ह्या न्यायाने तुमच्या भोवतालची सृष्टी बदलून जाईल?

मला माहीत आहे की तुम्ही मला वेड्यात काढत असणार. तुमच्या मनात विचार येईल की सृष्टी कशी बदलेल.

एका दृष्टीने तुमच्या मनातील विचार योग्य आहे. सृष्टी बदलू शकणार नाही. पण सृष्टीकडे बघण्याची दृष्टी बदलेल. त्यामुळेच सृष्टीही बदललेली दिसेल. ह्या बदललेल्या सृष्टीच्या दृश्यामुळे तुमची कृती बदलेल व ती अंतिम उद्दिष्टाकडे नेईल. ह्याविषयी एक गमतीदार किस्सा ऐका.

एका गावात एक सावकार राहात होता. गावापासून काही अंतरावर त्याचे सुंदर असे दोन बंगले होते. अचानक एक दिवस त्याच्याकडे त्याचा नोकर धावत धावत येतो व बातमी सांगतो की त्याच्या एका बंगल्याला आग लागली. सावकार लागलीच घटनास्थळी जातो. तेथे ही गर्दी जमलेली असते. आग प्रचंड भडकलेली असते व त्याच्या डोळ्यासमोर त्याचा सुंदरसा बंगला बेचिराख होत असतो. तो अगदी रडकुंडीला येतो. पण सगळे बळ एकवटून तो सगळ्यांना ओरडून सांगत असतो, 'अरे नुसते बघता काय? आग विझवा, आगीचे बंब बोलवा. पाणी ओता.'

अचानक गर्दीमधून एकजण येतो व त्याला एक बातमी सांगतो की हा बंगला आज सकाळी सावकाराच्या मुलाने शेजारच्या गावातील माणसाला विकला. त्यासरशी त्याचं रडू थांबतं, त्याची धावपळ थांबते व चेहऱ्यावर हसू फुटतं. परंतु थोड्या वेळातच आणखी एकजण येऊन आणखी एक बातमी सांगतो की बंगला जरी विकला तरी पैसे उद्या द्यायचं ठरलं होतं. त्यासरशी परत आग विझवण्यासाठी त्याची धावपळ सुरू होते. पण थोड्याच वेळात आणखी एकजण येऊन सांगतो की पैशाचा व्यवहार सुद्धा पूर्ण झाला आहे. लगेच त्याचा जीव भांड्यात पडतो आणि तो हसू लागतो. थोड्या वेळात एकजण येऊन सागंतो की पैशाचा व्यवहार करताना त्या माणसाने त्याचा निर्णय बदलला. त्याने उजव्या हाताच्या बंगल्याऐवजी डाव्या हाताचा बंगला घेतला. परंतु आग तर उजव्या हाताच्या बंगल्याला लागलेली असते. परत त्याची धावपळ सुरू होते.

पाहिलंत दृष्टी बदलली की कसा फरक होतो. जळक्या बंगल्याकडे पाहाण्याचा दृष्टीवर त्या सावकाराच्या सगळ्या भावना, सगळे निर्णय अवलंबून होते. आपलीही कृती, आपल्याही भावना, आपण जगाकडे कोणत्या दृष्टीतून बघतो ह्यावरच अवलंबून असते. जशी दृष्टी तशी सृष्टी असे म्हणायच्या ऐवजी जशी दृष्टी तशी कृती म्हणायला पाहिजे व त्यानंतर जशी कृती तशी फळे. आपल्याला जशी फळे मिळतात त्यामुळे आपली दृष्टी बदलते व त्या बदललेल्या दृष्टीतून आपली कृती बदलते व आपल्याला नवीन फळे मिळतात. असे सकारात्मक दृष्टीचे वर्तुळ तयार होते.

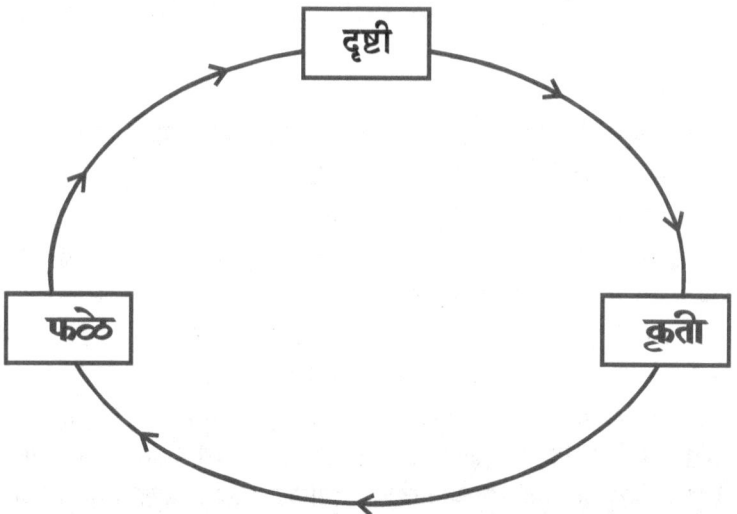

दुसरी गोष्ट अशी की ज्या प्रकारची आपली दृष्टी आहे त्याचा आपल्या शरीरावर प्रचंड प्रभाव पडतो. नुसताच पडतो असं नाही तर शरीरात त्याप्रमाणे बदलही घडून

येतो. विश्वास बसत नाही ना?

मला कल्पना आहे.

पण पहिल्या प्रकरणामध्ये मी एका धडधाकट माणसाचा किस्सा सांगितला आहे तो आठवतो ना? चांगला धडधाकट माणूस पण काहीही कारण नसताना आजारी पडला. त्याचं काय झालं. ऑफीसमध्ये एक गृहस्थ काही कामानिमित्त भेटायला आला. काम झाल्यावर निघायच्या आधी त्याने प्रश्न विचारला, तुमची तब्येत बरी नाही काय?

त्यावर तो माणूस म्हणाला, "माझ्या तब्येतीला काय झालंय. चांगला धडधाकट आहे की."

परंतु असे रोज होऊ लागले. त्याला रोज जी लोकं भेटायला येत होती ती हाच प्रश्न विचारायची. त्याचे मित्र, शेजारीपाजारी त्याच्याशी बोलताना त्याला म्हणायचे की तू आजारी दिसतोस. काही दिवसांतच तो खरोखरच आजारी पडला.

काही दिवसांतच त्याला असे वाटू लागले की ज्याअर्थी इतके लोक म्हणताहेत त्याअर्थी मी खरोखरीच आजारी असणार. त्याने स्वत:च्या नकळत स्वत: आजारी असल्याचे कल्पनाचित्र केले. त्यानंतर तो खरोखरीचा आजारी पडला. कल्पनाचित्राची ताकद अशी आहे. आपल्या शरीरात असले बदल घडवून आणले जाऊ शकतात.

मला माहीत आहे अजूनही काहीजणांचा विश्वास बसला नसेल. ठीक आहे काही हरकत नाही. आपण एक प्रयोग करून पाहूया. चला तुमचा विश्वास बसला नसेल तर तुम्ही एक वही आणि पेन्सिल घ्या. आता खालील वाक्य शंभरवेळा लिहून काढा.

'माझं डोकं दुखत आहे.'

मी खात्रीपूर्वक सांगतो की तुमचं वाक्य शंभरच्या जवळ पोहोचायच्या आतच ९९% लोकांचं डोकं दुखायला लागलेलं असेल.

आता मला सांगा जर माणूस नुसता कल्पनाशक्तीमुळे आजारी पडू शकत असेल तर त्याच कल्पनाशक्तीच्या शक्तीने आजारी माणूससुद्धा आजारातून ऊठू शकेल. बेशिस्त माणूससुद्धा शिस्तबद्ध होऊ शकेल. आळशी माणूससुद्धा उत्साही होऊ शकेल. दु:खी माणूससुद्धा आनंदी होऊ शकेल. अपयशी माणूससुद्धा यशस्वी होऊ शकेल. हे सगळं कल्पनाशक्तीमुळे शक्य आहे.

याच कारणाकरिता ह्या पुस्तकात जे काही तक्ते तुम्ही भरलेले असतील. त्यातील प्रत्येक उद्दिष्टाचे रोजच्या रोज कल्पनाचित्र रंगवा. ते मोठ्या पडद्यावर पहा. ते रंगीत असू द्या. तुम्ही तुमच्या प्रत्येक उद्दिष्टांमध्ये यशस्वी झालेला आहात असं चित्र रंगवा आणि मग पाहा काय गंमत होते.

माझे अनुभव

मी व्यक्तिमत्त्व विकासाची कार्यशाळा घेत होतो. माझी कार्यशाळा सहा दिवसाची होती. दुसऱ्या दिवशी हा विषय चर्चेला घेतला होता. आम्ही मृत्यूचे कल्पनाचित्र आणि लेबल उचलण्याबाबत चर्चा करत होतो.

मी सगळ्यांना समजावून देत होतो की आपण लेबल का उचलायला पाहिजे आणि ते लेबल तत्त्वाधारित का असायला पाहिजे वगैरे वगैरे. माझं भाषण चांगलंच प्रभावी होत होतं. प्रशिक्षणार्थींना मी वेळ दिला होता. सगळे विचार करीत होते की आपण आपल्यासाठी कोणतं लेबल उचलावं? मी शांतपणे बसलो होतो.

अचानकपणे वर्गातील शांतता भंगली ती एका प्रशिक्षणार्थीच्या प्रश्नाने. एकाने मला असा प्रश्न विचारला की मी त्याची अपेक्षाच केली नव्हती.

त्याने विचारले,"सर तुम्ही तुमच्यासाठी कोणती लेबल उचललेली आहेत आणि त्याचा तुम्ही कसा वापर करता?"

सगळा वर्ग माझ्याकडे बघू लागला. जो माणूस ह्याविषयावर इतकं प्रभुत्व दाखवतो त्याने स्वत:साठी निश्चितपणे काही लेबल उचललेली असतील, असाच सर्वजण त्यावेळेस विचार करत असणार, असे मला वाटले. पण माझ्याकडे ह्या प्रश्नाला काही उत्तर नव्हते. माझं मलाच आश्चर्य वाटलं की मी एवढं ह्या विषयावर भाषण देतो व तरुणांना मार्गदर्शन करतो पण मी माझ्यासाठी काही लेबल उचललेलं नाही. त्यावेळी माझी मलाच लाज वाटली. मी थातुरमातुर उत्तर देऊन वेळ मारून नेली पण घाव वर्मी बसलेला होता.

कार्यशाळा संपल्याबरोबर मी सर्वप्रथम माझी लेबलं तयार केली. ती खालील-प्रमाणे होती.

MADE LIEF ENJOYABLE आनंदाने जगणारा

आयुष्यात आनंद निर्माण करणारा

SMILING PERSON हसतमुख

मी नेहमी हसतुमख राहीन.
माझ्या उपस्थितीमुळे वातावरण नेहमीच चांगले होईल.

HEALTHY PERSON सुदृढ व्यक्तिमत्त्व

माझं व्यक्तिमत्त्व मी सुदृढ ठेवीन.

HUMOUROUS विनोदी

हास्यरस माझ्याकडे भरभरून वाहत असेल.

CREATIOR OF A HAPPY HOME
आनंदाने भरलेले घर निर्माण करणारा

मी माझे घर आनंदी ठेवावे.

NO COMPROMISE ON FAMILY TIME कुटुंबवत्सल

कुटुंबासाठी सतत झटणारा

GOOD LISTENER दुसऱ्याचं ऐकून घेणारा

दोन्ही बाजू ऐकून घेणारा

ह्या नंतर मी माझी घोषवाक्य तयार केली. ती खालीलप्रमाणे होती.

१. मी स्वयंप्रेरित राहिन आणि मला जे जे मिळवायचं आहे त्यासाठी पुढाकार घेईन.

२. व्यसनांपासून मी लांब राहीन.

३. मी माझ्या आयुष्याची संपूर्ण जबाबदारी घेईन.

४. माझ्यावर लावलेली नकारात्मक लेबलं काढून टाकण्याकरता मी नवीन सकारात्मक सवयी आत्मसात करीन.

५. मी पैशाचा गुलाम न होता पैशाचा मालक असेन.

६. मी माझ्या घरात आर्थिक सुबत्ता आणेन.

७. कर्ज घेतलंच तर ते सण साजरे करण्याकरता नसून दीर्घकालीन गुंतवणुकीकरता असेल.

ज्या दिवशी मी हे लिहून काढले. त्या दिवसापासून मला माझ्यात फरक जाणवला. तो इतरांना किती जाणवला हा प्रश्न अलाहिदा. परंतु तो माझा मला जाणवला हे महत्त्वाचं. मी जसं लिहिलं तसं जेव्हा मी वागलो तेव्हा माझं मलाच समाधान मिळालं. मी स्वत:च्याच नजरेत उंचावलो. माझा आत्मविश्वास वाढला. माझी खात्री आहे तुम्ही जेव्हा हे कराल तेव्हा तुम्हालाही माझ्यासारखाच अनुभव येईल.

ह्या पुस्तकात मी ज्या ज्या गोष्टी सुचवल्या आहेत त्यात अशी एकही गोष्ट नाही की जी मी स्वत: अमलात आणलेली नाही. प्रत्येक तक्ता मी स्वत: माझ्यासाठी तयार केलेला आहे आणि त्याप्रमाणे माझ्या मनासारख्या गोष्टी माझ्या आयुष्यात घडवून आणायचा प्रयत्न सतत चालू असतो.

एका दृष्टीने विचार केला तर ह्या पुस्तकात जे काही सुचवले आहे ते म्हणजे सारासार विचार करून सुचवलेली जीवनपद्धतीच आहे. पण सारासार विचार आपण सगळे करतो आणि तो फक्त वैचारिक स्तरावरच राहतो. प्रत्यक्ष आयुष्यात आपण भरकटत जातो.

माझ्या मते तत्त्वाधारित वागणे म्हणजे सारासार विचार करून वागणे होय.म्हणजे हे काही कठीण काम नाही. हे अतिशय सोपं काम आहे. आपण एकदा ते लिहून काढलं की मग सगळं काम सोपं होतं. पण लिहून काढणे हेच तर मोठे काम आहे परंतु एकदा का लिहून काढलं की मग आपल्या लक्षात येतं की आपण हे काम उगाचच टाळत होतो. ह्याने आपलंच आयुष्य अर्थपूर्ण होईल.

ह्या पुस्तकातील सर्व सूचना अमलात आणा आणि मग तिसऱ्या प्रकरणाकडे वळा.

MANY PEOPLE JUST ADD YEARS TO THEIR LIFE. LET'S ADD LIFE TO OUR YEARS.

सारांश

थोडक्यात काय की जीवनाचा उद्देश शोधणे हे आपल्याच उपयुक्ततेचे काम आहे आणि सोपंही आहे. म्हणजे असं पाहा आपल्याला काय आवडतं ह्याबद्दल सजग आणि त्या गोष्टीसाठी फक्त पुढाकार घ्यायचा आणि त्या गोष्टी घडवून आणायच्या.

तुम्ही तरुण असाल तर तुमच्या मनोरंजनासाठी तुम्ही कशाकशावर पैसा उधळाल? ह्या प्रश्नाचं उत्तर अगदी मनापासून द्या. एका कागदावर त्या सगळ्याची यादी करा. आता असा विचार करा की त्याच गोष्टी करण्यासाठी तुम्हाला कोणी पैसे दिले तर कसं वाटेल? आनंद होईल ना? समजा असं आयुष्यभर झालं तर काय होईल? उभं आयुष्य आनंदी जगता येईल, खरंना? तर मग चला लागा कामाला. तुमच्या मनोरंजनाच्या गोष्टींचं व्यवसायामध्ये रूपांतर करण्यासाठी पुढाकार घ्या.

मोठी मोठी स्वप्न बघा. स्वप्न दीर्घकालीन असू द्या. वीस-पंचवीस वर्षाच्या उद्दिष्टाचा तक्ता आजच भरा. महिन्यातून एकदा त्या तक्त्यावर विचार करा. त्यातील उद्दिष्ट स्थिरावयाला काही काळ जावा लागेल. दोन तीन वेळा तक्ता बदलल्यावर तो स्थिरावेल. हे काम एकांतात जाऊन करावे.

काही व्यक्ती म्हणतील की आम्ही तरुण असताना अशी संधी मिळाली नाही. आज आमचा व्यवसाय एक आहे आणि आमच्या मनोरंजनाच्या गोष्टी वेगळ्याच आहेत. किंवा मनोरंजनाच्या गोष्टींमध्ये तेवढा पैसा मिळणार नाही. काही हरकत नाही. तुमच्या आवडीच्या गोष्टींच्या संपर्कात तुम्हाला राहावेच लागेल. व्यवसायाच्या निमित्ताने किंवा कोणत्याही निमित्ताने तुम्ही त्या गोष्टींच्या संपर्कात राहाणे आवश्यक आहे. कामाच्या रगाड्यात व्यस्त होऊन तुमचा त्या गोष्टींशी संपर्कच तुटला तर तुमचं तुम्हाला बरं वाटणार नाही.

प्रकरणाच्या सुरुवातीलाच जे मृत्यूचे कल्पनाचित्र सांगितले आहे तसे एकांतात जाऊन करा. त्यानंतर दिलेल्या प्रश्नावलीची उत्तरे लिहून काढा. महत्त्वाच्या गोष्टी कोणत्या आहेत ते समजेल. त्याचं लेबल करा व घोषवाक्य तयार करा. हे जर तुम्हाला साध्य झाले तर दीर्घकालीन उद्दिष्टांचा तक्ता करण्याची इच्छा आपोआपच होईल.

निवृत्तीनंतर जर काही सामाजिक कार्य करण्याची इच्छा असल्यास आजपासून सुरुवात करा. निवृत्तीसाठी थांबू नका. छोट्या प्रमाणात असलं तरी चालेल पण चांगलं काम उद्यावर टाकू नका.

आपलं जगणं आपणच अर्थपूर्ण करूया.

■

पुढाकाराचे तिसरे सूत्र
नियोजन करा

महत्त्वाच्या गोष्टींना योग्य ते महत्त्व द्या

चला ह्या प्रकरणात आपण व्यक्तिगत व्यवस्थापनाविषयी (Personal Management) चर्चा करूया. आपल्या दैनंदिन जीवनाचे नियोजन करणे हा प्रामुख्याने डाव्या मेंदूमधील विचार आहे. मागील प्रकरणात आपण डावा मेंदू आणि उजवा मेंदू ह्यावर चर्चा केलेलीच आहे. उजवा मेंदू नेतृत्व करतो तर डावा मेंदू व्यवस्थापन करतो. उजव्या मेंदूचं काम आपण मागील भागात केलेलंच आहे. म्हणजे आयुष्यात काय साध्य करायचे हे आपण ठरविलेच आहे. आता डाव्या मेंदूचे काम सुरू होते व ते म्हणजे

"कसे साध्य करायचे?"

हा प्रामुख्याने व्यवस्थापनाचा विचार झाला. आपले साध्य साधण्यासाठी दैनंदिन जीवन कसे आखायचे हे आपण आज पाहाणार आहोत.

आपल्या दैनंदिन जीवनात हा विचार कसा अमलात आणायचा ह्यासाठी एक तत्त्व वापरायला लागेल. ते तत्त्व असे की महत्त्वाच्या गोष्टींना योग्य ते महत्त्व द्यायला हवे. त्यांचा प्राधान्यक्रम ठरवायला हवा. आजकालच्या धकाधकीच्या जीवनात महत्त्वाच्या गोष्टी पार कोपऱ्यात गेलेल्या असतात. त्यांना योग्य ते स्थान प्राप्त झालेले नसते. म्हणूनच हल्ली महत्त्वाच्या गोष्टींचं महत्त्व टिकवणं हेच महत्त्वाचे आहे. हे तत्त्व समजावून देण्यासाठी मी नेहमी एक प्रात्याक्षिक करतो. ते प्रात्यक्षिक इथे तुम्हाला दाखवता येणार नाही पण त्याबद्दलचा किस्सा तुम्हाला सांगतो.

मी माझ्या कार्यशाळेत, टेबलावर एक पारदर्शक प्लॅस्टिकची मोठी बरणी ठेवतो. ती अर्धी बरणी गोट्यांनी भरलेली असते. मग मी सर्वांना उद्देशून म्हणतो, 'माझ्या टेबलावर एक बरणी आहे. त्याचे झाकण नीट घट्ट बंद केलेले आहे. बरणी

अर्धी गोट्यांनी भरलेली आहे. आता ही बरणी म्हणजे आपल्या जीवनाचे प्रतीक आहे. त्या बरणीच्या आत जी पोकळी आहे ती आपल्या जीवनातल्या पोकळीचे प्रतीक आहे असे समजा. बरणीचे झाकण घट्ट बंद केलेले आहे. ह्यालासुद्धा प्रतीकात्मक अर्थ आहे. आपलं आयुष्य कधी ना कधीतरी संपणार आहे. झाकण हे त्या पूर्णविरामाचे प्रतीक आहे. अर्धी बरणी गोट्यांनी भरलेली आहे. ह्याचा प्रतीकात्मक अर्थ काय असेल बरं?'

ह्या प्रश्नावर नेहमीच अनेक प्रकारची उत्तरे येतात. त्यानंतर मी म्हणतो, 'आपला चरितार्थ चालवण्याकरता आपल्याला जे काही करायला लागतं त्याचं प्रतीक ह्या गोट्या आहेत. कुणी स्वतःचा व्यवसाय करतं तर कुणी नोकरी करतात. नोकरी असो की स्वतःचा व्यवसाय असो सर्वसाधारणपणे नोकरीधंद्यासाठी आपण दिवसातले बारा तास व्यस्त असतो म्हणजेच अर्ध वेळ आपण त्यात व्यस्त असतो. म्हणूनच अर्धी बरणी गोट्यांनी भरलेली आहे.

त्यानंतर मी एक खोका काढतो. त्यात सहा प्लॅस्टिकचे बॉल असतात. साधारणपणे दोन इंच व्यासाचे रंगीबेरंगी बॉल मी बऱ्याचवेळा सगळ्यांच्या अंगावर फेकतो. काहीजण ते बॉल तितक्याच चपळाईने झेलतात व काही जमिनीवर पाडतात. ज्याच्याजवळ पडतात ती मंडळी ते उचलतात. ज्यांनी झेल उत्तमप्रकारे पकडला त्यांचं टाळ्या वाजवून अभिनंदन केलं जातं.

मग एकेका बॉलवरील मजकूर वाचला जातो.

१. Picnic, Parties, Fun (करमणूक)
२. Career Development, Goal Setting, Training, Reading, Planning (उद्दिष्टे)
३. Responsibilities towards Children (मुलांची जबाबदारी)
४. Responsibilities towards Parents (आईवडिलांची जबाबदारी)
५. Responsibilities towards Spouse (नवरा किंवा बायकोची जबाबदारी)
६. Health Programes, Exercises, Diet Control, Regular Medical Check-ups (आरोग्य)

त्यानंतर मी विचारतो, 'बॉलवर लिहिलेला मजकूर कशाप्रकारचा वाटला?'
'अतिशय सकारात्मक वाटला.'
'ह्या गोष्टींवर आपणही लक्ष दिले पाहिजे असं वाटलं.'
अशा प्रकारच्या प्रतिक्रिया येतात.

मग मी एका सहकाऱ्याकडून बॉल घेतो आणि बरणीचे झाकण उघडून बॉल बरणीत टाकतो. त्यानंतर मी दुसरा घेतो व तोही त्यात टाकतो. अर्धी जागा गोट्यांनी व्यापल्यामुळे जेमतेम दोन ते तीन बॉल त्यात जाऊ शकतात. तिसरा बॉल थोडासा

बरणीच्या बाहेरच राहातो.

त्यानंतर मी सगळ्यांना उद्देशून म्हणतो, 'आपणा सर्वांना ह्या गोष्टी आपल्या आयुष्यात सामावून घ्यायच्या आहेत. म्हणून मी हे बॉल ह्या बरणीत भरत होतो. परंतु तिसरा बॉल बरणीच्या बाहेर येत आहे. म्हणजे आता झाकण लागणार नाही. परंतु हे झाकण आपल्या जीवनाच्या पूर्णविरामाचे प्रतीक आहे. म्हणून हे झाकण तर नीट लागलेच पाहिजे. हा नियम आपल्याला बदलता येण्यासारखा नाही. म्हणून मी आता ह्या बरणीतील एक बॉल कमी करतो व झाकण लावून टाकतो. आता अर्धी बरणी गोट्यांनी भरलेली आहे व उरलेल्या पोकळीत फक्त दोन बॉल आहेत. ह्याचा अर्थ ह्या माणसाला आपल्या नोकरीधंद्याव्यतिरिक्त फक्त वरील दोन गोष्टीच करता येतील. उतारवयात आल्यावर ह्या माणसाला काय वाटेल सांगा बरं?'

पश्चाताप होईल.

का बरं?

नोकरीपायी बऱ्याच वैयक्तिक गोष्टी करायच्या राहून गेल्या असे वाटेल.

अगदी बरोबर. परंतु आपणापैकी बहुतेक लोकांची अशीच अवस्था असते. नोकरीच्या व्यापापायी किंवा व्यवसायाच्या व्यापापायी कित्येक महत्त्वाच्या गोष्टी करायला आपल्याला वेळच मिळत नाही.

सगळ्यांचा होकार येतो.

म्हणजे रात्र थोडी आणि सोंगं फार अशी आपली अवस्था होते. आणि ही सगळी सोंगं करे करेपर्यंत आपली चांगलीच दमछाक होते. ह्याचा अर्थ साधा सरळ होतो. की आपल्याला ह्या सगळ्याचं व्यवस्थापन कसं करायचं हेच माहीत नसतं.

आपण उद्दिष्टे ठरविली आहेत म्हणजेच, जीवनात काय करायचं हे ठरवलं आहे. ती उद्दिष्ट कशी साध्य करायची हे आज आपण शिकणार आहोत. सर्वप्रथम काय करायचं हे ठरवायला पाहिजे. पुढची पायरी व्यवस्थापनाची म्हणजेच ते कसं साध्य करायचं. आपण आज हेच शिकणार आहोत. त्यासाठी वाचकांना विनंती आहे की काल्पनिकरित्या तुम्ही ह्या प्रात्यक्षिकामध्ये भाग घ्यावा.

मी त्या बरणीमधील दोन्ही बॉल काढतो व खोक्यात टाकतो. बाकीचे चारही बॉल सहकाऱ्यांकडून मागून घेतो व तेही खोक्यात टाकतो. ह्यावेळी सहाही बॉल माझ्या खोक्यात असतात. त्यानंतर बरणीचे झाकण लावून टाकतो व सगळ्यांना उद्देशून म्हणतो.

'व्यवस्थापन कसे करायचे हे आपण ह्या प्रात्यक्षिकाद्वारे शिकणार आहोत. सहा बॉलपैकी जास्तीत जास्त बॉल बरणीत कसे टाकायचे हे आपल्याला शिकायचे आहे. बॉल आकाराने गोट्यांपेक्षा मोठे आहेत ह्याला देखील प्रतीकात्मक अर्थ आहे. हे बॉल जास्त महत्त्वाचे आहेत. बॉल बरणीमध्ये टाकताना तीन नियम पाळायचे आहेत.

१. प्रात्यक्षिक एक मिनिटात करून दाखवायचे आहे.

२. बरणीमध्ये जास्त बॉल मावण्याकरता बरणीमधील एकही गोटी कमी करायची नाही.

३. बॉल आतमध्ये भरून झाल्यावर बरणीचे झाकण नीट लागले गेले पाहिजे.

चला कोण करून दाखवतंय हे प्रात्याक्षिक?

एक सहकारी आला. मी त्याला टेबलाच्या पलीकडे उभं राहून प्रात्यक्षिक करायला सांगितले, जेणेकरून तो जे काय करतो आहे ते सगळ्यांना दिसेल. घड्याळ लावले आणि सुरुवात करायला परवानगी दिली.

त्याने बरणीचे झाकण उघडले. त्यानंतर बाजूच्या खोक्यातून एक बॉल काढला. बरणीत टाकला. दुसरा बॉल काढला व तोही बरणीत टाकला. त्यानंतर थोडावेळ घुटमळला व तिसरा बॉल काढला. तो बरणीत टाकला. तो बरणीच्या तोंडाच्या बाहेर येत होता. मग त्याने तो बरणीमध्ये जबरदस्तीने ढकलला. ढकलताना बाटलीतल्या गोट्यांवर दबाव आल्यामुळे बरणीच्या कडेलगतच्या गोट्या थोड्या वर उचलल्या गेल्या. बरणीच्या मध्ये थोडा खोलगट भाग तयार झाला आणि तिसरा बॉल पूर्णपणे आतमध्ये आला व बरणीचे झाकण कसेबसे लागले. एवढे होईपर्यंत एक मिनिट संपलेले होते.

आम्ही सगळ्यांनी टाळ्या वाजवून त्याचे अभिनंदन केले व तो आपल्या जागेवर जाऊ लागला. मग मी त्याला थांबवले. आणि म्हणालो,''वा तुम्ही तीन बॉल बरणीत टाकले. आम्ही सगळ्यांनी टाळ्यासुद्धा वाजवल्या. तुम्हाला कसं वाटतंय?''

''तुम्ही सगळ्यांनी जरी टाळ्या वाजवून माझं अभिनंदन केलं तरी मला उलट तीन बॉल बरणीच्या बाहेर राहिले याची खंत वाटते.''

चला कोणते बॉल बाहेर राहिलेत ते पाहूया.

मी तीनपैकी एक बॉल उचलला आणि त्यावरील मजकूर मोठ्याने वाचून दाखवला. मजकूर वाचल्याबरोबर सगळे हसले. एका बॉलवर लिहिलेलं होतं 'Picnic, Parties, Fun'.

म्हणजे ह्या गृहस्थाला स्वत:ची करमणूक करून घ्यायला कधी वेळच मिळणार नाही. जेव्हा जेव्हा सिनेमा आणि पार्टीचा कार्यक्रम ठरेल तेव्हा ह्या माणसाला प्रचंड काम असेल. नेमकी त्याच वेळेस अनेक तातडीची कामं निघतील आणि ह्याला करमणूक बाजूला ठेवायला लागेल. परंतु जर आपण ह्याची दिनचर्या पाहिलीत तर असं दिसेल की हा माणूस दिवसातले अनेक तास वाया घालवतो आहे. पहा बरणीमध्ये तीन बॉल घातल्यानंतर बरीच पोकळी शिल्लक आहे. रिकामी पोकळी हे वाया घालवलेल्या वेळेचं प्रतीक आहे. करमणूकच नसेल तर ह्या माणसाच्या मनालाच मरगळ येईल व त्यामुळे त्याची उत्पादकता घटेल व रोजच्या कामाला

जास्त वेळ लागेल.

आता मी दुसरा बॉल उचलला व त्यावरचा मजकूर मोठ्याने वाचून दाखवला. त्या बॉलवर लिहिलेले होते, 'Career Devlopment, Goal Setting, Training, Reading, Planning.'

याचा अर्थ हा माणूस नुसता झापडं लावून काम करणारा आहे,स्वतःची करमणूक तर लांबच पण स्वतःचा विकास करून घ्यायलासुद्धा ह्या गृहस्थाला वेळ मिळणार नाही. घाण्याचा बैल जसा तेच तेच काम करत राहतो तसा हा तेच चाकोरीबद्ध करत राहणार. नवीन कौशल्य शिकायला वेळ नाही, उद्दिष्टे ठरवायला वेळ नाही, प्रशिक्षणासाठी वेळ नाही, वाचायला वेळ नाही, भविष्याची योजना आखायला वेळ नाही. आता अशा माणसाची प्रगती कशी होणार, हे जर तुमच्या आयुष्यात झाले तर तुम्हाला कसे वाटेल?

वाईट वाटेल.

पण तुमच्या आयुष्याचे असे व्यवस्थापन तुम्हीच केलेले आहे. असं काहीसं बोलत मी तिसरा बॉल उचलला. ह्यावेळी त्या बॉलवर लिहिले होते Health Programes, Exercises, Diet Control, Regular Medical Check-up

हा गृहस्थ करमणूक तर करणार नाहीच, स्वतःची प्रगतीसुद्धा करणार नाही पण स्वतःच्या आरोग्याकडेही लक्ष देणार नाही. आता मात्र ह्या माणसापुढे हात टेकले मला सांगा आपलं जसजसं वय वाढतं तसतशी शरीराची शक्ती वाढते की कमी होते?

तरुणपणापर्यंत वाढते पण त्यानंतर कमी होते.

अगदी बरोबर. आता मला सांगा आपल्या कौटुंबिक जीवनात ताणतणाव आहेत की नाहीत?

चांगलेच आहेत.

हे ताणतणाव भविष्यात कमी होणार आहेत की वाढणार आहेत?

वाढणार आहेत.

आता पहा, ताण पेलायची शक्ती कमी होणार पण ताण मात्र वाढणार. जर आपण ही शक्ती वाढवली नाही तर आपलं शरीर काम करण्यासाठी सक्षम राहिल काय?

ह्या प्रश्नाला उत्तर 'हो' येऊच शकत नाही. त्यामुळे विचार करून सगळ्यांच्या माना नकारात्मकच हलल्या.

ह्या माणसाला काही वर्षातच आरोग्याच्या एवढ्या समस्या भेडसावू लागतील की त्याला नोकरी टिकवणंसुद्धा मुष्किल होऊन जाईल.

ह्या माणसाच्या आयुष्यात करमणूक नाही, हसणंखिदळणं नाही, नवीन कौशल्य

शिकणं नाही, वाचन नाही, उद्दिष्ट नाही, आरोग्य नाही, स्वत:ची उन्नती नाही अशा माणसाला जर चारही बाजूंनी समस्या भेडसावल्या तर नशिबाला दोष देता येईल का?

दोष कोणाचा आहे?

ह्या माणसाचा आहे.

दोष त्या माणसाचा नाही तर त्याच्या व्यवस्थापनाचा आहे. असं व्यवस्थापन तुमच्या आयुष्यात तुम्ही कराल काय?

ना ऽऽऽऽऽऽऽऽ ही. असा सामुदायिक आवाज येतो.

एवढं झाल्यावर मी त्या सहकाऱ्याला त्याच्या जागेवर जायची परवानगी देतो. त्यानंतर ते तीन बॉल बरणीतून बाहेर काढतो व खोक्यात ठेवतो. बरणीचे झाकण नीट लावून टाकतो आणि विचारतो,

आणखी कुणाला वेगळ्या पद्धतीने प्रयत्न करायचा आहे काय?

असे विचारल्यावर कोणीतरी पुढे येतोच. मग सगळ्यांच्या नजरा त्याच्याकडे वळतात. आश्चर्य म्हणजे प्रत्येक कार्यशाळेच्या वेळी अगदी ठरविल्याप्रमाणे जो कोणी येतो, तो बरणीचं झाकण उघडतो, खोक्यातील एक बॉल बरणीत टाकतो. दुसरा बॉल उचलतो व तोही बरणीत टाकतो. आता तिसरा बॉल टाकताना बरणी उचलून थोडी आडवी करतो. त्याबरोबर गोट्या झाकणाकडे सरकतात व त्याला बॉल ढकलायला जागा मिळते. मग तो बॉल ढकलतो व बरणी सरळ करतो/ असे केल्यामुळे एक बॉल गोट्यांच्या खाली दिसेनासा होतो व बरणीत चौथा बॉलसुद्धा जाऊ शकेल अशी शक्यता निर्माण होते. मग तो चौथा बॉल घेतो व बरणीत टाकतो. परंतु तो थोडासा बरणीच्या बाहेर येतो मग परत त्याला बरणी आडवी करायला लागते. परंतु आता जागा अतिशय कमी राहिलेली असते. बरणी अनेकवेळा आडवी केल्यानंतरही चौथा बॉल कसाबसा जातो व बरणीचं झाकण जबरदस्तीनेच लावायला लागते. ह्या संपूर्ण प्रात्यक्षिकातील घडामोडींचा जो क्रम आहे तो अगदी ठरवून केल्याप्रमाणे प्रत्येक कार्यशाळेत घडतो.

मग सगळे टाळ्या वाजवतात. त्यानंतर माझं काम सुरू होतं.

मी 'अरे वा! कमाल केलीत. तुम्ही तर चार बॉल बरणीत भरले. खूष झालात की नाही?'

'हो पण चौथा कसाबसा गेला आणि दोन बाहेर राहिलेच की, त्यामुळेच मी तेवढा खूष नाही.'

'चला बाहेर कोणते बॉल राहिलेत ते पाहूया.'

असं म्हणत मी ते राहिलेले बॉल उचलले व त्यावरील मजकूर मोठ्याने वाचला. Responsibility towards Children, Responsbility towards Parents असे लिहिले होते.

मी म्हणालो,' म्हणजे याचा अर्थ तुम्ही तुमच्या जन्मदात्यांना आणि ज्यांना जन्माला घालणार त्यांना वाऱ्यावर सोडणार तर. तुम्ही हे करू शकाल?'

'नाही मी अजिबात तसं करणार नाही. पण येथे एक मिनिटात प्रात्यक्षिक संपावयच्या नादात कोणते बॉल राहिले आहेत ह्याकडे लक्षच गेलं नाही.'

'ठीक आहे,' मी म्हटले,'समजा तुम्हाला आता हे दोन बॉल बरणीमध्ये टाकायची मी एक संधी दिली तर कोणते दोन बॉल तुम्ही बरणीतून काढाल?

हा प्रश्न अनपेक्षित होता. त्याच्यासाठी हा तर यक्षप्रश्न होता. बरणीमध्ये चार बॉल होते त्यापैकी दोघांना तिलांजली द्यायची म्हणजे पंचाईतच. सगळ्यांच्या नजरा त्या सहकाऱ्याकडे लागलेल्या होत्या. मग त्याने बरणीतील बॉलवर नजर टाकली. बरणीमध्ये खालीलप्रमाणे चार बॉल होते.

१. Picnic, Parties, Fun
२. Career Devlopment, Goal Setting, Training, Reading, Planning
३. Responsibility towards Spouse
४. Health Programes, Exercises, Diet Control, Regular Medical Check-up

आता ह्या चारांमधील कोणते बरणीच्या बाहेर काढायचे हे काही त्याला ठरवता आले नाही. शेवटी त्याला आहे त्या स्थितीवर शिक्कामोर्तब करावे लागले.

'पाहिलंत किती कठीण आहे निर्णय घेणं. हा निर्णय घेतल्यावर तुम्ही खूष आहात काय?'

नाही अजिबात नाही. खरं तर हे सगळे बॉल बरणीमध्ये आले पाहिजेत. पण ते शक्य नाही.

'कितीजणांना वाटतं की हे शक्य नाही?'

चारपाच हात वर आले. अगदी प्रत्येकवेळी असंच होतं. पण बाकीच्या मंडळींना एक संधी हवी होती. मी परत ते सगळे बॉल बरणीमधून काढले व खोक्यात भरले. बरणीचे झाकण लावून टाकले. आणि विचारले,'आता कोणाला प्रयत्न करून पहायचा आहे?'

कार्यशाळेत जर महिलावर्ग भाग घेत असेल तर अशावेळेस महिलाही पुढाकार घेतात. प्रात्यक्षिकाच्या ह्या टप्प्याला जो कोणी येतो तो प्रथम बरणीचे झाकण उघडून बरणीमधील थोड्या गोट्या काढतो आणि बाजूला ठेवतो.

मग वर्गात लगेच एक मंद अशी प्रतिक्रिया उमटते, 'सर, पण गोट्या काढायच्या नाहीत?'

परंतु त्याकडे दुर्लक्ष करून तो सहकारी आपलं काम चालू ठेवतो. एकेक बॉल

बरणीमध्ये भरायला सुरुवात करतो. चार बॉल सहजपणे जातात कारण बरणीमधील थोड्या गोट्या काढून ठेवलेल्या असतात. आता बरणीमध्ये गोट्या भरायची पाळी येते. जसजशी गोट्या बरणीमध्ये टाकल्या जातात तशी त्या बॉलवरून घरंगळून तळाशी जाऊ लागतात व हळूहळू बरणीतील गोट्यांची पातळी वाढू लागते. जशी गोट्यांची पातळी वाढते तसतसे बॉलही वरती येऊ लागतात व चौथा बॉल बरणीच्या तोंडाबाहेर डोकावू लागतो. क्वचित कुणीतरी हा प्रयोग दोनवेळा करून बघतं. पण प्रत्येकवेळी गोट्या भरायला सुरुवात केल्यावर बॉल काही केल्या गोट्यांमध्ये बुडत नाहीत हे सगळ्या वर्गाच्या लक्षात येतं. परंतु तोपर्यंत वेळ संपलेली असते. सरते शेवटी तीन बॉलच बरणीमध्ये राहतात.

वेळ संपल्यावर मी त्यांना विचारतो, 'तुम्ही वेगळ्या पद्धतीने प्रयत्न करून पाहिला पण तो अयशस्वी झाला. तुम्हाला काय म्हणायचं त्याबद्दल?'

वेळेचे बंधन नसतं तर मी जास्त बॉल टाकून दाखवले असते.

'आणखी कितीवेळ मिळाला असता तर तुम्ही यशस्वी झाला असता?'

'आणखी पाच मिनिटं मिळाली असती तर बरं झालं असतं.'

'म्हणजे उद्या काही महत्त्वाची कामं राहिली तर तुम्ही देवालाही म्हणाल दिवस पन्नास तासांचा कर. समजा देवानंही तुमचं ऐकलं तरी तुम्ही यशस्वी होणार ह्याची काय खात्री आहे?'

'तुम्ही गोट्या बरणीमध्ये भरल्याबरोबर बॉलही वर येत होते. ते जर तसे आले नसते तर तुम्ही जास्त बॉल टाकू शकला असतात. पण बॉल काही गोट्यांच्या खाली बुडत नाहीत. गोट्या म्हणजे काही पाणी नाही आणि जरी पाणी असते तरी बॉल काही त्यात बुडले नसते कारण बॉल म्हणजे काही दगड नाही. वर येणाऱ्या बॉलला तेथेच थोपवून धरण्यासाठी तुमच्याकडे काही वेगळा उपाय होता काय? तो जर नसेल तर तेच तेच केल्यावर बॉल तसेच परत परत वर येणार. मग पाच मिनिटे जरी दिली तरी तुम्ही यशस्वी होणार नाही असे वाटत नाही का तुम्हाला?'

ह्यावर सर्वसाधारणपणे काही उत्तर मिळत नाही.

हळूहळू 'सगळे बॉल जाणं शक्य नाही.' अशा प्रकारच्या प्रतिक्रिया येऊ लागतात.

पण त्या प्रतिक्रियांकडे लक्ष न देता कोणीतरी पुढे येतंच. मग ती व्यक्ती सर्वप्रथम बरणीमधील सगळ्या गोट्या खोक्यामध्ये ओतते. त्यानंतर खोक्यामधील सगळे बॉल बरणीमध्ये भरले जातात. बरणी पूर्णपणे रिकामी असल्याकारणामुळे सगळे बॉल बरणीमध्ये जातात. आता बरणी बॉलने भरलेली होती. सहावा बॉल बरणीच्या अगदी तोंडाशी आलेला होता, परंतु तो बरणीच्या बाहेर आलेला नव्हता. बरणीच्या आकारामुळे बॉल आतमध्ये घट्ट अडकून बसतात त्यामुळे बॉल वर

येण्याचा प्रश्न उरत नाही. आता बरणीमध्ये गोट्या ओतायला सुरुवात होते. बॉलने बरणी जरी भरलेली असली तरी गोट्या घरंगळून तळाशी जाऊ लागतात कारण सहा बॉलच्यामध्ये इतकी जागा असते व त्या पोकळीमधून गोट्या खाली पडू लागतात. सगळ्या गोट्या बॉलच्या भोवतालच्या रिकाम्या जागेत जाऊन बसायला सुरुवात होते. पहाता पहाता सगळ्या गोट्याही बरणीमध्ये जातात. हे सगळं अगदी सहजपणे होतं आणि वेळेच्या आधी होतं. उस्फूर्त टाळ्यांचा प्रतिसाद मिळतो.

मी विचारतो, 'ही युक्ती कशी काय सुचली?'

'सर, तुम्ही मघाशी जेव्हा विचारलंत की वर येणारे बॉल थोपवून धरण्याकरता काही वेगळा उपाय आहे काय त्यावेळेसंच मला वाटलं की काहीतरी वेगळा उपाय असणार. मग मला सगळ्यांपेक्षा वेगळा विचार करावासा वाटला. त्यातूनच कल्पना सुचली की आधी सगळ्या गोट्या बाहेर काढून ठेवाव्यात.'

'वा! फारच छान. आता ह्या युक्तीपासून आपल्याला काय शिकता येईल?'

बॉल हे आकाराने मोठे आहेत म्हणजेच आयुष्यातील महत्त्वाच्या गोष्टी आहेत. सर्वप्रथम मोठ्या गोष्टी केल्यात तर बाकीच्या गोष्टी आपोआपच त्याच्या अनुषंगाने होतील. आपल्या आयुष्यातील महत्त्वाच्या गोष्टी ही आपल्या जीवनाची मध्यवर्ती कल्पना असावी म्हणजे बाकीच्या गोष्टी आपसूकच त्याभोवती पिंगा घालतील.

पण हेच जर उलटं केलं तर? म्हणजे आधी छोट्या छोट्या गोष्टीत वेळ घालवला तर?

तर मोठ्या गोष्टींना आपल्या आयुष्यात कधीच स्थान मिळू शकणार नाही. त्या गोष्टी जीवनरूपी बरणीच्या बाहेरच राहतील.

अगदी बरोबर. हेच तत्त्व आपल्या जीवनात कसं वापरायचं हे आता आपण शिकणार आहोत. ह्या तत्त्वावर आधारित जर तुम्ही तुमचं व्यवस्थापन केलंत तर तुमचं उभं आयुष्य बदलून जाईल. महत्त्वाच्या गोष्टींवर सर्वात प्रथम अंमलबजावणी व्हायला हवी. आता प्रत्येकाच्या महत्त्वाच्या गोष्टी सारख्याच असतील असे काही नाही परंतु आपल्या ज्या काही महत्त्वाच्या गोष्टी आहेत त्या आपल्याला समजल्या पाहिजेत, आपण त्याविषयी सजग असले पाहिजे. पण चरितार्थ चालू राहण्यासाठी कराव्या लागणाऱ्या गोष्टी सगळ्यात महत्त्वाच्या होऊ शकत नाहीत. परंतु जीवनातील विरोधाभास असा की त्यातील एकही गोष्ट न करून चालण्यासारखे नसते. पण व्यवस्थापन करताना लक्षात ठेवायला हवे की जीवनात त्याहीपेक्षा महत्त्वाच्या गोष्टी आहेत. आपले आरोग्य, आपले नातेसंबंध, आपला वैयक्तिक विकास, मुलांचा विकास, पालकांची काळजी ह्या गोष्टीही अत्यंत महत्त्वाच्या आहेत. आयुष्यात त्यांना दुय्यम स्थान देऊन चालणार नाही. म्हणून नुसतीच पोकळ सजगता दाखवून काही होणार नाही तर त्या महत्त्वाच्या गोष्टी म्हणजे आपल्या जीवनाची मध्यवर्ती कल्पनाच

व्हायला हवी. ह्या गोष्टी आपोआप होण्यासारख्या नाहीत. त्यासाठी वेळ खर्च करावा लागेल. तुम्ही म्हणाल की वेळ द्यायला आम्हाला जमणार नाही पण आम्ही वाटेल तेवढा पैसा खर्च करू तर ते जमण्यासारखे नाही. पैशाने आरोग्य विकत घेता येत नाही. पैशाने नातेसंबंध टिकवता येत नाहीत. पैशाने पालकांची काळजी व मुला-बाळांचं संगोपन करता येत नाही. तसं जर असतं तर सर्वच श्रीमंत लोक धडधाकट झाले असते. सगळ्याच श्रीमंत लोकांच्या घरी अतिशय सुदृढ नातेसंबंध झाले असते. त्यांच्या घरी मुलाबाळांच्या काहीही समस्या उद्‌भवल्या नसत्या. पण वस्तुस्थिती काय असते? श्रीमंतांची घरंही असल्या समस्यांना अपवाद नसतात. ह्या सगळ्यासाठी पैसा तर लागतोच पण त्याहूनही महत्त्वाचा म्हणजे वेळ खर्च करावा लागतो. वेळ आपल्याला आपोआप मिळत नाही, तो काढावा लागतो. त्यासाठी व्यवस्थापन केलं नाही तर तो काढताही येत नाही आणि व्यवस्थापनासाठी एखादी मध्यवर्ती कल्पना नसेल तर वेळ कशासाठी काढावा हे कळत नाही. हेच सांगण्याचा उद्देश ह्या प्रात्यक्षिकाद्वारे केला आहे.

माझ्या कार्यशाळेतील हे प्रात्यक्षिक सगळ्यात महत्त्वाचे आहे. कधी कधी ते अर्ध्या तासाहून अधिक काळ चालते. पण जोपर्यंत ते यशस्वी होत नाही तोपर्यंत मी ते चालू ठेवतो. माझ्या अनुभवाप्रमाणे पहिले चारजण अयशस्वी झाल्यावर बहुतेक पाचव्याला ही कल्पना सुचते. परंतु एकदा तर एका कार्यशाळेत गंमत झाली, सगळ्यांनी हात टेकले आणि 'हे अशक्य आहे' असे म्हणू लागले. माझ्याही मनात आले की आता आपण स्वत: करून दाखवावे. पण मीही आडमुठेपणा केला आणि अडून राहिलो. शेवटी नाइलाजाने काही सहकारी परत परत प्रयत्न करून पाहू लागले. असं म्हणतात Necessity is the mother of invention म्हणजे गरज ही शोधाची जननी असते. शेवटी एकाला ही युक्ती सुचली व त्याच्या आनंदाला अक्षरश: उधाण आलं. एकदा का हे प्रात्यक्षिक जमलं की मग ते आयुष्यभर लक्षात राहातं व आपल्या आयुष्याचं व्यवस्थापन कसं करायचं ह्याचं सार समजतं.

ह्या पद्धतीमध्ये महत्त्वाची गोष्ट अशी आहे की आपल्या आयुष्यातील महत्त्वाच्या गोष्टींना योग्य ते महत्त्व मिळतं की नाही हे पाहणंच महत्त्वाचं आहे. महत्त्वाच्या गोष्टींचं महत्त्व टिकवणं हेच महत्त्वाचं आहे.

चला आता आपण पुढची पायरी पाहूया. पुढच्या पायरीमध्ये हे तत्त्व दैनंदिन जीवनात कसे अमलात आणता येईल त्याविषयी चर्चा केलेली आहे.

महत्त्वाच्या गोष्टी कशा ओळखाल?

वरील प्रात्यक्षिकामध्ये गोट्या आणि बॉल ह्याच्या आकारामुळे महत्त्वाच्या आणि गौण गोष्टींची विभागणी केलेली होती. पण आपल्या दैनंदिन आयुष्यात असं

काही नसतं. आकारावर काहीही अवलंबून नसतं. उलट बऱ्याच गोष्टी निराकार असतात. मग अशा वेळी काय करायचे?

ह्या प्रश्नाचं उत्तर शोधण्यासाठी मी तुम्हाला एक प्रश्न विचारतो. तुम्ही जरा लक्षपूर्वक वाचा व आपल्या वहीत त्याचे उत्तर लिहून काढा. प्रश्न असा आहे,

तुमच्या वैयक्तिक आयुष्यातील आणि व्यावसायिक आयुष्यातील दुर्लक्षित झालेली अशी कोणती गोष्ट आहे की जी तुम्ही नीट वेळच्या वेळी केलीत तर त्यामुळे तुमचं सुख समाधान आणि समृद्धी द्विगुणित होईल. तुमचं आयुष्य पूर्णपणे बदलून जाईल?

मी तुम्हाला पाच ते दहा मिनिटे देतो. शांतपणे ह्या प्रश्नाचं उत्तर शोधण्याचा प्रयत्न करा व वहीमध्ये लिहून काढा. उत्तर लिहिल्याशिवाय पुढे जाऊ नका.

तुम्ही उत्तर काय लिहिलंय हे पाहण्याआधी आपण खालील तक्ता पाहूया आणि नंतर तुमचं उत्तर पाहूया.

व्यवस्थापनासाठी तक्ता

	Urgent तातडीचा	Not Urgent तातडी नसलेला
Important महत्त्वाचा	१	२
Not Important गौण	३	४

आपण आपल्या आयुष्यात जो वेळ खर्च करत असतो तो खाली दिलेल्या तक्त्याप्रमाणे चार प्रकारे करत असतो. तक्त्यामध्ये चार भाग झालेले दिसतात आपण ते समजून घेऊया.

तुम्हाला दिसलेच असेल की तक्त्याची उभी आणि आडवी विभागणी केली आहे. उभ्या विभागणीच्या डाव्या हाताला Urgent तातडीचे असे लिहिलेले आहे व उजव्या हाताला 'Not urgent तातडी नसलेला' असे लिहिलेले आहे. आडव्या विभागणीच्या वरच्याबाजूला 'Important महत्त्वाचा' असे लिहिलेले आहे तर खालच्या बाजूला 'Not Important गौण' असे लिहिलेले आहे.

ह्याप्रमाणे तक्ता चार घरांमध्ये विभागला गेला आहे. त्या प्रत्येक घराला क्रमांक दिलेला आहे.

पहिल्या घरात Urgent & Important तातडीची आणि महत्त्वाची कामे मोडतात.

दुसऱ्या घरात Not Urgent & Important तातडीची नसलेली आणि महत्त्वाची कामे मोडतात.

तिसऱ्या घरात Urgent & Not Important तातडीची आणि गौण कामे मोडतात.

चौथ्या घरात Not Urgent & Not Important तातडी नसलेली आणि गौण कामे मोडतात.

आता आपण ह्याचा अर्थ काय आहे ते समजून घेऊया.

सुरुवातीला फक्त उभी विभागणी पाहूया. ह्यामध्ये डाव्या हाताला तातडीचा असे लिहिलेले आहे व उजव्या हाताला तातडी नसलेला असे लिहिलेले आहे. ह्याचा अर्थ असा की आपण ज्या काही गोष्टी करतो त्या एकतर तातडीच्या असतात किंवा तातडीच्या नसतात. आपल्या सगळ्या कामांची विभागणी ह्या दोन भागात होऊ शकते. आपण एकेकाचा स्वतंत्र विचार करूया.

तातडीची कामे (Urgent)

ही कामे बाजूला ठेवता येत नाहीत. ही कामं इतकी तातडीची असतात की ती आपल्यासमोर उभी ठाकतात. ही दृश्य असतात. तातडीची कामं आपल्यावर दबाव आणतात. फोनची बेल वाजली की हातातील काम बाजूला ठेवून फोन उचलावाच लागतो. घराचे दार ठोठावले की सगळी कामं बाजूला ठेवून दार उघडावेच लागते. ग्राहक तक्रार घेऊन आला, त्याचे ऐकावचे लागते. वरिष्ठांनी बोलावले, मनात नसले तरी जावेच लागते. ही कामं आपल्याकडूनच कृती करवून घेतात. बऱ्याचवेळा असली कामं करताना एक प्रकारची मौजही येते.

तातडी नसलेली कामे (Not Urgent)

तातडी नसलेली कामं, तातडीच्या कामांच्या अगदी विरुद्ध असतात. ती आपल्यासमोर कधीही उभी राहात नाहीत. ही दृश्य नसतात. ही आपल्यावर दबाव आणत नाहीत तर आपल्याला त्यांच्यामागे राहायला लागते. त्यासाठी आपल्यामध्ये प्रचंड प्रेरणेची गरज लागते आणि तसेच प्रचंड इच्छाशक्तीचीही गरज लागते.

आता आपण तक्त्याची आडवी विभागणी पाहूया. आडव्या विभागणीच्या वरच्या बाजूला महत्त्वाची असे लिहिलेले आहे. तर खालच्या बाजूला गौण असे लिहिलेले आहे. ह्याचा अर्थ आपली काही कामं महत्त्वाची असतात तर काही अगदीच गौण असतात. महत्त्वाची म्हणजे अतिशय चांगला परिणाम साधणारी, आपल्या इच्छित साध्याच्या जवळ नेणारी, आपलं जीवन सुखकर करणारी, आपला आत्मविश्वास वाढवणारी, आणि गौण म्हणजे कोणताही चांगला परिणाम न साधणारी कामं. परंतु अशा कामात फक्त वेळ खर्च होतो. आपण प्रत्येक भाग स्वतंत्रपणे पाहूया.

महत्त्वाची कामे (Important)

आपली काही कामं महत्त्वाची असतात. ही कामं आपल्यासाठी अगदी दूरगामी परिणाम साधून जाणार असतात. आज अशी कामं केल्यामुळे भविष्यात आपला खूप वेळ वाचणार असतो. उदाहरणार्थ, योजना आखणे, ध्येय ठरविणे, आपल्या जीवनासाठी मध्यवर्ती कल्पना ठरविणे, आरोग्याची काळजी घेणे, त्यासाठी वेळ खर्च करणे, नातेसंबंध जपणे, नवीन कौशल्य शिकणे, बदल आत्मसात करणे, आत्मपरीक्षण करणे, समाजसेवा करणे, नवीन संधी शोधून काढणे इत्यादी. असल्या कामांमध्ये मग्न राहिल्याने अतिशय चांगले परिणाम साधले जातात. परंतु ही कामं कधी आपल्या मागे लागत नाहीत. आपल्याला ह्या कामांच्यामागे लागायला लागते व त्यासाठी अंगी प्रचंड प्रेरणा लागते.

गौण कामे (Not Important)

ही कामे महत्त्वाची नसतात. त्यामुळे ह्या कामांमध्ये गुंतून राहिल्याने आयुष्यात काहीही साधले जात नाही. उलट फक्त वेळ वाया जातो. कदाचित ही कामं लोकांना उपयुक्त असतात. लोकांसाठी चांगला परिणाम साधत असतात. पण त्यात आपला फक्त वेळच जातो. असल्या कामांपासून आपण सावध राहायला पाहिजे व असल्या कामांना नकार द्यायला शिकले पाहिजे. खरं म्हणजे 'नकार' देता येणं हे महत्त्वाचं आहे व तो जर देता येत नसेल तर 'नकार द्यायला शिकणे' हेही महत्त्वाचेच आहे. कित्येक मंडळींना गौण कामांना नकार देता येत नाही आणि मग आयुष्यात काहीही

साधलं जात नाही. त्यामुळे आयुष्याच्या उत्तरार्धातसुद्धा अपयशच येतं. उलट त्यांच्या मेहनतीवर बाकीचे यशस्वी होतात. त्या अपयशाचं खापर लोकांच्या माथी फोडून चालणार नाही. गौण कामात मग्न राहणे म्हणजे लष्करच्या भाकऱ्या भाजण्यासारखं आहे किंवा रिकामटेकडेपणाचे उद्योग करण्यासारखंच आहे. ह्या कामांपासून लांब राहणंच उचित आहे. ह्या कामांना नकार देणंच उचित आहे. त्यासाठी नकार देणं शिकलंही पाहिजे. त्याकरता 'होकार' कशाला द्यायचा हे ठाऊक असायला हवे. एकदा महत्त्वाच्या गोष्टीकरता मोठा होकार असला की मग गौण कामांना आपोआपच 'नकार' येईल. पण 'होकारच' छोटा असेल तर'नकार' देता येणार नाही. ह्याकरताच महत्त्वाचं काय आहे आणि गौण काय आहे ह्यातील फरक आपल्याला नीट समजून घ्यायला हवा. मला जे काही महत्त्वाचं वाटतं ते सगळ्यांना महत्त्वाचं वाटेलच असं काही ठामपणे म्हणता येणार नाही. पण मला काय महत्त्वाचं वाटतं ते मला माहीत असायला हवं एवढंच. काही कामं तर नुसताच वेळ वाया घालवत नाहीत तर आरोग्याला अपायकारकही असतात. उदाहरणार्थ धुम्रपान किंवा तत्सम व्यसनं. ह्यामध्ये फक्त वेळच जातो असं नाही तर आरोग्याचीसुद्धा हानी होते. असल्या गोष्टींमध्ये गुंतून राहिल्याने भविष्यातही वेळ आणि पैसा अनाठायी खर्च होणार असतो. व्यसनांमुळे आरोग्य बिघडले तर वेळ आणि पैसा उपचारांवरही खर्च होतो.

आता उभी आणि आडवी विभागणी एकत्रितपणे पाहूया.

पहिले घर : तातडीची आणि महत्त्वाची कामे (Urgent & Important)

जी माणसं तातडीच्या आणि महत्त्वाच्या कामात मग्न असतात ती आयुष्यात बऱ्यापैकी यशही मिळवतात. किंबहुना ही मंडळी आयुष्यात बरंच काही साधतात. अंगावर पडलेल्या कोणत्याही महत्त्वाच्या कामाचा फडशा पाडण्यात ही मंडळी हुशार असतात. त्यांना तसं करण्यात मौज येते आणि म्हणूनच त्यांच्याकडे एका-पाठोपाठ एक कामं येतंच असतात. बैल जसा घाण्याला जुंपल्यावर गोल गोल फिरत बसतो व त्यातून त्याला बाहेर पडता येत नाही तशीच ह्या मंडळींची अवस्था होते. कामाच्या रगाड्यातून ह्यांना बाहेरच पडता येत नाही. व्यावसायिक यश मिळतं खरं पण ह्याच यशात त्यांच्या वैयक्तिक अपयशाची बीजं असतात. वैयक्तिक स्तरावर ही मंडळी बहुधा अपयशीच असतात. त्यांना त्यांच्या वैयक्तिक बाबींकडे लक्ष द्यायला वेळच नसतो कारण ते एकापाठोपाठ एक अशा व्यावसायिक महत्त्वाच्या गोष्टींमध्ये अडकलेले असतात. ही मंडळी योजना (Planning) आखू शकत नाहीत. येणारा महिना कसा जाईल हे त्यांना सांगता येत नाही, कारण कोणत्या समस्या उभ्या ठाकतील हे त्यांना माहीत नसतं. समस्या उभ्या ठाकल्यानंतर त्यांचा फडशा कसा पाडायचा येवढंच ठाऊक असतं. प्रतिबंधात्मक उपायांकडे ह्यांचं थोडंसं

दुर्लक्षच होतं कारण त्यासाठी योजना आखावी लागते व ते काही तातडीच्या कामांमध्ये मोडत नाही.

तातडीची कामं शारीरिक ताण निर्माण करतात. महत्त्वाची कामं मनावर ताण आणतात. त्यामुळे ह्या मंडळींवर शारीरिक आणि मानसिक ताण असतो. सतत तणाव सहन केल्यामुळे कालांतराने ह्यांच्या आरोग्यावर प्रतिकूल परिणाम होण्याची शक्यता जास्त असते.

तिसरे घर : तातडीची आणि गौण कामे

(Urgent & Not Important)

तातडीच्या आणि गौण कामांमध्ये मग्न राहिल्याने आयुष्यात काहीही साधले जात नाही. जी मंडळी गौण कामांमध्ये गुंतलेली असतात ती मंडळी ह्या स्पर्धात्मक जगात खड्यासारखी बाजूला काढली जातात. गंमत अशी आहे की काही मंडळी खरं म्हणजे तिसऱ्या घरात कार्यरत असतात पण त्यांना वाटतं की आपण पहिल्या घरात आहोत. पण त्यांच्या वाटण्याला विशेष अर्थ नसतो. इतरांना जी कामं करायची नसतात ती ह्यांच्याकडे ढकलली जातात. एवढेच नाही तर ती त्यांच्याकडून तातडीने करवून घेतली जातात. ही मंडळीसुद्धा उद्याची योजना आखू शकत नाहीत. उद्याचा दिवस कसा जाणार आहे ह्याचा त्यांना अंदाज बांधता येत नाही कारण उद्या कोण कोणतं काम त्यांच्याकडे ढकलेल हे त्यांना माहीत नसतं. कोणतंही काम असो ह्यांना 'नकार' देता येत नाही. म्हणूनच ही मंडळी गौण गोष्टीत गुंतलेली असतात. ही मंडळी बरंच परावलंबी व तणावग्रस्त आयुष्य जगतात.

चौथे घर : गौण आणि तातडी नसलेली कामं

(Not Urgent & Not Important)

बेजबाबदारपणे आयुष्य जगणे म्हणजे चौथ्या घरात कार्यरत असणे. असल्या लोकांना कोणी कामावर ठेवून घेत नाही कारण ते कोणतंही काम पूर्ण करत नाहीत तर फालतू गोष्टीत व्यस्त असतात. ही मंडळी पूर्णपणे परावलंबी राहतात. त्यांना त्यांच्या आयुष्याची दिशा ठरविता येत नाही.

दुसरे घर : तातडी नसलेली आणि महत्त्वाची कामे

(Not Urgent & Important)

शिस्तप्रिय, योजनाबद्ध, तत्त्वनिष्ठ आणि श्रद्धापूर्वक काम करणाऱ्या मंडळींचे हे घर आहे. ही मंडळी आयुष्यात भरघोस यश मिळवतात. जी मंडळी महत्त्वाच्या बाबींमध्ये कार्यरत असतात ते गौण गोष्टींना 'नकार' देतात. ह्या घरात कार्यरत असणाऱ्या मंडळींना 'नकार' कोणत्या गोष्टींना द्यायचा हे चांगलं माहीत असतं व ते तो देऊ शकतात. ह्यांच्या हृदयात काही तत्त्वांकरता मोठ्ठा 'होकार' असतो.

उदाहरणार्थ आरोग्याला मोठा 'होकार' असला की मग आरोग्य बिघडवणाऱ्या सर्वच गोष्टींना सहजपणे 'नकार' देऊ शकतो. योजनाबद्ध काम केल्यामुळे ह्यांची कार्यक्षमता प्रचंड असते व कामाचा आवाकाही प्रचंड असू शकतो. एवढे करून ही मंडळी कामाव्यक्तिरिक्त अन्य गोष्टीतसुद्धा रस घेताना आढळतात. किंबहुना कामाचा आवाका प्रचंड असूनसुद्धा बाकीच्या गोष्टींसाठी त्यांच्याकडे वेळ असतो किंवा इतर गोष्टींना वेळ दिल्यानंतरसुद्धा त्यांच्या कामाचा आवाका प्रचंड असतो. ह्यांचे स्वत:च्या आयुष्यावर नियंत्रण असते. उद्याचा दिवस कसा जाणार आहे ह्याची त्यांना पूर्वकल्पना असते. ही मंडळी सर्वांगीण विकास साधू शकतात.

जीवनाच्या व्यवस्थापनासाठी अत्यंत महत्त्वाचे ठरणारे हेच घर आहे. ह्यामध्ये मोडणारी कामं आपल्यावर कधीच दबाव आणत नाहीत उलट कार्यरत राहण्याकरता आपल्यालाच पुढाकार घ्यायला लागतो. योजना आखा, ध्येय ठरवा असं कोणीही येऊन तुम्हाला सांगणार नाही. पण योजना आखल्यात, ध्येय ठरवलीत तर त्यात आपलंच भलं होईल. ह्या घरात मोडणाऱ्या कामांसाठी स्वयंप्रेरित असावं लागतं, पुढाकार घेण्याची सवय शिकावी लागते. नवीन संधी शोधण्यासाठी पुढाकार घ्यावा लागतो, नवीन कौशल्य शिकण्यासाठी पुढाकार घ्यावा लागतो, काही गोष्टींना नकार द्यावा लागतो. नकार कशाला द्यायचा हे ठरविण्यासाठीसुद्धा पुढाकार घ्यावा लागतो. नातेसंबंध जपण्यासाठी पुढाकार घ्यावा लागतो, आत्मपरीक्षणासाठी पुढाकार घ्यावा लागतो. आत्मसंयमासाठी पुढाकार घ्यावा लागतो, भावना काबूत ठेवण्यासाठी पुढाकार घ्यावा लागतो, क्रोध आवरण्यासाठी पुढाकार घ्यावा लागतो, प्रतिबंधात्मक कामांवर कार्यरत राहावं लागतं. ही सगळी दुसऱ्या घरात मोडणारी कामं आहेत

जीवनात चौफेर यश मिळवायचं असेल तर आपल्याला आपलं परीक्षण करावं लागेल. आपल्याजवळ उपलब्ध असलेल्या चोवीस तासांपैकी किती टक्के वेळ आपण कोणत्या घरातील काम करण्यात घालवतो? सर्व यशस्वी लोकांच्या वेळा-पत्रकावर नजर टाकली तर असं दिसतं की बहुतांश भाग ते दुसऱ्या घरात मोडणाऱ्या कामांवर कार्यरत असतात. आपणही जास्तीत जास्त दुसऱ्या घरात मोडणाऱ्या कार्यांवर कार्यरत राहिलो तर आपल्यालाही भरघोस यश मिळवता येईल.

वरील तक्ता आपण आपल्या आयुष्यात कसा लागू होतो ते पाहूया.

आपल्या प्रत्येकाच्या आयुष्यात हा तक्ता लागू होतो. वरील चार प्रकारे आपण आपला वेळ खर्च करीत असतो. आपण आपल्या रोजच्या आयुष्यातील एक उदाहरण घेऊया. आपल्यापैकी सर्वांच्या घरात टेलिफोन किंवा वीज असेलच. वीजेचं बिल आपल्याला मिळाल्याबरोबर आपण काय करतो? आपण बिलाचा आकडा आणि बिल भरण्याची शेवटची तारीख बघतो व ते बिल बाजूला ठेवतो. त्यानंतर आपण आपल्या कामाला लागतो. अचानक शेवटच्या दिवशी आपल्याला आठवतं

की आज बील भरण्याची शेवटची तारीख आहे. मग आपल्याला धावपळ करून बिल भरावे लागते.

ज्या दिवशी बिल मिळाले त्यादिवशी ते भरणं हे काही तातडीचं काम नव्हतं त्यामुळे ते बाजूला ठेवता आलं. पण बिल भरणं हे काम त्याही दिवशी तितकंच महत्त्वाचं होतं जितकं ते शेवटच्या दिवशी होतं. शेवटच्या दिवशी फक्त ते तातडीचं झालं. म्हणजेच काय तर आयुष्यात कोणत्याही कामाचं महत्त्व कमी जास्त करता येत नाही किंवा कमी जास्त होत नाही. ते सारखंच राहतं. पण त्याची तातडीने हाताळण्याची आवश्यकता मात्र कमी जास्त होऊ शकते. महत्त्व कधीही बदलू शकत नाही. एखादी गोष्ट एकतर महत्त्वाची असेल किंवा गौण असेल. पण कालांतराने त्याचं महत्त्व कमीजास्त होऊ शकणार नाही. आरोग्य चांगलं राहणं हे आपल्या तरुणपणीही तेवढंच महत्त्वाचं असतं जेवढं ते म्हातारपणी. फक्त माझ्या ते लक्षात येतं ते म्हातारपणी. कालांतराने आपल्याला महत्त्व फक्त पटतं, पण ती गोष्ट महत्त्वाची असते ती सुरुवातीपासूनच.

आता मला सांगा की थोड्यावेळापूर्वी मी जो प्रश्न विचारला होता त्या प्रश्नाचं उत्तर कोणत्या घरात आहे?

मी कार्यशाळेत हा प्रश्न विचारल्यावर माझा अनुभव असा आहे की साधारणपणे नव्वद टक्के लोकांचं उत्तर असतं 'दुसरे घर'. पाच टक्के लोकांचं उत्तर असतं 'पहिले घर' व उरलेल्या पाच टक्के लोकांचं उत्तर असतं 'तिसरे घर'

मग मी परत एकदा त्यांना प्रश्नावर नजर फिरवायला सांगतो.

आपला प्रश्न होता.

तुमच्या वैयक्तिक आयुष्यातील आणि व्यावसायिक आयुष्यातली दुर्लक्षित झालेली अशी कोणती गोष्ट आहे की जी तुम्ही नीट वेळच्या वेळी केलीत तर त्यामुळे तुमचं सुख-समाधान आणि समृद्धी द्विगुणित होईल. तुमचं आयुष्य पूर्णपणे बदलून जाईल?

वरील प्रश्नाचे दोन भाग होतात. पहिला भाग असा आहे की आपल्याला आयुष्यातील दुर्लक्षित झालेली गोष्ट लिहायची आहे. ह्याचा अर्थ की ती गोष्ट तातडीची नाही (Not Urgent). ती गोष्ट तातडीची नाही म्हणून तर तुमच्याकडून दुर्लक्षित झालेली आहे. ती जर तातडीची असती तर तुम्ही दुर्लक्ष करूच शकला नसतात. आता जर तक्त्यावर नजर फिरवली तर कळेल की तुमचं उत्तर पहिल्या आणि तिसऱ्या घरात असूच शकणार नाही. तुमचं उत्तर दुसऱ्या किंवा चौथ्या घरातच मोडू शकतं.

आता आपण प्रश्नाचा दुसरा भाग बघूया. दुसऱ्या भागात म्हटलं आहे की जर ती गोष्ट तुम्ही वेळच्यावेळी नियमितपणे केलीत तर तुमचं सुख, समाधान आणि समृद्धी द्विगुणित होईल. ह्याचा अर्थ असा की ती गोष्ट महत्त्वाची आहे. म्हणून तुमचं

उत्तर फक्त दुसऱ्या घरातच मोडू शकतं.

एवढं बोलून झाल्यावरसुद्धा एकदा एका कार्यशाळेतील एका सहकाऱ्याचं म्हणणं होतं की त्याचं उत्तर पहिल्या घरातच आहे. मी त्याला म्हटलं, 'तुला फक्त आजच्या चर्चेवरून त्या गोष्टीचं महत्त्व कळलं व ती गोष्ट लौकरात लौकर हाताळली पाहिजे असं वाटू लागलं आहे एवढंच. पण ती गोष्ट तुम्ही बाजूला ठेवू शकलात आणि त्याची आता तुम्हाला खंत वाटत आहे, म्हणजेच ती तातडीची नाही पण महत्त्वाची आहे.'

हे म्हणणे त्यांना एकदम पटले. आपण सर्वसाधारणपणे तातडी आणि महत्त्व ह्यामध्ये नेहमी गोंधळ करतो. किंबहुना आपण फक्त तातडीचीच कामं करीत असतो. आपल्याला महत्त्वाच्या गोष्टीवर कार्यरत राहायची सवयच नसते. परंतु सगळी महत्त्वाची कामं, जी आज तातडीची नसतात, ती केव्हातरी तातडीची होणार असतात. आपण जर विहीर खणण्याकरता दुष्काळ पडेपर्यंत थांबायचं ठरवलं तर आपण फक्त पहिल्या घरात कार्यरत राहू व असे जीवन जगणे हा काही शहाणपणाचा मार्ग होणार नाही. पुढाकार घेऊन महत्त्वाची कामं धडाधड हातावेगळी करणं हाच शहाणपणाचा मार्ग आहे. दुसऱ्या भाषेत बोलायचं झालं तर आपल्या दैनंदिन जीवनात जास्तीत जास्त वेळ आपण दुसऱ्या घरात घालवला पाहिजे. ह्यालाच व्यवस्थापन म्हणतात.

वाचकांनी जर त्याप्रश्नाचे उत्तर लिहिले असेल किंवा त्यावर नीट विचार केला असेल तर त्या प्रश्नाचे उत्तर कोणत्या घरात मोडते आहे ह्यावरही विचार करावा. माझी खात्री आहे की उत्तर फक्त दुसऱ्या घरातच मोडू शकते. क्वचित कुणाला वाटेल की उत्तर तिसऱ्या किंवा पहिल्या घरात आहे. पण त्या शंकेचं निरसन वर केलेलं आहे. तुमचं उत्तर फक्त दुसऱ्या घरातच मोडू शकतं. आता आपण हे अमलात कसं आणायचं ते पाहूया.

योजनेची पूर्वतयारी

योजना आखण्याआधी तुम्हाला मी एक कामगिरी देतो. वर मांडलेला तक्ता जर तुम्हाला समजला असेल तर आधी तुम्ही तो दुसऱ्या कोणाला तरी समजावून द्या. तुमच्या कुटुंबात समजावून द्या नाहीतर तुमच्या कोणा मित्र किंवा मैत्रिणीला समजावून द्या. नंतर त्या विषयावर त्यांच्याशी चर्चा करा. तुमच्या वैयक्तिक आयुष्यात कोणत्या महत्त्वाच्या गोष्टी दुर्लक्षित झालेल्या आहेत ह्यावर चर्चा करा.

आपण अशा छोट्या गटामध्ये चर्चा केल्यामुळे व्यवस्थापनाच्या ह्या तक्त्याविषयी आपली समज परिपक्व होते. हा तक्ता समजणे हे अतिशय महत्त्वाचे आहे. ह्या तक्त्याविषयी काही शंका-कुशंकांचं निरसन वर्गात होण्याऐवजी अशा छोट्या गटामध्ये चांगलं होतं.

मी माझ्या कार्यशाळेतसुद्धा ह्या विषयावर छोट्या छोट्या गटामध्ये चर्चा घडवून आणतो. त्यामुळे अनेक छोट्या छोट्या शंकांचं निरसन चांगलं होतं. गटांमध्ये अनेक प्रश्न विचारले जातात व गटातच त्यांची उत्तरंही सापडतात. ही चर्चा आयोजित करण्याचा हाच हेतू असतो. चर्चा चालू असताना मी प्रत्येक गटामध्ये जातो. मग मला बरेच प्रश्न विचारले जातात. कधीकधी त्या प्रश्नांचं तिथल्या तिथेच निरसन केलं जातं तर कधी सगळ्या वर्गासमोर प्रश्न मांडून परत त्यावर चर्चा केली जाते.

त्यानंतर प्रत्येक गट सर्व वर्गासमोर सादर करतो. त्यांच्या वैयक्तिक आणि व्यावसायिक आयुष्यात ज्या दुर्लक्षित झालेल्या महत्त्वाच्या गोष्टी आहेत त्याच सादर केल्या जातात. सर्वसाधारणपणे सादरीकरणाचे दोन भाग असतात. पहिला भाग वैयक्तिक बाबींचा व दुसरा व्यावसायिक बाबींचा. आत्तापर्यंत मी पाहिलेल्या सादरीकरणात साधारणपणे कोणत्या बाबींचा समावेश होता हे खाली नमूद करण्यात आलेले आहे. त्यातील सर्वच बाबी वाचकांना लागू पडतील असे नाही पण काही निवडक बाबी तुमच्याही कडून दुर्लक्षित झालेल्या असू शकतील.

वैयक्तिक बाबी

घराची साफसफाई
नातेवाइकांकडे जाणे
बायकोबरोबर फिरायला जाणे
मॉर्निंग वॉकला जाणे
ध्येय ठरविणे
डायरी लिहिणे
नवीन कौशल्य शिकणे
पासपोर्ट काढणे
संयम आत्मसात करणे
मुलांकडे लक्ष देणे
घरात मदत करणे
ध्यानधारणा शिकणे
योगाभ्यास करणे
आनंदी रहायला शिकणे
स्कुटर शिकणे
स्कुटर विकणे

स्कुटर दुरुस्त करणे
मोटार शिकणे
मोटार विकणे
मोटार विकत घेणे
घराची दुरुस्ती करणे
घराला रंग लावणे
कुटुंबाबरोबर सहलीला जाणे
व्यक्तिमत्त्व विकास करणे
वैद्यकीय तपासणी
लग्न करणे
नवीन घर विकत घेणे
घरात फर्निचर करणे

व्यावसायिक बाबी

रोजच्या कामाची यादी करणे
उद्याच्या कामाची आजच तयारी करणे
इंग्रजी शिकणे
संभाषणचातुर्य शिकणे
सादरीकरण शिकणे
कॉम्प्युटर शिकणे
सभाधीटपणा शिकणे
टेबल आवरलेले ठेवणे
नेतृत्वगुणाचा विकास करणे
पुढाकार घ्यायला शिकणे
इंटरव्ह्यू द्यायला शिकणे
इंटरव्ह्यू घ्यायला शिकणे
विक्रीची कला शिकणे
टाइम मॅनेजमेंट शिकणे
व्यवस्थापन कौशल्य शिकणे
कल्पकता शिकणे
उद्दिष्टे आखणे
परंतु मला सगळ्यात आवडलेल्या सादरीकरणाचा नमुना खालीलप्रमाणे होता.

	रोज करायच्या बाबी	करण्याची वेळ
१.	घराची सफाई	रोज सकाळी
२.	कामाच्या जागेची सफाई	पोहोचल्याबरोबर
३.	दिवसाच्या कामाची यादी	सफाई झाल्याबरोबर
४.	डायरी	दुपारी

	दर आठवड्याला करायच्या बाबी	करण्याची वेळ
१.	घरातील कामं	रविवारी ७ ते १२
२.	स्कुटरची देखभाल	
३.	दिवसाच्या कामाची यादी	सफाई झाल्याबरोबर
४.	डायरी	दुपारी

	दर पंधरवड्याला करायच्या बाबी	**करण्याची वेळ**
१.	मित्रमंडळींना फोन वगैरे	सोयीनुसार

	दर महिन्याला करायच्या बाबी	**करण्याची वेळ**
१.	घरातील रद्दी वगैरे	रविवारी सकाळी
२.	बँकेची कामे	बुधवारी संध्याकाळी
३.	मनोरंजन	सोयीनुसार

	तीन महिन्यांनी करायच्या बाबी	**करण्याची वेळ**
१.	ध्येय	एप्रिल, जुलै, ऑक्टोबर
२.	योजनेचा आढावा	जानेवारी
३.	मनोरंजन	सोयीनुसार

	सहा महिन्यांनी करायच्या बाबी	**करण्याची वेळ**
१.	आर्थिक गुंतवणूक	ऑगस्टमध्ये
२.	नवीन कौशल्य शिकणे	सोयीनुसार

	वर्षातून एकदा करायच्या बाबी	**करण्याची वेळ**
१.	व्यक्तिमत्त्व विकास	डिसेंबर
२.	वैद्यकीय तपासणी	डिसेंबर

एका गटाने वरीलप्रमाणे शिस्तबद्ध सादरीकरण केलं होतं. अगदी अशाच प्रकारे सगळ्यांनी आपापली सूची तयार करायला पाहिजे असं काही मी म्हणणार नाही. तुम्ही कोणत्याही प्रकारे करा. जेणेकरून तुमचं जीवन सुखकर होईल, महत्त्वाची कामं तुमच्या लक्षात राहतील एवढंच.

मी माझ्यासाठी तक्ता तयार केला आहे. वाचकांच्या फायद्याकरता तो खाली नमूद करत आहे. हा तक्ता आपण पुढाकाराच्या दुसऱ्या प्रकरणात पाहिलेलाच आहे. परंतु आज आपण त्याचा उपयोग कसा करायचा हे पाहाणार आहोत.

भूमिका	आजची परिस्थिती	पाच वर्षानंतर	दहा वर्षानंतर	पंधरा वर्षानंतर
कौटुंबिक				
व्यावसायिक				
व्यक्तीगत				
सामाजिक				

वरील तक्त्याच्या डाव्या हाताला भूमिका लिहिलेल्या आहेत. प्रामुख्याने आयुष्यात आपण चार भूमिका पार पाडत असतो. कौटुंबिक (Family Roles), व्यावसायिक (Professional Role), व्यक्तिगत (Individual Role), आणि सामाजिक(Social Role) भूमिका आयुष्यात असतात. त्यानंतरच्या कॉलममध्ये आजची परिस्थिती लिहायची. आपली आजची कौटुंबिक परिस्थिती कशी आहे त्याबद्दल लिहायचे. घर कसं आहे, मुलाबाळांची प्रगती कशी आहे, तुमच्याकडे वाहन कोणतं आहे, घरात कोणकोणती आधुनिक उपकरणं आहेत वगैरे वगैरे बारीकसारीक तपशील थोडक्यात लिहायचा. त्यानंतर व्यावसायिक क्षेत्रात आपली काय प्रगती आहे ते लिहायचे,आपल्याकडे कोणती व्यावसायिक कौशल्य आहेत ते लिहायचे. त्यानंतर आपण एक व्यक्ती म्हणून कसे आहोत हे लिहायचं आणि सगळ्यात शेवटी आपण समाजात काय करतो आहोत ते लिहायचे.

त्यानंतरच्या कॉलममध्ये आजपासून पाच वर्षामध्ये प्रत्येक भूमिकेमध्ये तुम्हाला काय प्रगती साध्य करावीशी वाटते ते लिहायचं. समजा घरात काही आधुनिक उपकरणं घ्यावीशी वाटत असतील, वाहन घ्यावंसं वाटत असेल, फर्निचर करावंसं वाटत असेल, घराला रंगरंगोटी करावीशी वाटत असेल, तुमची जी काही स्वप्न आहेत ती लिहायची. व्यावसायिक आयुष्यात कशी प्रगती करावीशी वाटत असेल ते लिहायचं. किती उत्पन्न असावं ते लिहायचं. एक व्यक्ती म्हणून कोणती कौशल्य शिकावीशी वाटतात ते लिहायचं, समाजासाठी तुम्हाला काय करावंसं वाटतं ते लिहायचं.

ह्याचप्रकारे पुढच्या कॉलममध्येही लिहायचे. पुढील पंधरा ते वीस वर्षापर्यंतच्या आयुष्याचे चित्र रंगवायचे. ह्या तक्त्यावर एखादा प्रेरणादायी सुविचार लिहावा, तारीख घालावी आणि आपल्या टेबलासमोरच्या भिंतीवर किंवा आपल्या कपाटावर हा कागद चिकटवून ठेवावा. तसे केल्याने हे चित्र सतत आपल्या डोळ्यासमोर राहिल. त्यामुळे हे चित्र पूर्ण करण्यासाठी ज्या ज्या महत्त्वाच्या गोष्टी असतील त्यावर आपण कार्यरत राहू व त्या गोष्टी दुर्लक्षित होणार नाहीत. असं म्हणतात, 'Out of sight is out of mind' म्हणजे एखादी गोष्ट दृष्टिआड झाली की दुर्लक्षित झालीच म्हणून समजा. म्हणून तुम्हाला ज्या महत्त्वाच्या गोष्टी करायच्या आहेत त्या सतत दृष्टिसमोर असल्या पाहिजेत. मी माझ्या तक्त्यावर 'साऊंड ऑफ म्युझिक' ह्या इंग्रजी सिनेमातील एका गाण्याची प्रेरणादायी ओळ लिहून ठेवलेली आहे. कोणत्याही दिवशी जर मला अनुत्साही वाटलं की मला ती ओळ दिसते व मी माझ्या मनाची मरगळ झटकून टाकतो. ती ओळ अशी आहे 'I shall do better than my best'

योजना आखा

आपण पुढाकाराच्या दुसऱ्या भागात उद्दिष्टे ठरविलेलीच आहेत. त्यानंतर आपण त्याचे छोटे छोटे तुकडेसुद्धा केले आहेत. आता आपण त्या पुढे जाऊया. ज्या वाचकांकडे काही उद्दिष्टे नाहीत त्यांनी सर्वप्रथम त्यांच्या आयुष्यासाठी उद्दिष्टे ठरवा व त्यानंतर पुढे वाचायला लागा. आता ती उद्दिष्टे कशी साध्य करता येतील ते पाहूया. खरं म्हणजे उद्दिष्टे ठरविणे आणि ती साध्य करण्यासाठी योजना आखणे हे दुसऱ्या घरातील काम आहे, महत्त्वाचे आहे पण तातडीचे अजिबात नाही. तुम्ही आणखी पाच वर्ष हे काम केले नाही तरी जीवन चालूच राहील पण जर का हे काम तातडीने पार पाडले तर जीवन बदलून जाईल.

आपण उद्दिष्ट कशी असावीत हे आधीच शिकलेलो आहोत. उद्दिष्टे ही स्मार्ट असली पाहिजेत. स्मार्टचा अर्थ सगळ्यांच्या लक्षात आहे काय?

S = Specific (विशिष्ट)
M = Measurable (मोजण्याजोगे)
A = Achievable (साध्य करता येण्याजोगे)
R = Result Oriented (परिणामकेंद्री)
T = Time Bound (ठराविक काळात साध्य होऊ शकणारे)

आता तुम्ही जी उद्दिष्ट ठरविली आहेत त्यावर नजर टाका. ती उद्दिष्टे कशी साध्य करायची ह्याची आपण योजना आखणार आहोत. सात पायऱ्यांची ही योजना आहे. ह्या पायऱ्या म्हणजे एक फॉर्म्युला (Formula) आहे. म्हणजे गणितामध्ये कसं सूत्र असतं तसंच.

समजा मी तुम्हाला विचारलं की सात अधिक तेरा किती? तर तुम्ही लगेच उत्तर द्याल, वीस.

समजा मी तुम्हाला विचारलं वीस अधिक नऊ किती? सांगा बरं.

तरीही एकोणतीस हे उत्तर तुम्हाला लगेच देता येईल.

आता आणखी एक विचारतो पस्तीस अधिक आठ किती? सांगा पाहू.

हे थोडंसं मोठं गणित असलं तरीही आपण तोंडी करू शकतो व माझी खात्री आहे की तुम्ही हे सहज कराल व उत्तर द्याल त्रेचाळीस.

आता जरा आणखी मोठं गणित विचारतो. आठ हजार पाचशे एकवीस अधिक सोळा हजार नऊशे एकोणसाठ किती?

आता मात्र तुमची पंचाईत होईल. झाली ना? मला माहीत आहे; हे गणित काही तुम्हाला तोंडी येणार नाही. पण मी म्हटलं की ठीक आहे कागद पेन्सिल हातात घ्या आणि ह्याची बेरीज करून चटदिशी सांगा, तर माझी खात्री आहे की

तुम्ही ह्या गणिताचं उत्तर अगदी अचूक देऊ शकाल. ह्याचं कारण असं आहे की तुम्हाला बेरजेचं सूत्र माहीत आहे. एकदा सूत्र माहीत असले की उत्तर निश्चितपणे काढता येईल. फक्त गणित मोठं असेल तर तितक्या प्रमाणात वेळ जास्त लागेल एवढंच.

अगदी ह्याचप्रमाणे ध्येय साध्य करण्यासाठी एक सूत्र आहे. एकदा ते सूत्र माहीत असेल की मग ध्येय निश्चित साध्य होणार. फक्त ध्येय जितकं मोठं तितक्या प्रमाणात वेळ जास्त लागणार एवढंच. मग चला तर आपण ते सूत्र पडताळून पाहूया. ज्याप्रमाणे आपण आधी छोट्या छोट्या बेरजा घेतल्या व सूत्र पडताळून पाहिले तसेच आधी आपण छोटी छोटी ध्येये घेऊन सूत्र पडताळून पाहूया. एकदा सगळ्यांची खात्री झाली की मग तुम्ही तुमच्या आयुष्यात मोठी ध्येये घेऊन त्यावर कार्यरत राहू शकता.

पहिली पायरी : ध्येय ठरवा (Set the Goal)

तर मग आता तुम्ही ठरविलेल्या ध्येयांवर परत नजर टाका. त्यातील एक वैयक्तिक आणि एक व्यावसायिक ध्येय निवडा. पण ते ध्येय तुलनेने छोटंसं असायला हवं. छोटं म्हणजे सर्वसाधारणपणे ते पूर्ण करायला दोन ते तीन महिन्याचा कालावधी लागेल असं निवडा. जर तुमच्या यादीत एवढं छोटं ध्येय नसेल तर ती यादी बाजूला ठेवा आणि मनाशी अशी एखादी वैयक्तिक आणि व्यावसायिक गोष्ट घ्या व सध्या तिलाच ध्येय असं समजा. परंतु लक्षात ठेवा की हे ध्येय ठराविक (Specific) असलं पाहिजे. ते पुढाकाराच्या दुसऱ्या प्रकरणात सांगितल्याप्रमाणे ठराविक भाषेत लिहून काढा. ही पहिली पायरी आहे.

खरं म्हणजे याविषयी आपण आधीच्या भागामध्ये सविस्तर चर्चा केलेलीच आहे.

दुसरी पायरी : तारीख ठरवा (Set the Date)

चला आता दुसरी पायरी. हे ध्येय कधी पूर्ण करणार ह्याची तारीख ठरवायची. मी आधीच सांगितलं आहे की ध्येय छोटं हवं आहे. साधारणपणे दोन ते तीन महिन्यात पूर्ण होणारं ध्येय घ्यायचं आहे. पण हे ध्येय आपण सगळ्यांनी एका महिन्यात पार पाडायचं आहे. म्हणून सगळ्यांनी आजपासून एक महिना पुढच्या तारखेच्या आत पूर्ण करणार असे लिहून ठेवायचे आहे. असे केल्याने एक आव्हान तुमच्या पुढे उभे ठाकेल. जेव्हा तुम्ही ठरवून आव्हानात्मक गोष्ट करता तेव्हा ध्येय पूर्ण करण्याची प्रक्रिया अतिशय समाधानकारक होते ह्याचा तुम्हा सर्वांना अनुभव येईल.

तिसरी पायरी : अडथळे ध्यानात ठेवा (Identify Obstacles)

आता आपण तिसरी पायरी पाहूया.

मला सांगा तुम्ही ध्येय ठरविले व त्याची तारीखही ठरविली म्हणजे ते ध्येय

त्या तारखेला विनासायास पूर्ण होणार असे समजायचे का?

ह्या प्रश्नाचे उत्तर 'हो' असे असूच शकत नाही. आपणा सर्वांना माहीतच आहे की आपण एक ठरवतो आणि होतं भलतंच. पण आज आपण भलतंच होऊ देणार नाही. म्हणूनच आज पुढाकार घेत आहोत. पण पुढाकार घेऊन नक्की काय करायचे? हो नेहमीच सगळ्यांना पडणारा प्रश्न आहे. तर पुढाकार घेऊन आपल्या अडचणींची यादी करायची. आपल्या आणि उद्दिष्टांच्यामध्ये कोणकोणत्या अडचणी येतील ह्याची यादी करायची. अशी यादी करून ठेवलीत तर त्या अडथळ्यांचा सामना करणे सोपे जाईल. तुमच्या वहीत तुम्ही खालीलप्रमाणे आकृती काढा.

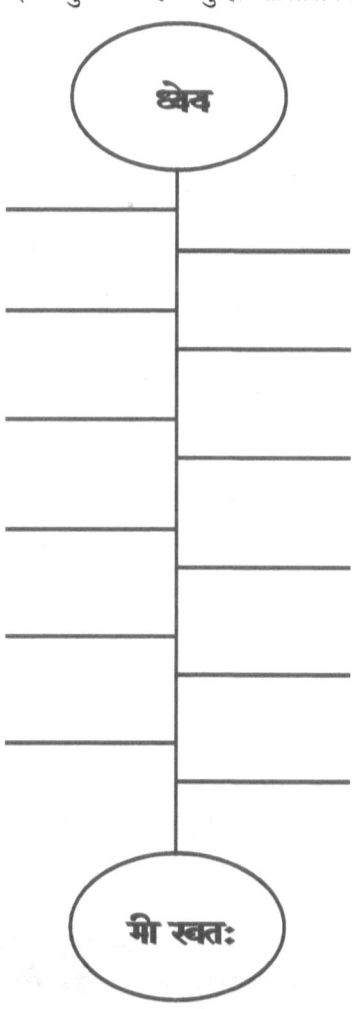

नियोजन करा.

वरील आकृतीमध्ये वरच्या टोकाला ध्येय आहेत तर खालच्या टोकाला आपण स्वत: आहोत आणि ह्या दोहोंमध्ये जे अंतर दाखवलेले आहे त्यात आपले अनेक अडथळे लिहायला जागा ठेवलेली आहे. प्रत्येक रेषेवर तुम्ही तुमचे अडथळे लिहून काढा.

ह्यावर जमल्यास कोणाशी तरी चर्चा करा. तुमचे विचार सुस्पष्ट होतील.

माझ्या कार्यशाळेत ह्या ठिकाणी बरीच चर्चा होते. अडचणी कोणकोणत्या ध्यानात घ्यायच्या, त्याची गटवारी कशी करायची, विश्लेषण कसं करायचं वगैरे वगैरे गोष्टींवर बराच उहापोह होतो.

चौथी पायरी : माणसं हेरून ठेवा (Identify People)

आता पुढची पायरी पाहूया.

तुमच्या ह्या कामात तुम्हाला कोणाची मदत होईल हे हेरून ठेवायला पाहिजे. जगातील कोणतंही ध्येय असो, आपल्याला ते एकट्याला साकार करता येणार नाही असा माझा ठाम विश्वास आहे. कोणाचं दुमत आहे काय?

हे माझं बोलणं पूर्णपणे काही खोडून काढलं जात नाही पण क्वचित कधीतरी काहीजण पूर्णपणे मान्य करीत नाहीत. मग अशावेळी आमची थोडीशी वैयक्तिक ध्येयाबद्दल चर्चा होते. बऱ्याच वेळा क्रीडाक्षेत्रावर गाडी घसरते. पण वैयक्तिक खेळ घेतला तरी त्या खेळाडूला आपले ध्येय साध्य करण्यासाठी प्रशिक्षकाची मदत घ्यावीच लागते असे शेवटी निष्पन्न होते. मग अशा चर्चेअंती 'इतरांच्या मदतीशिवाय कोणतंही ध्येय साध्य करता येणार नाही' हा विचार मान्य होतो.

समजा आपण सचिन तेंडुलकर आणि त्याचे प्रशिक्षक ह्यांच्यामध्ये स्पर्धा लावली तर कोण जिंकेल बरं?

उत्तर स्वाभाविक आहे, सचिन.

अगदी निश्चितपणे सचिनच जिंकेल ह्यात काही शंकाच नाही. दोघांच्या कौशल्याची तुलना केली तर सचिन निर्विवादपणे प्रशिक्षकापेक्षा उजवा ठरेल. पर तरीही तो त्या प्रशिक्षकाचा सल्ला घेतो, सल्ला मानतो, त्याच्यासमोर नम्र होतो. मल इथे असा मुद्दा मांडायचा आहे की क्वचित कधीतरी आपल्या आयुष्यातसुद्धा अशी वेळ येईल की आपल्याला ज्याच्यापुढे नम्र व्हायची वेळ येईल. ज्याच्या सहकार्यासाठी नमतं घ्यावं लागेल, ज्याचा सल्ला घ्यावा लागेल, ती व्यक्ती एखादेवेळेस आपल्यापेक्षा शिक्षणाने, वयाने, हुद्द्याने, कनिष्ठही असू शकेल. तरीदेखील हसतमुखाने पुढाकार घ्या व ध्येय साध्य करा.

चला तर, ही पायरी माणसं हेरायची आहे. आपल्याला ध्येयपूर्तीसाठी कोणाकोणाचं सहकार्य लागेल, कोणाचा सल्ला घ्यावा लागेल, कोणापुढे नतमस्तक व्हावं लागेल

ह्याची यादी करायची आहे. प्रत्येकाने आपापल्या वहीत वरील यादी लिहून काढायची आहे.

पाचवी पायरी : आत्मसात करायची कौशल्ये (Additional Skills)

आतापर्यंत आपण ध्येय ठरविली, तारीख ठरविली, अडथळ्यांचा आढावा घेतला, माणसं हेरून ठेवली, पण तरीही आपल्याकडे काही कौशल्य नसतील तर हेरलेली माणसंसुद्धा सहकार्य करणार नाहीत. म्हणूनच ही पायरी अत्यंत महत्त्वाची आहे. आपल्याला आणखी कोणकोणती कौशल्य शिकावी लागतील ह्याचा आढावाही घ्यावा लागेल. कोणाला वक्तृत्वाचं कौशल्य शिकावं लागेल तर कोणाला संभाषणाची कला शिकावी लागेल तर कोणाला सभाधीटपणा शिकावा लागेल. कोणी काय शिकावे हे प्रत्येकाच्या ध्येयावर अवलंबून राहिल आणि अंगभूत असलेल्या कलांवर अवलंबून राहिल. पण साधारपणे जी कौशल्य सगळ्यांना उपयोगी पडतात त्याची यादी खालीलप्रमाणे आहे.

	Skill Set	कौशल्ये
१.	Communication Skills	संभाषण चातुर्य
२.	Presentation Skills	सादरीकरण
३.	Time Management	वेळेचे व्यवस्थापन
४.	Selling Skills	विक्रीचे कौशल्य
५.	Relationship Management	नातेसंबध व्यवस्थापन
६.	Self-introspection	आत्मपरीक्षण
७.	Goal Setting	उद्दिष्ट ठरविण्याचे कौशल्य
८.	Listening Skills	श्रवण कौशल्य
९.	Creative Thinking Skills	कल्पकता
१०.	Public Speaking	वक्तृत्व कला

प्रत्येकाने स्वत:शी विचार करून आपापली यादी ठरवायची आहे. त्यानंतर त्यावर थोडीशी चर्चा करा. त्यामुळे आपल्याला आणखी काय शिकायला पाहिजे हे पक्के होईल.

त्यानंतर पुढच्या पायरीवर जाऊया.

सहावी पायरी : कार्यवाहीची योजना (Action Plan)

आता आपण आपल्या उद्दिष्टासाठी योजना आखायची. योजना आखताना नेहमीच अंतिम तारखेपासून सुरुवात केली की सर्व काही सुरळीत पार पडते हे पहिले तत्त्व आणि दुसरे तत्त्व म्हणजे हाती असलेला अवधी आठवड्यामध्ये विभागायचा. आपण जर डोळे उघडे ठेवून पाहिले तर योजना आखताना सर्वत्र आठवड्याचीच मापन पद्धती वापरली जाते हे दिसेल. शिक्षण क्षेत्रात, आर्थिक क्षेत्रात, सामाजिक क्षेत्रात योजना आखताना आठवड्याचीच मापन पद्धती अमलात आणलेली दिसते. जगात जे जे काही उपयुक्त, यशस्वी, प्रभावी दिसेल ते ते आपण उचललेच पाहिजे. आपणही आपल्या योजना राबवताना आठवड्याची मापन पद्धती वापरली तर आपली सगळी लहान मोठी उद्दिष्ट आपल्याला साध्य करता येतील.

आज आपण एक महिन्याचे उद्दिष्ट घेतलेले आहे. सर्वप्रथम हा एक महिना

पहिला आठवडा	दुसरा आठवडा	तिसरा आठवडा	चौथा आठवडा
उद्दिष्टाची सुरुवात			
			उद्दिष्टाची पूर्तता

आपण चार आठवड्यात विभागूया. वरील आकृतीमध्ये एक महिना चार भागात विभाजित केलेला आहे. पहिल्या आठवड्याच्या सुरुवातीला उद्दिष्टाची सुरुवात झालेली आहे व चौथ्या आठवड्याच्या शेवटाला उद्दिष्टाची पूर्तता व्हायला पाहिजे. योजना आखताना आपण ह्या अंतिम स्थितीपासून सुरुवात करायची. जर चौथ्या आठवड्याच्या शेवटी आपल्याला उद्दिष्ट आपल्या हातात आलेले असायला हवे असेल तर चौथ्या आठवड्याची सुरुवात कामाच्या कोणत्या टप्प्यापासून व्हायला हवी ते लिहून ठेवावे लागेल. चौथ्या आठवड्याची सुरुवात जर एखाद्या विशिष्ट टप्प्यापासून व्हायला हवी असेल तर तिसऱ्या आठवड्याचा शेवट कसा असायला

हवा हे सुद्धा ठरवावे लागेल. तिसऱ्या आठवड्याचा शेवट जर एखाद्या विशिष्ट टप्प्यावर असायला हवा असेल तर तिसऱ्या आठवड्याची सुरवात कोणत्या टप्प्यापासून व्हायला हवी हे नक्की करायला लागेल. एकदा दुसऱ्या आठवड्याचा शेवट कोणत्या टप्प्यावर करायचा हे समजले की मग पहिल्या आठवड्यामध्ये आपण कोणकोणती कामं उरकली पाहिजेत हे नक्की करता येईल. ह्याप्रमाणे प्रत्येकाने आपले ध्येय मिळविण्यासाठी चारही आठवड्यात कोणकोणते टप्पे गाठायचे हे लिहून ठेवायचे. ते टप्पे गाठायला कोणकोणत्या पद्धती अमलात आणायच्या हेसुद्धा लिहून ठेवायचे.

सातवी पायरी

सातवी पायरी सुरू करायच्या आधी पहिल्या पायरीपासून संपूर्ण योजनेवर एकदा नजर टाका. उंच उडणारी घार कशी आपल्या प्रदेशावर नजर टाकते, तसंच काहीसं करताय असं वाटेल तुम्हाला. आपली उद्दिष्ट उंचावरून पाहिल्यावर काय फरक पडतो ते तुम्हीच अनुभवा. ज्याप्रमाणे उंचावर गेल्यावर खालचे खाचखळगे एकदम छोटे दिसतात त्याचप्रमाणे तुम्हाला तुमच्या अडचणी एकदम छोट्या दिसतील. आपल्या अडचणी छोट्या दिसल्या की मग त्यांच्याशी मुकाबला करायला सोपे जाईल.

आता सातवी पायरी. ह्या पायरीमध्ये स्वत:ला प्रश्न विचारून स्वत:ची खात्री करून घ्यायची आहे.

पहिला प्रश्न

हे उद्दिष्ट साध्य केल्यावर माझा काय फायदा होणार आहे?

मी हे कशासाठी करायचं?

हा प्रश्न साधा सोपा नाही एवढं लक्षात ठेवायचं. आपण जे काही उद्दिष्ट ठरवतो त्यात जर आपल्यासाठी काहीच नसेल तर कालांतराने आपला उत्साह मावळण्याची दाट शक्यता असते. उगाचच भावनेच्या भरात येऊन आपण काही करत तर नाही ना?आपल्या मनाची पक्की खात्री करून घ्यायची आहे.

आता आणखी पाच प्रश्न

- माझे उद्दिष्ट खरंच आकर्षक आहे काय?
- माझे उद्दिष्ट नैतिकदृष्ट्या योग्य आहे काय?
- माझे उद्दिष्ट मला खूप महत्त्वाचे वाटते काय?
- हे उद्दिष्ट मला, माझे दूरगामी ध्येय गाठायला मदत करेल काय?
- मी हे उद्दिष्ट साध्य केलं अशी मी कल्पना करू शकतो काय?

वरील प्रत्येक प्रश्नाचं उत्तर होकारार्थीच असायला हवं. ह्यातील एका जरी प्रश्नाचं

उत्तर नकारार्थी असेल तर तुमचं उद्दिष्ट चुकलेलं आहे असं समजा आणि तुम्ही हे उद्दिष्ट साध्य करू शकणार नाही असेही समजा. म्हणूनच जर नकारार्थी उत्तर असेल तर तुम्हाला पहिल्यापासून सुरुवात करावी लागेल.

उद्दिष्ट आकर्षक नसेल तर ते मिळवण्यासाठी तुम्ही प्रेरित कसे राहाल प्रेरणाच नसेल तर रोज सकाळी उठून त्या उद्दिष्टाच्यामागे धावणं तुम्हाला कसं जमेल?

उद्दिष्ट नैतिकदृष्ट्या योग्य नसेल तर सगळंच मुसळ केरात जाईल. आपण तत्त्वाधारित पुढाकार घ्यायला शिकत आहोत. काही चोर लुटारूसुद्धा ध्येय ठरवितात पण ते माणुसकीची काही मूलभूत तत्त्व पायदळी तुडवतात. आपण असला पुढाकार कधीच घेणार नाही.

हे उद्दिष्ट जर मला माझ्या बाळाप्रमाणे वाटत नसेल तर मग हातावरच्या फोडाप्रमाणे जपण्यासाठी स्फूर्ती कशी येणार? आपण आपल्या बाळाला जिवा-पलीकडे जपतो. आपल्या बाळानी सू सू करून आपले कपडे जरी खराब केले तरी आपल्याला त्याचं काही वाटत नाही. पण दुसऱ्या कोणी तसं केलं तर आपण ते खपवून घेत नाही. जर उद्दिष्ट, मला माझ्या बाळासारखी वाटत नसतील तर त्या उद्दिष्टांसाठी त्रास सहन करण्याची ताकद कशी येईल? कधीतरी रात्रीचा दिवस करायची वेळ येईल तर कधी धड जेवायला वेळ मिळणार नाही किंवा आजारी असतानासुद्धा कामावर जायची वेळ येईल. पण हे सगळं हसतमुखाने आपण करू शकू जर आपली उद्दिष्ट ही आपल्याला आपल्या लेकरांसारखी असतील तरंच.

हातातील लघु उद्दिष्ट आणि माझी दूरगामी उद्दिष्ट जर एका दिशेला नसतील तर मग मी त्यासाठी त्रास कसा घेणार आणि यदाकदाचित घेतला तरी नंतर पश्चातापच होणार. वीस वर्षामध्ये मला देशाचा पंतप्रधान म्हणून नावारूपाला यायचं आहे, हे जर माझं दूरगामी उद्दिष्ट आहे तर आज मी म्युनसिपालटीच्या निवडणुकीत निवडून यायचं उद्दिष्ट घेतलं असेल तर त्या उद्दिष्टासाठी मी माझं तन मन धन अर्पण करीन. सांगायचं तात्पर्य, हाती घेतलेलं प्रत्येक लघु उद्दिष्ट जर आपल्याला अंतिम उद्दिष्टा-पर्यंत नेत असेल तर कोणीही जिवाच्या आकांताने ते मिळविण्याचा प्रयत्न करतो.

मी जे काही उद्दिष्ट ठरविले आहे ते मी मिळविले आहे, अशी जर मला कल्पना करता येत नसेल तर मी ते नक्कीच साध्य करणार नाही. याचा दुसरा अर्थ असा होतो की उद्दिष्ट अशक्य आहे. आपल्याला अशक्य गोष्टी घ्यायच्या नाहीत पण मोठी आव्हानं स्वीकारायची आहेत. आपलं उद्दिष्ट हे सहज साध्य करण्यासारखंसुद्धा नको व अगदी अशक्यसुद्धा नको.

जर ह्या पाचही प्रश्नांची उत्तरं होकारार्थी असतील तर तुम्ही उद्दिष्ट साध्य केलंच म्हणून समजा. एकदा का हे उद्दिष्ट साध्य झालं की मग त्याजागी आणखी मोठं

उद्दिष्ट घ्यायचं बरं का. ही जागा रिकामी ठेवून उपयोगी नाही. आज तुम्ही एक महिन्याचं उद्दिष्ट घेतलं आहे. उद्या सहा महिन्यासाठी घ्या, परवा एक वर्षासाठी घ्या, पाच वर्षासाठी घ्या. सूत्र हेच लागू होईल. सतत उद्दिष्टे घेण्याचा आणखी एक फायदा तो असा की आपलं आयुष्य अर्थपूर्ण होईल. जर रोजच्या रोज तुम्ही तुमच्या उद्दिष्टांच्या मागे असाल तर रात्री झोपताना दिवस कधी उजाडतो आहे ह्याची वाट पहाल. प्रत्येक दिवशी तुम्हाला तुमच्या उद्दिष्टांच्या थोडं जवळ जायचं असेल.

घड्याळ फेका

आज आपण जे व्यवस्थापन शिकलो आहोत ते म्हणजे प्रामुख्याने वेळेचे व्यवस्थापन आहे. साधारणपणे टाइम मॅनेजमेंट म्हणजे लगेच घड्याळ डोळ्यासमोर येतं. पण आज जे आपण शिकलो ती संपूर्णपणे वेगळी टाइम मॅनेजमेंट आहे. येथे घड्याळाचा वापर फार कमी करायचा आहे. तुम्ही खुशाल तुमचे घड्याळ फेकून द्या.

आपण सर्वच जण घड्याळ्याच्या मागे धावत असतो. घड्याळ आपल्या जीवनाचा अविभाज्य भाग झालेला आहे. परंतु ह्या प्रकरणात तुम्हाला असं लक्षात येईल की घड्याळाला महत्त्व नाही. याचा अर्थ असा नाही की आपण ताळतंत्र नसल्यासारखं वागायचं. मी तर उलट असं म्हणतो की ह्या प्रकरणातील सूचना जर तुम्ही अमलात आणल्यात तर तुम्ही बहुतेक कामं वेळच्या वेळेवर पार पाडाल.

तुम्हाला आश्चर्य वाटत असेल नाही? एकीकडे तर म्हणताहेत घड्याळ फेका आणि दुसरीकडे म्हणताहेत सगळी कामं वेळच्या वेळेवर होतील. ही जरा विसंगतीच वाटते नाही?

होय, बरोबर आहे तुमचं म्हणणं. पण ह्या विसंगतीमध्ये एक गोष्ट गमतीदार आहे व ती आपण लक्षात घ्यायला पाहिजे. ती गोष्ट अशी की लोकं घड्याळाच्या मागे धावत असतात तर आपण घड्याळाच्या पुढे धावत असू. म्हणून आपली कामं वेळच्या वेळेवर होत असतील.

नाही लक्षात आलं?

ऐका तर. आपण महत्त्वाच्या कामात मग्न असणार. महत्त्वाची कामं बहुतेकवेळा तातडीची नसतात. परंतु आपण मात्र ह्या कामात तातडीने मग्न राहणार. मग आपली कामं वेळेच्या आधीच झालेली असणार.

आपण थोडी उदाहरणं घेऊन बोलूया म्हणजे हे पक्कं समजेल.

आर्थिक गुंतवणुकीची योजना : सगळी मंडळी जानेवारी, फेब्रुवारी आणि मार्च ह्या महिन्यामध्ये धावपळ करताना दिसतात. हे काम वर्षातून एकदाच येत असतं. आर्थिक वर्षाच्या सुरुवातीला ते तातडीचं नसतं. पण हे काम महत्त्वाचं असतं आणि आर्थिक वर्षाच्या शेवटी ते तातडीचंही होतं. पण आपण हे काम तातडीचं

आहे म्हणून करणार नाही तर महत्त्वाचं आहे म्हणून करणार. आपल्या ह्या दृष्टिकोनामुळे आपण त्यावर तातडी नसतानासुद्धा योजनापूर्वक काम करणार. त्यामुळे आपलं हे काम सहा महिने आधीच झालेलं असेल. एवढ्या सवडीने काम करायला घड्याळाची जरूर पडणार नाही.

वैद्यकीय तपासणी : ह्या विषयीसुद्धा हाच दृष्टिकोन. परंतु आपल्यापैकी कित्येक लोक आपण बघतोच की समस्या आल्यावर धावपळ करायला सुरुवात करतात. पण तोपर्यंत बराच उशीर झालेला असतो. उशीर झाल्यावर प्रत्येक क्षण मोलाचा होतो. अशावेळेस घड्याळाची जरुरी पडतेच पडते. पण आपल्याला जरुरी पडणार नाही कारण आपण हे काम समस्या आल्यानंतर करणार नाही तर ती यायच्याआधी आणि ती येऊ नये म्हणून कार्यरत राहणार. अशा वेळेस काम तातडीचं नसणार म्हणून ह्याही कामाला आपल्याला घड्याळांच्या मागे धावायची गरज पडणार नाही. आपण प्रत्यक्षात घड्याळाच्या पुढे धावत असणार.

वैयक्तिक विकास : साधारणपणे लोकांना वैयक्तिक विकासाकडे लक्ष द्यायला वेळच नसतो. कामाचा रगाडा इतका असतो की त्यातून डोकं वर काढायलाच फुरसत नसते. काही दिवसापूर्वी मी अशाच बिझी मॅनेजरशी बोलत होतो. तो मला म्हणाला,'I have no time to breath मला श्वास घ्यायलासुद्धा वेळ नाही.' परंतु गंमत अशी असते की हे वाक्य बोलताना ह्या मंडळींना लाज वाटायच्या ऐवजी अभिमान वाटत असतो.

असो, कौटुंबिक जबाबदाऱ्या असो, व्यावसायिक जबाबदाऱ्या असो, नातेसंबंध असो की सामाजिक जबाबदाऱ्या असो, आपण प्रत्येक गोष्ट हाताळताना हेच तत्त्व वापरलं तर आपण घड्याळाच्या मागे न धावता, घड्याळाच्या पुढेच धावत असणार.

व्यावसायिक विकास : बहुतेक लोक कामाच्या रगाड्यात इतके व्यस्त असतात की त्यांना त्यांच्या व्यावसायिक विकासाकडे लक्ष द्यायला वेळच मिळत नाही. आपल्या व्यवसायात आणखी कोणत्या संधी उपलब्ध आहेत? पुढच्या पाच वर्षात व्यवसाय कोणत्या दिशेला जात आहे? आपण स्वत: योग्य दिशेला आहोत की नाही? देशाच्या आर्थिक धोरणाचा माझ्या व्यवसायावर काय परिणाम होणार आहे? पुढच्या पाच वर्षात शेतीवर काय परिणाम होणार आहे? तंत्रज्ञान कोणत्या दिशेला चाललं आहे व त्याचा माझ्या उद्योगावर काय परिणाम होणार आहे? असले प्रश्न आपण स्वत:ला विचारले आणि त्याची उत्तरं मिळवली तर आपण इतरांपेक्षा काही वर्ष पुढे जातो.

कौटुंबिक विकास : कामाच्या रगाड्यात उगाचच व्यस्त राहिलेल्या लोकांचं आपल्या कुटुंबाच्या गरजांकडे लक्षच नसतं. आपल्या कुटुंबाच्या आजच्या गरजा कुटुंबाच्या मानसिक गरजा कोणत्या आहेत? भावनिक गरजा कोणत्या आहेत?

आजपासून पाच वर्षांनी कुटुंबस्वाथ्यावर काय परिणाम होणार आहे? येत्या दहा वर्षात काय होणार आहे?

वरील प्रश्नांची उत्तरे मिळवलीत आणि ते सोडवण्यासाठी कार्यरत राहिलात तर आपण लोकांच्यापेक्षा काही वर्ष पुढे असतो. अशा वेळी आज एखाद्या कामाला थोडासा उशीर झाला तर विशेष काही बिघडत नाही. अशा माणसाला घड्याळ बघायची गरजही पडणार नाही. ह्या वाक्याचा शब्दश: अर्थ घ्यायचा नाही. फक्त घड्याळ फेकायचं आणि महत्त्वाच्या गोष्टींवर कार्यरत राहायचं. एकदा का कार्यवाही सुरू केली की मग घड्याळाकडे पाहूसुद्धा नका. एकदा ठरवलं की अमुक आठवड्यात अमुक महत्त्वाचं काम संपवायचं, मग काहीही झालं तरी ते काम त्या आठवड्यात संपलंच पाहिजे एवढंच ध्यानात ठेवायचं.

घड्याळ फेका ह्याचा अर्थ शब्दश: घ्यायचा नाही. घड्याळ हा आपल्या जीवनाचा अविभाज्य भाग आहे. ते कुणीही फेकू शकत नाही. उलट आपण त्याच्यापुढे एक पाऊल राहायचा प्रयत्न करायचा. आपण जर हे तत्त्व वापराल तर घड्याळाकडे विशेष लक्ष न देतासुद्धा आपण आपल्या सर्व महत्त्वाच्या कामावर वेळेच्या आधी पोहोचू.

माझे अनुभव

मी माझ्या व्यक्तिगत आयुष्यात जेव्हापासून तातडीचा (Urgent) आणि महत्त्वाचा (Important) तक्ता अमलात आणायला सुरुवात केली तेव्हापासून एक फरक विलक्षणरीत्या जाणवायला लागला की रोजच्या आयुष्यातील धावपळ आणि ताण-तणाव यांचे प्रमाण कमी झाले.

व्यावसायिक रगाड्यात रोजच्या रोज रात्रीपर्यंत काम करत राहण्यासाठी नेहमीच तातडीची कामं असतात पण ती सगळी महत्त्वाची असतातच असं नाही. अशा वेळी खुशाल त्यांना नकार देता येतो व तो देता आला पाहिजे. किंबहुना तातडीची कामं जर महत्त्वाची नसतील तर त्यांना नकार देणं हेसुद्धा महत्त्वाचं असतं पण गरजेचं नसतं. अशावेळेस नकार देता येत नसेल तर तो कसा द्यायचा हे शिकणं हेसुद्धा तातडीचं नाही पण महत्त्वाचं आहे हे लक्षात आलं. व्यावसायिक कामांच्या बरोबर कौटुंबिक कामंसुद्धा तितकीच महत्त्वाची असतात व त्यांना वेळ देण्याकरता बऱ्याच गोष्टींना नकार द्यायला शिकलो व ठराविक वेळेनंतर कुटुंबाला वेळ दिलाच पाहिजे हा नियम स्वत:साठी घालून घेतला.

व्यावसायिक कामं नसली तरी आज बाहेरच्या जगात अनेक प्रलोभनं असतात व ती आपल्याला कुठेतरी व्यस्त ठेवू शकतात. अशा प्रलोभनांना योग्य अंतरावर ठेवणं हे महत्त्वाचं आहे हे लक्षात आलं. मित्रमंडळींच्या बरोबर किती वाहवत जायचं

हे आपल्यालाच ठरवायला लागतं. आज ह्याची पार्टी आहे, ह्याला नाही कसं म्हणू, उद्या त्याची पार्टी आहे त्याला नाही कसं म्हणू हा प्रश्न मनात येत नाही. जर नाही म्हणणं महत्त्वाचं असेल तर नकार दिला जातो व पार्टीला जाणं महत्त्वाचं असेल तर दिलखुलासपणे जातो. कित्येक वेळा इतर महत्त्वाच्या गोष्टींमुळे किंवा कौटुंबिक जबाबदाऱ्यांमुळे अशा गोष्टींना नकार द्यावा लागतो व तो द्यायला शिकलो. '

वक्तशीरपणाला वैयक्तिक आणि व्यावसायिक आयुष्यात सारखेच महत्त्व द्यायला शिकलो. त्यामुळे बस चुकल्यामुळे कधी उशीर झाला नाही की उशीर झाल्यामुळे गाडी चुकली नाही. परंतु याचा अर्थ असा नाही की मला कधी उशीरच होत नाही. क्वचित कधीतरी उशीर होतोही. पण तो हाताळण्याची पद्धत बदललेली आहे. पूर्वी जेव्हा उशीर व्हायचा तेव्हा धावपळ चिडाचीड करत घरातून बाहेर पडायची पद्धत होती तर आता जेव्हा उशीर होतो तेव्हा जीवाचा आटापिटा करून पोहोचायच्या ऐवजी तक्ता डोळ्यासमोर आणला जातो आणि त्या परिस्थितीत महत्त्वाचं काय आहे तेच शांतपणे केलं जातं. सकाळी उठल्यावर जर लक्षात आलं की उशीर झालेला आहे व आपली नेहमीची गाडी धावपळ करूनसुद्धा चुकणारच आहे तर त्याविषयी खंत न बाळगता लगेच डोळ्यासमोर पहिल्या प्रथम तक्ता येतो. मी मला प्रश्न विचारतो, 'आता महत्त्वाचं काय आहे? घरातील कोणत्या गोष्टी नंतर केल्यानं माझा वेळ वाचणार आहे? मला उशीर झाल्यामुळे ऑफिसमधील इतर कुणाला काय अडचण होणार आहे? मला त्या अडचणी दूर कशा करता येतील? फोनचा वापर करून अडचणी कमी करता येतील काय?' मग ह्या प्रश्नांची जी काही उत्तरं असतील त्याप्रमाणे दिवस सुरू करतो. पण असले प्रसंग फारच क्वचित येतात.

नातेसंबंधांना महत्त्व द्यायला शिकलो. व्यावसायिक तसेच वैयक्तिक नातेसंबंध हे योग्य त्या अंतरावर ठेवायला शिकलो. त्यामुळे क्वचित कुणाला नकार द्यायचा असेल तर डोळ्यासमोरील तक्ता उपयोगी पडतो.

काही दिवसांनंतर लक्षात आलं की हा तक्ता खरं म्हणजे प्रत्येक प्रसंगाला उपयोगी पडतो. मग तो प्रसंग व्यावसायिक असो वा वैयक्तिक. ह्याच तक्त्यामुळे लेखनाची कला शिकलो. लेखनाला वेळ द्यायला शिकलो. संयमाने वागायला शिकलो. स्वत:ला चांगल्या सवयी लावून घ्यायची प्रेरणा झाली.

सारांश

ह्या प्रकरणामध्ये सुचवलेला पुढाकार म्हणजे आधीच्या दोन प्रकरणाचे मिश्रण आहे. ज्या गोष्टी तातडीच्या नाहीत (Not Urgent) त्यांच्यावर कार्यरत राहाण्याकरता विचारशुद्धी करावी लागते. त्या गोष्टींसाठी स्वत:ला प्रेरित करावं लागतं. हे

नेतृत्वाचं काम आहे. हे नेतृत्व आपण पहिल्या प्रकरणामध्ये पाहिलं आहे. तसेच कोणत्या गोष्टींवर कार्यरत राहायचे हे ठरविण्याकरता आपल्या आयुष्यातील महत्त्वाच्या गोष्टी ओळखायला हव्यात. महत्त्वाच्या गोष्टी कशा ओळखाव्यात हे दुसऱ्या प्रकरणामध्ये सांगितलं आहे. कोणत्या गोष्टींवर कार्यरत राहायचं हे ठरविण्याकरता सर्वप्रथम आपल्या आयुष्यातील महत्त्वाच्या गोष्टी ओळखायला हव्यात. आपण आपल्या आयुष्यात महत्त्वाच्या गोष्टी ओळखल्या की मग आपल्या डोळ्यासमोर आपला तक्ता आपोआपच साकार होतो. वाचकांनीसुद्धा हा प्रयोग करून पहावा.

डोळ्यासमोर चार घरांचा तक्ता ठेवा. सकाळी उठल्यापासून रात्री झोपेपर्यंत कोणतंही काम करत असताना, आपण कोणत्या घरात आहोत ह्याची नोंद करा. दर अर्ध्यातासानी ही नोंद केलीत तर एक उत्तम अशी टाईम शीट तयार होईल. किती टक्के वेळ कोणत्या घरात जातो ह्याचा ताळा करून बघा.

पाच टक्क्यापेक्षा जास्त वेळ जर चौथ्या घरात जात असेल तर ही कामं तुम्ही ताबडतोब बंद करायला हवीत.

पंधरा टक्क्यापेक्षा जास्त वेळ तिसऱ्या घरात जात असेल तर ह्या कामांना नकार द्यायला शिकता आलं पाहिजे किंवा ही कामं दुसऱ्यांवर सोपवता यायला हवीत.

जर ऐंशी टक्क्यापेक्षा जास्त वेळ पहिल्या घरात जात असेल तर त्याचा तुमच्या तब्येतीवर अनिष्ट परिणाम होऊ शकतो म्हणूनच दुसऱ्या घरात मोडतील अशी कामे हाती घ्यावी लागतील आणि त्यासाठी वेळ काढावा लागेल. जास्तीत जास्त वेळ तुम्ही दुसऱ्या घरातील कामे करीत असाल तर तुमचं जीवन मजेत जाईल.

हे पुस्तक म्हणजे गणिताच्या पुस्तकासारखं आहे. ज्याप्रमाणे गणितात पहिली पायरी समजल्याशिवाय दुसऱ्या पायरीवर आपण जाऊच शकत नाही, त्याचप्रमाणे पहिलं प्रकरण अमलात आणल्याशिवाय दुसरं प्रकरण कळणार नाही. दुसरं प्रकरण अमलात आणल्याशिवाय तिसरं प्रकरण समजणारसुद्धा नाही. त्यामुळे तुम्ही ही जर तिन्ही प्रकरणं अमलात आणली नसतील तर तुम्हाला चौथं प्रकरण पटणारच नाही.

त्यामुळे पुढच्या प्रकरणाकडे जायच्या आधी तुम्ही ह्या तिन्ही प्रकरणांमधील सूचना जाणीवपूर्वक अमलात आणल्या आहेत ह्याची खात्री करून घ्या आणि मगच पुढच्या प्रकरणाकडे चला.

■

पुढाकाराचे चौथे सूत्र
नातीगोती सांभाळा

नातेसंबंधावर एक नजर

ज्या माणसाला नातीगोती जपता येत नाहीत त्याला दीर्घकालीन यश कधीच मिळू शकत नाही. शेवटी आपलं यश, नात्यागोत्यातूनच निर्माण होत असतं. मग ती नाती व्यावसायिक असोत, कौटुंबिक असोत किंवा वैयक्तिक असोत. माझ्या पहाण्यात असा कोणीही माणूस नाही की ज्यांनी नातेसंबंध पायदळी तुडवून, फक्त स्वत:च्या कर्तृत्वावर किंवा फक्त स्वत:च्या कौशल्यावर यश मिळवलं. कर्तृत्व आणि कौशल्य तर लागतंच, त्याशिवाय यश मिळूच शकत नाही. पण दीर्घकालीन यश मिळविण्याकरता नुसतीच कर्तृत्व आणि कौशल्य पुरेशी नसतात. तेथे नातेसंबंधाचीसुद्धा जोड लागते. त्यासाठी पुढाकार घ्यावा लागतो. परंतु हा पुढाकार जरा वेगळा आहे. आतापर्यंत आपण जो पुढाकार पाहिला, तो स्वावलंबनासाठी होता. नातेसंबंधाचा पुढाकार हा परस्परावलंबनाचा आहे.

खरं म्हणजे माणूस जेव्हा जन्माला येतो तेव्हापासूनच त्याचा पुढाकाराचा प्रवास सुरू होतो. जन्मलेलं मूल पूर्णपणे बाह्य जगावर अवलंबून असतं. ते पूर्णपणे परावलंबी असतं. त्याच्या शारीरिक गरजा त्यावेळी जर कोणी भागवल्या नाहीत तर ते मूल काही तासातच मृत्यूच्या दाढेत जाईल. आईवडील त्याच्या संपूर्ण गरजा भागवतात व ते मूल मोठं होऊ लागतं. जसजसं ते मूल मोठं होऊ लागतं तसतसं ते स्वत:च्या पायावर उभं राहू लागतं. ते परावलंबनाकडून स्वावलंबनाकडे जाऊ लागतं. काही वर्षातच ते शारीरिकदृष्ट्या संपूर्णपणे स्वावलंबी होतं. परंतु आर्थिक-दृष्ट्या ते परावलंबीच असतं. हा प्रवाससुद्धा आणखी काही वर्षातच संपतो व ते मूल काही वर्षातच आपला उदरनिर्वाह स्वत:च्या हिमतीवर करू लागतं. म्हणजेच ते आर्थिकदृष्ट्यासुद्धा स्वावलंबी होतं. इथपर्यंतचा प्रवास सगळेजण करतात. पण आपण आणखी एका बाबतीत परावलंबी असतो. आपला स्वभाव! तो बऱ्याच बाह्य

गोष्टींवर अवलंबून असतो. आपला मूड, आपलं वागणं बोलणं हे बाह्य परिस्थितीवर अवलंबून असतं. मानसिकदृष्ट्या, भावनिकदृष्ट्या आपण बहुतेकजण स्वतंत्र नसतो. आपली सामाजिक परिस्थिती, कौटुंबिक परिस्थिती, राजकीय परिस्थिती वगैरे वगैरे आपल्या भावना व स्वभाव नियंत्रित करत असतात. परंतु ह्यातून मात्र आपल्याला मुक्तता आपोआप मिळत नाही. जी मंडळी पुढाकार घेतात, **विचारशुद्धी करतात** (प्रकरण १), **जगण्याचा उद्देष ठरवितात** (प्रकरण २), आणि **नियोजन करतात** (प्रकरण ३) त्यांनाच आणि फक्त त्यांनाच ह्यातून मुक्तता मिळते. ते पूर्णपणे स्वावलंबी होतात, स्वतंत्र विचारसरणीचे होतात. हा पुढाकार आपण मागील तीन प्रकरणामध्ये शिकलो आहोत. खरी गंमत ह्यानंतर आहे. आता नातेसंबंधांचा पुढाकार घ्यायचा आहे. पण ह्या पुढाकाराचा निर्णय फक्त स्वावलंबी लोकच घेऊ शकतात. परावलंबी माणसं हा निर्णय घेऊच शकत नाहीत. त्यांच्याकडे तेवढी ताकदच नसते. ह्या पुढाकारामध्ये सहकार्याची भावना आहे. सहकार्य हे वैयक्तिक स्वावलंबनापेक्षा वरच्या पायरीवर आहे. त्या पायरीवर जाण्याआधी परावलंबनाची पायरी सोडून स्वावलंबनाची पायरी चढावी लागते, तेव्हा कुठे सहकार्याचा निर्णय घेता येतो. वैयक्तिक स्वातंत्र्य हे वैयक्तिक प्रयत्नांनी मिळवता येतं. पण सहकार्य म्हणजे काही वैयक्तिक मिळकत नाही की आपला मूड असेल तेव्हा मिळवता येते. त्यासाठी दुसऱ्याची संमती लागते. ही बाब आपल्या अखत्यारीच्या बाहेरची असते. तसेच आपण सहकार्य करायचं की नाही हा संपूर्णपणे आपला निर्णय असतो. म्हणूनच सहकार्य मिळवणं ही नुसती वैयक्तिक बाब होऊ शकत नाही. ही बाब परस्परावलंबनाची आहे. तसं पाहिलं तर हे संपूर्ण विश्व परस्परावलंबनाच्या तत्त्वावरच चालू आहे. त्यामुळे नातेसंबधाच्या पुढाकाराची निवड फक्त स्वावलंबी लोकच करू शकतात. तसंच तुमच्या स्वावलंबनाचा पाया जितका मजबूत तितकी सहकार्याच्या पुढाकाराची गुणवत्ता चांगली.

परंतु हा पुढाकार घेणं हे स्वावलंबी लोकांनाही सोपं नाही. कारण जेथे नात्यागोत्यांच्या वाटेवरून चालण्याचा प्रश्न येतो तेव्हा ती वाट बऱ्याचवेळा अतिशय काट्याकुट्यांनी भरलेली असते. हे काटे भूतकाळात पेरले गेलेले असतात. कित्येक वेळा हे काटे नकळत आणि अज्ञानात पेरलेले असतात. अनेक मानापमानाचे प्रसंग, रागालोभाचे प्रसंग, मत्सर आणि द्वेषाचे प्रसंग, अनेक हेवेदावे आणि भांडणतंट्यांनी भरलेली ही नात्यागोत्यांची वाट आहे. आता परत त्याच वाटेवरून चालण्याचा निर्णय घेणं हे काही सोपं काम नाही. नातीगोती सांभाळायची म्हणजे भूतकाळातील हे काटे उकरून काढायचे आणि त्या काट्यांना मूळासकट उपटून फेकून द्यायचे. बरं, हे काम एका रात्रीत संपण्यासारखंसुद्धा नसतं. ह्याला बराच काळ लागणार असतो. पण ह्या वाटेला टाळूनही जाता येत नाही. आपल्याकडे दुसरा पर्यायच नाही.

एकदा एक माणूस एका स्वामीजींकडे सल्ला मागण्यासाठी आला. स्वामीजींनी त्याला विचारले "मुला तू कशासाठी आला आहेस?"

तो म्हणाला, "स्वामीजी मी अतिशय फटकळ माणूस आहे. मला हा माझा दोष माहीत आहे. पण फटकळपणा हा माझ्या स्वभावाचा भाग आहे. मला कुणाला हेतुपूर्वक दुखवायचं नसतं. पण मला नंतर कळतं की माझ्या बोलण्यामुळे काहीजण दुखावतात. पण माझ्या हे जेव्हा निदर्शनास येतं तेव्हा लगेच मी त्यांची माफीसुद्धा मागतो. तरीसुद्धा बऱ्याचवेळा संबंध पूर्ववत व्हायला बराच काळ लागतो, विशेषतः माझ्या बायकोशी जेव्हा माझे खटके उडतात तेव्हा माफी मागूनसुद्धा ती माझ्याशी नीट वागत नाही. तुम्ही माझ्या बायकोला थोडं समजवाल काय?"

स्वामीजींनी विचारले, "होय निश्चितपणे समजावीन. पण मला आधी सांग, मुला तुझा उदरनिर्वाह कसा होतो?"

"मी सुतारकाम करतो."

स्वामी म्हणाले, "ठीक आहे. म्हणजे तू खिळे वगैरे ठोकण्यात तरबेज असशील."

"होय स्वामीजी."

"ठीक आहे." स्वामी म्हणाले, "मी तुझ्या बायकोला समज देईन. पण त्याआधी तुला माझं एक काम करावं लागेल करशील काय?"

"स्वामीजी तुम्ही हुकूम सोडायचा. पण स्वामीजी मी साधा सुतार आहे. मला तुमचं काम करता येईल काय?"

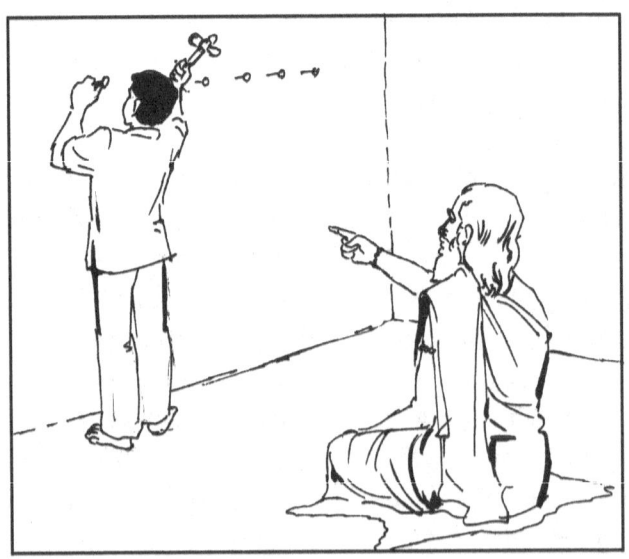

"होय तर, निश्चित येईल." स्वामी म्हणाले "फक्त थोडे खिळे ठोकायचे आहेत."

"अरे वा हे तर माझ्या आवडीचे काम आहे. आत्ता करतो. सांगा कुठे ठोकायचे आहेत. माझ्याकडे हातोडीसुद्धा आहे."

स्वामीजींनी त्याला समोरच्या भिंतीवर दहा खिळे एका सरळ रेषेत ठोकायला सांगितले. त्याने ते काम पाच मिनिटात केले. तो स्वामीजींकडे हात झटकत आला व म्हणाला, "घ्या, तुमचं काम झटक्यासरशी केलं. आता माझं काम करायचं."

स्वामीजी म्हणाले, "माझ काम पूर्ण झालं नाही."

"आणखीन खिळे मारायचे आहेत काय? सांगा आत्ता ठोकतो."

"नाही रे. आता खिळे काढायचे आहेत."

"काय? हे जरा कंटाळवाणं काम आहे. पण तरीसुद्धा तुमचं आहे म्हणून करतो. चला सांगा कोणते खिळे काढायचे आहेत?"

स्वामी म्हणाले, "जे खिळे तू आत्ता ठोकलेस ते सगळे काढ."

त्याने ते सगळे खिळे काढून टाकले व परत हात झटकत आला. स्वामीजींनी आता त्याला त्या भिंतीकडे पहायला सांगितले व विचारले 'कशी दिसते आहे भिंत?'

"भिंतीचा सगळा शो गेला."

"आता आणखी एक छोटसं काम करायचं" स्वामीजी म्हणाले "त्या भिंतीची डागडुजी करून ती भिंत पूर्ववत करायची. चल पटकन करून टाक बरं."

"हे काम पटकन होण्यासारखं नाही स्वामीजी"

स्वामीजी म्हणाले,"अगदी बरोबर, हे काम पटकन होणार नाही आणि कितीही डागडुजी केली तरी ती भिंत आता पूर्ववत होणार नाही. त्या जागेवर डागडुजी केल्याच्या खुणा आता कायमच्या राहणार. बरोबर?"

"बरोबर."

"मग आता मला सांग ती भिंत पूर्ववत होत नाही ह्याच्यात खिळ्यांचा दोष आहे की भितींचा? भिंतीला समज द्यायला पाहिजे की खिळ्यांना? आपले नातेसंबंध ह्या भिंतीसारखे असतात. फटकळपणा म्हणजे त्या भिंतीवर खिळे ठोकण्यासारखे आहे. आपला प्रत्येक शब्द हा खिळ्यासारखा त्या भिंतीमध्ये जातो व ती भिंत खराब करतो. त्यानंतर कितीही डागडुजी केली तरी ती भिंत पूर्ववत होऊ शकत नाही. विशेष म्हणजे त्या डागडुजीला खूप वेळही लागू शकतो. म्हणजेच तुमच्या फटकळपणाची भरपाई तुम्हाला दामदुपटीने करावी लागेल. एवढं करूनही तुमचे संबंध पूर्ववत होणार नाहीत. कुठेतरी त्या जखमा टोचत राहतील व त्या कधी ना कधीतरी डोकं वर काढतील. समजा त्यांनी डोकं वर काढलं नाही तर त्यात तुझी मर्दुमकी अजिबात

नाही. उलट तुझ्या बायकोचाच मोठेपणा जास्त आहे हे समज. म्हणजे तुझ्या बायकोने तुझ्या फटकळपणाकडे दुर्लक्ष केलं आणि तुझ्याशी पूर्ववत वागली तर त्यात तिचा मोठेपणा जास्त आहे. तिला तुझा फटकळपणा पोटात घालता आला नाही तर त्यात काहीही वावगं नाही. कारण भिंत खराब झाली ह्यात तिचा दोष नाही तर खिळ्यांचाच दोष जास्त आहे. म्हणून तुझे खिळे तू वापरू नकोस तुझा फटकळपणा पहिल्याप्रथम बंद व्हायला हवा.''

पाहिलंत नात्यागोत्याच्या वाटेवरून चालणं किती कठीण असतं. फटकळ लोकांना तर त्यांच्या स्वभावामुळे आणखीनच कठीण जातं. त्यांना वाटतं की भावनेच्या भरात आपण जे काही बोलतो ते इतरांनी समजून घेतलं पाहिजे. अशा वेळी जर काही बोचणारे शब्द वापरले गेले तर ते हेतुपुरस्सर वापरले नसल्यामुळे त्याकडे कानाडोळा करायला काही हरकत नाही. शेवटी जे काही शब्द वापरले ते प्रेमापोटीच असतात. ते शब्द बोचतात पण त्यामागचं प्रेम दिसत नाही. एवढंच नाही तर त्यांना असंही वाटतं की त्यांच्याशी निगडित इतरांनी पाळायची जी काही कर्तव्य आहेत त्यामध्ये, त्यांच्या फटकळ स्वभावामुळे अजिबात कसूर होता कामा नये. उदाहरणार्थ, नवरा जर फटकळ असेल आणि तो बायकोला कितीही फाडफाड बोलला तरी बायकोने त्याच्या फटकळपणाकडे दुर्लक्ष करून त्याच्याशी निगडित असलेली कर्तव्य सगळी बिनबोभाट पार पाडली पाहिजेत. जर बायको फटकळ असेल तर ती नवऱ्याकडून अशाच प्रकारची अपेक्षा करते. जर वडील फटकळ असतील तर मुलांना वाटेल ते बोलून झाल्यावर मुलांनी वडिलांच्या बाबतीतील सगळी कर्तव्ये पार पाडायची. जर आई फटकळ असेल तर तीसुद्धा मुलांकडून तशाचप्रकारची अपेक्षा करते. समजा दोघंही फटकळ असतील तर युद्धजन्य परिस्थिती केव्हा निर्माण होईल ह्याचा नेम नाही. पण ह्या मंडळींना हे समजत नाही की खिळा नकळत ठोकलेला असो वा हेतुपुरस्सर भिंत खराब व्हायची तेवढीच होणार व ती पूर्ववत कधीच होणार नाही. मग ह्याचा परिणाम काय होतो हे समाजात अनेक ठिकाणी पहायला मिळतं. नवरा बायकोची भांडणं, आई वडिलांची भांडणं, मुलं पालकांना वाऱ्यावर सोडतात किंवा वृद्धाश्रमात पाठवून देतात.

आपली नातेसंबंधाची भिंत सुंदर ठेवायला पाहिजे ह्यावर कोणाचेही दुमत नसते. पण ते साध्य करायचं कसं हेच माहीत नसतं. आता आपण एका वेगळ्या पद्धतीचा पुढाकार घ्यायला शिकूया. नातेसंबंधाच्या भिंतीवर सहा प्रकारचे खिळे ठोकले जातात. नेमक्या त्याच जागी पुढाकार घेऊन खिळा फेकून द्यायचा आहे. तो खिळा ठोकलाच जाऊ नये ह्याची काळजी घ्यायची आहे. आणि समजा चुकून ठोकला गेलाच तर ती लवकरात लवकर भिंत पूर्ववत करण्यासाठी पुढाकार घ्यायचा. चला हे सहा प्रकारचे खिळे कसे आहेत ते सविस्तर पाहूया.

पहिल खिळा : असमंजसपणा

आपल्या नातेसंबंधात उगीचच वादावादी होत असते ती बहुधा गैरसमजामुळे आपला समज गैर होतो कारण आपण समजून घेण्यासाठी योग्य ते प्रयत्नच केलेले नसतात.

आता कुणी म्हणेल, 'योग्य प्रयत्न म्हणजे काय बुवा? आम्ही तर समजून घेत असतो पण इतरांना कळतच नाही त्याला आम्ही काय करायचं?'

हाच नेमका परावलंबी लोकांचा विचार आहे. म्हणून हा विचार प्रयत्नपूर्वक टाकून द्यायचा.

आता तुमच्या मनात विचार येईल. 'हे बोलणं सोपं आहे. पण जेव्हा वेळ येते तेव्हा असा विचार करावाच लागतो. हा विचार टाकता येत नाही.'

बरोबर आहे. परावलंबी लोकांना हा विचार टाकता येणारच नाही. त्यांचे विचार, त्यांचा मूड, त्यांच्या भावना व कृती ही प्रामुख्याने इतर लोकं काय म्हणताहेत ह्यावर अवलंबून असते. पण आपण आता अशा लोकांपेक्षा वेगळे झालेलो आहोत. पहिल्या तीन प्रकरणांच्या अंमलबजावणीमुळे स्वतंत्र झालेलो आहोत. हा विचार फक्त स्वतंत्र लोकांनाच अमलात आणता येईल. स्वतंत्र लोकांचे विचार आणि आचार प्रामुख्याने त्यांच्या तत्त्वांवर अवलंबून असतात. समोरच्या नातेसंबंधाला अत्युच्च स्थान द्यायचं की नाही हे स्वतंत्र लोकच ठरवू शकतात. एकदा का तसा निर्णय घेतला की मग इतर सर्व विचार बाजूला ठेवून, समजून घेण्याकरता पुढाकार घेणं हे फक्त स्वतंत्र लोकांनाच जमू शकतं. हाच तर निर्णय घ्यायचा आहे. नातेसंबंधाला योग्य ते स्थान द्यायचं की नाही हा एक महत्त्वपूर्ण निर्णय आहे. भिंतीवर खिळा ठोकायचा नाही हा निर्णय परावलंबी लोकांना कठीणच आहे. त्यांच्याकडून खिळा ठोकला जरी गेला तरी ते त्याची साधी जबाबदारीसुद्धा घेत नाहीत. ते सरळ म्हणतात, 'मला खिळा ठोकायचाच नव्हता पण तू अमुक केलंस म्हणून माझ्याकडून ठोकला गेला. आता त्याला मी काय करू?'

तुम्ही म्हणाल, 'हो ठीक आहे. पण समजून घेण्यासाठी प्रयत्न करायचे म्हणजे काय करायचं?'

तेच तर आपण समजून घेत आहोत. आपल्याला आपल्या मानसिक स्तरामध्ये बदल करावा लागेल. नातेसंबंधातली व्यक्ती जर आपल्याला अतिशय महत्त्वाची असेल तर ती व्यक्ती एखाद्या गोष्टीला जितकं महत्त्व देते त्या गोष्टीला तितकंच महत्त्व आपणही दिलं तर त्या व्यक्तीला समजून घेतल्यासारखं होतं.

आपण आता पालक-पाल्य ह्या नातेसंबंधाबाबत पाहूया.

एकदा फुटबॉलचा खेळ न आवडणाऱ्या पालकाला त्याच्या मुलासोबत

फुटबॉलच्या सामन्याला जायची वेळ आली. त्याने आपल्या कामांतून रजा काढली व तो मुलाबरोबर फुटबॉलच्या सामन्याला गेला. त्यानंतर कामावर रूजू झाल्यावर त्याला त्याच्या सहकाऱ्याने विचारले, 'तू महत्त्वाची मिटींग बाजूला ठेवलीस व मुलाला घेऊन फुटबॉलच्या सामन्याला गेलास. तुला हा खेळ एवढा आवडतो हे मला माहीत नव्हतं.' त्यावर तो उत्तरला,'मला हा अजिबात आवडत नाही. पण मला माझा मुलगा खूप आवडतो व त्याला हा खेळ खूप आवडतो.'

ह्याला समजून घेणं म्हणतात. ह्या समजूतदारपणाची गुणवत्ता अतिशय वरच्या पातळीवरची आहे. ही गुणवत्ता परावलंबी माणसाला दाखवता येणार नाही. जी गोष्ट आपल्याला आवडत नाही पण आपल्या आवडत्या व्यक्तीला आवडते म्हणून त्या नावडीच्या गोष्टीचंसुद्धा हसतमुखाने स्वागत करणं, ह्याला प्रयत्न लागतो. नाहीतर आपण पाहतोच की मला आवडत नसेल तर ती गोष्ट घरात कुणीही करायची नाही. मला पटत नसेल तर ती गोष्ट घरात वर्ज्य. मग ती घरातील कुणाला पटते की नाही किंवा आवडते की नाही ह्याचा प्रश्नच येत नाही. एवढेच काय पण संध्याकाळी वडील कामावरून घरी आल्याबरोबर जर लहान मुलं वडिलांकडे प्रेमापोटी काही हट्ट करायला गेली तर त्यांना दरडावलं जातं. वर्तमानपत्र वाचत असताना मुलं त्यांच्याजवळ गेली तर त्यांना ओरडलं जातं. दोन मोठी माणसं बोलत असली आणि जर लहान मूल काही विचारायला आलं तर त्याला रट्टासुद्धा मिळतो. ह्याला समजून घेणं म्हणत नाहीत. ह्याला नातेसंबंध म्हणत नाहीत.

घरातील व्यक्ती बऱ्याच तासानंतर घरी आली की लहान मुलं स्वाभाविकपणे प्रेमाने जवळ येतात. पण त्यावेळी आपण दमलेले असतो. पण आपला त्रास थोडावेळ बाजूला न ठेवता येण्याइतकासुद्धा नसतो. तो त्रास थोडावेळ बाजूला ठेवून हसतमुखाने मुलांचे प्रेम स्वीकारले तरच वडिलांचे प्रेम त्याच्यापर्यंत पोहोचेल.

वर्तमानपत्र वाचताना काही पालक आपल्या मुलांना झिडकारतात, जणूकाही वर्तमानपत्राची शाई थोड्याच वेळात विरून जाणार असते, त्यामुळे अक्षरं अदृश्य व्हायच्या आत सगळं वर्तमानपत्र वाचून काढायचं आहे, असाच आव आणतात. परंतु मुलाच्या आवडीच्या गोष्टीला जर ताबडतोब तितक्याच आपुलकीने हाताळले तर आपला जास्त वेळही जात नाही. अशा छोट्या गोष्टींमधून विकसित होणारे नातेसंबंध भविष्यात खूपच फायदेशीर ठरतात.

दोन मोठी माणसं जेव्हा बोलत असतील तेव्हा लहान मुलांनी मध्ये मध्ये बोलू नये, लहान मुलांनी मोठ्यांसारखं वागू नये, लहान मुलांनी लहानासारखं वागू नये, त्यांनी वेडेपणा करू नये, दुसऱ्यांकडे गेल्यावर खायला मागू नये आणि त्यांनी खायला दिलं तर हावरटासारखं घेऊ नये, लहानांनी हे करू नये व ते करू नये अशी नियमावलीच तयार असते. त्यात लहान मुलांच्या मनाचा विचारच केला जात नाही.

विशेषत: पाहुण्यांच्या समोर 'हे करू नको' आणि 'ते करू नको' हे सांगण्याचा पालकांना खूपच उत्साह आलेला असतो.

आम्ही एकदा एके ठिकाणी लग्नघरात होतो. लग्नानंतरचा दुसरा दिवस होता. घरात पार्टीचं आयोजन होतं. पार्टी संध्याकाळच्या वेळी घराच्या गच्चीवर होती. लहान मुलं, मोठी माणसं, बायकामंडळी मिळून साधारणपणे साठ ते सत्तरच्या आसपास माणसं जमलेली होती. आम्ही सगळे गच्चीवर जमलो. तेथे मुलांनी संगीतखुर्चीचं आयोजन केलं होतं. विशेषत: हा खेळ थोड्या वेगळ्या पद्धतीने खेळला जाणार होता. मुलांनी प्रत्येक खुर्चीला प्राण्यांची नावं वगैरे दिलेली होती. खुर्च्या विशिष्ट पद्धतीने मांडलेल्या होत्या. मुलांनी बरीच मेहनत केलेली दिसत होती. सगळी मंडळी गच्चीवर जमली आणि मुलांना थोड्याच वेळात खेळ सुरू करायचा होता व त्यात सर्व मंडळींचा सहभाग हवा होता. तेवढ्यात त्या मुलांचे आजोबा म्हणाले,'हे पहा आता येथे मोठ्या मंडळींची पार्टी आहे. त्यामुळे लहानांचा खेळ वगैरे उद्या करा. चला लहान मुलांनी खाली जा बरं.'

पालक मंडळींना पाहुण्यांच्या समोर आपल्या घरातील लहान मुलांच्या चांगल्या गोष्टी का दिसत नाहीत हे मला कळत नाही. घरातील त्या दोन-तीन चिल्ल्यापिल्ल्यांनी एवढी मेहनत केलेली आजोबांना दिसलीच नाही. त्यांनी येऊन फक्त 'लहानांनी खाली जा' असं एक फर्मान सोडलं. ती मुलं बिचारी खजील झाली. सगळ्यांनी संगीतखुर्चीत सहभागी होणं हे लहान मुलांच्या दृष्टीने अतिशय महत्त्वाचं होतं. पण आजोबांना ते काही पसंत नव्हतं. नातवंडं आजोबांच्या आवडीची होती, परंतु त्या नातवंडांना खेळ हवा होता. जी गोष्ट आपल्याला आवडत नाही पण आपल्या आवडत्या व्यक्तीला आवडते म्हणून त्या नावडीच्या गोष्टीचंसुद्धा हसतमुखाने स्वागत करणं, ह्यालाच तर समजून घेणं म्हणतात. मग आम्हीच म्हटलं की चला आपण खेळूया. आम्ही सगळी मंडळी मग त्या खेळात सहभागी झालो, अगदी म्हातारेकोतारेसुद्धा संगीतखुर्ची खेळले. मुलांनी त्यात खरोखरीच कल्पकता ओतली होती. तो खेळ अतिशय वेगळ्याप्रकारे खेळला गेला. खेळ खेळवून घेताना मुलांच्या नेतृत्वगुणांना तर वाव मिळालाच पण त्यांचा आत्मविश्वासही वाढलेला मला दिसला. आणि सगळ्यात महत्त्वाचं म्हणजे तेथे हजर असलेल्या सगळ्यांना इतकी मजा आली की एक तास कसा गेला हे कळलंच नाही. समजून घेण्यासाठी प्रयत्न करायचे ते असे.

समजून न घेतल्यामुळे घरात आणखी ठिणग्या कशा पडतात ते पाहूया.

आता आपण जरा नवरा बायकोचं नातं पाहूया.

ह्या नात्यामध्ये एक असतो 'तो' आणि एक असते 'ती'

'तो' एका विशिष्ट वातावरणात वाढलेला असतो. आणि 'ती' दुसऱ्याच वातावरणात वाढलेली असते. मग दोघांच्या नात्यामध्ये बऱ्याच गमतीजमती होतात.

तो आणि ती जेव्हा लग्नाआधी भेटतात तेव्हा त्यांच्यामध्ये भांडणं नसतात. एकमेकांना भेटण्याची उत्सुकता असते. तिच्या प्रत्येक गोष्टीला, ती जितकं महत्त्व देते, तितकंच किंवा त्यापेक्षाही जास्त महत्त्व तोसुद्धा देतो. तसेच त्याच्या प्रत्येक गोष्टीला, तो जितकं महत्त्व देतो, तितकंच किंवा त्याहीपेक्षा जास्त महत्व ती देते. म्हणूनच तुम्ही पहा की दोन प्रेमी जेव्हा भेटतात तेव्हा त्यामध्ये भांडणं होत नाहीत. लग्न झाल्यावर हीच दोघं एकमेकांच्या महत्त्वाच्या गोष्टींना गृहीत धरू लागतात व त्यांच्यामध्ये वाद सुरू होतो. त्याला वाटतं ती मला समजून घेत नाही व तिला वाटतं तो मला समजून घेत नाही.

लग्नाआधी

तो : हे बघ तुझ्यासाठी गजरा आणला आहे.

ती : अरे केवढे गजरे आणले आहेस. एकच आणायचा.

तो : अगं वेडे तूच म्हणाली होतीस ना तुला आवडतो गजरा म्हणून आणला. आणि माझ्या राणीसाठी घ्यायचा तर एकच काय घ्यायचा म्हणून तीन आणले.

लग्नानंतर सहा महिन्यांनी

ती : रा ऽ ऽजा ही लिप्स्टीकची शेड कशी आहे?

तो. .. हे काय मागच्या महिन्यांतच एक घेतली ना. आणखी एक लिपस्टीक घेतलीस?

लग्नानंतर पाच वर्षांनी

ती : राऽजा ही नवीन साडी कशी दिसतेय?

तो : कितीची आहे?

पाहिलंत! सुरवातीला तो तिच्या आवडीच्या गोष्टी आवडीने करत असतो म्हणून भेटण्याची उत्सुकता असते, भांडणं नसतात आणि असलीच तर लगेच मिटतात. पण लग्नानंतर, व्यवहार डोकावू लागतो व आवडनिवड कचऱ्याच्या पेटीत जाते. हळूहळू आपण आपल्या लग्नातला रोमान्स हरवून बसतो. नवरा-बायकोनी एकमेकांच्या गोष्टींची कदर करणं ह्यालाच समजून घेणं म्हणतात. आपण ते फक्त लग्नाच्याआधी करतो व लग्नानंतर कोणती दुर्बुद्धी सुचते कुणास ठाऊक पण एकमेकांना समजून घेत नाही. जणू काही संसारात व्यवहार आला की रोमान्स टिकूच शकत नाही. पण तसं जर असतं तर आज कोट्यवधी जोडपी लग्न करून आनंदात राहू शकली नसती व त्याचा अतिशय वाईट परिणाम पुढच्या पिढीवर झाला असता. कालांतराने लग्न ही संस्थासुद्धा मोडकळीस आली असती. संसारात व्यवहार जरी आला तरीही समजूतदारपणामुळे रोमान्स टिकून राहू शकतो ही शक्यता आपण नाकारता कामा नये.

तुमच्या मनात लगेच प्रश्न येईल की मला जी गोष्ट आवडत नाही ती गोष्ट कितीही समजून घेतली तरी आवडणार कशी?

हा प्रश्न परावलंबी मनोवृत्तीचा आहे. समजूतदारपणा दाखवताना आपण उच्च पातळीची गुणवत्ता साधायचा प्रयत्न करतो आहोत. येथे नातेसंबंधांना उच्च स्थान दिलेले आहे. ही उच्च पातळी परावलंबी मनोवृत्तीतून साधता येणारच नाही. आपण परावलंबन मागे टाकून स्वावलंबन साध्य केलेले आहे. स्वालंबन हे वैयक्तिक प्रयत्न करून साध्य करता येतं. आता यापुढील प्रवास म्हणजे परस्परावलंबनाकडे

मार्गक्रमण. परंतु परस्परावलंबन ही गोष्ट अशी आहे की ती साध्य करता येत नाही. परस्परावलंबन निवडावं लागतं. त्याचा फक्त निर्णय घ्यायचा असतो. हा निर्णय मात्र स्वावलंबी लोकच घेऊ शकतात.

आता ह्याठिकाणी आपल्याला काय निवडायचं आहे ते पाहूया. आपल्याला जी गोष्ट आवडत नाही, तीच गोष्ट आपल्या आवडत्या व्यक्तीला आवडते म्हणून असल्या नावडत्या गोष्टीचंसुद्धा हसतमुखाने स्वागत करायचा निर्णय घ्यायचा आहे.

वरील स्पष्टीकरण मी जेव्हा कार्यशाळेत देतो तेव्हा मला नेहमी दोन तीन प्रकारचे प्रश्न विचारले जातात. माझी खात्री आहे की तुमच्याही मनात काही प्रश्न उपस्थित झाले असणार. बघा खालील प्रश्नांशी जुळताहेत का?

■ असं जर करायचं ठरवलं तर ह्या बायका आमचा खिसा रिकामा करून टाकतील मग आम्ही घर कसं चालवायचं?

■ असा जर निर्णय घेतला तर मला माझ्या आवडीच्या गोष्टी कधीच करता येणार नाहीत. मी नेहमीच दुसऱ्याच्या आवडीच्या गोष्टी करत राहणार व मग प्रत्येकवेळी त्या हसतमुखाने करता येणार नाहीत.

■ जेव्हा मतभेद होतील आणि ते तर होणारच, अशावेळी मला नेहमीच दुसऱ्याचं मत मान्य करावं लागेल.

माझी खात्री आहे तुमच्या मनातील प्रश्न ह्या प्रश्नांशी बऱ्याच प्रमाणात जुळत असणार. आत हे प्रश्न कसे सोडवायचे ते आपण सविस्तरपणे पाहूया. ह्या प्रश्नांच्याव्यतिरिक्त जर काही प्रश्न असतील आणि संपूर्ण पुस्तक वाचून झाल्यावरही जर त्याची उत्तरं मिळाली नाहीत तर मला ते प्रश्न जरूर पाठवा.

आता पहिला प्रश्न हाताळूया.

असं जर करायचं ठरवलं तर ह्या बायका आमचा खिसा रिकामा करून टाकतील. मग आम्ही घर कसं चालवायचं?

खिसा रिकामा होईल ही तर भीती आहे. ही भीती खोटीसुद्धा असू शकते. परंतु ती खरी आहे की खोटी आहे हा मुद्दा आपल्याला मुख्य मुद्द्यापासून दूर नेतो. नातेसंबंध महत्त्वाचा आहे की नाही हा मुख्य प्रश्न आहे. आता हा नातेसंबंध जर महत्त्वाचा असेल तर नवराबायकोच्या नात्यामध्ये जेव्हा स्तुती आवश्यक आहे तेथे ती व्हायलाच हवी. साडी चांगली दिसत असेल तर तसे शब्द तोंडातून निघणे आवश्यक आहे. किंबहुना मी तर म्हणेन की आपल्या संपूर्ण देहबोलीतून ते स्पष्ट व्हायला पाहिजे.

आता आपण खर्चाचा मुद्दा पाहूया. घरातील खर्च चालवण्याच्या वेगवेगळ्या पद्धती असू शकतात. प्रत्येक पद्धतीचे काही फायदे आहेत तर काही तोटे आहेत. पूर्वीच्या काळी पैशाचे सगळे व्यवहार पुरुष पहात होते. बायकांना शिक्षणाचासुद्धा

अधिकार नव्हता. त्यामुळे त्यांना जमाखर्चातलं काही कळायचं नाही. त्या पुरुषांवर पूर्णपणे अवलंबून होत्या. त्यामुळे आपल्या कुटुंबाची मिळकत किती आहे ह्याचा बाईला पत्ताच नसायचा. आपल्या पुरुषप्रधान संस्कृतीमुळे कित्येक घरांमध्ये ह्या पद्धतीचा पगडा अजूनही आहे. परंतु आज परिस्थिती वेगळी आहे. घरात बायका शिकलेल्या आहेत, त्यांना थोडंफार स्वातंत्र्य आहे, आणि त्यांच्या हातात पैसासुद्धा आहे. परंतु त्यांना बऱ्याचदा पैशाच्या व्यवहारामध्ये सहभागी करून घेतलं जात नाही. मग त्यांच्या हातातला पैसा, त्यांना ज्या गोष्टी आवडतात, त्यावर खर्च होतो आणि मग वर दिलेली भाषा पुरुषांकडून बोलली जाते. पण ह्या भाषेमुळे नातेसंबंधाच्या भिंतीवर खिळा ठोकायचा तो ठोकला जातो. जुनी पद्धत नव्या काळामध्ये राबवताना अशा अडचणी येतातच परंतु हे कारण, समजून न घेण्याकरता पुरेसे नाही हे ध्यानात घेतलेले बरे.

हल्ली काळ बदललेला आहे. घरखर्चाचा ताळेबंद नीट जमवण्याकरता जिथे स्त्रियांनाही त्यात सामील करून घेतलं जातं, तिथे बायकांकडून वायफळ खर्च टाळले जातात.परंतु खर्च आणि नातेसंबंध हे दोन वेगवेगळे मुद्दे आहेत. नातेसंबंधाला उच्च स्थान द्यायचं ठरवलं तर वायफळ खर्चावर टीका करण्याआधी साडी कशी दिसते ह्यावर भाष्य व्हायला हवं. नातेसंबंध महत्त्वाचे असतील तर ह्या बाबतीत पुढाकार घ्यायला हवा.

आता आपण दुसरा प्रश्न पाहूया.

असा जर निर्णय घेतला तर मला माझ्या आवडीच्या गोष्टी कधीच करता येणार नाहीत. मी नेहमी दुसऱ्याच्या आवडीच्या गोष्टी करत राहणार आणि मग प्रत्येकवेळी त्या हसतमुखाने करता येणार नाही.

ही आपल्याला भीती नेहमीच वाटत असते. जर का मी बायकोच्या मताला थोडं जरी अनुमोदन दिलं तर मला माझं मत सोडून द्यावं लागेल असा भीतिदायक विचार मनात येतो. मग आपण काय करतो? पुढाकार घेऊन आपलं मत सगळ्यांवर लादतो. म्हणजे बाकीचे विचारप्रवाह आपोआपच बंद होतात. हे चूक आहे की बरोबर आहे या आधी एवढेच लक्षात ठेवलेले बरे की भिंतीवर खिळा ठोकायचा तो ठोकला गेला. नातीगोती सांभाळायला पुढाकार घ्यायचा याचा अर्थ असा अजिबात नाही की आपण आपली मतं गुंडाळून ठेवायची. आपण जरी बायकोच्या मताला समजून घेतलं तरी आपलं मत मांडू नये असं अजिबात नाही. किंबहुना बायकोचं मत समजून घेतलं म्हणजे ते मान्य केलं असंही अजिबात नाही. फक्त ते मत असण्याची तिला मुभा हवी. त्या मताचे जे काही परिणाम आहेत ते तिला लागू होतात हे समजून घेतलं. पण ते आपल्याला लागू करून घ्यायचे की नाही हा शेवटी आपला प्रश्न आहे. त्यामुळे आपलं मत वेगळं आहे हे निश्चितपणे सांगता येतं. ते कसं सांगायचं

हे आपण पुढच्या प्रकरणामध्ये सविस्तर पाहू. आता फक्त एवढाच मुद्दा लक्षात ठेवायचा की समोरच्या व्यक्तीच्या मतांना मान्यता न देताही त्याप्रमाणे वागण्याची तयारी आपण हसतमुखाने दाखवायची.

बायकोला साड्या खरेदीची आवड असते व हे काम नवऱ्याला आवडीचे नसते. बायकोला दागिने आवडत असतात तर नवऱ्याची मतं त्या बाबतीत वेगळी असतात. बायकोला सिनेमाची आवड असते तर नवऱ्याला पुस्तकात वेळ घालवावासा वाटतो. बायकोला बाहेरचे भेळपुरीसारखे चटकमटक पदार्थ खाण्याची आवड असते, तर नवऱ्याला त्याचा वैताग येतो. बायकोला पावसात भिजायची आवड असते, तर नवऱ्याला चिखलात जाणं म्हणजे अडाणीपणा वाटतो. बायकोला सकाळी लवकर उठायची आवड असते, तर नवऱ्याला लोळत पडावंसं वाटतं. बायकोला हॉटेलमध्ये जावंसं वाटतं, तर नवरा म्हणतो घरीच मित्रमंडळींना बोलवूया. बायकोला समुद्र-किनारी जायचं असतं, तर नवऱ्याला डोंगराळ थंड प्रदेशात सुट्टी घालवायची असते. बायकोला नटायला आवडतं, तर नवरा म्हणतो साधी रहाणी व उच्च विचारसरणी. आपल्या नवऱ्याने सिगारेट ओढलेली बायकोला आवडत नाही तर नवऱ्याला त्याशिवाय राहाता येत नाही. नवऱ्याला सकाळी दात घासायच्या आधी चहा लागतो, तर बायकोला ते अजिबात आवडत नाही. दात घासताना नवरा जोरजोरात वेगवेगळे आवाज काढत असतो. बायकोला ते अजिबात आवडत नाही. नवरा बेशिस्त असतो व बायकोला ते अजिबात आवडत नाही कारण ती शिस्तबद्ध असते. नवरा संडासातसुद्धा वर्तमानपत्र वाचत बसतो व बायकोला ते अजिबात आवडत नाही. नवऱ्याला पावसाळ्यात भजी खायची असतात. तर बायकोला पुस्तकातून डोकं वर काढायला वेळ नाही. बायको आस्तिक असते, तर नवरा एकदम नास्तिक असतो.

अशी सगळी विजोड जोडपी असतात. पत्रिका जुळवून घेतल्या तरी हेच पहायला मिळतं. निसर्गाचा हा सगळा खेळ असाच असतो. आपण ह्यातून कसं वागावं हे शिकण्यासाठी निसर्गाने हा डाव मांडलेला असतो. नाहीतर तुम्ही ऐकलंय का की जो नवरा संडासात तासन्तास वर्तमानपत्र वाचत बसतो त्याची बायकोसुद्धा तसंच करते. जो नवरा दात घासताना जोरजोरात वेगवेगळे आवाज करतो त्याची बायकोसुद्धा तसंच करते. जो नवरा खादाड आहे त्याची बायको नुसतीच सुगरण नाही तर तिला स्वयंपाकाची आवड आहे. जोडपी ही नेहमीच विजोड असतात. निसर्गाची ती शिकवण्याची पद्धतच आहे. आपण हेसुद्धा समजून घेतलं पाहिजे.

तुम्ही पंचवीस वर्षाहून अधिक काळ संसार केलेल्या जोडप्यांचे निरीक्षण केलं आहे काय? ह्या जोडप्यांना एकेमकांच्या बहुतेक सर्व आवडीनिवडी आणि गुण दोष माहीत असतात. ही मंडळी उघडपणे त्याविषयी बोलतात. ह्या आवडीनिवडी

बदलणाऱ्या नाहीत हे त्यांनी मान्य केलेलं असतं. त्या आवडीनिवडीमध्येसुद्धा विजोड जोडप्यांचा विरोधाभास असतो. पण एकमेकांना त्याविषयी अजिबात आकस नसतो. कोणीही कोणालाही बदलायचा प्रयत्न करीत नाही. म्हणूनच ती जोडपी आनंदी असतात. कारण त्यांनी एकमेकांची मानसिकता समजून घेतलेली असते.

एखादेवेळेस तुमच्या मनात विचार येईल की आम्ही जेव्हा पंचवीस वर्ष संसार करू तेव्हा आम्हीसुद्धा तसेच वागू.

एकदा एका कार्यशाळेत एकाने असाच युक्तिवाद केला. मी त्याला म्हटले की पहिल्या प्रथम तुमच्या विचारावर काही टिपणी करायची झाली तर मी अशी करीन की तुमचा विचार परावलंबी दृष्टिकोनातून जन्मलेला आहे. दुसरी गोष्ट अशी की थॉमस एडिसन ह्या शास्त्रज्ञाने एक हजाराहून अधिक प्रयोग करून एका विजेच्या दिव्याचा शोध लावला व तो दिवा फक्त पंधरा मिनिटं चालला. त्यानंतरच्या प्रत्येक पिढीने एडिसनचे सिद्धांत घेतले व विकसित केले. आज हेच शास्त्र एवढं विकसित झालं की आपल्याला कल्पनासुद्धा करता येणार नाही. पण तुम्ही ते सगळं नाकारून परत एक हजार प्रयोग करून पंचवीस वर्षांनी परत तोच दिवा शोधून काढणार, असंच ना?

ह्यावर त्यांना काही बोलता आलं नाही. परंतु वाचकांच्या मनातुसुद्धा असाच परावलंबी विचार आला असेल तर त्यांनी तो काढून टाकावा. आज वर्तनशैली हे शास्त्रसुद्धा अनेक वर्षांच्या संशोधनातून तयार झालं आहे व त्याचे असे छोटे छोटे सिद्धांत आहेत. ते सिद्धांत तपासून पाहाता येतील. त्यानंतर प्रत्येक पुढच्या पिढीला ते आणखी विकसित करता येईल. पण परत तेच संशोधन करण्यात काहीच अर्थ नाही. पंचवीस वर्षांनी तुम्हाला हा, 'समजून घेण्याचा सिद्धांत' पटेलच असं नाही. तुम्ही जर परावलंबी मनोवृत्ती सोडली नाही, तुम्ही जर स्वावलंबन साध्य केलं नाही तर तुम्हाला हे कधीच पटणार नाही. ह्याचाही प्रत्यय आपल्याला समाजात पाहायला मिळेल. साठी उलटली, तीस वर्ष संसार केला पण एकमेकांच्या तक्रारी काही संपल्या नाहीत. एकमेकांच्या चुका काढणं काही बंद झालेलं नाही. स्वत:चा भावनावेग थांबवता येत नाही. एवढेच नाही तर ह्या सगळ्याचं खापर 'तो' 'तिच्या'वर आणि 'ती' 'त्याच्या'वर फोडणंसुद्धा बंद झालेलं नाही.

म्हणूनच आपण म्हातारे होऊ, तेव्हा आपोआपच समंजस होऊ, ह्यावर विश्वास ठेवता येणार नाही. त्यामुळे आज ह्या सिद्धांताकडे लक्ष देण्याची काही गरज नाही, म्हातारे होऊ तेव्हाच बघू अशा खोट्या भ्रमात न राहिलेलं बरं, समजून घेण्याचा आणि वयाचा काहीही संबंध नाही. तरुण वर्ग जितका असमंजस दिसतो, तितकेच वयोवृद्धही असमंजस दिसतात. तसेच म्हातारी मंडळी जितकी समंजस असतात, तितकीच तरुण मंडळीसुद्धा समंजस असू शकतात.

आता आपण आणखी एक नातेसंबंध पाहूया.

सासू सुनेचे नाते

समजून न घेतल्यामुळे नात्यागोत्यांच्या भिंतीमध्ये कसे खिळे ठोकले जातात ह्याचं ज्वलंत उदाहरण सासू सुनेच्या नात्यापेक्षा कुठल्याही नात्यात मिळणार नाही. जर ह्या नात्यामध्ये थोडा जरी समंजसपणा आला तर समाजातील कित्येक वैमनस्य, भांडण तंटे, वादविवाद वाचतील, काहींचे घटस्फोट वाचतील तर काही कुटुंबातील वयोवृद्धांची वृद्धाश्रमातील रवानगीही वाचेल.

विशेष म्हणजे, हा सगळा असमंजसपणा दोन प्रौढ व्यक्ती करतात ह्याचं तर मला आश्चर्यच वाटतं. बरं ह्या असमंजसपणाचे परिणामही फार विपरीत असतात हे माहीत असूनसुद्धा काही सासवा सुना एका मागोमाग एक खिळे ठोकतच राहतात. अनेक प्रकारे छोट्या छोट्या गोष्टीत कल्पकतेने असमंजसपणा दाखवीत राहतात. मग वादाला तोंड फुटतं. हे सगळे वाद अनेक छोट्या छोट्या गोष्टीतून साकार झालेले असतात. उदाहरणार्थ, स्वयंपाकघर, खाद्यपदार्थ ते करण्याच्या पद्धती, भांडी लावण्याच्या पद्धती, कपडे वाळत घालायच्या पद्धती, पैसे खर्च करण्याची पद्धत, फ्रीजचा वापर करायच्या पद्धती, पाहुण्यांचं आदरातिथ्य करण्याच्या पद्धती वगैरे वगैरे.

सुनेशी उडणाऱ्या प्रत्येक खटक्याला, दुय्यम स्थान देऊन नातेसंबंधाला उच्च दर्जा देणं, ह्याला मनापासून प्रयत्न करावा लागतो. तसेच सासरच्या व्यक्तीशी उडणाऱ्या प्रत्येक खटक्याला दुय्यम स्थान देऊन, नात्याला उच्च स्थान देणे आणि त्या न पटणाऱ्या गोष्टींचाही हसतमुखानं सामना करणं ह्यालाच समजून घेणं म्हणतात.

घरात नवीन आलेल्या सुनेच्या कित्येक गोष्टी सासूला पटत नसतात आणि ते साहजिकच आहे. विशेषत: घरात आलेली सून काही दिवसांतच घराचा ताबा घेणार आहे म्हटल्यावर तिच्या कित्येक गोष्टी आवडेनाशा होतात. त्यातूनही ही व्यक्ती आपल्या लाडक्या लेकाचाही ताबा घेणार आहे म्हटल्यावर तिच्या कित्येक गोष्टी चुकीच्या नसल्या तरी पटत नाहीत. हातून सत्ता निसटून चालली की राजकीय पक्षांच्यासुद्धा पायाखालची जमीन सरकते, मग सासू अगतिक झाली तर नवल काय? अगतिकतेमुळे तिच्या तोंडून काही टोचणारे शब्द निघणार हे सुद्धा साहजिक आहे. परंतु हेच तर सुनेनं समजून घ्यायचं आणि असल्या शब्दांना दुय्यम स्थान देऊन त्याकडे दुर्लक्ष करण्याची कुवत ठेवण्याचा मोठेपणा दाखवायला पाहिजे.

आता आपण सासूने काय समजून घ्यायला पाहिजे ते पाहूया. मुलगी ज्या घरात सून म्हणून येते त्या घराची ती मालकीण होणार असते. त्या घराची सगळी जबाबदारी शेवटी तिच्यावर येणार असते. ओघाने सगळी सूत्र तिच्या हातात येणार असतात. नवीन सत्तेवर आलेला राजकीय पक्षसुद्धा, आपलं वेगळेपण दाखवण्यासाठी आधीच्या सरकारची कित्येक धोरणं उगाचच बदलतो. मग सुनेच्याही मनात असले काही विचार आले तर बिघडलं कुठे? त्यातूनही ती ज्या घरात लहानाची मोठी झाली त्या घराची नियमावली तिच्या इतकी अंगवळणी पडलेली असते की प्रतिक्षिप्तपणे तिच्याकडून सासरच्या नियमावलीचं उल्लंघन होतं व घरात वेगळेच तरंग उठतात. असं करताना त्यात तिचा काही वेगळा हेतू असतोच असं नाही. पण हेच तर सासरच्या मंडळींनी समजून घ्यायचं आहे.

परंतु काहींचा असमंजसपणा इतका पराकोटीचा असतो की ते म्हणतात,'हे सगळं ज्ञान आम्हाला माहीत आहे. पण मी पुढाकाराचं पहिलं पाऊल टाकणार नाही.'

पहिलं पाऊल कोणी टाकायचं, हा मोठा प्रश्नच असतो. हा प्रश्न परावलंबी माणसं सोडवू शकत नाहीत. हा प्रश्न फक्त स्वावलंबी माणसंच सोडवू शकतात. स्वावलंबनाशिवाय परस्परावलंबनाचं महत्त्वच कळत नाही. जो परस्परावलंबनाची पायरी गाठतो तो वरच्या पायरीवर जातो. जो वरच्या पायरीवर जातो. तोच उच्च स्थानावरही जातो. आता उच्च स्थानावर आधी कोणी जायचं हे कोडं सोडवणं म्हणजे अतिशय सोपी गोष्ट आहे हे फक्त स्वावलंबी माणसांनाच दिसतं. म्हणून ते पटकन पहिलं पाऊल टाकतात. परावलंबी माणसांच्या डोळ्यापुढे परावलंबनाचा अंधार असतो. त्यामुळे त्यांच्यापुढे असले प्रश्न पिंगा घालत असतात.

आता व्यावसायिक क्षेत्रातील नातेसंबंधावर एक नजर टाकूया.

आपण व्यवसायाच्या निमित्ताने अनेक ठिकाणी वावरत असतो. अनेक लोकांशी आपला संबंध येत असतो. तेथेही असमंजसपणा दाखवला तर आपली कामं होत नाहीत. व्यवसायामध्ये नातेसंबंधाला अतिशय महत्त्व असतं. दुकानदार आपल्या

गिऱ्हाइकाशी चांगले संबंध ठेवतो ते काही उगाच नाही. चांगल्या नातेसंबंधामुळे ऐंशी नवीन गिऱ्हाइकं जोडली जाऊ शकतात तर एका नाराज गिऱ्हाइकामुळे ऐंशी गिऱ्हाइकं सुटू शकतात हे संशोधनाअंती सिद्ध झालेलं आहे.

ज्याप्रमाणे व्यापाराचा थेट संबंध विक्रेता आणि ग्राहक ह्यांच्या नातेसंबंधाशी जोडला जातो त्याचप्रमाणे कोणत्याही ऑफिसमध्ये किंवा कारखान्यामध्ये उत्पादन क्षमतेचा संबंध थेट कर्मचाऱ्यांच्या आपापसातील नातेसंबंधाशी जोडता येतो. तेथील कर्मचाऱ्यांचे संबंध चांगले तर उत्पादन क्षमताही चांगली आणि जर हेवेदावे आणि राजकारणच जास्त तर उत्पादन क्षमताही कमी असते.

परंतु तसं बघितलं तर कोणालाही राजकारण करायचं नसतं. पण काही गोष्टी आपल्याकडून नकळत होत असतात व त्यातून वैयक्तिक हेवेदावे निर्माण होतात व राजकारण शिजू लागतं. हे सगळं आपल्या असमंजसपणामुळे होतं.

एकदा माझ्या ऑफिसमधील दोन मित्रांचा शाकाहार आणि मांसाहार ह्यावरून चांगलाच वाद सुरू झाला. शाकाहारी मित्र म्हणाला, 'आपण एकत्र जेवायला बसायचे असेल तर तू मांसाहारी पदार्थ माझ्या समोर खाऊ नकोस. मला त्याची किळस वाटते.'

मांसाहारी मित्राला त्याच्या 'किळस' ह्या शब्दाचा राग आला व त्यांच्यामध्ये हळूहळू अबोला झाला आणि दोघं हळूहळू एकमेकांना पाण्यात पाहू लागले.

मी मांसाहारी मित्राला विचारले, 'तुला रे एवढा कसला राग आला?'

त्यावर तो म्हणाला, 'माझ्या खाण्याच्या पदार्थाची त्याला किळस वाटते ह्या गोष्टीचाच मला राग आला.'

हे बोलताना त्यांनी ज्याप्रकारे किळस ह्या शब्दावर जोर दिला त्यावरून मला समजले की नातेसंबंधाच्या भिंतींमध्ये खिळा चांगलाच लागलेला होता. मी त्याला विचारले, ''तुझा आवडता मांसाहारी पदार्थ कोणता?''

तो म्हणाला, 'तळलेले मासे.'

मी : 'कोणते मासे?'

तो : 'पापलेट आणि सुरमई.'

मी : 'समजा एका ताटात तळलेली सुरमई. तळलेलं पापलेट आणि त्याच ताटात तळलेली टपोरी झुरळं, तळलेल्या तगड्या पाली, भाजलेले कोळी आणि भाजलेला उंदीर दिला तर त्यातून तू काय काय खाशील?'

त्याच्या चेहऱ्यावर लगेच किळस आलेली दिसली. मी त्याला विचारले, ''का रे बाबा, आता तुला किळस का आली? काही देशात हे सुद्धा खायचेच पदार्थ आहेत आणि लोक ते आवडीने खातात. शिवाय तू मांसाहारीच आहेस. मग दुसऱ्या प्रकारच्या मांसाहारी पदार्थाच्या नुसत्या कल्पनेनं तुला इतकी किळस आली तर

शाकाहारी माणसाला तुझ्या पदार्थामुळे किळस आली तर बिघडलं कुठे?'

त्या दिवसानंतर त्याच्या वागण्यात फरक झाला व त्या दोघांचे संबंध पूर्ववत झाले ह्या प्रसंगात त्याला मी उदाहरण देऊन समजावले म्हणून परत मैत्री प्रस्थापित झाली नाहीतर त्यांच्यामध्ये ह्या कारणावरून हेवेदावेच झाले असते. हेवेदावे नेहमीच क्षुल्लक कारणावरूनच होतात.

मला येथे असा मुद्दा मांडायचा आहे की प्रत्येक प्रसंगात आपल्याला मतभेदाच्या प्रसंगी कोणीतरी समजावून देणारा भेटेलच असं नाही. तरीसुद्धा आपल्याला न पटणाऱ्या, दुसऱ्या व्यक्तीच्या मताला, तो जितकी किंमत देतो तितकीच किंमत देता येऊ शकणार नाही काय? मित्राने किळस हा शब्द वापरलेला तुम्हाला खटकला. पण मैत्री महत्त्वाची आहे की नाही हा मुख्य प्रश्न आहे. ज्या व्यक्तीने तो शब्द वापरला त्याच्याशी चांगले संबंध ठेवणे हे महत्त्वाचे आहे की नाही, ह्या प्रश्नाचं उत्तर जर होय असे असेल तर मग त्याचा तो शब्द तुमच्या दृष्टीने चुकीचा का असेना, येथे फक्त आपल्याला समजून घ्यायचे आहे,की त्याने त्याचे मत मांडलेले आहे किंवा त्याने त्याच्या भावना व्यक्त केलेल्या आहेत. त्याचे ते मत किंवा त्याच्या भावना तुम्हाला एखादे वेळेस पटल्या नसतीलही, न जाणो दहा वर्षांनी त्या पटतील. मग ते समजून घेण्याकरता तुम्ही दहा वर्ष मैत्री तोडणार काय? दहा वर्षांनी मैत्री परत जोडता येते काय? जोडली तर ती पूर्ववत होऊ शकेल काय? गेलेली दहा वर्ष परत येऊ शकतील काय?

परस्परावलंबनाचा हा एक चमत्कार आहे की आपल्याला कित्येक गोष्टी आज पटत नाहीत पण काही दिवसांनी, काही महिन्यांनी, तर कधीकधी काही वर्षांनी पटतात. पण तोपर्यंत आपण मूर्खपणा करून बसलेलो असतो व वेळ निघून गेलेली असते. असं महत्त्वाच्या नातेसंबंधात तरी होऊ देऊ नका. काही गोष्टी शेवटपर्यंत पटणारसुद्धा नाहीत, पण नातेसंबंध महत्त्वाचा आहे हे जर पटत असेल तर निदान त्या नातेसंबंधासाठी, पटवून घेतलं नाही तरी त्या नातेसंबंधाइतकी किंमत द्यायला काही हरकत नाही.

समजून घेणं म्हणजे प्रत्येकवेळी सहमती द्यायलाच पाहिजे असं नाही. एखाद्या खाद्यपदार्थाविषयी किळस व्यक्त करणं हे चुकीचं आहे असं तुमचं मत असलं तरी ते फक्त तुम्ही तुमच्या बाबतीत लागू करा. पण जगात कुणीच अशी किळस व्यक्त करू नये असं मत ठेवणं हा असमंजसपणा होईल. किंवा एखाद्याला ज्याची किळस येते त्याची तुम्हाला किळस वाटणार नाही. आणि तुम्हाला ज्याची किळस येते त्याची त्याला किळस वाटणार नाही. पण किळस ह्या भावनेशी तुमचंही नातं असेलच. मग ज्या भावनेशी तुमचं नातं आहे त्याच भावनेशी त्याचंही नातं आहे. फक्त माध्यम वेगळं वापरलं एवढंच. आपल्याला हेच तर समजून घ्यायचं आहे.

व्यवसायाच्या निमित्ताने आपण अनेक जातीधर्माच्या लोकांमध्ये वावरत असतो. अशावेळी वेगवेगळ्या भावना समजून घेतल्या नाहीत तर अनेक अडचणी येऊ शकतात. प्रत्येक जातीधर्माच्या वेगवेगळ्या चालीरीती असतात. त्या सगळ्या चालीरीतीच्या मागे उदात्त, पवित्र अशी भावना असते. पण ती पवित्रता आणि उदात्तता आपण दुसऱ्यांच्या चालीरीतीत पाहू शकतो का हा महत्त्वाचा प्रश्न आहे. आपल्याला हे जमत नसेल तर त्यामुळे ऑफिसमध्ये बरेच हेवेदावे सुरू होऊ शकतात. माझ्या अनुभवात आमचा एक सहकारी होता. तो दुसऱ्या धर्माचा प्रसाद घ्यायचा नाही, ऑफिसमध्ये वर्षातून एकदा पूजा असायची व पूजेच्या दिवशी सगळ्या कामगारांना प्रसाद म्हणून जेवण दिलं जायचं त्यात सगळ्या धर्माचे लोक सामील व्हायचे. सगळे कामगार आनंदी असायचे कारण त्या दिवशी खास मेनू असायचा व पोटभर जेवण मोफत मिळायचं. परंतु आमच्यामध्ये आमचा हा सहकारी त्यादिवशी आवर्जून डबा आणायचा व आमच्या कॅन्टीनमध्ये पाऊलसुद्धा ठेवायचा नाही कारण ते जेवण पूजेचं होतं म्हणून. कॅन्टीनमध्ये काम करणारे कामगार सर्व धर्माचे होते, कंपनीत काम करणारे कामगार सर्व धर्माचे होते व सगळे कामगार त्यादिवशी आनंदाने जेवायला यायचे. पण हा माणूस यायचा नाही. तो कोणत्याच घरातील प्रसादाला स्पर्शसुद्धा करायचा नाही. तो माणूस अतिशय चांगला होता, दयाळू होता कामात सगळ्यांना सहकार्य करायचा पण त्याच्या ह्या गुणामुळे सगळे त्याच्यावर नाराजच असायचे. परंतु थोड्याफार फरकाने आपणही बऱ्याचदा असाच प्रकार करत असतो. आपल्यालाही आपल्या चालीरीती इतर धर्मीयांच्या चालीरीतीपेक्षा श्रेष्ठ वाटतच असतात.

धार्मिक चालीरितीमध्ये कितीही अडचणी असल्या, शरीराला कितीही कष्ट पडले. तरी त्यामागे पवित्र भावना असते. त्यामुळेच, त्या चालीरिती पाळणाऱ्यांना एक सात्त्विक आनंद मिळत असतो. एखाद्याच्या पवित्र भावनेला कमी लेखणं म्हणजे नातेसंबंधाच्या भिंतीमध्ये जबरदस्त खिळा ठोकण्यासारखं आहे. ज्या भावनेशी आपलंही नातं आहे, ती भावना दुसऱ्याच्या मनात उमटल्यानंतर त्याच्या मनात काय बदल होणार व त्याची वागणूक कशी बदलणार, हे जर आपण समजून घेतलं आणि त्यालाही तितकाच मान दिला तर नातेसंबंध चांगलेच जपले जातील.

आता तुमच्या मनात विचार येईल,'मला पटलेलं नसताना, माझ्या तत्त्वामध्ये बसत नसताना मी दुसऱ्याचं म्हणणं मान्य कसं करू?'

समंजसपणा दाखवायचा म्हणजे दुसऱ्याचं म्हणणं मान्य करायचं असं नाही. समजून घेतलं म्हणजे सगळे मतभेद संपुष्टात येतात असेही नाही. मतभेद तर राहणारच. पण दुसऱ्याच्या मताला, तो जितकी किंमत देतो तितकाच मान आपणही द्यायचा. असे केल्याने दुसऱ्याच्या मतावर हिणकस शेरा न मारताही मतभेद मान्य

करता येतो. 'आपल्या दोघांमध्ये अमुक विषयावर मतभेद आहे, असं म्हणून मतभेद मान्य करणे हे समंजसपणाचे एक मोठे लक्षण आहे. नातेसंबंधाची भिंत चांगली ठेवायची असेल तर असमंजसपणा हा खिळा टाकून द्यावाच लागेल.

दुसरा खिळा : महत्त्वाच्या गोष्टींना क्षुल्लक समजणे

नातेसंबंधाच्या भिंतीमध्ये हा खिळासुद्धा जोरदार बसतो आणि भिंत खराब करून टाकतो. आपण कित्येकवेळा काही महत्त्वाच्या गोष्टी अगदी क्षुल्लक समजतो. हादेखील एक प्रकारचा असमंजसपणाच असतो. गंमत म्हणजे बहुतेकवेळा हा खिळासुद्धा नकळत ठोकला जातो. याचं कारण असं आहे की त्या गोष्टी खरोखरीच क्षुल्लक वाटत असतात. पण जेव्हा काही निवडक नातेसंबंधाचा प्रश्न येतो, तेव्हा त्याच गोष्टी अतिशय महत्त्वाच्या होतात. विशेषत: जेथे माणुसकीचा प्रश्न येतो, जेथे एकमेकांचा विश्वास संपादन करण्याचा प्रश्न येतो तेथे क्षुल्लक गोष्टीच जास्त महत्त्वाच्या ठरतात.

बऱ्याचवेळा पालकांच्या दृष्टिकोनातून गोष्टी अतिशय क्षुल्लक असतात व त्यामुळे ते त्या गोष्टींकडे पूर्णपणे दुर्लक्ष करतात. परंतु मुलांच्या दृष्टिकोनातून त्याच गोष्टी अतिशय महत्त्वाच्या असतात.

मध्यंतरी माझ्या पत्नीने मला लोकसत्तेत आलेला एक लेख वाचायला दिला. तो लेख श्री. अशोक राणे यांनी लिहिलेला होता. त्यात त्यांनी एका प्रवासातील हकिकत लिहिलेली होती. एका कुटुंबातील अनेक मंडळी दूरच्या प्रवासाला निघालेली होती. त्यांच्याबरोबर काही चिल्लीपिल्लीसुद्धा होती. प्रवास रेल्वेचा होता. प्रवासात त्या कुटुंबाचा हास्यकल्लोळ सुरू होता. एके ठिकाणी रेल्वेमध्ये एक खेळणीवाला आला. साहजिकच चिल्लीपिल्ली लगेच तेथे आकर्षित झाली व हट्ट करू लागली. परंतु पालकांनी त्यांना लगेच हटकले. मुलं हिरमुसली, रडली पण त्यांना खेळणी घेऊ दिली नाहीत. पण त्याच प्रवासात खाण्याचे पदार्थ घेऊन जो कोणी फेरीवाला येत होता त्याच्याकडून हीच मंडळी वाटेल ते खरेदी करून खात होती. त्या खाण्याच्या पदार्थामध्ये मुलांना काडीमात्र उत्सुकता नव्हती पण त्यांना ती दोन रुपयाची खेळणी हवी होती. त्यांना ती खेळणी मिळाली नाहीत ह्याचे कारण ती महाग होती म्हणून नव्हे तर ती अतिशय स्वस्त होती म्हणून. अशी खेळणी घेण्याने त्यांची प्रतिष्ठा बुडणार होती. प्रवासात हजारो रुपयाचा चुराडा होत होता पण दोन रुपयाची खेळणी त्यांच्या हिशोबात बसत नव्हती.

तसं बघितलं तर ही अतिशय क्षुल्लक गोष्ट होती पण ह्याच क्षुल्लक गोष्टी नातेसंबंधामध्ये महत्त्वाच्या होतात. आपल्याला येथे एक गोष्ट समजून घ्यायला पाहिजे की एकाच्या दृष्टीने जी गोष्ट क्षुल्लक असते, तीच गोष्ट दुसऱ्याच्या दृष्टीने

अतिशय महत्त्वाची असू शकते. तसेच आपल्या दृष्टीने जी गोष्ट अतिशय महत्त्वाची असते तीच गोष्ट दुसऱ्याच्या दृष्टीने क्षुल्लक असू शकते.

परंतु नातेसंबंधामध्ये बऱ्याच गोष्टी, बहुधा सगळ्यांकडूनच दुर्लक्षित होतात कारण बहुतेक सगळेचजण त्या गोष्टी क्षुल्लक समजतात.

नजरानजर (Eye Contact) : आपल्या अतिशय जवळच्या लोकांशी कित्येकवेळा आपली नजरानजरच झालेली नसते. दोघांनी एकाचवेळी एकमेकांच्या डोळ्यात पाहणे महत्त्वाचे आहे. डोळ्यांतून आपल्या सगळ्या भावना व्यक्त होतात आणि समोरच्या व्यक्तीलासुद्धा कळतात. पण त्यासाठी आपण खास प्रयत्न करत नाही. तो होणं जरुरीचं आहे.

स्मितहास्य (Smile) : चेहऱ्यावरील हास्य नातेसंबंधामध्ये तर महत्त्वाचं आहेच पण एकंदर आरोग्यसुद्धा त्यामुळे चांगलं राहातं. आपण जेव्हा घरातली माणसं सकाळी उठल्यावर एकमेकांच्या समोर येतो तेव्हा एकमेकांचं स्मितहास्यानं स्वागत करतो काय? काही लोक ह्या प्रश्नाला हसतील. आपण अशाच प्रकारे आपल्या जवळच्या सगळ्या नातेसंबंधांना गृहीत धरलेलं असतं.

आपण आपल्या सायकलला, स्कुटरला, मोटारगाडीला वंगण न देता गृहीत धरू शकतो काय? ह्याचं उत्तर निश्चितपणे नकारार्थी आहे. त्याचप्रमाणे नातेसंबंधालासुद्धा आपण गृहीत धरलं, वंगण दिलं नाही तर हळूहळू ते कुरकुरू लागतात. हास्यासारखं वंगण नाही, बाब क्षुल्लक आहे पण म्हणूनच कित्येक घरात ती दुर्लक्षित असतं.

स्पर्श (Touch) : आपल्याला जे उघड्या डोळ्यांनी दिसत नाही ते दृष्टिहीनांना नुसत्या स्पर्शातून कळतं. स्पर्श हा बोलका असतो. काही गोष्टी विशेषत: भावना बोलल्याशिवाय स्पर्शातून कळवल्या जातात. नातेसंबंधाचा संबंध तर थेट भावनांशीच असतो. म्हणून मी परत एकदा प्रश्न विचारतो आपण आपल्या जवळच्या व्यक्तींना कितीवेळा आणि कसा स्पर्श करतो? बऱ्याच ठिकाणी भारतीय संस्कृतीच्या नावाखाली स्त्री पुरुषांचा स्पर्श घरातसुद्धा निषिद्ध समजला जातो, मग ते नाते आई आणि मुलगा असो की वडील आणि मुलगी असो, नवरा बायकोची तर बातच सोडा. त्यातूनही नवरा बायको जख्ख म्हातारे झालेले असतात. म्हणजे लैंगिक आकर्षण यत्किंचितही राहिलेलं नसतं तरीसुद्धा संस्काराप्रमाणे स्पर्श होऊ देत नाही. नातेसंबंधात स्पर्श हा महत्त्वाचा आहे. तो नात्यांना बांधून ठेवतो, न बोलता प्रेम व्यक्त होतं. मुलं मोठी झाली तरी आई वडिलांचा स्पर्श हा त्यांना अतिशय महत्त्वाचा असतो.

शाबासकी (Positive Stroke) : येथे शाबासकीचा जो उल्लेख आहे तो तोंडी शाबासकीबद्दल आहे. आपल्या तोंडून टीका लगेच येते पण एखादी चांगली गोष्ट दिसली तर त्यावर स्तुतिपर शब्द तोंडून फुटत नाही.

एकदा एका जोडप्याचे भांडण विकोपाला गेले आणि अगदी घटस्फोटापर्यंत पाळी आली. परंतु शेवटचा उपाय म्हणून समुपदेशकाकडे ही केस सुपूर्द करण्यात आली. समुपदेशकाने त्या स्त्रीला विचारले,"नवरा तुमच्यावर प्रेम करीत नाही असं तुमचं म्हणणं आहे. पण हे तुम्हाला कसं कळलं?"

त्यावर ती म्हणाली,"अहो इतकी वर्ष मी ह्याला स्वयंपाक करून खायला घालते आणि हा नुसता बकासुरासारखा खातो. पण एक दिवस तरी त्याने माझ्या पदार्थाची स्तुती केली का त्यालाच विचारा."

तो म्हणाला,"स्तुती करायची काय गरज आहे. मी आणखी मागून खातो ह्यातच स्तुती नाही का आली?"

आपल्यापैकी प्रत्येकालाच पॉझिटिव्ह स्ट्रोकची गरज असते. आपल्या महत्त्वाच्या नातेसंबंधामध्ये जी काही चांगली गोष्ट दिसली की त्यावर एक छोटासा पॉझिटिव्ह स्ट्रोक देणं जरुरीचं आहे.

वरील प्रत्येक गोष्ट कोणत्याही नातेसंबंधाशी पडताळून पहा.

पालक पाल्य संबंधात ह्या चारही गोष्टी महत्त्वाच्या ठरतात. परंतु माझ्या पाहण्यात असं येतं की जसजशी मुलं मोठी होतात तसतशी पालक मंडळी ह्या चारही गोष्टी टाळतात किंवा त्यांचं त्याकडे लक्ष नसतं. पॉझिटिव्ह स्ट्रोक तर इतका दुर्मिळ होऊन बसतो की कधीकधी मुलांना वाटतं आपल्या व्यक्तिमत्त्वात काहीच चांगलं नाही. कित्येक पालक पाहुण्यांच्यासमोर मुलांना पॉझिटीव्ह स्ट्रोक देण्याऐवजी निगेटीव्ह स्ट्रोकच देतात. उदाहरणार्थ, एस. एस.सी. चा निकाल जवळ आलेला असतो. घरात पाहुणे आलेले असतात व पाल्याच्या निकालाबद्दल चर्चा होते आणि पालक चक्क 'पास झाला तरी आमचं नशीब' असा काहीसा शेरा मारून टाकतात. जेव्हा निकाल लागतो तेव्हा तो मुलगा पंच्याऐंशी टक्के मिळवून पास झालेला असतो. ज्या मुलाला पंच्याऐंशी टक्के मिळतात त्याच्याविषयी असे उद्‌गार म्हणजे एक तर पालकांना मुलाची हुशारी माहीत नाही किंवा तो लबाडी करून मार्क मिळवतो असाही होऊ शकतो. मुद्दा असा आहे की पॉझिटीव्ह स्ट्रोक द्यायचा नसेल तर किमान निगेटिव्ह स्ट्रोक निश्चितपणे टाळता येऊ शकतो. 'पेपर तरी चांगले गेले आहेत. आता मार्क किती मिळताहेत ते पाहायचे.' असं काहीसं बोलून निगेटिव्ह स्ट्रोक टाळता येऊ शकतो.

पालकांचा स्पर्शही मोठ्या मुलांना इतका दुर्मिळ होऊन जातो की काही विचारायाला नको. मुलं कितीही मोठी झाली तरी मायेचा स्पर्श होणं अत्यंत जरुरीचं आहे. कित्येक घरात भारतीय संस्कृतीच्या नावाखाली वडिलांनी वयात आलेल्या मुलींना स्पर्श करणं निषिद्ध असतं. ही संस्कृती नातेसंबंधाच्या तत्त्वात बसणारी नाही. आपल्या भावना व्यक्त करण्यासाठी स्पर्श हे एक नैसर्गिक माध्यम आहे व त्याचा

योग्य तो वापर व्हायला पाहिजे.

पती-पत्नीच्या संबंधामध्येही ह्या चार गोष्टी अतिशय महत्त्वाच्या ठरतात. परंतु लग्नानंतर ह्या गोष्टी करू नयेत यासाठी आडवळणाने समाज कार्यरत असतो. कित्येक घरांमध्ये नवऱ्याने बायकोसाठी गजरा वगैरे आणलेला बाकीच्या बुजुर्ग मंडळींना चालत नाही. घरात सगळ्यांच्या समोर नवऱ्याने बायकोच्या शेजारी बसलेलं चालत नाही. एकमेकांचा स्पर्श झालेला चालत नाही. नातेसंबंधाला ही संस्कृती मान्य नाही. लग्नसंबंधातला रोमान्स टिकवायचा असेल, नातेसंबंध दृढ करायचे असतील तर वरील चारही बाबींचा योग्य तो वापर व्हायलाच हवा. त्याकरता काही चालीरीती बदलायच्या असतील तर त्या खुशाल बदलाव्यात. परंतु हे सगळं करण्याची ताकद फक्त स्वावलंबी माणसांनाच शक्य आहे. कारण येथे सर्व नातेसंबंधाचा विचार करायचा आहे आणि सर्व नातेसंबंध दृढ करायचे आहेत. परावलंबी माणसं कोणतीही रीत बदलू शकत नाहीत. त्यांना कोणतेही संस्कार बदलून टाकता येत नाहीत. पूर्वापार चालत आलेले संस्कार बिनबोभाट चालू ठेवणं एवढंच त्यांना जमतं. पण काळाप्रमाणे बदलूनसुद्धा नातेसंबंध चांगले ठेवण्याची हिंमत आणि कला स्वावलंबन साध्य केल्याशिवाय येऊ शकत नाही.

काही लोकांच्या मनात विचार येईल हे सगळं घरात ठीक आहे पण व्यावसायिक आयुष्यात ह्या गोष्टी कशा उपयोगी पडतील?

व्यावसायिक आयुष्यातसुद्धा ह्या गोष्टी महत्त्वाच्या ठरतात. एका सेल्स रिप्रेझेंटेटिव्हची कथा सांगतो. तो एका मोठ्या कंपनीत मोठं कॉन्ट्रॅक्ट मिळवण्याच्या खटपटीत होता. त्याच्याबरोबर आणखी एकजण त्या कॉन्ट्रॅक्टच्या स्पर्धेत होता. दोघांपैकी कुणा एकालाच कॉन्ट्रॅक्ट मिळणार होतं. तसं बघितलं तर दोघांची गुणवत्ता सारखीच होती. पण त्याच्या हातून कॉन्ट्रॅक्ट निसटलं, ते का माहीत आहे? आपल्या कामाचं सादरीकरण करताना त्याच्या तोंडावर स्मितहास्य नव्हतं आणि त्याच्या हस्तांदोलनामध्ये दम नव्हता.

आय कॉन्टॅक्ट, हास्य, स्पर्श आणि पॉझिटिव्ह स्ट्रोक ही नातेसंबंधाची जी चार तत्त्व वर मांडलेली आहेत ती माणसाच्या मनाला स्पर्श करतात. घरात आणि व्यावसायिक आयुष्यातही आपण माणसांना हाताळत असतो. त्यामुळे ही तत्त्व जी घरात उपयोगी पडतात तीच व्यावसायिक आयुष्यातही उपयोगी पडू शकतात. फक्त त्यामागची भावना बदललेली असू शकते, उद्देश बदललेला असू शकतो. पालक पाल्य नात्यातला स्पर्श, नवराबायकोच्या नात्यातला स्पर्श आणि व्यावसायासाठी केलेलं हस्तांदोलन हे तीनही स्पर्श असले तरी त्यामागच्या भावना वेगवेगळ्या आहेत. पण हाच स्पर्श इतका बोलका असतो व कित्येक गोष्टी शब्दाशिवाय सांगून जातो. आपण त्याचा योग्य असा वापर केला तर त्यामुळे संबंध चांगले होतात हे मात्र निश्चित.

तिसरा खिळा : दिलेला शब्द न पाळणे

आपण मोठी माणसं शब्द पाळण्याऐवजी शब्द फिरवण्यात तरबेज असतो. विशेषत: मुलांना दिलेल्या शब्दाला आपण फारशी किंमत देत नाही व त्यामुळे तो फिरवताना आपल्याला काही वाटत नाही. परंतु नातेसंबंधाच्या भिंतीमध्ये ह्यामुळेच फार मोठे खिळे ठोकले जातात. मुलांना आपण छोट्या छोट्या प्रमाणात अनेकवेळा अनेकप्रकारचे शब्द देत असतो. पण त्याचे पालन करायची वेळ आली की काहीतरी सबब सांगून पुढे ढकलत असतो.

एकदा आम्ही मित्रमंडळी कुटुंबासमवेत दोन दिवसाच्या ट्रीपला जायचा बेत आखत होतो. प्रवास ठाण्याहून अलिबागपर्यंतचा होता. एक टॅक्सी ठरविली व एका शनिवारी सकाळी निघालो. घरातून निघताना मित्राच्या दहा वर्षाच्या मुलाने पत्ते घेतले व त्याच्या वडिलांना विचारले,'बाबा अलिबागला आपण सगळे पत्ते खेळूया?' 'चालेल' त्याचे वडील म्हणाले. आम्ही दुपारी अलिबागला पोहोचलो. सामान उतरवले व बंगल्यात स्थिरस्थावर होत होतो. माझ्या मित्राचा मुलगा म्हणाला, 'चला आपण पत्ते खेळूया.' लगेच माझा मित्र म्हणाला,'ए आत्ता नको, जेवल्यावर खेळूया.' जेवायच्याआधी छोटासा ड्रिंक्सचा कार्यक्रम झाला. जेवणं झाली व आता वामकुक्षी घेणार तेवढ्यात मुलांनी पत्त्याची आठवण करून दिली. परत माझा मित्र म्हणाला 'आत्ता नको' पण ह्यावेळी माझ्या पत्नीने ही सबब खोडून काढली व आम्हाला सर्वांना पत्ते खेळायला लावले. आमची संपूर्ण दुपार खूप मजेत गेली व मुख्य म्हणजे मुलाला दिलेला शब्द पाळला गेला.

आता कोणी म्हणेल की हा तर अतिशय क्षुल्लक प्रसंग आहे. होय अतिशय क्षुल्लक आहे परंतु अशा क्षुल्लक दिसणाऱ्या अनेक प्रसंगातून जे व्यक्तिमत्त्व घडत असतं ते अतिशय महत्त्वाचं असतं. दुसरी गोष्ट अशी की क्षुल्लक आपल्या दृष्टिकोनातून पण दहा वर्षाच्या मुलाच्या दृष्टिकोनातून कुटुंबासमवेत खेळणं हे जास्त महत्त्वाचं होतं हे समजून घेण्याची जबाबदारी पालकांचीच आहे. तिसरी गोष्ट असल्या अनेक क्षुल्लक प्रसंगातून आपण आपली विश्वासार्हता कमावत असतो.

विश्वास, हा कोणत्याही नातेसंबंधाचा पाया आहे. विश्वासाशिवाय कोणतंही नातेसंबंध उभे राहू शकत नाहीत आणि टिकूही शकत नाही. विश्वास टाकण्यासाठी समोरची व्यक्ती विश्वासार्ह असावी लागते. समोरच्या व्यक्तीने आपल्यावर विश्वास टाकावा असं जर वाटत असेल तर आपण पहिल्याप्रथम विश्वासार्ह असावं लागतं. ही विश्वासार्हता मोठ्या मोठ्या घोषणा आणि देखावा करून मिळवता येत नाही तर अनेक छोट्या छोट्या प्रसंगातून सहज मिळवता येते.

व्यवसायात तर विश्वासार्हतेला अग्रगण्य स्थान आहे. विश्वासार्हतेशिवाय कोणीही

एखाद्या दुकानात पाऊल ठेवणार नाही. कोणीही पालक आपली मुलं शाळेत पाठवणार नाही, कोणीही माणूस बँकेत पैसे ठेवणार नाही. किंबहुना विश्वासार्हतेशिवाय कोणीही कुणालाही पैसे देणार नाही, काम देणार नाही. विश्वासार्हतेशिवाय कुणालाही व्यावसायिक यश मिळणार नाही. जितकी विश्वासार्हता उच्च दर्जाची असेल तितक्याच दर्जाचं यश.

परंतु गंमत अशी आहे की ही एवढी महत्त्वाची गोष्ट पण ती मिळवण्यासाठी अगदी छोट्या छोट्या प्रसंगात शब्द पाळावे लागतात. म्हणूनच बहुधा ते दुर्लक्षित होतात व आपण आपली विश्वासार्हता गमावून बसतो.

एका पावसाळ्यात एका मित्राने माझी छत्री मागून घेतली व दुसऱ्या दिवशी परत करण्याचे वचन दिले. दुसरा दिवस संपला तरी छत्री काही परत आली नाही. तिसरा दिवसही संपला. बघता बघता आठवडा संपला. काही दिवस आमची भेटच झाली नाही व हा हा म्हणता पावसाळाही संपला, पण ती छत्री काही परत आली नाही. बरेच दिवसानंतर मित्र भेटला पण तो त्या छत्रीबद्दल विसरून गेलेला होता. त्यानंतर मी काही त्याला आठवण करून द्यायच्या भानगडीत पडलो नाही.

असाच प्रकार एकदा माझ्याही हातून घडला होता. त्यावेळी तर पैशाचा मामला होता. काही कारणास्तव मी एका मित्राकडून पैसे घेतले होते. त्या पैशाची परतफेड मला सहा महिने तरी करता येणार नव्हती. तसे मी त्याला आधीच सांगितले होते. परंतु माझी गरज संपल्यावर मी ही गोष्ट साफ विसरून गेलो. साधारण एक दीड वर्षानी त्यानी बोलता बोलता मला ह्या गोष्टीची आठवण करून दिली. मला आणि माझ्या पत्नीला अतिशय लाजिरवाणं वाटलं. मी लगेच त्याचे पैसे परत केले आणि झाल्या गोष्टीबद्दल माफी मागितली.

मैत्रीमध्ये पेन मागून नेणारे तर हमखास पेन परत द्यायला विसरतात. एवढंच नाही तर त्या गोष्टीबद्दल विचारलं तर 'त्यात काय झालं? साधं पेनच तर होतं ना..चल हे घे दुसरं पेन.' असं म्हणून दुसरं पेन तोंडावर फेकतात. पण एखाद्याचं पेन खास असू शकतं. त्याला भावनिक किंमत असू शकते. विशेषत: पेन जेव्हा प्रेयसीने भेट वगैरे दिलेलं असेल तेव्हा तर खिळा चांगलाच बोचतो.

आपण असल्या छोट्या छोट्या प्रसंगात अतिशय जागरूक रहाणं जरुरीचं आहे. आपण शब्द दिला आणि नंतर आपल्याला कळलं की आपला शब्द आपल्याला पाळता येणार नाही तर अशा वेळी समोरच्या व्यक्तीने आपल्याला विचारायच्या आधी आपण पुढाकार घेऊन त्याला तसं स्पष्टपणे सांगायला पाहिजे. ह्याचं कारण असं आहे की आपण दिलेल्या शब्दावर इतरांची काही स्वप्न उभी रहातात.

आमच्या ऑफिसमध्ये सप्लायर्सना एका ठराविक दिवशी दुपारी तीन नंतर त्यांच्या बिलाचे चेक दिले जायचे. नेमकी त्याच दिवशी सकाळी विजेच्या शॉर्ट

सर्कीटमुळे कॉम्प्युटर सिस्टीम बंद पडली. त्यावेळी आमच्या ऑफीसमध्ये जनरेटर नव्हते. सिस्टीम सुरू होण्यास एक दिवस तरी लागणार होता कारण बिघाड मोठ्या प्रमाणात होता. अकाउंटस्‌मधील लोकांनी पहिल्याप्रथम सगळ्या सप्लायर्सना फोन करण्यास सुरवात केली आणि त्यांना चेक मिळणार नाहीत हे कळवलं व ज्यांना अगदी निकडीची गरज होती अशा सप्लायर्सना दुसऱ्या दिवशी बोलावलं. बरेच सप्लायर्स नाराज झाले पण त्यांना वेळीच कळवण्यात आलं त्यामुळे त्यांची एक फेरी वाचली..असल्या नाराजीमध्ये विश्वासार्हता टिकून राहते.

चौथा खिळा : क्षमाशील नसणे

नातेसंबंधामध्ये कठोर राहून चालत नाही. आपल्याला क्षमाशीलही असावं लागतं. तसं बघितलं तर आपण प्रत्येकजण आपल्या नातेसंबंधाच्या बाबतीत क्षमाशील असतोच. परंतु त्यामध्येही थोडासा फरक आहे. येथे क्षमाशीलतेची गुणवत्ता जरा उच्च दर्जाची अपेक्षित आहे.

आपण पालक आपल्या मुलांच्या बाबतीत नाईलाजास्तव क्षमाशील असतो. असल्या क्षमाशीलतेचा दर्जा वेगळा असतो. असे पालक मुलांनी चुक कबूल केली तरी त्यांच्यावर आग पाखडत असतात. एकदा मुलांनी चूक मान्य केली तर त्यांना रागावण्यात काय मर्दुमकी आहे? उलट खुल्या दिलाने त्यांना क्षमा केली तर ते पालकांचा जास्त मान ठेवतील व चूक लवकर सुधारतील. नाईलाजास्तव क्षमाशील असणाऱ्यांमध्ये चूक सुधारण्यावर भर नसतो तर 'चूक का केलीस आता शिक्षा भोग' ह्या म्हणण्यावर जास्त भर असतो. परंतु असल्या दृष्टिकोनामध्ये चूक सुधारली जात नाही व रागावण्याचा उद्देश साफ होत नाही. येथे क्षमाशीलतेचा वेगळा दर्जा अपेक्षित आहे. एकदा का चूक मान्य केली की बिनशर्त माफी देऊन चूक सुधारण्याकडे लक्ष केंद्रित करायचं.

आता आपण क्षमाशीलतेचा उच्चतम स्तर पाहूया. अनेकवेळा मुलांशी वागताना आपल्याही चुका होतात व त्या मुलांसमोर मान्य करायला आपल्याला अतिशय जड जातं. शक्य असेल तेवढं ह्या प्रसंगातून आपण अंग काढून घेत असतो व जेव्हा तेही शक्य नसतं तेव्हा येथेही नाईलाजास्तव चूक मान्य करत असतो. असे करताना त्यात विनय दिसायच्या ऐवजी उर्मटपणाच जास्त दिसतो. असल्या प्रसंगातही येथे प्रांजळपणे चूक मान्य करणे व माफी मागणे अपेक्षित आहे. चूक मान्य करून माफी मागायला अतिशय धैर्य लागतं, विनयशीलता लागते, आत्मविश्वास लागतो.

काही मंडळी तर चूक नाईलाजास्तवसुद्धा मान्य करीत नाहीत. उलट आपल्या चुकीचं समर्थनच करीत रहातात. स्वभावातला हा पोकळपणा लोकांना दिसतो. मनातल्या मनात ते अशा लोकांना हसतात.

पाचवा खिळा : दुटप्पीपणा

वागण्या-बोलण्यातला दुटप्पीपणा नातेसंबंधाच्या भिंतीला चांगलंच खिंडार पाडून जातो. दुटप्पी माणसाचा दुटप्पीपणा सुरवातीला कोणाच्या लक्षात येत नाही. त्यामुळे त्याला थोड्याफार प्रमाणात यशही मिळतं. पण एक दिवस असा येतो की त्या सगळ्याची भरपाई होते.

दुटप्पीपणामुळे नातेसंबंध दृढ होत नाहीत तर उलट कलह वाढतात. कल्पना करा की आईवडिलांबद्दलच्या तक्रारी बायकोने केल्यावर बायकोची बाजू घेतली आणि आईवडिलांच्यासमोर गेल्यावर बायकोच्या विरुद्ध बोललं तर घरात नाती दृढ होतील की सासूसुनेमधील कलह वाढेल?

अशा प्रसंगात कोणाची बाजू घ्यायची हा गहन प्रश्न कित्येकांच्या पुढे असतो. एका बाजूला बायको असते व दुसऱ्या बाजूला आई असते. हिची बाजू घेतली तर ती दुखावणार व तिची बाजू घेतली तर ही दुखावणार. दोन्ही होऊन चालण्यासारखं नसतं. मग कित्येक लोक जे समोर असेल त्याची बाजू घेतात आणि आजचं मरण उद्यावर ढकलतात. पण त्यामुळे कलह वाढू लागतो.

मुलांनी आईची तक्रार केली व त्याक्षणी मुलांची बाजू घेतली आणि आईसमोर आल्यावर आईची बाजू घेतल्यावर गोंधळाचं वातावरण होईल की नातेसंबंध दृढ होतील?

ऑफीसमध्ये जो सहकारी सुट्टीवर आहे त्याच्याविरुद्ध बोलून झाल्यावर तो जेव्हा समोर येतो तेव्हा इतरांना नावं ठेवल्यावर, राजकारण वाढेल की संबंध चांगले होती?

अशा वेळी नेहमीच वर्तनशैलीची तत्त्व आपल्या मदतीला येऊ शकतात. आपण दुसऱ्या प्रकरणात पाहिलंच आहे की तत्त्व ही कोणत्याही व्यक्तीपेक्षा मोठी असतात. ती त्रिवार सत्य असतात. आपण तत्त्वांची बाजू घेतली तर कोणालाही खिळा बोचण्याची शक्यता टाळली जाते. परंतु ह्यासाठी स्वावलंबन साध्य करावे लागेल.

दुटप्पीपणाची सवय लागली की मग तो माणूस प्रत्येक प्रसंगात वेगवेगळे मापदंड वापरतो. त्याचं वागणं काही दिवसातच उघडं पडतं. अशा माणसांना कोणीही जवळ करत नाही, त्यांची मतं ग्राह्य धरली जात नाहीत, त्यांना लोकं खड्यासारखं बाजूला काढतात.

सहावा खिळा : सशर्त प्रेम

स्वामी सुखबोधानंदांनी आपल्या प्रवचनात एक सत्यघटना सांगितली होती ती खालीलप्रमाणे होती.

हैद्राबाद येथील एका बहुराष्ट्रीय बँकेमध्ये नोकरी करणारा तरुण नुकताच एक दिवस स्वामीजींकडे आला.

'स्वामीजी, मी हिंदू आहे. माझा प्रेमविवाह झालेला आहे. माझी बायको

आपल्या धर्मातील नाही. मला एक सुंदर मुलगीदेखील आहे. आमच्या लग्नाआधी आणि लग्नानंतर अजूनही आमच्या वादामध्ये धर्म हा कधीच वादाचा मुद्दा नव्हता. परंतु मला हल्ली असं वाटू लागलंय की माझ्या बायकोने जर कपाळावर कुंकू लावलं तर ती आणखी सुंदर दिसेल. मी माझी इच्छा तिला बोलून दाखवली. पण ती लगेच म्हणाली 'हे बघ, माझ्यावर तुझा धर्म लादायचा प्रयत्न करू नकोस!' स्वामीजी, मी अगदी प्रामाणिकपणे सांगतो, कपाळावर कुंकू लावण्याचा आणि धर्माचा काही संबंध आहे असं मला मुळीच वाटत नाही. आमच्यात हल्ली रोज ह्यावरूनच खटके उडतात. आणि आता तर परिस्थिती अशी आहे की येणाऱ्या प्रत्येक दिवसागणिक ह्या खटक्यांचं कडाक्याच्या भांडणात रूपांतर होत आहे.

काल तर माझं डोकंच फिरलं आणि मी म्हणालो 'तुझ्या खानदानाला मी ओळखत नाही काय.' तिचा अहंकार दुखावला व लगेच रागाने तिने सुरी घेतली, आपलं बोट कापून घेतलं आणि भळभळ वाहणारं रक्त कपाळावर लावलं आणि म्हणाली 'हे घे. मी माझं कपाळ लाल केलं आता झालं का तुझं समाधान?' मी तिला माझ्याबरोबर आणलं आहे. तिला जरा चांगला उपदेश द्या.'' एवढं बोलून तो थांबला.

स्वामीजी त्या दोघांना म्हणाले ''बेटा, तू मला जे काही सांगितलंस त्यावरून मी निश्चितपणे एक निष्कर्ष काढू शकतो की तुम्हा दोघांचं एकमेकांवर अतिशय प्रेम आहे. तुमच्या प्रेमाचं मूळ कशांत आहे हे माहीत आहे का तुला?''

स्वामीजी त्याला पुढे म्हणाले, ''ज्या दिवसापासून तुम्ही दोघं एकमेकांच्या प्रेमात पडला तेव्हापासून तुझ्या बायकोने तू म्हणशील त्याला होकार दिला. आणि म्हणूनच तू तिच्यावर जास्तच प्रेम करू लागलास. परंतु एखादा आपल्या म्हणण्याला मान डोलावतो ह्या कारणामुळे जर प्रेम टिकणार असेल तर ते प्रेम खरं नाही. ते सशर्त प्रेम झालं. आजची परिस्थिती वेगळी आहे. आज तुझ्या बायकोनं तुझं कुंकू लावण्याचं म्हणणं धुडकावून लावलं आहे. म्हणून तुमच्या प्रेमाला ओहोटी लागली.

''आता तुमच्या प्रेमप्रकरणाकडे थोडं वेगळ्या दृष्टिकोनातून पाहूया. इतके दिवस तुला वाटले की तू जे काही म्हणशील ते ती काहीही प्रश्न न विचारता निमूटपणे ऐकून घेईल. तुझे हे मत बदलण्याकरता तुझ्या बायकोनंदेखील काहीही प्रयत्न केले नाहीत. म्हणूनच आता परिस्थिती अशी आहे की तू तुझ्या बायकोपेक्षा तुझ्या मतावर जास्त प्रेम करू लागला आहेस.

आता स्वामीजींनी त्याला सल्ला दिला 'हे पहा जीवन हे एक संगीताचं वाद्य आहे. ह्या जीवनात रूढी आहेत, परंपरा आहेत तसेच नातेसंबंधही आहेत. तू जर रूढी बाजूला ठेवून नातेसंबंधावरच भर दिलास तर जीवनात जे संगीत निर्माण होईल ते अप्रतिम असेल.' माझी खात्री आहे की कुंकू लावण्यावरून परत त्यांच्यात वाद झाला नसावा.

पण आपण आपल्या प्रेमाच्या माणसांकडूनच जास्त अपेक्षा का करत असतो? खरं तर ते प्रेमाच्या अगदी विरुद्ध असतं. प्रेम करणे म्हणजे काय? प्रेम करणे म्हणजे समजून घेणे, प्रेम करणे म्हणजे समंजसपणा दाखवणे, प्रेम करणे म्हणजे काळजी घेणे, प्रेम करणे म्हणजे सहानुभूती दाखवणे, प्रेम करणे म्हणजे त्या व्यक्तीला अतिशय उच्च दर्जा देणे. खरं तर प्रेम हे क्रियापद आहे म्हणूनच, प्रेम करणे म्हणजे आपण त्या व्यक्तीला जपणे, त्या व्यक्तीच्या मनाला जपणे, त्या व्यक्तीच्या मताला जपणे. येथे अपेक्षेचा प्रश्न येतो कुठे? प्रेम करणे म्हणजे अपेक्षा करणे नव्हे. प्रेम करणे म्हणजे त्या व्यक्तीला गृहीत धरणे नव्हे. पण प्रत्यक्षात आपण आपल्याच प्रेमाच्या व्यक्तींकडून जास्तीत जास्त अपेक्षा करीत असतो. त्यांनाच जास्तीत जास्त गृहीत धरीत असतो. त्यांच्या मताला काही किंमत देत नाही. त्यांनी आपल्या मताला जपावं अशी अपेक्षा करतो. खरं तर हे प्रेमाच्या अगदी विरुद्ध आहे. मग आपण प्रेम कुणावर करतो? आपण फक्त आपल्या मतांवरच प्रेम करत असतो. आपल्याच मतांना जपत असतो. बऱ्याचवेळा आपली मतं रूढी परंपरांमध्ये अडकलेली असतात. त्याच्यावर कुणी कुरघोडी करायचा प्रयत्न केला, त्याला कुणी नावं ठेवायचा प्रयत्न केला तर लगेच त्या व्यक्तीवर आग पाखडतो, मग ती व्यक्ती आई असो किंवा बायको असो. आपण खरं तर आपल्या माणसांपेक्षा आपल्या मतांवर जास्त प्रेम करत असतो. जसं आपण आपल्या मतांवर प्रेम करत असतो तसंच आपल्या माणसांवर प्रेम केलं तर हे जगणं किती सुंदर होईल?

कुणी म्हणेल 'असं केलं तर घरातील रुसवे फुगवे बंद होतील. आणि जर घरात रुसवे फुगवे नसतील तर मग जीवनात मजा काय येणार?'

माझी खात्री आहे बऱ्याच वाचकांचंसुद्धा असंच काहीसं मत असेल. त्यात थोडंफार तथ्यही आहे. संसारात रुसवे फुगवे आहेत म्हणूनच मजा आहे. परंतु रुसवे फुगवे वेगळे आणि भांडणं वेगळी. काही भांडणं टाळण्यासारखी असतात. अशाच छोट्या छोट्या भांडणांचं पुढे मोठ्या तंट्यामध्ये रूपांतर होतं. ज्या कुटुंबामध्ये सतत भांडणं होत असतात त्या कुटुंबाची प्रगतीसुद्धा अतिशय मंद गतीने होत असते कारण त्यांचा बराच वेळ रुसवे फुगवे काढण्यात जातो. विधायक कामासाठी वेळ फारच कमी मिळतो. आपल्याला लवकरात लवकर प्रगतिपथावर जायचं असेल तर जो वेळ मिळतो त्यात नातेसंबंध दृढ करून पुढच्या मार्गाला लागणे योग्य होईल. सर्वप्रथम त्याला बिनशर्त प्रेमाची गरज आहे. मग कुंकू लावलं अथवा न लावलं, नोकरी करत असो वा नसो, स्वयंपाक करता येत असो वा नसो; आपण घरातील प्रत्येकावर बिनशर्त प्रेम केलं पाहिजे. दुसरी गोष्ट, कधीही आपल्याकडे, आपल्या मुलांकडे, आपल्या जोडीदाराकडे काय नाही हे पहाण्यापेक्षा काय आहे हे पहावं. तो सर्वगुणसंपन्न नसेलही. परंतु एकमेकांबद्दल प्रेम आणि जिव्हाळा किती आहे एवढंच

पहायचं. फक्त त्यावरच समाधान मानायचं. तरच कुटुंबव्यवस्थेमधील मधुरस चाखायला मिळेल. एवढ्याचकरता तुमचे कौटुंबिक जीवन अगदी ताज्या, टवटवीत आणि रसदार फुलांसारखं सुगंधीत असू द्या.

आणखी एक महत्वाचा मुद्दा सांगतो.

राग, लोभ, मत्सर ह्यासारख्या नकारात्मक भावना आपल्या शरीरातच असतात. त्यांना जेव्हा जेव्हा संधी मिळते तेव्हा तेव्हा, आपल्या नकळतपणे, त्या सर्वशक्तीनिशी बाहेर पडतात. ह्यालाच ऊर्जेच्या गुठळ्या असे संबोधतात. ज्याप्रमाणे फटाक्याच्या वातीला विस्तवाचा स्पर्श झाल्याबरोबर त्याचा स्फोट होतो त्याचप्रमाणे काही स्फोटक शब्दांचा स्पर्श झाल्याबरोबर ह्या गुठळ्या अक्षरश: भूकंपासारखे हादरे देतात. प्रेमासारख्या शीत भावनासुद्धा त्यांच्या स्फोटात भस्मसात होऊन जातात. नातेसंबंधाचे काय होते हे तर विचारायलाच नको. म्हणूनच तुमच्या प्रेमाच्या व्यक्तीचा स्फोट होईल असे शब्द टाळा.

नुकत्याच चालायला शिकलेल्या लहान मुलाच्या इवल्याशा पावलाची दुडकी चाल काही सरळ नसते. चालताना हज्जार वेळा ते पडतं. घरातील मंडळी जर त्याच्या जवळपास नसतील तर ते गुपचुपपणे उठून परत चालायला लागतं. पण जर कोणी जवळपास असेल तर भोकाड पसरून संपूर्ण शेजारपाजारसुद्धा गोळा करतं. सारांश काय तर ते सगळ्यांचं लक्ष वेधून घ्यायचा प्रयत्न करतं. कधी कधी मोठी मंडळीसुद्धा असंच करताना दिसतात.

प्रत्येक नवरा किंवा बायको आपल्या जोडीदाराचं लक्ष वेधून घ्यायच्या प्रयत्नात असतात. त्यामुळे ह्याबाबतीत संवेदनशील राहून समजुतदारपणे परिस्थिती हाताळणेच इष्ट. जर एखाद्याने हे केले नाही तर लक्ष वेधून घेण्यासाठी वेगवेगळ्या क्लृप्त्या वापरल्या जातील.

सहकार्यभाव जागवा

वर दिलेले सहाही खिळे नातेसंबंधाच्या भिंतीची शोभा घालवतात. हे वाचल्यावर तुमच्या मनात समजा असा विचार आला की

- हे माझ्या बायकोने समजून घेतले पाहिजे आणि अमलात आणले पाहिजे.
  किंवा
- हे माझ्या नवऱ्याने समजून घ्यायला पाहिजे आणि अमलात आणायला पाहिजे.
  किंवा
- हे माझ्या सासूने समजून घ्यायला पाहिजे व स्वत:ला काळाप्रमाणे बदलायला पाहिजे.
  किंवा

- हे माझ्या सहकाऱ्याने समजून घ्यायला पाहिजे व त्याचं वागणं बदलायलाच पाहिजे.

म्हणजे थोडक्यात काय माझ्या व्यतिरिक्त दुसऱ्या कोणा व्यक्तीने हे अमलात आणून स्वत:ला बदलायला पाहिजे, तर थांबा. हातातील पुस्तक थोडावेळ खाली ठेवा. कारण ह्या पुस्तकाच्या सुरुवातीलाच जो हेतू सांगितलेला आहे, तो हेतूच नजरेआड झालेला आहे. पुस्तकाचा हेतू काय आहे ह्याचा नीट विचार करा.

ह्या पुस्तकाचा हेतू स्वत:ला बदलण्याचा आहे. दुसऱ्यानं बदलावं की नाही हा सर्वस्वी आपल्या अखत्यारिबाहेरचा प्रश्न आहे. त्यात अगदी सख्खी नातीगोतीसुद्धा मोडू शकतात. अगदी सख्ख्या मुलाने बदलावं की नाही हा सर्वस्वी त्याचा प्रश्न आहे. जर तुमच्या मनात विचार आला की इतरांनी बदलायला पाहिजे तर याचा अर्थ असा झाला की सगळ्यात जास्त बदलायची गरज तुम्हालाच आहे. इतरांना समजून घ्यायची गरज सगळ्यात जास्त तुम्हालाच आहे. वर्तनशैलीचे शास्त्र सांगते की आपण जगातील कुणालाच बदलू शकत नाही. आपण फक्त आपल्यालाच बदलू शकतो. आपल्यातील बदल पाहून एखादेवेळेस इतरांमध्ये बदलण्याची स्फूर्ती येऊ शकेल व ते त्यांना बदलायचा निर्णय घेऊ शकतील. पण हा निर्णय आपण घेऊ शकत नाही. आपण फक्त आपल्यालाच बदलायचा निर्णय घेऊ शकतो. जर हे म्हणणे मान्य असेल तरच पुढचं पुस्तक वाचायला घ्यावं ही विनंती. फक्त ज्यांनी स्वावलंबन साध्य केलेलं आहे अशांनाच हा विचार मान्य होऊ शकेल.

आता आपण समजून चुकलो आहोत की हे सहा खिळे नातेसंबंधाच्या भिंतीची शोभा पूर्णपणे घालवतात. अगदी चुकून जरी हे खिळे ठोकले गेले तरी त्या भिंतीची डागडुजी करावी लागते व ती फार महाग पडते. तिला बराच वेळही लागतो. म्हणूनच ते खिळे चुकूनसुद्धा ठोकू नयेत.

मग करावं काय हा प्रश्न येतो. त्याचं उत्तर असं आहे की सहकार्यभाव जागवायचा. त्यासाठी समंजसपणा दाखवायला लागेल, महत्त्वाच्या गोष्टी क्षुल्लक दिसल्या तरी त्यांना महत्त्वाचा दर्जा द्यायला लागेल, दिलेले शब्द पाळायला लागतील, क्षमाशील असावे लागेल, दुटप्पीपणा सोडून सचोटीने वागायला लागेल, बढाया मारणं बंद करून विनयशीलता अंगीकारावी लागेल आणि बिनशर्त प्रेम कसं करायचं हे शिकायला लागेल.

हे सगळं एकाच वेळी साध्य करायचं म्हणजे कठीणच काम आहे असं वाटेल. पण हे म्हणणं काही खरं नाही. हे अगदी सोपं काम आहे. आपण हे समजून घेऊया. त्यासाठी आपल्याला खालील तक्ता समजून घ्यावा लागेल.

चला आता आपण पुढील आलेख समजून घेऊया. येथे माणसाच्या मनाचे दोन पैलू विचारात घेतलेले आहेत, पहिला म्हणजे प्रत्येक माणूस थोड्याफार प्रमाणात

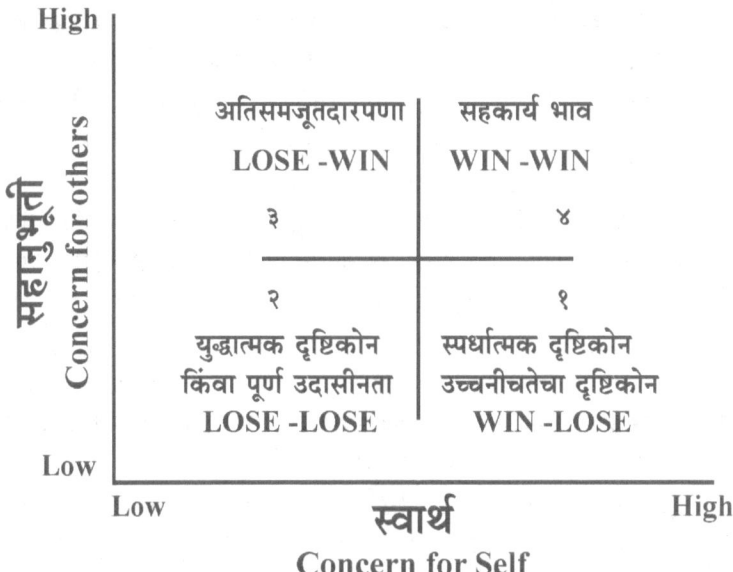

स्वार्थी असतो आणि दुसरा म्हणजे प्रत्येक माणसात थोड्याफार प्रमाणात दुसऱ्याबद्दल सहानुभूती असते. हे दोन पैलू वेगवेगळ्या अक्षांवर मांडले तर एक तक्ता तयार होतो त्यात चार घरं तयार होतात.

पहिलं घर स्पर्धात्मक दृष्टिकोनाचं घर आहे. तेथे स्वार्थ जास्त आहे आणि सहानुभूती कमी आहे. दुसरं घर म्हणजे स्वार्थ आणि सहानुभूती ह्या दोन्ही गोष्टींचा अभाव असलेलं घर आहे. तिसरं घर प्रामुख्याने सहानुभूती जास्त आणि स्वार्थ कमी असलेलं घर आहे आणि चौथ्या घरात सहानुभूती आणि स्वार्थ दोन्ही नांदताना दिसतात. ह्यामुळे आपल्या वागण्यामध्ये कसा फरक पडतो हे आता आपण सविस्तर पाहूया.

पहिलं घर : स्पर्धात्मक दृष्टिकोन किंवा उच्चनीचतेचा दृष्टिकोन

ह्या दृष्टिकोनामध्ये स्वतःबद्दलचा स्वार्थ अतिशय जास्त व दुसऱ्याबद्दलची सहानुभूती एकदम कमी असते. त्यामुळे अशा लोकांची विचारसरणी प्रामुख्याने स्वतःभोवती केंद्रित झालेली असते. ही मंडळी उच्चनीचतेच्या भोवऱ्यामध्ये अडकलेली असतात. ह्या मंडळींना बहुतेक ठिकाणी स्पर्धा करायची असते व दुसऱ्यांपेक्षा पुढे राहायचं असतं किंवा वरचढ व्हायचं असतं. हळूहळू हा दृष्टिकोन त्यांच्या रक्तात एवढा भिनतो की ते प्रत्येक छोट्या छोट्या प्रसंगात चुरस करू लागतात. गाडी चालवत असताना ह्यांना आपली गाडी सगळ्यांच्या पुढे दामटवायची

असते. दुसरा कोणी पुढे गेला की ह्यांचा संयम सुटतो. गाडी पार्किंगला दुसऱ्यांना जागा मिळाली व स्वत:ला मिळाली नाही तर ह्यांचा संयम सुटतो. ह्यांच्या मुलांनी इतरांच्या तुलनेत मागे राहिलेलं ह्यांना आवडत नाही. मग ते मुलांवर अनेक दबाव तंत्र वापरत असतात. ह्यांच्या मुलांपेक्षा जास्त मार्क मिळवणाऱ्या मुलांचं ह्यांना अभिनंदन करता येत नाही आणि केलं तरी त्यात कृत्रिमपणा दिसतो. सहकाऱ्याला बढती मिळाली तर त्यांचं अभिनंदन करताना ह्यांना बोचतं. ह्यांच्या मतांना कोणी विरोध केला तर त्यांना त्याबद्दल चर्चा करता येत नाही. विरोधी मतं ह्यांना शांतपणे ऐकून घेता येत नाहीत. त्यांचा संयम लगेच सुटतो. ह्या मंडळींचा स्वभाव प्रामुख्याने तिरसट, रागीट, फटकळ, अहंकारी अरेरावी करणाऱ्यांपैकी असतो. त्यामुळे ह्यांच्याकडून नातेसंबंधाच्या भिंतीवर अनेक खिळे ठोकले जाऊ शकतात. ह्यांचे नातेसंबंध हे प्रामुख्याने ह्यांना समजून घेणाऱ्या मित्र मैत्रिणींवर, समजून घेणाऱ्या नातेवाईकांवर, समजूतदार सहकाऱ्यांवर अवलंबून असतात.

स्पर्धात्मक दृष्टिकोन हा संकुचित वृत्तीचा असतो. चूक आणि बरोबर असे दोनच पर्याय ह्या मनोवृत्तीत दिसतात. तू बरोबर असशील तर मी चुकीचा आहे आणि मी बरोबर असेन तर तू चुकीचाच असायला हवा. असा ह्या मनोवृत्तीचा आग्रह असतो. त्यामुळेच कदाचित आपले म्हणणे सोडायला ही मनोवृत्ती सहसा तयार होत नाही. त्याच म्हणण्याची दुसरी बाजू समजून घ्यावी हे ह्या मनोवृत्तीला दिसत नाही. किंबहुना समजून घेणं म्हणजे सहमती देणं नाही, हे ह्या मनोवृत्तीच्या आकलनापलीकडची गोष्ट आहे. एकदा का म्हणणं समजून घेतलं तरी असहमती कशी दर्शवता येते हे ह्या संकुचित मनोवृत्तीला कळत नाही. स्वत:ला बदलायचा पर्याय तर ह्या मनोवृत्तीला दिसतच नाही पण इतरांनी कसं वागावं ह्याबद्दल अनेक सूचना पाण्यासारखा वाहत असतात.

ह्याच मनोवृत्तीची दोन माणसं समोरासमोर आली तर त्यांचे खटके उडणार हे तर नक्कीच. मग त्यामध्ये जो जास्त उग्र त्याचा टिकाव लागण्याची शक्यता जास्त. परंतु शेवटी युद्धपरिस्थिती आल्याशिवाय गत्यंतर नाही. अशा परिस्थितीत दोघांचंही अपरिमित नुकसान होतं. ह्या मनोवृत्तीचे दोन नवरा बायको घटस्फोटानंतरही भांडत राहतात व एकमेकांवर कुरघोडी करत राहतात. ह्यामध्ये दोघांचंही प्रचंड नुकसान होतं.

जर ह्या मनोवृत्तीचा सामना उदासीन किंवा समजूतदार व्यक्तिमत्त्वाशी झाला तर ही मनोवृत्ती नेहमीच त्यांच्यावर प्रभुत्व गाजवते आणि नेहमीच त्यांच्या मनाला मुरड घालायला लावते. त्यांच्या अशा वागण्यामुळे नातेसंबंधाच्या भिंतीमध्ये अनेक खिळे ठोकले जातात. मग कधीतरी त्यांना ह्याचा पश्चाताप होतो व मग त्यानंतरचे काही दिवस तरी ते अगदी समजूतदारपणे वागतात.

तिसरं घर : अतिसमजूतदारपणा

ह्या दृष्टिकोनात स्वार्थ अजिबात नाही. सतत समोरच्या व्यक्तीच्या बाजूने विचार करण्याची प्रवृत्ती. त्यामुळे स्वत:च्या आवडीनिवडीला सतत मुरड घालायची सवयही चांगलीच दृष्टीस पडते. मतभेदाच्या वेळी नेहमीच समोरच्या व्यक्तीच्या मनाप्रमाणे करण्याची घाई ही मंडळी करताना दिसतात. मला असं वाटतं त्यामध्ये त्यागाची भावना लपलेली असते. ह्या मंडळींना त्यागमूर्ती व्हायचं असतं. ह्यांना काही आवडनिवड नसते अशातला भाग नाही. त्यांच्याही आवडी असतात, त्यांचीही मतं असतात. पण जेव्हा मिळून मिसळून राहण्याची वेळ येते तेव्हा ही मंडळी आपलं मन मारताना दिसतात. बरं हा त्याग काही आनंदाने केलेला नसतो. प्रत्येकवेळी मनाला टोचतच असतं. ही टोचणी ती एका काल्पनिक पिशवीत भरतात व जेव्हा ती पिशवी पूर्ण भरते तेव्हा मग त्यांना मनाला मुरड घालणं असह्य होतं. मग ते रुद्रावतार धारण करतात. त्यानंतरचे काही दिवस संकुचित वृत्तीचा बाणा त्याच्या अंगात असतो.

अतिसमजूतदारपणा हा संकुचित वृत्तीच्या अगदी विरुद्ध असतो. मतभेदाच्या वेळी ह्या मंडळींना एक माहीत असतं की कोणते तरी एक मत ग्राह्य धरून गाडा पुढे ढकलायचा आहे. मग वादावादीत वेळ का घालवा? आज ह्याच्या मताप्रमाणे करू, उद्या आपल्या मताप्रमाणे करूया. पण तो 'उद्या' काही उजाडत नाही, ह्याची मात्र त्यांना खंत लागून राहिलेली असते. ह्या वृत्तीच्या समजूतदारपणाला अति-समजूतदारपणा म्हटलं आहे कारण समजून घेणं म्हणजे सहमती देणं असं ते समजतात. काहीही फेरफार न करता ही वृत्ती समोरच्याची बाजू जशीच्या तशी मान्य करते. त्यांना वाटतं की एक दिवस आपला त्याग समजून घेतला जाईल व आपल्याला आपल्या मनाप्रमाणे करू दिलं जाईल. पण तो दिवस काही येत नाही. मग त्यांना रुद्रावतार धारण करावा लागतो.

दुसरं घर : युद्धात्मक दृष्टिकोन किंवा पूर्ण उदासीनता

ह्या दृष्टिकोनात ना स्वार्थ आहे ना परमार्थ. परंतु ह्या दृष्टिकोनात दोन प्रकारच्या प्रवृत्ती आहेत. एका टोकाला युद्धाच्या पवित्र्यातील मंडळी आहेत तर दुसऱ्या टोकाला पूर्ण उदासीनता आहे. दोन्ही प्रवृत्तींना स्वार्थाची आणि परमार्थाचीही चर्चा नसते.

अतिसमजूतदारपणाला कंटाळलेली मंडळी उदासीन होण्याची शक्यता असते तर अतिस्पर्धेमध्ये अनेक वेळा हार खायला लागल्यामुळे चवताळून ही मंडळी युद्धाचा पवित्रा घेऊ शकतात. तसेच अतिसमजूतदारपणामुळे चवताळून लोकं युद्धाचा पवित्रा घेऊ शकतात तर अतिस्पर्धेला कंटाळूनही लोक उदासीन होऊ

शकतात.

अतिसमजूतदारपणाला चवताळून असो वा स्पर्धेमुळे चवताळून उठलेला माणूस असो तेथे सुडाग्नीने पेटलेला असतो. माझं नुकसान झालं तरी बेहत्तर पण मी अमुक अमुकचं नुकसान करणार.

तसेच स्पर्धेला कंटाळून असो वा अतिसमजूतदारपणाला कंटाळून असो काही मंडळींचा स्वत्वाचा अग्नी पूर्णपणे विझलेला असतो. चूक असो की बरोबर असो माझं तर कोणी ऐकतच नाही. मग तोंड उघडा कशाला?

ही मंडळी एक तर संपूर्णपणे कोशात जातात किंवा सुडाच्या उद्देशाने पूर्णपणे कोशाबाहेर येतात.

आता मी एक प्रश्न तुम्हाला विचारतो. तुम्ही कोणत्या दृष्टिकोनात मोडता?

मी उत्तर सांगू? आपण सगळे ह्या तिन्ही प्रकारात मोडतो.

स्पर्धात्मक दृष्टिकोनामुळे व माझ्या फटकळ स्वभावामुळे मी सगळ्यांना शाब्दिक फटकारे मारत असतो व एक दिवस असं वाटतं की मुलांच्या अंगावर जास्तच ओरडलो. मग त्याची भरपाई करावीशी वाटते. मग अतिसमजूतदारपणा घेऊन जातो. पण ते तर उसनं अवसान आणलेलं असतं कारण माझा मूळ स्वभाव फटकळपणा, तिरसटपणा हाच असतो. दोनच दिवसात माझं उसनं अवसान गळून पडतं व ये रे माझ्या मागल्या.

अतिसमजूतदारपणाकडे सगळेच आपला गैरफायदा घेत आहेत हे पाहून चवताळायला होतं. मग उग्र अवतार धारण करून फटकळपणाचे फटकारे देत दोन दिवस घालवल्यावर लगेच ते उसनं अवसान गळून पडतं कारण माझा मूळचा स्वभाव समजून घेण्याचा आहे.

घड्याळाचा लंबक जसा एका टोकाकडून दुसऱ्या टोकाकडे हलत असतो तसंच आपलं होतं. स्पर्धात्मक दृष्टिकोनाकडून अतिसमजूतदारपणाकडे आणि तेथून परत स्पर्धात्मक दृष्टिकोनाकडे आपला प्रवास न चुकता चालू असतो. मग त्याचाही उबग येतो. अशावेळी काही जण तिसऱ्या घराकडे वळतात. ते एक तर युद्धाचा पवित्रा घेतात कारण त्यांना निर्वाणीचा घाव घालायचा असतो तर काही जण एकदम उदासीन होतात. परंतु हे तीनही दृष्टिकोन नातेसंबंधाच्या भिंती पूर्णपणे खराब करतात. म्हणूनच आपण आता चौथ्या दृष्टिकोनाकडे वळूया.

चौथं घर : सहकार्य भाव जागवा

वरील दृष्टिकोनाचे तोटे दूर केल्यावर जे काही उरेल तो सहकार्यभाव. ह्या दृष्टिकोनात फक्त फायदे आहेत.

स्पर्धात्मक दृष्टिकोनात स्वत:चा विचार केलेला आहे पण दुसऱ्याचा विचार

अजिबात केलेला नाही. अतिसमजूतदारपणामध्ये फक्त दुसऱ्याचा विचार केलेला आहे व स्वत:ला अजिबात स्थान नाही. स्वत:चा विचार तर करायलाच पाहिजे पण दुसऱ्याचा विचारसुद्धा व्हायला पाहिजे. म्हणूनच सहकार्य भावामध्ये दोन्ही गोष्टींचा सारखाच विचार करण्याची वृत्ती आहे. जितकी किंमत मी माझ्या मताला देतो तितकीच मी दुसऱ्याच्या मतालासुद्धा देण्याची वृत्ती सुचविण्यात आलेली आहे.

सहकार्य भाव हा प्रामुख्याने विशाल दृष्टिकोन आहे संकुचित नाही. संकुचित वृत्ती म्हणते आहे हे एवढेच आहे, हे एक तर तुला मिळेल नाही तर मला मिळेल. पण सहकार्य भाव इतका विशाल आहे की तो म्हणतो ह्या संपूर्ण विश्वात निर्मात्याने प्रत्येक किडामुंगीलासुद्धा पुरून उरेल इतकं निर्माण करून ठेवलेलं आहे. त्यामुळे आपल्याला भांडायची गरज नाही. आहे हे एवढंच नाही. थोडी नजर फिरवली तर लक्षात येईल की भरपूर आहे फक्त शोधक नजर पाहिजे.

विशाल दृष्टिकोनाच्या मुळाशी स्पर्धा नाही. त्यामुळे हा दृष्टिकोन दानाला प्रोत्साहन देतो. तुम्ही जितके द्याल तितके तुम्हालाच परत मिळेल असा ह्या विचारसरणीचा विश्वास आहे. प्रतिध्वनीच्या तत्त्वावर हे विश्व चालू आहे असं ही विचारसरणी मानते. तुम्हाला मान मिळवायचा असेल तर पहिल्या प्रथम मान द्यायला शिकावं लागतं. तुम्हाला विश्वास मिळवायचा असेल तर पहिल्या प्रथम विश्वास टाकायला शिकावं लागतं. ज्या दानशूर संस्था आहेत त्यांना पैशाची कधीही अडचण पडलेली नाही. त्यांच्याकडे पैशाचा अखंड ओघ चालूच असतो. नातेसंबंध दृढ करायचे असतील तर सहकार्य भाव जागवा. तुम्हाला सहकार्य पाहिजे असेल तर पहिल्या प्रथम सहकार्य करायला शिका.

अतिसमजूतदारपणामधे आणि सहकार्य भावामध्ये सुद्धा फरक आहे. समजून घेणं म्हणजे सहमती होत नाही. दुसऱ्याचं मत समजून घेतलं तरी त्या मताशी आपण असहमत राहू शकतो व तसं बोलू शकतो. जर तडजोड करायचीच असेल तर सगळे मिळून तडजोड करूया असे मानणारा सहकार्य भाव आहे. त्यामुळे उगाचच एकाला त्याग करत बसायची गरज पडत नाही.

सहकार्य भावात जितकी किंमत स्वत:ला द्यायची तितकीच किंमत समोरच्या व्यक्तीला द्यायची. प्रश्न असा उपस्थित होतो की रोजच्या आयुष्यात हे कसं अमलात आणायचं? दुसऱ्याच्या प्रत्येक कृतीमध्ये स्वत:ला शोधायचा प्रयत्न करा व स्वत:च्या प्रत्येक कृतीमध्ये दुसऱ्याला शोधायचा प्रयत्न करा. काही दिवसातच तुम्हाला समजेल की आपण सारे जीव सारखेच आहोत. सारेच जण कशावर तरी चिडत असतो. चिडलो की असंबद्ध बोलतो व असंबद्ध कृती करतो. त्यावेळेस भावनेच्या भरात काय होतं हे कोणालाच कळत नाही. नंतर मात्र पश्चाताप सगळ्यांनाच होतो. सगळ्यांनाच कसली तरी भीती वाटते. सगळ्यांनाच कसली तरी किळस वाटते.

सगळ्यांनाच कसलीतरी लाज वाटते. सगळ्यांनाच कसला तरी लोभ असतो. सगळ्यांनाच कशाचा तरी मोह पडतो. सगळ्याच भावनांचा सगळ्यांशीच संबंध येतो. त्या भावनांचा स्पर्श झाल्यावर सगळ्यांचीच कृती सारखी असते. आपण सारे एकच आहोत, मग उच्च नीचतेचा दृष्टिकोन कशासाठी घ्यायचा? उगाचच उदासीनतेचं धोरण कशासाठी घ्यायचं? उगाचच अतिसमजूदारपणा कशासाठी करायचा?

ह्या दृष्टिकोनातून सहाही खिळे नातेसंबंधाच्या भिंतीतून काढून टाकले व ते परत न जाण्याची व्यवस्था केली तर आपलंच जीवन सुंदर होईल. खालील सहा गोष्टींचं पालन करा म्हणजे नातेसंबंध दृढ होतील.

- समंजसपणा दाखवा
- महत्त्वाच्या गोष्टी क्षुल्लक दिसल्या तरी त्यांना महत्त्वाचा दर्जा द्या.
- दिलेले शब्द पाळा
- क्षमाशील व्हा
- दुटप्पीपणा सोडून सचोटीने वागा.
- बिनशर्त प्रेम करा

सहकार्य भाव हा दृष्टिकोन माणसांच्या भावनांशी निगडित आहे. तो भावनाप्रधान आहे, शब्दप्रधान नाही. ह्यामध्ये कोणतीही तंत्र नाहीत. ह्यातील सूचना तंत्रासारख्या वापरल्यात तर त्या आपल्याच अंगावर बुमरँग होतील. हा जीवनाकडे पाहण्याचा दृष्टिकोन आहे. हा एक प्रकारचा आध्यात्मिक दृष्टिकोन आहे. ह्या प्रकरणामध्ये ज्या सूचना आहेत त्या मनापासून अमलात आणायच्या आहेत. वाचकांनी ह्या प्रकरणातील सूचना अमलात आणून पाहाव्यात आणि ज्या तत्त्वांचा ऊहापोह केलेला आहे त्याची प्रचिती घ्यावी आणि मगच पुढचं प्रकरण सुरू करावं.

सहकार्यभाव आणखी मजबूत कसा करावा ह्यावर पुढच्या प्रकरणामध्ये चर्चा केलेली आहे.

सहकार्यभाव हा जीवनविषयक दृष्टिकोन जरी असला तरी छोट्या छोट्या गोष्टीतूनच साकार होत असतो. त्यामुळे हा दृष्टिकोन अमलात आणण्यासाठी छोट्या छोट्या गोष्टी कराव्या लागतात.

सर्वात प्रथम म्हणजे आपल्या आयुष्यात कोणकोणती नाती महत्त्वाची आहेत ह्याबद्दल सजग राहावे लागेल.

त्यानंतर ह्या नात्यांमध्ये काही मतभेद असतील तर ते आपण कसे हाताळतो ह्याकडे लक्ष पुरवायला लागेल. दोन स्वतंत्र व्यक्ती म्हणजे मतभेद तर असणारच. ते हाताळताना आपण किती खिळे ठोकतो हे पहा.

मतभेदाच्यावेळी भावनिक तेढ वाढते. अशावेळी आवेषात खिळे ठोकण्याऐवजी

समोरच्या व्यक्तीमध्ये स्वत:ला शोधायचा प्रयत्न करा. म्हणजेच समोरच्या व्यक्तीच्या भावनांशी समरस व्हा. त्या भावना आपल्याही मनाला कधी ना कधी स्पर्श करीतच असतात. आज फक्त त्यांनी जागा बदललेली आहे असे समजा आणि त्यांना अतिशय काळजीपूर्वक हाताळा. त्या भावनांच्या मागे एखादा चांगला उद्देश आहे का हे जाणून घ्या. बहुधा तो तुम्हाला दिसेलच. त्या उद्देशावर भाष्य करा. ह्यालाच समंजसपणा म्हणता येईल.

भावनिक गुंतागुंतीच्यावेळी क्षुल्लक गोष्टीच जास्त महत्त्वाच्या असतात हे नजरेआड होऊ देऊ नका. स्मितहास्य, नजरानजर, स्पर्श ह्यासारख्या गोष्टींवर भर द्या.

शब्द दिला म्हणजे तो मागे घेता येत नाही. एकदा का दिला की मग त्याचं पालन अगदी सच्च्या दिलाने करा.

उगाचच ह्या बोटावरची थुंकी त्या बोटावर करू नका.

आपल्या प्रेमाच्या व्यक्तीवर अपेक्षांचं ओझं टाकू नका व स्वत:वर इतरांच्या अवास्तव अपेक्षांचं ओझं घेऊ नका. प्रत्येकाला आपापल्या मताप्रमाणे जगण्याची मोकळीक द्या व स्वत:कडेही तशाच प्रकारची मोकळीक ठेवा.

माफी मागण्याचे धाडस अंगात असू द्या आणि तशी वेळ आलीच तर बिनशर्त माफी मागा.

सहकार्य भाव आणखी मजबूत कसा करावा ह्यावर पुढच्या प्रकरणामध्ये चर्चा केलेली आहे.

■

पुढाकाराचे पाचवे सूत्र
दुसऱ्यांचे ऐकून घ्या

ऐकून तर घ्या

एकदा एक पालक म्हणाले, ''मी माझ्या मुलाला समजून घेतोय पण तो माझं ऐकतच नाही.''

''काय म्हणालात'' मी म्हणालो. ''तुम्ही तुमच्या मुलाला समजून घेताय पण तो तुमचं ऐकतच नाही?''

''बरोबर आहे.'' पालक म्हणाले.

मी म्हणालो, ''थांबा मी परत विचारतो, तुम्ही तुमच्या मुलाला समजून घेताय पण *तो तुमचं* ऐकत नाही?''

''अगदी बरोबर आहे.''

मी परत म्हणालो, ''*तुम्ही* समजून घेताय आणि *तो* ऐकत नाही?''

''तेच तर म्हणतोय मी'' पालक म्हणाले.

"पण मला वाटतं त्याला समजून घेण्याकरता तुम्हाला त्याचं ऐकायला हवं" मी म्हणालो.

असं म्हटल्यावर मात्र त्यांची जीभ अडखळली. त्यांना त्यांची चूक कळली आणि त्यांच्या तोंडून शब्द फुटले, "हे पहा माझ्या मुलाला काय होतंय हे मला माहीत आहे कारण त्याच्या एवढा असताना मलाही तेच होत होतं. पण तो माझं का ऐकत नाही?"

ह्या माणसाला मुलाच्या मनात काय चाललंय ह्याची पुसटशीदेखील कल्पना नव्हती. त्यानं स्वत:च्या मनात डोकावलं व तेथे जे काही मिळालं ते तो आता मुलामध्ये पाहात होता. मुलाला समजून घेण्याचा मार्ग त्याने स्वत:च बंद केला होता. मुलाचं ऐकायची त्याची तयारी नव्हती. जाणीवपूर्वक श्रवण हे अतिशय शक्तिशाली असतं कारण ते अचूक माहिती पुरवतं.

आपल्यापैकी बहुतेकांची हीच गत होत असते. सहसा तरी आपला पवित्रा 'ऐकून तर घे' असाच असतो. जणूकाही कोण आधी आपलं मत मांडणार ह्याची स्पर्धा सुरू असते. आपसुकच स्पर्धात्मक बाणा डोकावू लागतो. मग सहकार्य भाव गुंडाळून ठेवला जातो. आपल्या मनात सहकार्य भाव असतो. पण बोलण्याच्या ओघात तो बाजूला सारला जातो कारण सहकार्य भावाचं एक महत्त्वाचं तत्त्व आपल्याकडून दुर्लक्षित झालेलं असतं. सहकार्य भावात स्पर्धा नाही. मग मतभेद सोडवायचे असतील तर पहिलं कोण बोलणार? अर्थातच **पहिले आप.**

हेच तत्त्व आपल्याकडून दुर्लक्षित होतं. सहकार्य भावात 'मी आधी बोलतो मग तू बोल'. ह्या म्हणण्याला जागा नाही. तेथे नेहमीच 'तुम्ही आधी बोला, मी तुमचं ऐकतो, तुमचं म्हणणं समजून घेतो. मग माझं मत तपासून पाहूया.'

आदरातिथ्याच्या तत्त्वासारखंच हेही तत्त्व आहे. आपण जेव्हा घरी पाहुण्यांचं आदरातिथ्य करतो तेव्हा जेवायला पहिलं कोण बसतं? त्यांना जेवायला आग्रह करतो तेव्हा पहिला घास कोण खातं? अर्थातच तिथेही **पहिले आप** हेच धोरण आपण अवलंबतो. तिथे संकुचित वृत्ती नसते. 'हा माझ्या आवडीचा पदार्थ आहे आणि हा एवढाच आहे, म्हणून पाहुण्यांनी घ्यायच्या आधी मलाच घेऊ द्या' असा विचार करत नाही. घरात बसायला एवढीच जागा आहे म्हणून मीच आधी बसतो असा विचार आपण करत नाही. सहकार्य भावातही असा विचार करायचा असतो.

सर्वप्रथम दुसऱ्याचं म्हणणं संपूर्णपणे ऐकून घेणं महत्वाचं आहे. त्यामुळे समस्येची पूर्ण माहिती मिळते. ती माहिती मिळवल्याशिवायच आपण त्या समस्येचं समाधान शोधायला जातो. ते कसं शोधता येणार?

समजा तुम्ही एका अनोळखी गावात गेलात. तेथे तुम्हाला बरं वाटलं नाही आणि तुम्ही एका डॉक्टरकडे गेलात. त्या डॉक्टरची तुम्हाला काहीही माहिती नाही.

तुम्हाला काय होतंय ते तुम्ही डॉक्टरला सांगितलं. त्यानंतर त्याने कोणतीही तपासणी न करता तुम्हाला औषध लिहून दिलं तर तुम्ही त्या डॉक्टरच्या औषधावर विश्वास ठेवला? बहुधा तुमचं उत्तर नकारार्थीच असेल. जो डॉक्टर चिकित्सा न करता औषध लिहून देतो त्या डॉक्टरच्या औषधावर विश्वास ठेवायला जड जातं. किंबहुना त्यावर कोणीही विश्वास ठेवणार नाही. आधी चिकित्सा आणि नंतर उपाय हा वैद्यक-शास्त्राचा नियमच आहे. वर्तनशास्त्रामध्येही तोच नियम लागू होतो. परंतु येथे चिकित्सा करण्यासाठी ऐकून घ्यावं लागतं .

एखादा निष्णात डॉक्टर म्हणेल, 'मला डायग्नोसिसची काही गरज नाही. मी नुसतं माणसाकडे पाहून रोगाचं अचूक निदान करू शकतो आणि अचूक उपायही सांगू शकतो.'

होय शक्य आहे. कदाचित रोगाचं निदान अचूक असेलही पण असल्या निदानावर कोणी विश्वास ठेवणार नाही. त्याचप्रमाणे वागणुकीच्या बाबतीतही एखादा कोणी म्हणेल मला ऐकून घ्यायला वेळ नाही आणि तरीसुद्धा माझ्या अनुभवावरून मी समस्या अचूक समजून घेऊ शकतो व अचूक उपाय देऊ शकतो. कदाचित उपाय अचूक असेलही, पण असल्या उपायावर कोणी विश्वास ठेवणार नाही. ह्यामुळे उलट दुप्पट वेळ वाया जाईल. त्यामुळे सुरवातीलाच वेळ गुंतवाल तर नंतरचा खूप त्रास वाचेल. तुम्ही वेळ द्यायचा की नाही हे तुम्ही ठरवायचं आहे. पण नातेसंबंध जर महत्त्वाचे असतील किंवा समस्या जर महत्त्वाची असेल तर सुरवातीलाच वेळ देणे उचित असते.

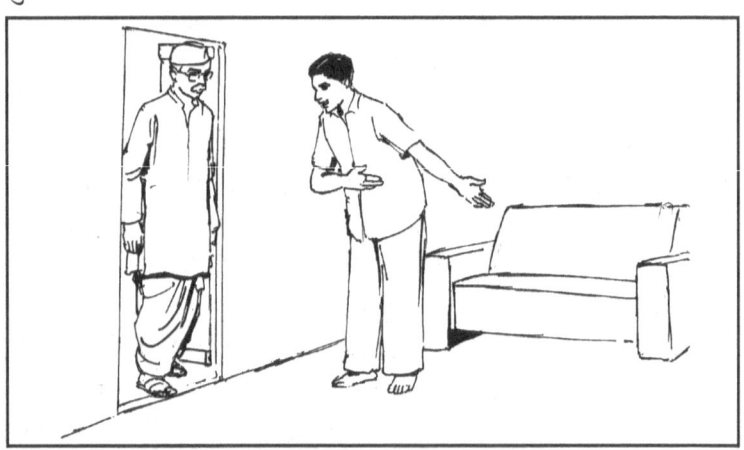

ऐकून घेणे : एक शास्त्र आणि कला

ऐकून घेणे हे सुद्धा एक शास्त्र आहे आणि ती एक कलासुद्धा आहे. परंतु ते

शास्त्र आणि कला कुठल्याही शाळा कॉलेजात शिकवली जात नाही. ऐकून घेणं हा संवाद साधण्याचा अविभाज्य भाग आहे. संवाद साधणे हे प्रामुख्याने चार प्रकारे होत असतं. पहिला प्रकार आपण वाचतो, दुसरा प्रकार आपण लिहितो, तिसरा प्रकार आपण बोलतो आणि चौथा आपण ऐकतो. आत्ता तुम्ही पुस्तक वाचत आहात म्हणजे आत्ता संवाद होत आहे. मी हे पुस्तक लिहीलं आहे म्हणजेच मी वाचकांशी संवाद साधला आहे. आपण सारेच कधी ना कधी बोलत असतो तेव्हाही संवाद होत असतो. दुसरे जेव्हा बोलतात तेव्हा तुम्ही ऐकता त्यावेळीही संवाद सुरू असतो. आपल्या जागृतावस्थेमध्ये आपण ह्या चारापैकी काही ना काहीतरी करत असतो. आता असं पहा पहिले तीन प्रकार शाळा कॉलेजातून शिकवले जातात. आपण ते शिकण्यासाठी वर्षानुवर्षे घालवतो. पण चौथा भाग आणि तो अतिशय महत्त्वाचा आहे, तो आपल्याला कोणीही शिकवत नाही.

'त्यात काय शिकायचं आहे?' असा विचार काहींच्या मनाला चाटून जाईल.

त्यातही शिकण्यासारखं आहे. अहो सगळ्यांनी जर नीट ऐकून घेतलं असतं तर गैरसमज निर्माण झालेच नसते. 'मला समजूनच घेतलं नाही' असे उद्‌गार कोणी काढले नसते. नात्यागोत्यामध्ये एवढ्या समस्या कशाला निर्माण झाल्या असत्या?

'तरीदेखील मला ऐकू येतंय. त्यात मी शिकायचं काय?' असा विचार तुमच्या मनात आल्याशिवाय रहाणार नाही.

कानात ध्वनिलहरी शिरतात व आपल्याला आवाज ऐकू येतो ही तर नैसर्गिक क्रिया झाली. ती कोणी थांबवू शकत नाही आणि कुणी त्याचा वेग वाढवू शकत नाही. त्यामध्ये शिकण्यासारखं काही नाही.

परंतु ध्वनिलहरी कानात गेल्या म्हणजे आपल्याला समजलं असं नाही. समजा आत्ता तुम्ही पंख्याखाली बसून, ट्यूबलाइटच्या प्रकाशात हे पुस्तक वाचत असाल तर पंख्याच्या आवाजाच्या आणि ट्युबलाइटच्या आवाजाच्याही लहरी तुमच्या कानात शिरताहेत. पण त्याचा आवाज तुम्हाला जाणवत असेलच असं नाही. येथे मुद्दा असा आहे की ऐकू येणं ही एक आपली अंतर्गत प्रक्रियासुद्धा आहे. ती आपल्याला कधीही थांबवता येते. ध्वनिलहरी कानात शिरल्या तरी कित्येक गोष्टी ऐकल्या जात नाहीत. कित्येकवेळा आपण ही ऐकण्याची अंतर्गत प्रक्रिया कधी थांबवतो ते आपलं आपल्यालाच कळत नाही. गंमत अशी आहे की आपण जेव्हा ही प्रक्रिया नेमकी थांबवायला नको तेव्हाच ती थांबवली जाते. आपण ती प्रक्रिया थांबवली आहे ह्याकडेही आपलं लक्ष नसतं.

बरं ट्युबलाइटच्या बाबतीत किंवा पंख्याच्या बाबतीत फक्त कानात शिरणाऱ्या आवाजाकडेच लक्ष द्यायचं असतं. पण माणसांच्या बाबतीत जरा वेगळं आहे. माणसं म्हणजे काही वस्तू नाही. माणसांच्या बाबतीत शब्दांच्या पलीकडलाही आवाज

असतो. तो ऐकायला नुसते कान कमी पडतात. तो आवाज डोळ्याने ऐकायचा असतो, स्पर्शाने ऐकायचा असतो, शब्दांच्या पलीकडल्या भावनांतून ऐकायचा असतो, आवाजाच्या टोनवरून ऐकायचा असतो. एखाद्या शब्दावर दिलेला भर लक्षात घ्यायचा असतो.

बाकी सगळं तर सोडाच, बोलताना नुसता एखाद्या शब्दावर दिलेला भर, वाक्याचा संपूर्ण अर्थ बदलू शकतो. विश्वास बसायला जड जातंय ना? आता आपण एक वाक्य घेऊया आणि त्यातील एखाद्या शब्दावर जोर देऊन ते वाचूया. शब्दावर भर दिल्यामुळे त्याचा अर्थ तोच राहतो की बदलतो तेही पाहूया.

रमेशने रेखाला पैसे दिले.

वरील वाक्य उदाहरणासाठी घेतलेलं आहे. आता हे वाक्य वाचताना एखाद्या शब्दावर भर दिला तर काय होतं ते पाहूया. खाली हेच वाक्य चारवेळा लिहिलेलं आहे. जो शब्द तिरका आणि अधोरेखित आहे त्या शब्दावर भर द्या आणि वाचा. भर दिल्यानंतर त्याचा अर्थ तोच राहतो की बदलतो हे तपासून पहा.

रमेशने रेखाला पैसे दिले.
रमेशने *रेखाला* पैसे दिले
रमेशने रेखाला *पैसे* दिले
रमेशने रेखाला पैसे *दिले*.

वरील चारही वाक्यातील शब्द जरी सारखे असले तरी प्रत्येकाचा अर्थ वेगळा आहे. पहिल्या वाक्यात *रमेश* ह्या शब्दावर भर आहे म्हणजे रेखाकडे जे पैसे आहेत ते फक्त रमेशनेच दिले आहेत, सुधीर किंवा दीपकने दिलेले नाहीत. त्यानंतरच्या वाक्यात *रेखा* ह्या शब्दावर भर दिलेला आहे म्हणजे रमेशने दुसऱ्या तिसऱ्या कुणाला नाही तर फक्त रेखालाच पैसे दिले. तिसऱ्या वाक्यात *पैसे* ह्या शब्दावर भर दिलेला आहे म्हणजे त्यानं दुसरं तिसरं काहीही न देता पैसेच दिले आहेत, हे सांगण्यात आलेलं आहे. आणि चौथ्या वाक्यात *दिले* ह्यावर भर दिला आहे म्हणजे त्याने नुसतंच आश्वासन दिलं नाही तर ते पूर्ण केलं, पैसे दिले असं म्हटलेलं आहे.

पाहिलंत शब्द तेच राहिले तरी अर्थ कसा बदलतो? आता ह्याकडे आपलं लक्ष नसेल तर दुसऱ्या व्यक्तीला काय सांगायचं आहे ते आपल्याला समजणारच नाही. एवढंच नाही तर आवाजाचा टोन, शब्दाचा वेग, शब्द फेकण्याची तऱ्हा, डोळ्यातील भाव, चेहेऱ्यावरचे हावभाव, एकूण देहबोली लक्षात घेतली तर ह्या वाक्याचा अर्थ, त्या दोघांमधल्या नात्यांवर संशयही व्यक्त करू शकतो.

संवादाच्या शास्त्राप्रमाणे नुसत्या शब्दांनी वाक्याचा अर्थ फक्त सात टक्केच व्यक्त होतो. ह्यामध्ये अडतीस टक्क्याची भर पडते ती आवाजामुळे. त्यामध्ये

शब्दाचा टोन, शब्द फेकण्याची लकब, त्याचा वेग वगैरे वगैरे गोष्टी मोडतात. परंतु सगळ्यात महत्त्वाची गोष्ट म्हणजे चेहेऱ्यावरील हावभाव आणि डोळ्यातील भाव, वाक्याचा अर्थ पंचावन्न टक्क्यांनी परिपूर्ण करतात. ह्या पंचावन्न टक्क्यामध्ये विशेषत: डोळे फार महत्त्वाची भूमिका बजावतात.

आपल्या शरीरातला डोळा हा एकच अवयव असा आहे की त्यात आपल्या सगळ्या भावनांचा पूर्ण प्रतिबिंब पहायला मिळतं. ह्या भावनांची जोड जर शब्दाला दिली तर वाक्याचा अर्थ बदलू शकतो. आपण वर उदाहरणादाखल जे वाक्य घेतलं आहे, तेच वाक्य परत घेऊया आणि त्या वाक्याशी पडताळून पाहूया.

रमेशने रेखाला पैसे दिले.

डोळ्यात जर क्रोध असेल आणि *रमेश* ह्या शब्दावर जोर दिला तर रमेशने पैसे दिल्याबद्दलचा राग व्यक्त होतो. दुसऱ्या कोणाला व्यक्तीने दिले असते तर चाललं असतं पण रमेशने का दिले? त्याने पैसे द्यायला नको होते. असा काहीसा अर्थ होतो.

समजा *रेखा* ह्या शब्दावर भर दिलेला असेल तर रेखाला पैसे दिल्याबद्दल राग. पैसे देण्याबद्दल काही नाही पण ते रेखाला दिल्याबद्दल राग. त्याने रेखाला द्यायला नको होते, असा काहीसा अर्थ होतो.

समजा *पैसे* ह्या शब्दावर जोर असेल तर पैसे दिल्याबद्दल राग. रेखाला दिल्याबद्दल काही नाही पण पैसे दिल्याबद्दल राग. त्याने पैसे का दिले? पैसे द्यायला नको होते. असा काहीसा अर्थ होतो.

समजा *दिले* ह्या शब्दावर जोर असेल तर आश्वासन पूर्ण केल्याबद्दल राग. पैसे देतो असं आश्वासन दिलं तर काही हरकत नाही पण लगेच द्यायला कशाला पाहिजे? त्याने द्यायला नको होते असा काहीसा अर्थ होतो.

डोळ्यात जर मत्सर असेल तर काय होतं ते आता पाहूया. समजा *रमेश* ह्या शब्दावर जोर असेल तर रमेशबद्दल मत्सर. समजा *रेखा* ह्या शब्दावर जोर असेल तर रेखाबद्दल मत्सर.

डोळ्यात जर दया असेल तर काय होतं ते पाहूया. *रमेश* ह्या शब्दावर जोर असेल तेव्हा रमेशने मदत केल्याबद्दल कृतज्ञता किंवा *रेखा* ह्या शब्दावर जोर असेल तेव्हा रेखाला मदत केल्याबद्दल कृतज्ञता व्यक्त होते. *पैसे* ह्या शब्दावर जोर असेल तेव्हा पैशाची मदत केल्याबद्दलही कृतज्ञता व्यक्त होऊ शकते.

डोळ्यात जर प्रेम असेल तर काय होतं ते पाहुया. *रमेश* ह्या शब्दावर जोर असेल तेव्हा रमेशने मदत केल्याबद्दल समाधान व्यक्त होण्याची शक्यता आहे. येथे रमेशबद्दलचे प्रेम अध्याहृत आहे. जेव्हा *रेखा* ह्या शब्दावर जोर असेल तेव्हा रेखाला मदत केल्याबद्दल समाधान व्यक्त होण्याची शक्यता आहे. येथे कोणी मदत केली त्याबद्दल काही नाही पण कोणाला मदत केली हे जास्त व्यक्त होतं.

पाहिलंत कसा मूलभूत फरक पडतो... वेगवेगळ्या भावना वेगवेगळे अर्थ सांगत असतात. परंतु डोळ्यांकडे लक्ष नसेल तर ह्या गोष्टी निसटण्याची शक्यता आहे. मला येथे एका हिंदी सिनेमातील गाण्याचा उल्लेख करावासा वाटतो. ते प्रेमगीत आहे आणि त्या गाण्यामध्येही डोळ्यांवरच भर आहे. त्याच्या ओळी अशा आहेत.

आँखेही होती है दिलकी जुबाँ
बिन बोले करती है
हालत ये पल मे बयाँ

याचा अर्थ, प्रेम व्यक्त करण्यासाठी शब्दांची गरजच नसते, नुसत्या नजरेतून ते एका क्षणात व्यक्त होतं. आता हे प्रेमगीत असल्यामुळे ह्यामध्ये प्रेमाचा उल्लेख आहे. परंतु सर्वसाधारण विचार केला तर असे ध्यानात येईल की खरंच डोळ्यांनी

जे व्यक्त होतं ते कित्येक वेळा शब्दांनी व्यक्त करता येत नाही. नुसतंच प्रेम नाही तर सगळ्याच भावना डोळ्यात परावर्तित होताना दिसतात. म्हणूनच हिंदी, मराठीच काय तर अनेक भारतीय सिनेमात 'डोळे' ह्या विषयावर अनेक गाणी दिसतील.

ऐकायला शिकायचं म्हणजेच हा शब्दांच्या पलीकडला त्र्याण्णव टक्के भाग पकडायला शिकायचं. शब्दांच्या पलीकडे पकडताना सर्वसाधारणपणे आपल्या तीन प्रकारच्या चुका होतात.

पहिली चूक : आपल्या भावना

आपण दुसऱ्यांना समजून घेण्याचा प्रयत्न करीत आहोत हेच आपण विसरतो. आपण शब्दांच्या पलीकडे जायचा प्रयत्न करीत आहोत व दुसऱ्यांच्या डोळ्यातील भावना पकडायचा प्रयत्न करीत आहोत. परंतु असे करीत असताना आपल्याच भावना आपला हा प्रयत्न हाणून पाडतात. आपणही माणूसच आहोत. आपल्यालाही भावना असतात. त्याही आपल्या डोळ्यातून डोकावू लागतात. त्यामुळे दुसरी व्यक्ती जे काही व्यक्त करीत असते त्याकडे आपण आपल्या भावनिक दृष्टिकोनातूनच पहात असतो. मग शब्द जरी तेच राहिले तरी अर्थ वेगवेगळे निघू शकतात, हे आपण पाहिलेच आहे. रमेशने रेखाला पैसे दिले ह्या वाक्याला आपण वेगवेगळ्या भावनांची जोड देऊन पाहिली. आपण जी जोड देऊ त्याप्रमाणे प्रसंगाचे अर्थ निघतात व आपल्या हातून कृती घडते. पवित्र भावनांची जोड दिली तर पवित्र कृती होऊ

शकेल व द्वेषपूर्ण भावनांची जोड दिली तर द्वेषपूर्ण कृती होऊ शकेल.

वादाच्या प्रसंगी दुसरी व्यक्ती एखादा प्रसंग पवित्र भावनेतून सांगत असते. पण त्या प्रसंगाला त्याच्या डोळ्यातील पवित्र भावनांची जोड द्यायची सोडून, आपण आपल्या मनातील द्वेषपूर्ण भावनांची जोड देतो. मग दुसऱ्याच्या पवित्र प्रसंगाला आपल्याकडून उपहासपूर्ण कृती बाहेर पडते. ह्याला समजून घेणं म्हणत नाहीत. ह्याला ऐकून घेणं म्हणत नाहीत. दुसऱ्याचं ऐकून घ्यायचं म्हणजे तो जे काही सांगतो आहे, त्या शब्दांच्या मागील भावना जशाच्या तशा पकडून त्या प्रसंगाशी जोडायच्या. आपण समोरच्या व्यक्तीच्या भावनांना प्राधान्य द्यायचं. आपल्या भावना नंतर मांडायच्या.

दुसरी चूक : आपले सल्ले

ही तर आपली आवडती सवय आहे. उठसूठ सगळ्यांना सल्ले देत बसायचं. दुसऱ्यानं म्हणणं पूर्ण करण्याआधीच आपला सल्ला सुरू होतो. न मागता दिलेला सल्ला नेहमी कचऱ्याच्या पेटीत जातो. सल्ला चुकीचा नसेलही पण जर न मागता दिलेला असेल तर तो कचऱ्यात जाण्याची शक्यताच जास्त असते.

तिसरी चूक : आपली नावं ठेवण्याची सवय

आणखी एक आपणा सर्वांची सवय, उठसूठ सगळ्यांना नावं ठेवत बसायचं.

'तू वेंधळीच आहेस'
'हा अजागळंच आहे'
'तू चुकतो आहेस'
'तू धांदरट आहेस'

अशी वेगवेगळ्या वेळी आपण प्रत्येकाला नावं ठेवत असतो आणि सल्ले देत असतो. आता तुमच्या मनात विचार येईल की आम्हाला कळल्या आमच्या चुका. आता पुढे काय करायचं?

पहिली गोष्ट, ऐकून घेण्याची कला शिकायची असेल तर वरील तीनही चुका टाळायला हव्यात.

दुसरी गोष्ट, संभाषणामध्ये किंवा वादविवादामध्ये नेहमीच '**पहिले आप**' ह्या धोरणाचा वापर करावा.

तिसरी गोष्ट, संभाषणामध्ये दुसऱ्याला आडकाठी न करता खुशाल बोलू द्यावे.

चौथी गोष्ट, समोरचा बोलत असताना शब्दांच्या पलीकडल्या गोष्टी पकडायचा प्रयत्न करायचा. तो कोणत्या शब्दांवर जोर देतो ह्याकडे लक्ष पुरवावे. त्यांच्या चेहेऱ्यावरील हावभावांकडे लक्ष द्यावे. त्याच्या एकूण देहबोलीकडे लक्ष द्यावे.

त्याच्या डोळ्यातील भावनांकडेसुद्धा लक्ष द्यावे.

पाचवी गोष्ट, एखाद्या परिसंवादाच्या कार्यक्रमात, कार्यक्रमाच्या शेवटी सगळ्यांची उलटसुलट भाषणे झाल्यावर सूत्रधार ज्याप्रमाणे सगळ्या वक्त्यांची मतं परत स्वत:च्या शब्दात मांडतो अगदी त्याचप्रमाणे आपण समोरच्या व्यक्तीचं म्हणणं आपल्याला जसं समजलं तसं मांडायचं. परंतु ह्यामध्ये आपलं एकही मत मांडायचं नाही. कोणताही सल्ला द्यायचा नाही. कशालाही नावं ठेवायची नाहीत. परिसंवादाच्या शेवटी सूत्रधार म्हणतो 'अमुक अमुक वक्ते असं म्हणाले व त्याच्या विरुद्ध तमुक तमुक वक्ते तसे म्हणाले'. ह्यामध्ये त्याचं वैयक्तिक मत तो सांगत नाही. त्याचप्रमाणे आपल्याला करायचं आहे. दुसऱ्याचं मत आपल्याला जसं समजलं तसं स्थितप्रज्ञ राहून मांडायचं. आपला समज जर बरोबर असेल तर समोरची व्यक्ती आपल्या बोलण्याला अनुमोदन देईल व आपला समज चुकीचा असेल तर ती व्यक्ती आपलं बोलणं तोडून लगेच आपल्या निदर्शनास आणून देईल. तसं झाल्यास परत पहिल्यापासून समजून घ्यायचं.

सहावी गोष्ट, आपलं मत जर वेगळं असेल तर मांडायला सुरुवात करायची. पण तसे करताना दुसऱ्याच्या मतावर टीका करायची नाही. त्याच्या मताला कमी लेखायचं नाही, फक्त स्वत:चे विचार मांडायचे. समोरची व्यक्ती ह्या पायरीवर तुमचं मत ऐकून घ्यायला तयार झालेली असते कारण तुम्ही त्या व्यक्तीचं म्हणणं पूर्णपणे ऐकून घेतलेलं असतं. सातवी गोष्ट ह्या चर्चेमधून जर आपलं मत बदलं तर ते खुशाल आढेवेढे न घेता, अहंकार न बाळगता बदलून टाकावं. स्वत:चं मत बदलण्याकरता आपण पुढाकार घेतलेला पाहून समोरच व्यक्ती स्वत:चा अहंकारही टाकून देण्याची शक्यता जास्त असते. त्यातूनही जर मतभेद कायम राहिले तर ते एकमेकांवर न लादता आपापल्यापुरते ठेवावेत. वरीलप्रमाणे मतभेद हाताळलेत तर ते चांगल्या रितीने सोडवता येतात. अर्थात सगळेच मतभेद सुटतात असे नाही. पण आपल्यामध्ये कोणत्या गोष्टीवर मतभेद आहेत आणि का आहेत हे तरी दोघांना समजतं. आणखी एक गोष्ट, मतभेद राहिले तरी आपले त्या व्यक्तीशी संबंध चांगले राहतात.

हा पुढाकार अतिशय कठीण आहे. 'पहिले आप' असं म्हणायलासुद्धा पुढाकार घ्यावा लागतो. हा पुढाकार घेणं हे अतिशय संयमाचं काम आहे आणि म्हणूनच कठीण आहे.

तुमच्या मनात विचार येईल की प्रत्येक वेळी पहिले आप करत बसलो तर आमची दिवसभर काही कामं होणार नाहीत आणि चोवीस तास कमी पडतील. शिवाय आमच्या मनासारखं काहीच होणार नाही हे दु:ख तर वेगळंच असेल.

'पहिले आप' आपण पाहुण्यांचे आदरातिथ्य करताना आवर्जून करतो. त्यावेळी

ते अतिशय महत्त्वाचे आणि जरुरीचंही असतं. एरवी तेवढे काटेकोरपणे पाळतोच असं नाही. परंतु एरवी तेवढे कटाक्षाने पाळले नाही तरी अगदीच त्या तत्त्वाच्या विरुद्ध गोष्टी करतो असंही होत नाही. अगदी त्याचप्रमाणे जेव्हा नातेसंबंध महत्त्वाचे असतील, प्रश्न महत्त्वाचे असतील, आपल्या निर्णयाचे दूरगामी परिणाम होणार असतील, मन:शांतीवर दूरगामी परिणाम होणार असतील, कौटुंबिक स्वास्थ्यावर परिणाम होणार असेल अशा वेळी हे तत्त्व वापरणं हे महत्त्वाचं ठरेल, उलट ह्याच्या विरुद्ध वागलं तर ते महाग पडेल.

देवाने आपल्याला दोन कान आणि एक तोंड दिलं आहे. ह्याचा अर्थच असा आहे की तोंडापेक्षा कानाचा दुप्पट वापर करावा.

सारांश

'पहिले आप' चा प्रयोग करून पहा.

एखाद्या प्रसंगात मतभेदामुळे तुमची वादावादी झालेली असेल, भावनांची तेढ निर्माण झालेली असेल असा प्रसंग निवडा. ज्या व्यक्तीशी वादावादी झालेली असेल त्या व्यक्तीकडे जा आणि परत तो प्रसंग घडवून आणा. परंतु ह्यावेळेस ऐकून घेण्यासाठी पुढाकार घ्या. त्या व्यक्तीकडे जा आणि म्हणा 'मला आपल्यातील मतभेद नीट समजून घ्यायचे आहेत. त्यादिवशी माझं लक्ष नव्हतं. आज आपण परत शांतपणे बोलूया. तुम्ही प्रथम तुमचे म्हणणे मांडा. मला ते ऐकून घ्यायचे आहे. त्यानंतर तुमचे म्हणणे मला कितपत समजले ते मी सांगीन. तुम्हाला जे काही म्हणायचे आहे ते मला समजल्यानंतर मी माझं म्हणणं मांडीन.'

त्यानंतर ती व्यक्ती बोलत असताना तुम्ही कोणत्याही प्रकारे भावनावश न होता त्या व्यक्तीच्या भावनांशी समरस व्हा. त्या व्यक्तीच्या देहबोलीचे निरीक्षण करा. शब्दांच्या पलीकडे पकडण्याचा प्रयत्न करा. तुम्ही नीट ऐकता आहात हे त्या व्यक्तीला कळू द्या. ती व्यक्ती बोलताना कोणताही अडथळा आणू नका. जरूर असल्यास आणि त्या व्यक्तीची हरकत नसल्यास कागदावर टिपणे घ्या. त्या व्यक्तीला पूर्णपणे बोलूद्या. तुम्ही फक्त ऐका.

त्यानंतर त्या व्यक्तीच्या बोलण्यावरून तुम्हाला जे काही समजले आहे ते तुम्ही तुमच्या शब्दात त्या व्यक्तीला परत सांगा. तुम्ही म्हणाल 'ठींक आहे. मी तुमचं म्हणणं ऐकून घेतलं. त्यावरून मला काय समजलं ते मी तुम्हाला सांगतो. तुम्हाला असं म्हणायचं आहे की' परंतु असे करताना एक सावधतेचा इशारा असा आहे की त्या व्यक्तीच्या भाष्यातील काही मोजके शब्द जसेच्या तसे तुमच्या तोंडी हवेत. संपूर्णपणे वेगळी भाषा वापरलीत तर जरा पंचाईत येईल.

तुम्ही जे काही सांगाल त्यावर ती व्यक्ती एकतर होकार देईल किंवा परत

मतभेद व्यक्त करील. होकार दिला तर चांगलंच आहे. आपण पुढच्या पायरीवर जाऊ. पण कदाचित ती व्यक्ती म्हणेल 'मला हे म्हणायचं नव्हतं'. अशा वेळेस तुम्ही परत त्याचं म्हणणं ऐकून घ्या. जोपर्यंत त्या व्यक्तीला काय म्हणायचं आहे हे तुम्हाला सांगता येत नाही तोपर्यंत तुम्ही त्या व्यक्तीचं म्हणणं परत परत ऐकून घ्या.

एकदा ही पायरी पार केली की मग आता तुमचे म्हणणे मांडायची वेळ आली आहे असे समजा व तुम्ही तुमचे म्हणणे मांडा.

अशा प्रकारे चर्चा केल्यावर तुमच्या मतभेदावर काय परिणाम होतो ते पहा व त्याहूनही महत्त्वाचे असे की तुमच्या नातेसंबंधावर कसा परिणाम होतो ते पहा.

ही कला तुम्ही आत्मसात केली याचा अर्थ ह्याच्या आधीची चारही प्रकरणं तुम्ही चांगलीच आत्मसात केली आहेत व पुढची पाच प्रकरणं तुम्हाला आत्मसात करायला काही जड जाणार नाही. ह्याचं कारण असं आहे की हा पुढाकार म्हणजे ह्या दहा प्रकरणांचा मध्यबिंदू आहे. तसेच हा पुढाकार सगळ्यात कठीण आहे आणि विशेष म्हणजे पहिली चार प्रकरणं अमलात आणल्याशिवाय हा पुढाकार जमणारच नाही. जितक्या तन्मयतेने तुम्ही दुसऱ्याचं म्हणणं ऐकून घेतलं तितक्याच आत्मीयतेने दुसरे तुमचं म्हणण ऐकून घेतील. इतरांनी आत्मीयता दाखवल्याशिवाय आपल्याला काहीही मिळवता येत नाही.

पुढाकाराचे सहावे सूत्र
सांघिक बळ निर्माण करा

सांघिक बळ

मागील पाचही प्रकरणं तुम्ही जर अमलात आणलीत तर तुम्ही सांघिक बळासाठी सज्ज झालात असं समजा. तुमचे यान मोठ्या उड्डाणासाठी सज्ज आहे असे समजा. सांघिक बळाचा हा नियमच आहे.

लहानपणी शाळेत मला एक धडा होता. धड्याचं नाव मला आठवत नाही. पण त्यात खाशाबा आणि त्यांची पाच मुलं असतात. खाशाबा म्हातारे झालेले असतात. त्यांच्या मागे त्यांच्या घराचे आणि शेताचे तुकडे तुकडे होतील की काय अशी त्यांना चिंता लागून राहिलेली असते. त्यांची पाचही मुलं चांगली पहिलवान असतात पण त्यांच्यामध्ये एकी नसते. म्हातारे खाशाबा एक दिवस त्यांच्या पाच मुलांना प्रत्येकी दोन दोन काठ्या घेऊन यायला सांगतात. मुलं बाहेर जाऊन प्रत्येकी दोन काठ्या घेऊन येतात. त्या सगळ्या काठ्या खोलीच्या मध्ये ठेवतात. मग प्रत्येकाला त्यातील एक काठी उचलून मोडून दाखवायला सांगतात. प्रत्येकजण पहिलवान असतो. भराभर सगळे एकेक काठी उचलतात. उजवा पाय थोडासा उचलून दोन्ही हातानी काठी धरून मांडीवर काठी आपटतात आणि काठ्या कडाकड मोडून दाखवतात. खाशाबा सगळ्यांना शाबासकी देतात. आता खोलीच्या मध्ये पाच चांगल्या काठ्या उरलेल्या असतात. त्या ते एकत्रितपणे बांधायला सांगतात. लगेच सगळे मिळून त्या काठ्या बांधतात. त्यानंतर खाशाबा म्हणतात 'आता हा पाच काठ्यांचा जोड मोडून दाखवा'

लगेच एक एक पहिलवान आपापली ताकद आजमावून पाहू लागला. पण कोणालाही ते जमले नाही.

खाशाबांनी सांगितले ''अरे एकट्याला जमत नसेल तर एकमेकांची मदत घ्या आणि मोडा.''

मग आधी दोघं दोघं, मग तिघं, मग चार जणं आणि मग पाचही जण एकत्र प्रयत्न करू लागतात. पण त्या पाचही पहिलवान भावांकडून त्या बांधलेल्या काठ्या काही केल्या मोडल्या जात नाहीत.

खाशाबा हा सगळा प्रकार पहात होते. खाशाबा म्हणाले, ''अरे पोरांनो पाहिलंत तुम्ही एवढे पहिलवान, पण पाच पहिलवानांचा जोर वापरूनसुद्धा ह्या काठ्या मोडल्या नाहीत. त्याच काठ्या जेव्हा सुट्या होत्या तेव्हा तुम्ही त्या सहजपणे मोडल्या. पोरांनो तुम्ही माझी पाच मुलं अगदी ह्या काठ्यांसारखीच आहात. तुम्ही जर एकत्र नसलात तर गावतील कोणीही तुमचा पाडाव सहज करू शकेल. मग आपलं घर, शेती सगळ्याचे हाल कुत्रंसुद्धा खाणार नाही. पण जर तुम्ही एकत्र असाल तर मग संपूर्ण गाव जरी आडवा आला तरी त्यांना तुम्ही पुरून उराल.'' पोरांना आपली चूक कळली आणि त्यानंतर ते न भांडता, एकत्र राहू लागले.

ही अगदी साधी गोष्ट आहे पण ती एक मोठा धडा शिकवून जाते. सांघिक बळाविषयी एक मोठा नियम नकळत सांगितलेला आहे.

सांघिक बळ हे नेहमीच त्या संघातील सदस्यांच्या वैयक्तिक बळाच्या बेरजेपेक्षा अधिक असते.

आता वरील नियम आपण काठ्यांना लावून पाहूया. समजा प्रत्येक काठीचं वैयक्तिक बळ अंकात मांडलं आणि ते १ एवढं असेल तर पाच काठ्यांच्या वैयक्तिक बळाची बेरीज ५ एवढी होईल. पण जेव्हा ह्या पाच काठ्या बांधल्या जातील तेव्हा त्यांचं बळ पाच पेक्षा जास्त असेल. हा निसर्गाचा नियम आहे. ह्यामध्ये काही युक्ती वगैरे नाही. हे का होतं हे विचारणं म्हणजे 'सूर्य पूर्वेकडून का उगवतो?' असा प्रश्न उपस्थित करण्यासारखं झालं. सूर्य पूर्वेकडे उगवतो हा निसर्गाचा नियम

आहे. त्याला कोणीही 'का?' असा प्रश्न विचारू शकत नाही. त्याच प्रमाणे सांघिक बळाचा हा नियम आहे. त्याला 'का?' असं, विचारू शकत नाही. तो आहे एवढंच ध्यानात ठेवून पुढची वाटचाल करायची.

खाशाबांनी हेच तत्त्व उदाहरणासकट समजावून सांगितलं. पाच भाऊ पहिलवान होते. पण जर ते एकत्र नसतील तर पाचहीजणांचा वैयक्तिकरित्या पाडाव करणं सोपं आहे. पण जर ते एकत्र राहतील तर मात्र त्यांचं बळ प्रचंड वाढेल व मग त्यांचा पाडाव करणं कठीण काम आहे. त्यांच्या वैयक्तिक बळाची बेरीज केली तर त्या बेरजेपेक्षाही जास्त त्यांचं सांघिक बळ तयार होतं.

हा नियम फक्त शारीरिक बळापुरता मर्यादित आहे असं नाही तर हा मानसिक, वैचारिक किंवा कोणत्याही कौशल्याच्या बाबतीत लागू होऊ शकतो. हा नियम नुसता माणसांपुरता मर्यादित नाही तर अखंड विश्वाला लागू होतो.

एका नर्सरीमध्ये झाडांवर प्रयोग केला होता व त्यातूनही सांघिकबळाचा झाडां- वरही कसा परिणाम होऊ शकतो ह्याची प्रचिती येते. काही झाडांमध्ये एक झाड बाजूला काढलं व ते एका एकाकी ठिकाणी ठेवलं. बाकीची झाडं एकत्र ठेवली. माळ्याने दोघांची सारखीच काळजी घेतली पण एकाकी झाडाची वाढ चांगली नव्हती, तर जी झाडं एकत्र ठेवली होती त्यांची वाढ आणि प्रकृती चांगली होती. झाडंसुद्धा एकत्र असली तर त्यांची वाढ चांगली होते.

मध्यंतरी डिस्कव्हरी चॅनलवर आफ्रिकेतल्या जंगलातील रानटी कुत्र्यांवरची फिल्म पाहिली. ती जंगली कुत्री कळपाने राहतात व कळपानेच शिकार करतात. त्यांचा कळप जेव्हा शिकारीला निघतो तेव्हा तो वाघ सिंहाच्या कळपापेक्षाही ताकदवान असतो. वाघांच्या तावडीतून शिकार सुटेल पण जंगली कुत्री मोठी मोठी जनावरंसुद्धा आडवी पाडतात. हे शक्य होतं कारण त्यांच्यामधील सांघिकबळ.

शाळेत शिक्षणसुद्धा एकट्या दुकट्या मुलाला देण्यापेक्षा संपूर्ण वर्गाला दिलं तर मुलांचा मानसिक विकास चांगला होतो. सांघिक बळाचा नियम निसर्गाचा आहे. तो कुटुंबांना लागू होऊ शकतो, तो व्यावसायिक संस्थांना लागू होतो. जेथे जेथे एकत्र काम करण्याचा प्रसंग उभा राहतो तेथे तेथे सांघिकबळाचा नियम लागू होतो. सांघिक बळ हे नेहमीच त्या संघातील सदस्यांच्या वैयक्तिक बळाच्या बेरजेहून अधिक असते.

सावधानतेचा इशारा

परंतु माणसांच्या बाबतीत थोडी खबरदारी बाळगायला लागते. माणसांच्या बाबतीत हे सांघिक बळ संघातील सदस्यांच्या वैयक्तिक बळाच्या बेरजेपेक्षा कमीसुद्धा असू शकते.

कौटुंबिक वातावरणामुळे मुलांचा मानसिक विकास चांगलाही होऊ शकतो

तसेच वाईटही होऊ शकतो. कुटुंबातल्या संघभावनेमुळे मोठ्या मोठ्या संकटांना धीराने तोंड देता येतं तर ही संघभावना नसेल तर संकटं ओढवून घेतली गेल्याचीसुद्धा उदाहरणं आपल्या समाजात दिसतात. छोटे छोटे वाद अल्पावधीतच मोठ्या मोठ्या तंट्याचं रूप धारण करतात. मग घटस्फोट, विभक्त कुटुंब पद्धती, वृद्धाश्रम असे वेगवेगळे फाटे फोडले जातात. ह्या सगळ्या प्रक्रियेत प्रचंड ऊर्जा खर्च होते, प्रचंड पैसा खर्च होतो. समाधान तर कोणालाच मिळत नाही. शिवाय मानसिक दबावामुळे जो मनावर विपरीत परिणाम झालेला असतो त्याची छाप तीन पिढ्यांपर्यंत रहाते. एवढेच काय कौटुंबिक तंट्यामुळे कित्येक घरे तर सोडाच पण व्यवसाय आणि राज्येसुद्धा उद्ध्वस्त झाल्याची उदाहरणं आहेत. जेव्हा जेव्हा चौथ्या आणि पाचव्या प्रकरणात उल्लेखिलेल्या नियमांचं उल्लंघन केलं जातं तेव्हा तेव्हा सांघिक बळ निगेटीव्ह होतं. त्या उलट जेव्हा जेव्हा चौथ्या अणि पाचव्या प्रकरणातल्या नियमांचं पालन केलं जातं तेव्हा तेव्हा प्रचंड सांघिक बळ निर्माण होऊ शकतं. जितक्या प्रमाणात तुम्ही चौथ्या आणि पाचव्या प्रकरणातील नियमांचं पालन कराल तितक्या प्रमाणात सांघिक बळ जास्त असू शकेल.

निसर्गाच्या नियमाप्रमाणे मिळणारं सांघिक बळ वाढवण्यासाठी काय करायचं ते आपण ह्या प्रकरणामध्ये पाहूया.

कल्पकता वापरा

सांघिक बळ वाढवण्यासाठी थोडासा कल्पकतेचा वापर करायला लागेल. कल्पकता म्हणजे उजव्या मेंदूचं काम हे आपण दुसऱ्या प्रकरणात पाहिलंच आहे. सांघिक बळ जेव्हा वाढतं तेव्हा नातेसंबंध जोडले जातात व निखळ आनंद उपभोगायला मिळतो. नातेसंबंध जोडणं आणि निखळ आनंद हे उजव्या मेंदूचं काम आहे. संबंध जोडण्याकरता वेगवेगळ्या विचारांची जोडणी आवश्यक असते. हे उजव्या मेंदूचं काम आहे. डावा मेंदू लॉजिकल आहे. तो विश्लेषण करतो, तुकडे करतो. जोडत नाही. तो 'तुझे का माझे' असा विचार करतो. ह्यामुळे नाती जोडली जात नाहीत तर उलट तोडली जातात.

वेगवेगळे विचार जोडायचे असतील तर कल्पकता लागते कारण 'तुझे का माझे' ह्या वादामध्ये अडकून न राहता, जो अस्तित्वात नाही, असा पर्याय निर्माण करून नाती जोडायची आवश्यकता असते. ह्या सगळ्यासाठी उजव्या मेंदूची गरज आहे.

आता तुमच्या मनात विचार येईल 'हे कसं बुवा करायचं?'

सोपं आहे. मी एकदा एका कार्यशाळेत कल्पकतेवर बोलत असताना एक प्रात्यक्षिक केलं.

मी वर्गात माझ्या टेबलावरचा काचेचा ग्लास उचलला व सगळ्यांना दिसेल

असा धरला आणि म्हटलं 'हा काचेचा पाणी प्यायचा ग्लास आणखी किती प्रकारे उपयोगात आणला जाऊ शकतो? प्रत्येकानं ह्या प्रश्नाचं उत्तर आपापल्या वहीत लिहायचं आहे. कोणाशीही चर्चा करायची नाही. ह्याचं उत्तर शोधताना उजव्या मेंदूचा वापर करायचा. कोणत्याही कल्पक विचाराचं स्वागत होईल. उत्तर लॉजिकल नसलं तरी चालेल असं सांगितलं.

मी पाच मिनिटाचा वेळ दिला. पाच मिनिटानंतर पाणी प्यायचा ग्लास आणखी किती प्रकारे उपयोगात येऊ शकतो ह्याची उत्तरे काय लिहिली आहेत हे तपासून घेतलं. काहींना दोन तीन उपयोगच सुचले होते तर काहींना पाच तर काहींनी आठ उपयोग लिहिले होते.

त्यानंतर मी वर्गात सगळ्या सहकाऱ्यांच्या जोड्या पाडल्या. एकूण वीसएक सहकारी होते त्यामुळे वर्गात दहा जोड्या झाल्या. त्यानंतर मी आपापल्या जोडीदाराला वहीमध्ये लिहिलेली उत्तरं दाखवायला सांगितली आणि त्यावर चर्चा करायला सांगितली. वर्गात कुजबूज सुरू झाली. पाचएक मिनिटानी मी प्रत्येक जोडीला विचारले की आता तुमच्या उत्तराची यादी तीच आहेत की त्यात काही भर पडलेली आहे. प्रत्येक जोडीच्या उत्तरांमध्ये भर पडलेली होती. त्यानंतर मी दोन दोन जोड्यांना एकत्र आणले. आता वर्गात चार जणांचे पाच गट झाले होते. मी परत त्यांना आपापल्या उत्तरांवर चर्चा करायला सांगितले. प्रत्येकजण आपण कोणकोणते उपयोग लिहिलेले आहेत ते एकमेकांना सांगत होता. चर्चा रंगत होती. मध्येच एखाद्या गटामध्ये हास्याचे फवारे निघत होते.

मी थोड्यावेळाने सगळ्यांना विचारलं की उत्तराची यादी तीच आहे की त्यात काही भर पडलेली आहे. प्रत्येक गटामध्ये भर पडलेली होती. त्यानंतर मी वर्गात दहा दहाचे दोन गट तयार केले आणि त्यांना त्यांच्या उत्तरांवर चर्चा करायला लावली. प्रत्येकजण आपापली उत्तरं एकमेकांना दाखवत होता आणि त्यावर चर्चा करत होता. पाच मिनिटानी मी चर्चा थांबवली आणि विचारले की उत्तरात भर पडली आहे काय?

दोन्ही गटांच्या उत्तरात भर पडलेली होती. त्यानंतर मी वीस जणांचा एकच कंपू केला आणि चर्चा घडवून आणली. पाच मिनिटानी चर्चा थांबवली. ह्यावेळेसही उत्तरात भर पडलेली होती. आता एकूण उपयोग सोळा झाले होते.

आता मी सगळ्यांना उद्देशून म्हणालो 'अगदी सुरवातीला काहींना ग्लासचे दोनच उपयोग सुचले होते तर काहींना आठ उपयोग सुचले होते. वेगवेगळ्या कंपूत चर्चा करून आता एकूण उपयोग सोळा झालेले आहेत. ही एक प्रक्रिया होती. ह्या प्रक्रियेत चार महत्त्वाचे टप्पे आहेत.

पहिला टप्पा : तुम्ही जेव्हा जोडीदाराशी तुमच्या उत्तराबद्दल चर्चा करता तेव्हा

तुमच्या असं लक्षात येतं की तुम्ही जी उत्तरं लिहिलेली आहेत तीच उत्तरं वेगळ्या शब्दात तुमच्या जोडीदारानेही लिहिलेली आहेत. अशा वेळेस कोणाच्याच यादीमध्ये भर पडत नाही.

दुसरा टप्पा : तुम्ही जी उत्तरं लिहिलेली आहेत त्यातील काही तुमच्या जोडीदाराने लिहिलेली नाहीत. अशावेळेस त्याच्या यादीमध्ये भर पडते.

तिसरा टप्पा : तुमचा जोडीदार जेव्हा त्याची उत्तरं तुम्हाला सांगतो तेव्हा तुमच्या असं लक्षात येतं की त्यातील काही उत्तरं तुम्ही लिहिलेली नाहीत. अशा वेळेस तुमच्या यादीत भर पडते.

चौथा टप्पा : हा सगळ्यात महत्त्वाचा टप्पा आहे, तुम्ही तुमच्या जोडीदाराशी चर्चा करीत असताना अशी वेळ येते की उत्तर त्यानंही लिहिलेलं नसतं आणि तुम्हीही लिहिलेलं नसतं. चर्चेमध्ये ओघाने कोणाला तरी सुचतं. ह्या टप्प्याला दोघांच्याही यादीत भर पडते.

ह्यावर बहुतेकांची संमती येते कारण ह्याचा अनुभव जवळ जवळ प्रत्येकाला येतो. एकदा एक जण चित्र काढण्यात हुषार होता. त्याने ग्लासचा उपयोग चित्र काढण्यासाठी लिहिला होता. बाकीच्यांना समजलं नाही. त्यावर त्याने आणखी स्पष्टीकरण दिलं की उपडा ग्लास रंगात बुडवून कागदावर गोलाकार छापे मारून चित्र करता येईल. ऐकणाऱ्यांमध्ये एक मुलगी होती. ती लगेच म्हणाली मग तसं आहे तर पुरी करण्यासाठीसुद्धा उपयोग होऊ शकतो. गटामध्ये हशा पिकला. पण त्यांना आणखी एक उपयोग मिळाला व त्यांच्या यादीत भर पडलेली होती. पुरी करणे हा उपयोग कुणीही लिहिला नव्हता पण ओघाने आला

एकदा एक जण म्हणाला ग्लासमध्ये धान्य ठेवतात. हे ऐकल्याबरोबर दुसरा म्हणाला त्यात पैसे लपवता येतील. तिसरा म्हणाला त्या ग्लासात उदबत्ती लावता येईल. ह्या प्रक्रियेचा हाच चौथा टप्पा अतिशय महत्त्वाचा आहे. सांघिक बळ वाढवण्याकरता आपल्याला याच टप्प्याचा उपयोग करून घ्यायचा आहे.

साधारणपणे ग्लासचे उपयोग खालीलप्रमाणे लिहिले जातात :

१. पिण्यासाठी
२. पैसे साठवायला
३. पेन स्टॅंड
४. चमचे ठेवायला
५. सजावट करायला :- ग्लास फोडून काचेचे तुकडे सजावटीसाठी वापरता येतील.
६. शस्त्र :- ग्लास फोडून अर्धवट तुटलेला ग्लास शस्त्र म्हणून वापरता येईल
७. फेकून मारण्यासाठी

८. खुर्चीचे पाय :- चार ग्लास उपडे ठेवून त्यावर स्टूल किंवा खुर्ची ठेवून त्याची उंची वाढवता येईल.
९. पुरी करण्यासाठी
१०. चित्र काढण्यासाठी
११. धान्य ठेवण्यासाठी
१२. उदबत्तीचा स्टँड :- ग्लासमध्ये धान्य ठेवल्यावर त्यात उदबत्ती लावता येते
१३. पैसे लपवण्यासाठी :- ग्लासमध्ये धान्य ठेवल्यावर त्यात पैसे लपवता येतात.
१४. मेणबत्ती स्टँड
१५. पणती सारखा उपयोग
१६. मोजमापाचा ग्लास
१७. वाद्य
१८. दिवाळीची आरास करण्यासाठी

वरील प्रात्यक्षिक मी नेहमी वापरतो. त्यासाठी फक्त ग्लासच पाहिजे असं नाही. वर्गातील कोणतीही वस्तू उलचून हे प्रात्यक्षिक करता येतं. पिण्याच्या पाण्याची बाटली, पेपर, क्लीप, पेन, वही, टेबल, खुर्ची वगैरे वगैरे कोणतीही वस्तू उचलून हे प्रात्यक्षिक करता येतं. वस्तू बदलली तरी प्रक्रिया तीच रहाते. हीच प्रक्रिया आपल्याला आपल्या आयुष्यात वापरायची आहे.

ह्या प्रक्रियेचा चौथा टप्पा गाठणं हे महत्त्वाचं आहे. ह्या टप्प्यापर्यंत जाण्याकरता पहिल्या तीन पायऱ्या ओलांडाव्या लागतात. हा चौथा टप्पा सांघिक बळ वाढवण्याकरता उपयोगात येऊ शकतो.

चौथ्या टप्प्यापर्यंत पोहोचण्याकरता दोन गोष्टी महत्त्वाच्या आहेत. त्या दोन्ही गोष्टीवरील प्रात्यक्षिकात दिसतात म्हणूनच सगळेजण चौथ्या टप्प्यापर्यंत पोहोचतात. पहिली गोष्ट म्हणजे प्रात्यक्षिकाच्या सुरवातीला विचारलेले प्रश्न. तोच प्रश्न तुमच्या सोयीसाठी खाली लिहिला आहे. जरा त्यावर पुन्हा एकदा नजर टाका.

हा काचेचा पाणी प्यायचा ग्लास आणखी किती प्रकारे उपयोगात आणला जाऊ शकतो?

या प्रश्नामध्ये सगळ्यात महत्त्वाचं म्हणजे 'आणखी किती प्रकारे' हे तीन शब्द. हे तीन शब्द, आपली विचारप्रणाली उजव्या मेंदूकडे झुकवतात. वेगवेगळे पर्याय मनात येऊ लागतात. उजवा मेंदू अस्तित्वात नसलेल्या गोष्टी व्हिजुअलाइज करू शकतो. ह्यालाच कल्पकता म्हणतात. नवीन काहीतरी निर्माण होण्याची शक्यता

निर्माण होते. पण ही प्रक्रिया नीट उमलू द्यायला हवी. त्याकरता आपण आपल्याला ह्या प्रकारचे प्रश्न विचारले पाहिजेत.

दुसरी गोष्ट म्हणजे असे प्रश्न विचारले तरी आपल्याला डाव्या मेंदूकडून विचार करण्याची सवय असते. ही सवय असल्या प्रसंगात सोडायला लागेल. आपण त्या प्रात्यक्षिकात पाहिलेच आहे की सुरवातीला काहीजणांना ग्लासचे दोनच उपयोग लिहिता येतात. याचं कारण असं होतं की मनात लगेच लॉजिकल विचार येतो की पेन स्टँड हा उपयोग चुकीचा आहे. असा विचार करायचा नाही. त्यामुळे सर्व विचार प्रणाली वेगळ्या दिशेला जाते. ही विचारप्रणाली डाव्या मेंदूची आहे. ही प्रणाली वेगवेगळे पर्याय बंद करते. 'चुक की बरोबर' 'तुझं की माझं' ह्या दिशेकडे नेते. हे एखादं गणित सोडवताना चालून जाते पण आपली नातीगोती म्हणजे गणित नाही. येथे चूक की बरोबर ह्याच्यापेक्षा वेगवेगळे पर्याय जास्त महत्त्वाचे असतात. म्हणून ही विचारप्रणाली प्रयत्नपूर्वक टाकायला लागेल.

आता कोणतीही नात्यागोत्यांची किंवा मतभेदाची समस्या घ्या आणि स्वत:ला खालील प्रश्न विचारा :-

आणखी किती प्रकारे ही समस्या हाताळता येईल?

तुम्ही तुमच्या समस्येविषयी लॉजिकल विचार करणं सोडून द्या. कल्पक विचार करा आणि काही पर्याय लिहून काढा. दुसऱ्या कोणाला तरी हाच प्रश्न विचारा आणि त्याच्याशी चर्चा करा आणि पहा हळूहळू वेगवेगळे पर्याय येऊ लागतील. जमलंच तर तुमच्या समस्येशी निगडित व्यक्तींना ह्या प्रक्रियेत सामील करून घ्या. सुरवातीला असे पर्याय निघतील की जे तुम्हीसुद्धा लिहिले आहेत फक्त शब्द वेगळे वापरले आहेत. काही पर्याय असे निघतील की जे तुमच्या मनात आले आहेत पण दुसऱ्यांच्या मनात नाहीत. काही पर्याय असे असतील की ज्यांचा तुम्ही विचार केला नाही पण दुसऱ्यांनी विचार केला आहे. पण ही सगळी चर्चा खेळीमेळीत झाली तर अचानक कोणाच्या तरी डोक्यातून असा कल्पक विचार येईल की जो कोणालाही सुचला नव्हता. हाच चौथा टप्पा. ह्या टप्प्यावर पोहोचणं महत्त्वाचं आहे. ह्या टप्प्यावरचा उपाय सगळ्यांना सोयीचा ठरण्याची शक्यताच जास्त असते. तोच शोधायचा आहे. एकदा का शोधला की मग बघा कसे सांघिक बळ तयार होते.

आपल्याला सगळ्यांना सोयीस्कर असा पर्याय निवडायचा आहे. अशा वेळी तडजोडी असतात. त्यामध्ये जास्त लॉजिक ओतले तर 'तुझं की माझं' होण्याचाच जास्त संभव असतो. मग प्रसंग हाताबाहेर जायचीच शक्यता जास्त असते.

तुमच्या मनात विचार येईल की मी लॉजिकच्या एवढा विरुद्ध का आहे?

मी लॉजिकच्या विरुद्ध नाही. पण जेथे नात्यागोत्याचा प्रश्न येतो किंवा जेथे

मतभेद सोडवायचा प्रश्न येतो तेव्हा लॉजिकल विचार 'चूक की बरोबर' आणि 'तुझं की माझं' ह्यावर जातो. तुझं जर बरोबर असेल तर माझं चुकीचं ठरतं म्हणून मग मी सुद्धा माझी बाजू उचलून धरतो. ह्यामुळे मतभेद तर सुटत नाहीच पण नात्यात दुरावाच वाढतो.

आता लगेच कोणाच्या मनात विचार येईल की ह्या कल्पकतेमुळे सगळे मतभेद सोडवले जातील काय?

ह्याचं उत्तर नकारार्थीच आहे. दोन माणसं म्हटली की मतभेद हा आलाच म्हणून समजा. त्यातील बरेच मतभेद वरील पद्धत वापरून सोडवता येऊ शकतात. पण काही मतभेद असे असतात की ते मृत्युपर्यंत तसेच राहतात. ते सोडवण्यासाठी काय वाट्टेल ते केले तरी ते कायम तसेच रहाणार. पण तरीसुद्धा आपल्याला सांघिक बळ निर्माण करता येऊ शकते. त्यासाठी कल्पकताच वापरावी लागेल. कल्पक विचार असा करायचा की सगळे मतभेद सोडवणे जरुरीचं आहे काय? आपल्या जीवनात मतभेद आहेत म्हणूनच तर हे जीवन रंगीबेरंगी आहे. जरा विचार करा की कौटुंबिक आयुष्यात नवरा बायकोमध्ये मतभेदच नसते तर जीवन किती निरर्थक वाटलं असतं? प्रचंड भिन्नता असलेली आपली शारीरीक जडण घडण आपण मान्य केली असते. मग मानसिक जडणघडण वेगवेगळी असली तर ती आपल्याला मोठ्या मनाने मान्य करता येत नाही का? निदान असे करण्याने नातीगोती चांगली सांभाळली जातील.

पण हा सर्वस्वी तुमचा प्रश्न आहे. हा विचार घ्यायचा की नाही आणि घेतला तर अमलात आणायचा की नाही हे सर्वस्वी तुमच्या हातात आहे. परस्परावलंबन हे कोणालाही मिळवता येत नाही त्या दिशेला जायचं की नाही ह्याचा फक्त निर्णय घ्यायचा असतो. हे एक बीज आहे. ते पेरायचं की नाही ह्याचा फक्त निर्णय घ्यायचा असतो, पेरल्यावर त्यात पाणी घालायचं असतं, त्याची राखण करायची असते आणि त्याची वाढ होण्याची वाट बघायची असते. परंतु वाढ आपल्या हातात नसते. ते बीज पेरायच्या आधी, त्या जमिनीत कोणती पीकं घेतली गेली आहेत त्यावर त्या बीजाची वाढ अवलंबून असते. तुम्ही जर आधी सहकार्याचे बीज पेरले नसेल तर असल्या पडीक जमिनीत पीक येण्याकरता वेळ लागेल. ही निसर्गाची किमया आहे. त्याला कोणीच काही करू शकत नाही. कदाचित तुमचे परस्परावलंबनाचे नवीन बीज हळूहळू वाढेल. कदाचित त्याची वाढ तुमच्या हयातीत होणार नाही. त्याची फळे तुम्हाला मिळणारही नाहीत. पण हे बीज पूर्णपणे वाया जाईल असं कधीच होणार नाही. त्याची फळे पुढची पिढी चाखेल. परंतु पुढच्या पिढीला कोणती फळे ठेवायची हेही सर्वस्वी तुमच्याच हातात आहे.

सारांश

एखादा मतभेदाचा प्रश्न घ्या किंवा एखादा बुचकळ्यात टाकणारा प्रश्न घ्या. त्या प्रश्नाशी संबंधित ज्या कोणी व्यक्ती असतील त्यांना जोडीला घ्या. आता आपल्याला कल्पकता वापरण्यासाठी एक वेगळीच गोष्ट करावी लागेल. संबधित व्यक्ती जोडीला घेतल्यानंतर काही असंबधित व्यक्तीही बरोबर घ्या.

आता मतभेदाच्या मुद्द्याच्या दोन्ही बाजूला मागील प्रकरणात म्हटल्याप्रमाणे पुढाकार घेऊन ऐका. ऐकून घेतल्यावर सर्वांसमोर खालीलप्रमाणे एक प्रश्न ठेवा.

आणखी किती प्रकारे हा प्रश्न हाताळता येईल?

ह्या प्रश्नावर असंबधित व्यक्तींकडून एक वेगळाच दृष्टिकोन येऊ शकतो. ज्या दृष्टिकोनाचा संबंधित व्यक्ती कधीच विचार करू शकणार नाही असा दृष्टिकोन असंबंधित व्यक्तीकडून येण्याची शक्यता जास्त असते.

ह्या आगळ्यावेगळ्या दृष्टिकोनाला ताबडतोब बाद न करता त्यामध्ये अजून कल्पकता ओता व काहीतरी वेगळा पर्याय निघतो आहे का ते पहा.

■

पुढाकाराचे सातवे सूत्र
आरोग्याची काळजी घ्या

आरोग्य हाच सगळ्यात मोठा खजिना

मी एकदा टेलिव्हीजनवर दारासिंगची मुलाखत पाहिली होती. दारासिंग हा भारतातील प्रख्यात कुस्ती पहिलवान आणि त्याला 'रूस्तमे हिंद' अशी पदवीही मिळाली होती. नंतर तो हिंदी सिनेमामध्ये बऱ्यापैकी यश मिळवून होता. त्याची मुलाखत पाहिल्यालासुद्धा आता दहा वर्ष होऊन गेली असतील. त्यावेळी त्याला विचारलेल्या प्रश्नांच्या उत्तरादाखल तो म्हणाला होता,

"दुनियामे सबसे बडी दौलत सेहदही है. सेहद नही और आपके पास बहोत सारे पैसे है तो वो किस काम के नही, क्योंकी आप उस पैसे का मजा नही लूट सकते. आपके पास सेहद है और पैसे नही तो भी आप जिंदगी मजेसे जी सकते है. आपके पास सेहद है और पैसे भी है तो सोनेपे सुहागा. मगर सेहद तो होनीही चाहीये."

किती मोलाचे शब्द होते ते. श्रीमंत माणसाचे शरीर जर तंदुरुस्त नसेल तर त्याचे सगळे पैसे डॉक्टरची फी भरण्याकरताच खर्च होतील. त्या पैशाचा उपभोग काही त्याला घेताच येणार नाही. उलट त्यापेक्षा तंदुरुस्त गरीब माणूसच आयुष्य चांगलं मजेत घालवेल. आपण कमावलेल्या पैशाचा उपभोग जर दुसराच कोणीतरी घेणार असेल तर असे पैसे कमवायचे तरी कशा करता? पण हेच तर कित्येकांना कळत नाही. गंमत अशी आहे की तरुण असताना सगळे म्हणतात की मेहनत करायची हीच वेळ आहे. मग रात्रीचा दिवस करून जास्त पैशासाठी ढोर मेहनत करायची. पैसे कमवायचे आणि चाळिशी, पन्नाशीनंतर कमावलेले पैसे हॉस्पिटलची बिलं भरण्यात घालवायचे. पैसे कमवायचे आणि तंदुरुस्ती गमवायची हा द्राविडी प्राणायाम नाही तर काय आहे?

परंतु द्राविडी प्रणायाम तरुणपणी खरंच कळत नाही. आरोग्याबद्दलची जागरुकता

तरुणांमध्ये क्वचितच दिसते. सकाळी फिरायला जा, बहुतांश मंडळी पंचेचाळीशी-नंतरची असतात. म्हणजे पंचेचाळीशीची मंडळी म्हातारी असतात असं मला म्हणायचं नाही. पण असल्या कार्यात वीस ते पस्तीस हा वयोगट क्वचितच पहायला मिळतो. कोणत्याही अत्याधुनिक व्यायामशाळेत जा, बहुतांश मंडळी पंचेचाळीशीनंतरचीच असतात. हल्ली तर जीममध्ये नवराबायको जोडीने दिसतात. परंतु तेही पन्नाशीच्या जवळच आलेले असतात. मला असं वाटतं की तरुण असताना आरोग्याच्या बाबतीत थोडा बेदरकारपणाच अंगात जास्त असतो. तरुण रक्त अंगात सळसळत असतं, त्यामुळे सकाळी उठून फिरायला जाणं वगैरे ह्या म्हातारपणाच्या गोष्टी आहेत असं वाटतं. आपल्याला कधी म्हातारपण येणारच नाही असंही वाटत असतं. परंतु आरोग्याचं रहाटगाडगं निसर्गाच्या नियमाप्रमाणे चालतं. तेथे आपल्याला काय वाटतं आणि काय वाटत नाही ह्याला काही किंमत नसते. सूर्य उगवतो आणि थोड्याच वेळात त्याची तीव्रता वाढू लागते. पण शेवटी त्यालाही उतरती कळा असते. तरुण असताना ही गोष्ट नजरेआड होते. आपल्याला वाटतं आपल्या तारुण्याचा सूर्य असाच तळपत राहणार आहे, तो कधी मावळणारच नाही. तरुण असताना शरीराकडे लक्ष दिलं नाही तरी काऽऽही बिघडत नाही. खाण्याच्या बाबतीत बेशिस्त असलं तरी काऽऽही बिघडत नाही. व्यायाम नाही केला तरी काऽऽही होत नाही. तब्येत ठणठणीत रहाते. तेलकट, तुपकट पदार्थांचं अतिसेवन केलं तरी काऽऽही होत नाही. अतिमद्यपान केलं तरी काऽऽऽही होत नाही. उन्हात, पावसात वणवण भटकलं तरी काऽऽही होत नाही. परंतु निसर्ग आपल्या नियमाप्रमाणे शांतपणे चालत असतो. जसजसा काळ लोटतो तसतसे परिणाम दिसायला लागतात. मग बेशिस्त खाण्यामुळे पोटात जळजळतं. वडे जास्त खाल्ल्यामुळे जळजळतं. पोट साफ होत नाही. रक्तदाब वाढू लागतो. वरचेवर आजार येतात. जे छोटे छोटे आजार, पूर्वी औषधाशिवाय बरे व्हायचे, ते हळूहळू औषध घेतल्याशिवाय बरे होत नाहीत. पूर्वी जागरण झालं तरी सकाळी नेहमीच्या वेळेस कामावर हजर, पण हळूहळू जागरणाचाही त्रास होतो. पूर्वी व्हिस्कीचे आठ पेग घेतले तरी सरळ चालता यायचं पण हल्ली चार पेगमध्येच रस्त्याची मापं घ्यायला सुरवात होते. आपण म्हणतो की निसर्ग शांतपणे आपलं काम करतो. उलट मी तर म्हणतो शांतपणे नाही तर आपल्या हजार तोंडानी मोठ्याने ओरडून सांगत असतो की अरे माणसा तुझ्या तारुण्याच्या सूर्याची उतरती कळा सुरू झाली. आता जागा हो आणि शरीराची काळजी घे.

काहींना निसर्गाचं बोलणं ऐकू येतं आणि ते त्यातून बोध घेतात. उशिरा का होईना बोध चांगला घेतलेला असतो. पण काहींना निसर्गाचं बोलणं ऐकूच येत नाही कारण त्यांना समाजातील विरुद्ध टोकाच्या गोष्टीच ऐकू येत असतात. निर्व्यसनी

माणसाला कॅन्सर झाला. दारू न पिणाऱ्या माणसाला यकृताचा आजार झाला. सिगरेट न ओढणाऱ्या माणसाला हृदयविकाराचा झटका आला. अतिशय सज्जन माणूस अचानक वारला. असल्या बातम्यांमुळे तरुणाईला एक वेगळं तर्कशास्त्र सुचतं. चांगल्या सवयी लावून घेऊनसुद्धा जर हृदयविकार होणार असेल तर मग चांगल्या सवयी लावायच्या कशाला? त्यापेक्षा आम्ही तारुण्याची मजा तरी लुटू. निदान मग आजारी पडल्यावर खंत तरी रहाणार नाही. चांगल्या सवयी लावून अल्पायुषी होण्यापेक्षा वाईट सवयी असलेल्या बऱ्या. मग मृत्यू कधीही आला तरी चालेल.

हे अचाट तर्कशास्त्र त्यांच्या वाईट सवयींचं समर्थन करायला पुरेसं असतं. पण त्याचं असं आहे, मृत्यू यायचा तेव्हाच येणार असतो. त्याला कोणीही थांबवू शकत नाही आणि कोणीही बदलू शकत नाही. नुसता मृत्यूच नाही तर जन्मसुद्धा कोणाच्या हातात नसतो. आपण जन्माला केव्हा यायचं आणि मृत्यूला कधी सामोरं जायचं हे कोणाच्याच हातात नसतं. दुसरी गोष्ट, चांगल्या सवयी लावल्या म्हणून आयुष्य वाढतं किंवा वाईट सवयी लावल्याने आयुष्य कमी होतं असल्या गोष्टींवर माझा तरी विश्वास नाही. आपणाला प्रत्येकाला नियतीने काही ठराविक वर्ष आयुष्य दिलं आहे. ते किती आहे हे फक्त नियतीलाच माहीत असतं आणि ते फक्त नियतीलाच माहीत असलेलं बरं. ते जर सगळ्यांना माहिती झालं तर जगण्यातील मजाच निघून जाईल. आपण आपल्या शरीराला लावलेल्या चांगल्या वाईट सवयीनुसार त्या आयुष्याच्या लांबीरुंदीमध्ये फेरफार करत बसायला नियतीला वेळ नाही. तसं असतं तर जगातल्या प्रत्येक माणसावर नियतीला पाळत ठेवायला लागली असती. मग त्यात आणखी गमती जमती झाल्या असत्या. आज एखादा माणूस अगदी चांगल्या सवयी ठेवतो आहे म्हणून त्याला जास्त आयुष्य द्या आणि मग काही वर्षांनी त्याला वाईट व्यसनं लागली म्हणून परत त्याचं आयुष्य कमी करा. समजा परत त्याने सगळ्या व्यसनांचा त्याग केला म्हणून मग परत त्याचं आयुष्य वाढवा असा उद्योग नियती काही करत बसणार नाही. एकदा का एखादा माणूस जन्मला की त्याचं आयुष्य किती हे ठरलेलं असतं. त्यानंतर त्यात काहीही फेरफार होत नाहीत, असं माझं वैयक्तिक मत आहे. तिसरी गोष्ट, जर आपण अल्पायुषी ठरणार असू तर चांगल्या सवयी लावल्या तरी अल्पायुषीच ठरणार. तसेच दीर्घायुषी ठरणार असलो तर वाईट सवयी असल्या तरी दीर्घायुषीच रहाणार. चौथी गोष्ट, आपल्याला चांगल्या सवयी लावायच्या की वाईट सवयी लावायच्या हे ठरवायचा प्रत्येकाला अधिकार आहे. पाचवी गोष्ट, आपल्या सवयींचे परिणाम कसे असावेत हे ठरवायचा अधिकार फक्त निसर्गालाच आहे. चांगल्या सवयीचे परिणाम चांगले असतात व वाईट सवयीचे परिणाम निश्चितपणे वाईटच असतात. हा निसर्गाचा नियम आहे.

तुम्हाला जर वाईट सवयी असतील आणि तुम्ही दुर्दैवाने अल्पायुषी असाल तर तुम्हाला वाईट सवयीचे दुष्परिणाम कमी काळ भोगायला लागतील. पण जर सुदैवाने तुम्ही दीर्घायुषी असाल तर तुम्हाला अनंत काळापर्यंत त्याचे दुष्परिणाम भोगायला लागतील. नुसतेच तुम्हाला नाही तर तुमच्या बरोबर तुमच्या जवळच्या सगळ्यांनाच त्याची झळ बसेल.

तुम्हाला जर चांगल्या सवयी असतील आणि तुम्ही दुर्दैवाने अल्पायुषी असाल तर तुम्हाला तुमच्या चांगल्या सवयीचे फायदे कमी काळ उपभोगायला मिळतील. पण तुम्ही जर दीर्घायुषी असाल तर तुमच्या जगण्याची गुणवत्ता दुसऱ्यांना प्रेरणा देणारी ठरेल. तुम्ही तुमचं आयुष्य मजेत उपभोगाल. तुमच्याकडे पैसा असेल तर त्या पैशाचाही तुम्हाला उपभोग घेता येईल. पण समजा पैसा नसेल तर तुमच्या मूळच्या गुणवत्तेत काही कमी होणार नाही.

मी वाईट सवयींच्या बाबतीतील दुष्परिणामांना मुद्दाम 'अनंतकाळपर्यंत' असा शब्द वापरलेला आहे. जेव्हा जीवन यातनामय होतं तेव्हा प्रत्येक क्षण हा एक वर्षासारखा वाटतो. ज्यानी यातना भोगलेल्या असतींल, ते माझ्याशी नक्कीच सहमत होतील. ज्यांनी यातना भोगलेल्या नाहीत त्यांना त्या कधीच भोगायला लागू नयेत अशीच मी प्रार्थना करीन, परंतु त्यांनी मृत्युच्या छायेत असलेल्या रोग्याच्या शेजारी पाच मिनिटे बसून पहा आणि ती पाच मिनिटं किती मोठी वाटतात ते अनुभवावे. जेव्हा यातना होत असतात तेव्हा अल्पायुषी माणसालासुद्धा तो काळ प्रचंड मोठाच वाटतो. एवढ्याने त्याची सुटका नसते, तर त्याच्या वाईट सवयीचे दुष्परिणाम त्याच्या पश्चात त्याच्या कुटुंबाला भोगायला लागणार असतात हे दु:ख घेऊन तो अल्पायुषी माणूस जग सोडणार असतो. दीर्घायुषी माणूस त्याच्या हयातीतच त्याचं संपूर्ण कुटुंब उध्वस्त होताना उघड्या डोळ्याने पहातो.

ह्याच्या उलट चांगल्या सवयींचं असतं. माणूस जर अल्पायुषी असेल तरी त्याच्या जगण्याची गुणवत्ता चांगली असते व दीर्घायुषी असेल तरीदेखील त्याच्या आयुष्याची गुणवत्ता चांगलीच असते. शिवाय त्याच्या काही चांगल्या सवयींचे परिणाम त्याच्या पश्चात दोन पिढ्यांपर्यंत मिळत राहणार ह्या समाधानात तो जग सोडतो.

आणखी एक महत्त्वाची गोष्ट, विधिलिखित कोणीही टाळू शकत नाही. आपल्याला जर अपघात व्हायचा असेल तर तो झाल्याशिवाय काही राहात नाही. आपल्याला जर काही आजारपण येणार असेल तर ते आल्याशिवाय काही राहात नाही. एखादं संकट यायचं असेल तर तेही आल्याशिवाय काही रहात नाही. ह्या सगळ्या गोष्टींसाठी, तुम्हाला चांगल्या सवयी आहेत की वाईट सवयी आहेत ह्याचा संबंध नसतो. पण ह्या गोष्टींचा मुकाबला करण्यासाठी मात्र, तुमच्या शरीराला

चांगल्या सवयी असणे हे महत्त्वाचे असते. सिगरेट न ओढणाऱ्या माणसाला हृदयविकाराचा झटका यायचा असेल तर तो आल्याशिवाय काही राहात नाही. पण हा आजार आल्यानंतर त्यातून बाहेर पडण्यासाठी त्याच्या चांगल्या सवयींचा त्याला भरपूर उपयोग होणार असतो.

आपल्याला जगायला मिळालेली वर्ष तर आपण कमी किंवा जास्त करू शकत नाहीच. आपण फक्त आपल्या जगण्याची गुणवत्ता चांगली ठेवायची की नाही एवढंच ठरवू शकतो.

आपल्यामध्ये मरण्यापेक्षा जगण्याचीच इच्छा तीव्र असते. म्हणजेच आपण सर्वजण जगताना दीर्घायुषी व्हावं अशी सुप्त इच्छाच घेऊन जगत असतो. समजा नियतीने तुमची इच्छा पूर्ण केली तर त्या दीर्घ काळाची गुणवत्ता चांगली असावी की वाईट असावी? अर्थातच कोणालाही ती चांगली असावी असंच वाटेल. मग ती चांगली ठेवण्यासाठी पुढाकार कोणी आणि कधी घ्यायचा? तो आजच घ्यायचा. शुभ कार्याला कधीही मुहूर्त लागत नाही. ज्या क्षणी चांगला विचार मनात येतो तो क्षणच मुहूर्ताचा असतो.

तुम्ही आरोग्यासाठी पुढाकार घ्यायला सुरुवात केली की पहिली तीनही प्रकरणं तुम्हाला चांगली समजतील. पहिल्या प्रकरणामध्ये पुढाकार घेऊन उद्दीपकाला वेगळा प्रतिसाद द्यायला आपण शिकलेलो होतो. तुम्ही जर तुमच्या शरीराची काळजी घेत नसाल तर तुम्हाला हा निर्णय अमलात आणणे म्हणजे एक उद्दीपकच असेल. उदाहरणार्थ, तुम्हाला जर पहाटे उठून फिरायला जायची सवय नसेल आणि तुम्ही नेमके तेच करायचा निर्णय घेतलात तर पहाटे बिछान्याच्या बाहेर यायचं म्हणजे तर फारच मोठा उद्दीपक. आणि ह्या उद्दीपकाला तुम्ही नेहमीच जाऊ दे, उद्यापासून जाऊया असे हाताळत आला असाल तर आता तुम्हाला वेगळा प्रतिसाद द्यायला लागेल. परंतु असे करणे म्हणजे तुमचा पुढाकाराचा निर्णय तेवढाच कणखर असायला हवा.

हा कणखरपणा नेहमीच तत्त्वांमध्ये असतो हे आपण दुसऱ्या प्रकरणामध्ये पाहिलेलं आहे. तत्त्व ही कोणत्याही व्यक्तीपेक्षा आणि कोणत्याही परिस्थितीपेक्षा मोठी असतात. ती दीपस्तंभासारखी असतात. तीच आपल्याला मार्ग दाखवतात. त्यामुळे ह्या उद्दीपकाचा मुकाबला करण्यासाठी आरोग्याचं तत्त्व उचलावं लागेल. ह्या तत्त्वाचा जेव्हा त्या पहाटेच्या उद्दीपकाशी सामना होईल तेव्हा जर तत्त्व जास्त कणखर ठरली तर तुम्ही हे तत्त्व मनापासून उचललं असं समजायचं.

तिसऱ्या प्रकरणामध्ये आपण जाणून घेतलेलं आहे की महत्त्वाच्या गोष्टी अर्जंट नसतात. त्यामुळे आपल्याला त्यावर कार्यरत राहावे लागते, त्या गोष्टी आपल्या मागे लागत नाहीत. 'आरोग्य' हे जर तत्त्व म्हणून घेतलं तर त्यावर आपल्याला

कार्यरत राहावे लागेल. त्यालाच नेतृत्व म्हणतात. आपल्याला दुसऱ्याचं नेतृत्व करायच्या आधी स्वत:चं नेतृत्व करता आलं पाहिजे. आता उद्दीपक कितीही जोरदार असला तरी आपली कृती आपल्या भावनांवर आधारित न राहता तत्त्वांवर आधारित ठेवता येण्यासारखा कणखरपणा आपल्याला निवडता आला पाहिजे. परंतु आपण तातडीच्या गोष्टींमध्ये इतके व्यस्त असतो की आपल्याला महत्त्वाच्या गोष्टींकडे बघायला वेळच नसतो. आपली स्थितीसुद्धा गोष्टीतल्या लाकूडतोड्यासारखी होते. त्याला इतकं लाकूड तोडायचं होतं की कुऱ्हाडीला धार लावायला वेळच मिळत नव्हता. प्रत्यक्षात परिस्थिती उलटी होती. तो धार लावत नव्हता म्हणून त्याच्या कामाला वेळ जास्त लागत होता. धार लावणं हे महत्त्वाचं होतं पण अर्जंट नव्हतं. पण ज्याप्रमाणे लाकूडतोड्याने हत्याराला धार लावायला पाहिजे त्याचप्रमाणे आपण आपल्या आरोग्याची काळजी घ्यायला पाहिजे.

आता कुणी म्हणेल की भल्या पहाटे उठणं आम्हाला आवडत नाही पण मी संध्याकाळी फिरायला गेलं तर चालेल का?

जरूर चालेल. थोडासा शारीरिक व्यायाम करणं अतिशय जरुरीचं आहे. शरीराची काळजी घेणं म्हणजे उलट शरीराला थोडे कष्ट देणं. तुम्ही आजूबाजूला पहा, ज्या व्यक्ती व्यायाम करतात त्यांच्या अंगात उत्साह जास्त असतो. त्यांचा कामाचा वेगही अधिक असतो व हे सर्व करताना ती मंडळी हसतमुख व आनंदी असतात. त्यामुळे त्यांना रोजच्या कामाला इतरांच्या मानाने वेळ कमी लागतो. त्यांच्या व्यक्तिमत्त्वाची धार काही वेगळीच असते.

आता आपण पहिल्याप्रथम समजून घेऊया की कोणत्या प्रकारचा व्यायाम आपण करू शकतो.

व्यायाम तीन प्रकारचा असतो.

१. शरीराची सहनशक्ती वाढविणारा : ह्यामध्ये चालणे, पोहणे, ॲरोबिक, धावणे इत्यादीचा समावेश होतो. हा मुख्यत्वे हृदयाला व्यायाम देणारा प्रकार आहे. ह्यामुळे शरीराची सहनशक्ती वाढू शकते.

२. शरीराची लवचिकता वाढविणारा : ह्यामध्ये शरीराची लवचिकता वाढवणारे प्रकार मोडतात. योगासने, स्नायूंना ताण

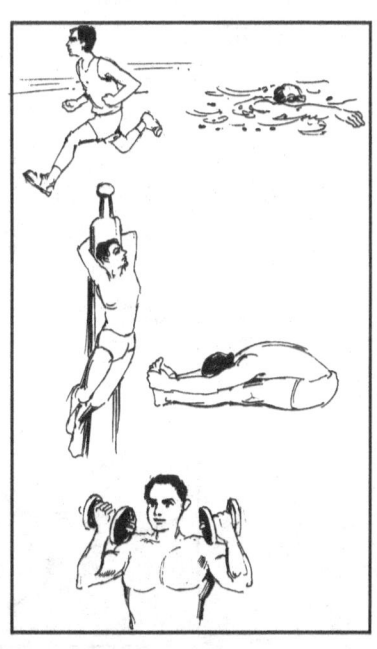

देणारे व्यायाम या प्रकारांमुळे आपल्या स्नायूंना लवचिकपणा येतो.

३. शरीराच्या स्नायूंची शक्ती वाढविणारा किंवा त्याला आकार देणारा प्रकार (Body Building) : बहुतांश व्यायामशाळेत ह्याप्रकारचे व्यायाम शिकवले जातात.

आता प्रश्न निर्माण होतो किती की आपण आणि कोणता व्यायाम करावा?

व्यायाम करण्याची कारणे अनेक असतात. कुणी फिटनेससाठी करतं तर कुणी वजन कमी करण्यासाठी करतं, तर कुणी स्टॅमिना वाढवण्यासाठी करतं, तर कुणी शरीराला आकार देण्यासाठी करतं. आपण येथे एकूण आरोग्याचा विचार करतो आहोत. याकरता आपण हृदयाचा व्यायाम (Cardio Vascular Exercises) केलेला बरा. ह्या व्यायामामध्ये आपण हृदयाचं स्पंदन वाढवायचं आहे. हृदयाच्या स्पंदनाच्या कमाल मर्यादेच्या साठ टक्के इतकं त्याचं स्पंदन वाढलं पाहिजे आणि ते कमीत कमी वीस मिनिटं राहिलं पाहिजे. असा ह्या व्यायाम प्रकाराचा नियम आहे. आपल्या हृदयाची कमाल मर्यादा काढण्यासाठी एक सूत्र आहे. २२० - तुमचे वय = हृदयाची कमाल मर्यादा. म्हणजे समजा तुमचं वय ४० असेल तर
२२०-४०=१८० ही तुमच्या हृदयाच्या स्पंदनाची कमाल मर्यादा झाली. ह्याच्या साठ टक्के म्हणजे १०८. आता आपल्याला असा व्यायाम करायचा आहे की जो करताना आपल्या हृदयाची स्पंदनं प्रती मिनीट १०८ ते ११० होतील. आणि एकदा ती त्या स्तरावर पोहोचली की कमीत कमी २० मिनिटे तो व्यायाम त्याच वेगात करत राहायचं म्हणजे हृदयाला उत्तम प्रकारचा व्यायाम होतो.

आता आणखी एक प्रश्न निर्माण होतो की आपण जेव्हा व्यायाम करत नसतो तेव्हा आपल्या हृदयाची स्पंदनं किती असतात?

सर्वसाधारणपणे आपल्या हृदयाची स्पंदनं प्रती मिनीट ७० ते ८० च्या दरम्यान असतात. त्याला नॉर्मल हार्ट रेट म्हणतात. हा हार्ट रेट आपल्याला १०८ पर्यंत न्यायचा आणि कमीत कमी २० मिनिटं त्याच स्तरावर राहायचं.

ही स्पंदनं कशी मोजायची?

खाली आकृतीत दाखवल्याप्रमाणे उजव्या हाताची तीन बोटं डाव्या हाताच्या

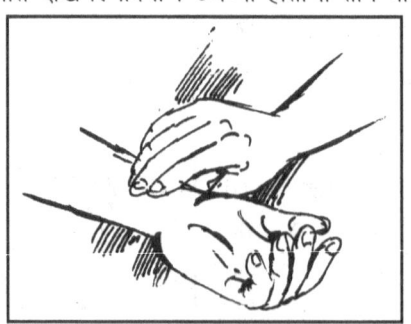

अंगठ्याच्या खालच्या बाजूला अलगदपणे ठेवावी. बोली भाषेत त्याला आपण नाडी तपासणे म्हणतो. तेथे हृदयाचं स्पंदन जाणवेल. दहा सेकंदात किती स्पंदनं होतात ती मोजा. जो आकडा येईल त्याला सहा ह्या आकड्याने गुणायचे की आपल्याला हार्ट रेट मिळतो. म्हणजेच आपल्या हृदयाची स्पंदनं समजतात.

आता ह्या प्रकारामध्ये तुम्ही पोहोण्याचा व्यायाम करू शकता, अॅरोबिक प्रकार करू शकता किंवा साधा सरळ चालण्याचा व्यायाम करू शकता. पोहणे आणि अॅरोबिक प्रकारामध्ये थोडे पैसे खर्च करावे लागतील. पोहण्यामध्ये काही धोकेसुद्धा आहेत. त्यामुळे हे प्रत्येकाने आपापल्या खिसापाकिटाप्रमाणे ठरवावे. परंतु ह्या सगळ्यामध्ये साधे सरळ चालणे उत्तम. त्याला काही पैसे लागत नाहीत. पण खर्च करायची तयारी असेल तर आधुनिक जीममध्ये मशीनवरसुद्धा चालण्याचा व्यायाम करता येतो.

चालण्याचा व्यायाम करायचा असेल तर फक्त चालण्याचे बूट (स्पोर्टस् शूज) खरेदी करावे आणि ते घातल्याशिवाय चालू नये. पूर्वी मला वाटायचं की बूट वगैरे घालून लोकं चालायला जातात म्हणजे जरा जास्तच देखावा करतात. पण मी डॉ. अभय बंग यांचं 'माझा साक्षात्कारी हृदयरोग' पुस्तक वाचलं आणि माझा गैरसमज दूर झाला. चालायचा व्यायाम करायचा असेल तर स्पोर्टस् शूज घालणं जरुरीचं आहे कारण आपल्याला रमत गमत चालायचं नाही. आपल्याला व्यायाम करायचा आहे. हृदयाची स्पंदनं वरच्या स्तरावर न्यायची आहेत आणि त्या स्तरावर पोहोचल्यावर निदान वीस मिनिटे तसेच चालत राहायचे आहे.

हा व्यायाम रिकाम्यापोटीच करावा. फार तर पाणी किंवा चहा प्यायला असेल तर चालेल. पण जर आपण काही खाल्लं असेल तर निदान दोन ते तीन तास चालू नये. एकदा व्यायाम सुरू केला तर मध्येच थांबून पाणी पिऊ नये.

हृदयाची स्पंदनं अचानक वाढलेली अपायकारक होऊ शकतात. म्हणून सुरुवातीला पाच मिनिटं बेताच्या वेगाने चालावे. त्याला वॉर्म अप म्हणतात. पाच मिनिटानंतर आपला वेग वाढवावा आणि वीस मिनिटे वेगाने चालावे. चालताना हातसुद्धा जोराजोरात हलले तर चांगले. आपल्या शरीराचे जितके अवयव हलतील तितक्या अवयवांना व्यायाम मिळेल. मुख्य म्हणजे हे अवयव हलवल्याशिवाय हृदयाला व्यायाम मिळू शकत नाही. वीस मिनिटे झाल्यावर अचानक थांबूही नये. पाच मिनिटात तुमचा वेग हळूहळू करत नॉर्मलवर आणायचा. ह्याला कुल डाऊन म्हणतात. तुम्ही अचानक थांबलात तर ते अपायकारक होऊ शकतं. भरधाव वेगात मोटारमधून जात असताना अचानक ब्रेक मारून मोटार थांबवली तर ते धोकादायक असू शकतं असाच काहीसा प्रकार चालण्याचा व्यायाम करताना अचानक थांबल्यावर होऊ शकतो. काहीजणांना चक्कर येते. छातीत दुखतं वगैरे वगैरे अपाय होऊ

शकतात. म्हणून वॉर्म अप आणि कुल डाऊन हे लक्षात ठेवावे.

वाढत्या वयाबरोबर आपली सहनशक्ती वाढणे जरुरीचे असते. ही नुसती औषधाने किंवा टॉनिकच्या साह्याने वाढत नाही. प्रतिकूल परिस्थितीशी दीर्घकाळ नेटाने झगडत राहाणे हा तर यशस्वी व्यक्तिमत्त्वाचा एक अविभाज्य घटक आहे. हा घटक विकसित करण्याकरता फक्त तीस मिनिटाच्या गुंतवणुकीची आवश्यकता असते.

आता आपण यशस्वी व्यक्तिमत्त्वाचा आणखी एक पैलू पाहूया. सर्वच यशस्वी मंडळींची धोरणं व स्वभाव पाहिलेत तर त्यामध्ये आवश्यक ती लवचिकता आढळते. त्यांच्याकडे आडमुठेपणा आढळत नाही. क्वचित काही आडमुठी मंडळी त्यांच्याकडील इतर काही कलागुणांमुळे यशस्वी होतातही. परंतु त्यांच्या आडमुठेपणा-मुळेच त्यांना मिळालेले यशही अल्पकाळच टिकते. स्वभावाचा आडमुठेपणा मनाच्या आडमुठेपणावर अवलंबून असतो. मनाच्या आडमुठेपणावर शारीरिक आडमुठेपणाची छाया पडलेली असते. तसेच शारीरिक लवचिकतेचं प्रतिबिंब स्वभावातील लवचिकते-मध्ये पाहायला मिळायची शक्यता जास्त असते. याचे कारण असे की शरीरापासून मन कधीच विभक्त होऊ शकत नाही. ह्या दोन्ही गोष्टी सलग्न आहेत. एकमेकांना पूरक आहेत. शरीराला शिस्त लावा, मनाला आपोआपच लागेल. तसेच मनाला वळण लावा. शरीराकडे ते आपोआपच येईल. मन पवित्र असेल तर त्याचं प्रतिबिंब शारीरिक हालचालींमध्ये सहज पाहायला मिळतं. त्याचप्रमाणे मन कलुषित असेल तर त्याची पडछाया शारीरिक कृतीमध्ये कोणालाही दिसू शकते. आपल्या व्यक्तिमत्त्वा-मध्ये लवचिकता आणण्यासाठी आपले शरीर लवचिक असणे आवश्यक आहे. आपण जसजसे मोठे होऊ लागतो, तसतसे कामाच्या दडपणामुळे लवचिकता हरवून बसतो. याकरिता शरीराची लवचिकता टिकवून ठेवणारे व्यायामही केले पाहिजेत.

आरोग्यासाठी पुढाकार घेतला की एक वेगळाच फायदा होतो. ह्या प्रकरणाआधी सहा प्रकरणांची चर्चा केली आहे व प्रत्येक प्रकरणामध्ये पुढाकार घ्यायला सुचवले आहे. आपल्याला वेगवेगळ्या दिशेला पुढाकार घेण्याकरता मानसिक आणि शारीरिक ताकद लागते. हे मानसिक आणि शारीरिक बळ व्यायाम केल्याने चांगले मिळते. मग कुठे अनोळखी ठिकाणीही पुढाकार घ्यायला घाबरायला होत नाही.

एकेकाळी समाजात असा समज होता की व्यायाम करणं हे मठ्ठ लोकांचं काम आहे. पण हा समज आज रसातळाला गेला आहे. पुस्तकी हुशारी आधुनिक जगात कुचकामी आहे हे आत सिद्ध झालेलं आहे. आधुनिक जगात संचालकवर्ग हुशार तर लागतोच पण शरीरानेसुद्धा फिट असावा लागतो. ह्या मुद्द्यावरून श्रीयुत अनिल अंबानी यांना अमेरिकेत पत्रकारांनी निरुत्तर केलं होतं. करोडो रुपयांची गुंतवणूक

गमवायची वेळ आली होती. त्या दिवसापासून त्यांच्या आयुष्यात व्यायाम ही सगळ्यात महत्त्वाची गोष्ट झाली.

ह्या प्रकरणात काही पद्धती सुचविलेल्या आहेत. परंतु जगात फक्त एवढ्याच पद्धती आहेत असा वाचकांनी समज करून घेऊ नये. तुम्हाला ज्यापद्धती आवडतील व ज्या पद्धती तुमच्या शरीराला योग्य राहतील. अशा पद्धतींचा उपयोग करावा. गरज पडल्यास तज्ज्ञांचा सल्लाही घ्यावा व त्यांच्या सल्ल्याप्रमाणे जावे. परंतु नियमित व्यायाम करा आणि आरोग्याची काळजी घ्या.

∎

पुढाकाराचे आठवे सूत्र
मन स्थिर आणि शांत ठेवा

मन शांत आणि स्थिर ठेवा

आपण सगळेच मन:शांतीसाठी धडपडत असतो. संपूर्ण आयुष्यभर धडपड केल्यावरही मन:शांती काही मिळत नाही. पण खरं पाहिलं तर मन:शांतीसाठी धडपडावं लागतच नाही. उलट सगळी धडपड बंद करावी लागते तेव्हाच ती मिळते. म्हणूनच ह्या प्रकरणातील पुढाकार हा आधीच्या प्रकरणापेक्षा अगदी विरुद्ध आहे.

मन शांत आणि स्थिर ठेवता आलं नाही तर हे पुढाकाराचं सगळंच मुसळ केरात जाईल. या आधीच्या प्रकरणातला सगळा पुढाकार वाया जाईल. आत्तापर्यंत आपण असा पुढाकार बघितला की जेथे आपल्याला काहीतरी करायचं होतं. येथे आपल्याला काहीही करायचं नाही. उलट आपल्या सगळ्या क्रिया बंद करायच्या आहेत आणि ॐ शांतिः शांतिः शांतिः हा मंत्र उच्चारायचा आहे.

शांत मनाची ताकद काही और असते. आर्किमीडीझला राजाने एक समस्या सोडवायला दिली होती. त्याचं उत्तर शोधायला तो जंग जंग पछाडत होता. त्याला उत्तर काही केल्या मिळत नव्हतं. त्याची झोप उडाली होती. त्याला कसंही करून उत्तर शोधून काढायचं होतं. ही समस्या म्हणजे इतिहासातील ह्या प्रकारची पहिलीच घटना होती. त्यामुळे तो भूतकाळातील कोणत्याही सिद्धांताचा आधारही घेऊ शकत नव्हता. त्याला कशानेही चैन पडत नव्हतं. त्याच्या मनाची शांती संपूर्णपणे ढळली होती. त्याला कसलंही भान नव्हतं. काहीही केलं तरी उत्तर सापडत नव्हतं. शेवटी त्याने हार मानली आणि समस्या सोडवायचा विचारच सोडून दिला. दमून गेला तो. आंघोळीच्या टबात उतरला. त्याचं मन अतिशय शांत झालेलं होतं. मनात काहीही विचार नव्हते. मनावर कसालाही ताण नव्हता, कसलंही दडपण नव्हतं. तो टबातल्या पाण्यात बसला आणि अचानक त्याला उत्तर सापडलं. पुढचा इतिहास सगळ्यांनाच माहीत आहे. तो आनंदाच्या भरात तसाच्या तसा म्हणजे विवस्त्र

स्थितीमध्ये 'युरेका युरेका' असं ओरडत राजाकडे धावत गेला. युरेका म्हणजे मला उत्तर सापडलंय.

भगवान बुद्धालाही असाच अनुभव आला. दिव्य ज्ञानाच्या प्राप्तीसाठी गौतम बुद्धानेसुद्धा जंग जंग पछाडलं होतं. शेवटी त्याने तो विचार सोडून दिला आणि त्याचं मन शांत झालं. मनावर कसलंही दडपण नाही, मनात कसलाही विचार नाही अशा अवस्थेत तो झाडाखाली बसला आणि त्याला दिव्य साक्षात्कार झाला.

भगवान बुद्धांचं सोडा, आपल्यालाही असा अनुभव येतो. आपणही कधी कधी काहीतरी आठवत असतो. एखाद्या व्यक्तीचं नाव म्हणाल किंवा गाण्याच्या ओळी म्हणाल किंवा पुस्तकाचं नाव म्हणाल. आपल्या अगदी तोंडावर असतं पण ते काही केल्या जीभेवरून बाहेर पडत नाही. आपण खूप प्रयत्न करतो. पण सगळे प्रयत्न वाया जातात. आपण जितके प्रयत्न करतो तितकं मनावर दडपण येतं व आपण अगदी अशांत होऊन जातो. मग शेवटी दमून आपण तो विचार टाकून देतो. त्यासरशी मनावरचं दडपण निघून जातं. मन शांत होतं. आपण दुसऱ्या कशात तरी स्वत:ला गुंतवून घेतो आणि अचानक शांत मन उत्तर शोधून काढतं.

उथळ पाण्याला ज्याप्रमाणे खळखळाट जास्त असतो त्याचप्रमाणे उथळ मनाचं लक्षण अशांतपणा आणि अस्वस्थता. जसा खोल डोह शांत असतो त्याचप्रमाणे मोठ्या मनाचं लक्षण म्हणजे शांतपणा आणि स्थिरता. मोठ्या मनाची माणसं सगळ्यांनाच हवीहवीशी वाटतात. उथळ मनाचा फक्त खळखळाट जास्त असतो. उथळ मन नेतृत्व करू शकत नाही, त्यासाठी मन मोठं असावं लागतं. उथळ मन जीवनाचा उद्देश ठरवू शकत नाही, त्यासाठीही मन मोठं असावं लागतं. उथळ मन महत्त्वाच्या गोष्टींवर कार्यरत राहू शकत नाही, त्यासाठी तर मन मोठं असावंच लागतं. सहकार्य भाव तर उथळ मन समजूच शकत नाही, त्यासाठी प्रचंड मोठं मन लागतं. दुसऱ्यांचं ऐकुन घेण्याकरता सुद्धा मन मोठंच लागतं. सांधिक बळ निर्माण करण्याकरता सुद्धा मन मोठंच असाव लागतं. हे सगळे पुढाकार आपण आधीच्या प्रकरणांमध्ये पाहिले आहेत. परंतु मन जर शांत आणि स्थिर नसेल तर त्यातलं काही एक जमणार नाही. वरवरच्या उथळपणाने कोणतीही नवीन गोष्ट करायला गेलं तर आजूबाजूच्या मंडळींना थट्टा करायला एक विषयच मिळतो.

आपल्या आजूबाजूला दुर्दैवाने राग, लोभ, द्वेष असल्या गोष्टी पिंगा घालून नाचत असतात. आजूबाजूला म्हणजे अगदी आपल्या घरातसुद्धा राग, लोभाचे फवारे उडताना दिसतात. आपल्याला अनेकांच्या वेगवेगळ्या मूडचा सामना करावा लागतो. रागाच्या भरात किंवा भावनेच्या भरात आपल्या घरातील, अगदी आपल्या जवळची माणसंसुद्धा, असंबद्ध बोलतात. काहीही कारण नसताना आपल्याला अनेक गोष्टी ऐकून घ्याव्या लागतात. लोकांच्या असंबद्ध वाणीवर आपलं नियंत्रण

नसतं. त्यांच्या मूडवर आपलं नियंत्रण नसतं. त्यांचे शब्द बाणासारखे येऊन टोचतात. हे शाब्दिक बाण चहुबाजूने येत असतात. त्यांना चुकवता चुकवता नाकी नऊ येतात. आपण कितीही बाण चुकवले तरी एखादा बाण येऊन जिव्हारी लागतोच. मग आपलाही तोल जातो. त्याने 'अमुक अमुक' शब्द उच्चारले म्हणून माझा तोल सुटला, असं आपण म्हटलं तर त्यात आपल्याच उथळ मनाचं दर्शन होतं. मग ह्या परस्पर-संबंधाच्या व्यवहारात आपलंच मन छोटं आहे हे सिद्ध होतं. छोट्या मनाची माणसं प्रभावी कशी होतील? प्रभावी होण्याकरता मन मोठं असावं लागतं. माझा तोल जाईल अशी भाषा कोणी बोलायची नाही असा फतवा काढण्यापेक्षा आपण स्वत: मोठ्या मनाची कवचकुंडलं घालणं हे जास्त उचित होईल. शांत मनासारखं दुसरं संरक्षक कवच या जगात कोठेही नाही. एकदा का ते कवच चढवलं की मग बाण कुठूनही येवो. आपल्याला त्याची फिकीर रहात नाही.

शाब्दिक बाण सोडणारे आपल्याला पदोपदी भेटत असतात. पण त्यांचा थिटेपणा, मोठ्या मनाच्या माणसांना लक्षात येतो. परंतु त्यांचं मन इतकं मोठं असतं की त्याबद्दल त्यांना आकस वगैरे काहीही वाटत नाही. उलट ते त्यांना समजून घेतात. त्यांच्या स्वभावाविषयी ते सहानुभूती व्यक्त करू शकतात. त्यांचा थिटेपणा ते पचवून घेऊ शकतात. त्या थिटेपणामुळे त्यांचा तोल जात नाही. इतरांच्या शाब्दिक बाणांमुळे पदोपदी त्यांचा अपमान होत आहे असं त्यांना वाटत नाही. ते जर एखाद्या विषयावर चर्चा करत असतील तर त्याचं वादावादीत रूपांतर होत नाही. इतरांच्या शब्दामुळे त्यांच्या कपाळावर सारखी आठी चढत नाही. त्यांच्याकडे शांत मनाचं संरक्षक कवच असतं. स्वत:वरची टीका ते शांतपणे ऐकून घेऊ शकतात. आपल्या विरुद्ध मत ते शांतपणे ऐकून घेऊ शकतात. विशेष म्हणजे तितक्याच शांतपणे ते इतरांना न पटणारी त्यांची मतं मांडू शकतात. म्हणूनच परस्परसंबंधाच्या व्यवहारात ते वरचढ ठरतात.

अतिशय प्रतिकूल परिस्थिती शांतपणे हाताळणारी माणसं तुम्ही पाहिली आहेत काय? अशा माणसांविषयी सगळ्यांना आदर वाटतो. प्रतिकूल परिस्थितीतच माणसाच्या स्वभावाची खरी कसोटी असते. कठीण समय आला असताना जो शांत आणि स्थिर राहून मार्गक्रमण करू शकतो त्याला सगळेजण मानाचं स्थान देतात. त्यांना ते स्थान मागायची वेळ येत नाही.

आता तुम्ही विचारा की मनाचा हा स्तर गाठण्याकरता काय करायचं?

मी प्रकरणाच्या सुरवातीला म्हटलेच आहे की, आपल्याला काही करायचे नाही, उलट सगळे करणे बंद करायचे आणि वाट पहायची. मन आपोआप तो स्तर गाठेल. ज्याप्रमाणे बीज पेरल्यावर अंकुर फुटण्याकरता आपल्याला काहीही करावे लागत नाही. आपल्याला फक्त अंकुर फुटण्यासाठी अनुकूल परिस्थिती निर्माण

करायची असते आणि वाट बघायची असते. अंकुर आपोआप फुटतो व त्याची वाढही आपोआपच होते. ही नैसर्गिक प्रक्रिया आहे. त्यामध्ये मानवाला काहीही करता येत नाही. त्याचा वेग वाढवता येत नाही की कमीही करता येत नाही.

अगदी त्याचप्रमाणे मनाचा हा स्तर गाठण्यासाठी आपल्याला काहीही करावे लागत नाही. फक्त अनुकूल परिस्थिती निर्माण करायची आणि वाट बघायची. तुम्ही विचाराल किती वाट बघायची?

ह्याचं उत्तर मला माहीत नाही. तुम्ही जे बीज पेरलं आहे त्या बीजाच्या जातीवर अवलंबून राहील. ज्या मातीत पेरलं आहे त्या मातीच्या मूळच्या सुपीकपणावर अवलंबून राहील. मातीची मशागत किती केली आहे त्यावर अवलंबून राहील. त्या मातीमध्ये याआधी कोणतं पिक घेतलं होतं, ह्यावर अवलंबून राहील. त्याला खत पाणी किती दिलं, ह्यावर अवलंबून राहील. याचाच अर्थ तुम्ही किती मनापासून धडपड थांबवता ह्यावर अवलंबून राहील. तुमचा मूळचा स्वभाव काय होता ह्यावर अवलंबून राहील व तुम्ही ह्या नैसर्गिक क्रियेसाठी परिस्थिती किती अनुकूल करता, ह्यावर अवलंबून राहील.

आता प्रश्न असा उभा राहतो परिस्थिती अनुकूल कशी करता येईल?

ह्यासाठी वेगवेगळे मार्ग उपलब्ध आहेत. ज्याला जो मार्ग लागू पडेल त्याने तो करावा.

ध्यान धारणा

शवासन

विपश्यना

एकांतामध्ये मौन

कोणतीही पूजा किंवा प्रार्थना

लेखन

वरीलपैकी काहीही, रोज निदान अर्धा ते एक तास करणे आवश्यक आहे. तुम्हाला जे योग्य वाटेल ते करा. कोणत्याही योग शिबिरात ध्यान आणि शवासन शिकवले जाते. शिवाय बाजारात शवासनासाठी आणि ध्यानासाठी कॅसेट मिळतात. फक्त त्याला एकांत हवा असतो. एकांतात कॅसेट लावायची आणि पद्मासनात डोळे मिटून बसायचे किंवा शवासनासाठी उताणे झोपायचे. त्यानंतर कॅसेटमधील सूचनांचे पालन करायचे. माझ्या बहुतेक कार्यशाळेत मी ध्यान करून घेतो. पूर्वी त्यासाठी मी सूचना द्यायचो. पण आता मीसुद्धा माझा आवाज टेप करून ध्यानासाठी माझ्या कॅसेट तयार केल्या आहेत.

विपश्यना हा सुद्धा ध्यानाचा प्रकार आहे. हे एक वेगळ्या पद्धतीचे ध्यान आहे. भगवान बुद्धाची ती मानवजातीला देणगी आहे. ही पद्धत बुद्धाने शोधून काढली.

ह्यामध्ये पद्मासनात बसून डोळे मिटायचे आणि पद्मासन येत नसेल तर सुखासन किंवा साधी मांडी घालून बसायचे. काल्पनिकरित्या आपण आपल्या नाकाच्या शेंड्यावर बसायचं. त्यानंतर प्रत्येक श्वासाच्या वेळी हवा नाकात जाताना पहायची. त्या हवेबरोबर आपण सुद्धा जितकं शक्य होईल तितकं फुफ्फुसात जायचं. तेथे प्राणवायूची आणि कार्बनडायऑक्साइड वायूची देवाण घेवाण पहायची. आणि त्या उच्छ्श्वासाबरोबर बाहेर यायचं. कसलाही विचार मनात आणायचा नाही. फक्त श्वासावर लक्ष द्यायचं. श्वास जसा चालू आहे तसाच चालू ठेवायचा. त्याचा वेग कुठेही कमी जास्त करायचा प्रयत्न करायचा नाही. नैसर्गिकरित्या जसा चालू आहे तसाच चालू ठेवायचा. असे केल्याने मनातील सगळे विचार गायब होतात. भविष्यकाळ रहात नाही, भूतकाळ रहात नाही. रहातो तो फक्त वर्तमान काळ. फक्त हा क्षण आणि हा श्वास. जेथे आपण पूर्णपणे असतो.

परंतु हे करताना बरेच विचार मनात येतात. एक विचार दुसऱ्या विचाराला जन्म देतो. दुसरा विचार तिसऱ्या विचाराला जन्म देतो आणि अशी विचारांची शृंखला तयार होते. काही मिनिटानंतर आपल्या लक्षात येतं की आपण श्वासावर लक्ष देतच नाही. अशा वेळी अलगदपणे मनातले विचार काढून टाकायचे आणि परत श्वासावर लक्ष द्यायचं. हे वारंवार करावं लागतं. पण त्यामुळे त्रासून जायचं नाही. लहान मूल जसं बागडत असतं तसंच आपलं मनही बागडत असतं. आपल्याला जसं हे लक्षात

येईल तसं अलगदपणे त्या मनाला श्वासावर लक्ष ठेवायला न्यायचं. अगदी प्रेमपूर्वक न त्रासता, रोज निदान चाळीस ते पंचेचाळीस मिनिटे विपश्यना करायला पाहिजे.

कुणाला डोळे मिटून बसायला जमत नसेल तर उघड्या डोळ्यानी एकांतात मौन करावे. परंतु शक्यतो निसर्गरम्य ठिकाणी एकांत निवडा. झाडाझुडुपात, समुद्रकिनारी, डोंगरात, बागेत अशा ठिकाणी जा. आणि एकांतात वेळ घालवा. परंतु अशा वेळी वर्तमानपत्र न्यायचे नाही. रेडिओ न्यायचा नाही, वही पेन्सिल न्यायची नाही, कोणालाही बरोबर न्यायचे नाही आणि झोपायचे नाही. तेथे जागे राहायचे आणि स्वत:च्या विचारांबरोबर राहायचे. स्वत: काल्पनिकरित्या स्वत:च्या शरीरातून बाहेर पडायचे आणि मनात कोणते विचार येत आहेत हे बाहेरून बघायचे. त्या विचारांना नियंत्रित करायचा प्रयत्न करायचा नाही. फक्त कोणकोणते विचार मनात येत आहेत हे पाहायचे. एखाद्या विशिष्ट प्रकारचेच विचार मनात येत आहेत हे पाहायचे. एखाद्या वेळेस काही विशिष्ट दिशा मिळेल. भूतकाळात डोकवा, काही विशिष्ट दिशा मिळेल. निसर्गाचे निरीक्षण करा. निसर्ग आपल्या पद्धतीने तुम्हाला काही सांगण्याचा प्रयत्न करतो आहे. त्याकडे लक्ष द्या. तुमच्या अस्तित्वाला निश्चितपणे काही उद्देश आहे. तो मिळतो का पहा.

अशा तऱ्हेने महिन्यातून दोन वेळा तरी दोन दोन तास निसर्गात घालवले तर तुमच्या मानसिक स्तरामध्ये बराच बदल होईल.

कुणाला पूजाअर्चा करायची असेल तरी काही हरकत नाही. कोणतीही पूजा किंवा प्रार्थना म्हणजे एक प्रकारचं ध्यानच आहे. फक्त त्यावेळेस दुसरा तिसरा कोणताही विचार मनात यायला नको. पूजा हे कार्य भावप्रधान आहे. ते मनापासून केलं तरच त्याला अर्थ आहे. परंतु पूजा, स्वत:चं मन मोठं करण्यासाठी करायची असते. देवाकडे मागण्या ठेवण्यासाठी नसते. पूजा, स्वत:ला बदलण्यासाठी करायची असते, देवाला बदलण्यासाठी नव्हे. देवाने आपल्याला जे काही द्यायचं आहे ते जन्माच्या वेळेसच दिलं आहे. आता त्यात काहीही फेरफार नाही. ह्यानंतर जे काही आपल्याला पाहिजे, ते आपण पुढाकार घेऊन करायचं आहे. बुद्धी म्हणाल तर तीही प्रत्येकाला दिली आहे. त्याचा उपयोग चांगल्या कामासाठी करायचा की वाईट कामासाठी करायचा हे ठरवण्याची मोकळीक तुम्हाला दिली आहे. मनसुद्धा प्रत्येकाला दिलं आहे. ते मोठं करायचं की छोटच ठेवायचं हे ठरवायची मोकळीक तुम्हाला दिली आहे. बुद्धी जितकी चांगल्या कामासाठी वापरू, मन जितकं मोठं करू तितकं आपण त्या विश्वेश्वराच्या जवळ पोहोचू. परंतु पूजा करताना आभार प्रदर्शनाच्या ऐवजी मागण्या असतील तर ती पूजा मन मोठं करण्यासाठी नाही, ती पूजा स्वत:ला बदलण्यासाठी नाही तर देवाला बदलण्यासाठी आहे हे लक्षात असू द्या. काही लोक म्हणतात आम्ही फक्त 'चांगली बुद्धी दे' अशी प्रार्थना करतो. पण ती सुद्धा मागणी

आहे. बुद्धी तर मानवाला जन्मतःच दिलेली आहे. जनावराला ती बुद्धी दिलेली नाही. त्यामुळे जर जनावराने अशी प्रार्थना केली तर समजण्यासारखं आहे. पण मानवाकडे दिलेली आहे. म्हणजे बुद्धी तर दिलीच पण न मागितलेल्या गोष्टीसुद्धा दिलेल्या आहेत. त्याबद्दल देवाचे फक्त आभार मानता येतील. आपल्याला देवाने न मागता काय काय दिलेलं आहे हे जर आपण पाहिलं तर त्या सर्व गोष्टींसाठी मनापासून आभार व्यक्त करायला रोज अर्धातास कमीच पडेल असे मला वाटते.

कुणाला पूजा करण्यात वेळ घालवावासा वाटत नसेल, आणि काही तरी लेखन करायचं असेल तरीदेखील हरकत नाही. लेखन केल्याने विचार शुद्ध होतात. त्यामुळे जरूर लेखनावर वेळ घालवावा. परंतु आपण काय लिहितो हे सुद्धा महत्त्वाचे राहिल. आपले बरे वाईट जे काही अनुभव आहेत त्यातून आपण काय शिकतो आहोत आणि पुढच्या पिढीसाठी कोणता वारसा मागे ठेवून जात आहोत ह्या गोष्टीचा विचार होणं आवश्यक आहे, त्यावर लेखन होणं आवश्यक आहे. आपल्याला अनेक समस्यांचा सामना करावा लागतो. पण नियतीने आपल्यासाठी समस्या उभ्या केलेल्या असतात त्या आपल्याला त्रास देण्यासाठी नाही तर आपल्याला शिकण्यासाठी. प्रत्येक समस्येतून आपल्याला शिकण्यासारखं काहीतरी असतं. जोपर्यंत आपण शिकत नाही तोपर्यंत त्या प्रकारच्या समस्या आपल्यापुढे उभ्या ठाकत असतात. ज्या दिवशी आपण जे काही शिकायचं आहे ते शिकलो की त्या दिवसापासून त्या प्रकारच्या समस्या उभ्या ठाकणं बंद होतं. परंतु हे ज्याचं त्यानी अनुभवायचं आहे. कुणाला ह्यावर लेखन करायचं असेल तर खुशाल करा. रोज एक तास तरी लेखनासाठी बाजूला ठेवा.

सारांश

वरील कोणताही प्रकार वापरा. हे सगळे प्रकार मन स्थिर ठेवण्यासाठी आहेत व मन मोठं करण्यासाठी आहेत हे लक्षात असू द्या. मन शांत आणि स्थिर ठेवण्यासाठी तुमच्याकडे आणखी काही कल्पक पद्धती असतील तर खुशाल त्याचा वापर केला तरी हरकत नाही. फक्त त्या पद्धती सकारात्मक असाव्यात, विध्वंसक असू नयेत. अखिल मानवजातीसाठी त्या सृजनशील असाव्यात हे लक्षात ठेवलेलं बरं.

खरं म्हणजे आपण जसजसं वयानं मोठे होतो तसतसं आपलं मन जास्तीत जास्त मोठं आणि स्थिर होणं आवश्यक आहे. त्यालाच खऱ्या अर्थानं मोठं होणं म्हणतात. वयाने प्रत्येकजण मोठा होतो. पण मनानं मोठं होणं हेच मानव असण्याचं लक्षण आहे.

पुढाकार घ्या. मन शांत आणि स्थिर ठेवा.

∎

पुढाकाराचे नववे सूत्र
समाजाचे ऋण फेडा

समाजाचे ऋण फेडा

एकदा नॅशनल जिओग्राफी ह्या टेलिव्हीजनच्या चॅनलवर आफ्रिकेतल्या जंगलातील फिल्म पाहिली. मोठ्या मैदानात अनेक जनावरं आपापल्या कळपाने चरत होती. सिंहाची चाहुल लागल्यावर त्यातील बरीच छोटी छोटी जनावरं पळून गेली. पण म्हशींचा कळप काही पळाला नाही. उलट सगळ्या म्हशी एकमेकींजवळ आल्या. अंदाजे साठ सत्तर म्हशींचा तो कळप होता. त्यामध्ये पंधरा ते वीस छोटी पिल्लं होती. पाच मिनिटात तो कळप असा उभा राहिला की बाहेरच्या फळीत मोठ्या म्हशी आणि रेडे आले व आतल्या बाजूला सगळी त्यांची पिल्लं आणि छोटी जनावरं वगैरे होती. बरं सिंहाचा सुद्धा कळपच होता. जवळ जवळ पंधराच्या आसपास सिंह सिंहिणी होत्या. त्या म्हशींच्या कळपावर हल्ला करून एखादं तरी पिल्लू पळवावं असा त्यांचा इरादा होता. इथून तिथून हल्ला करायचा त्यांनी बराच प्रयत्न केला. दोन्ही कळप समोरासमोर उभे होते. त्यांच्या मध्ये फक्त शंभर दोनशे फुटांचच अंतर होतं. बराच वेळ त्यांचं नाट्य चालू होतं. परंतु शेवटी सिंहांनी हल्ला करायचा विचार सोडून दिला.

कळपामुळे कसा सगळ्यांना फायदा होतो. त्या म्हशींची छोटी छोटी पिल्लंसुद्धा हिंस्त्र सिंहापासून सुरक्षित होती ती फक्त कळपाच्या शक्तीमुळे. सिंह आल्यावर बाकी जनावरं पळून गेली पण म्हशी उलट एकत्र आल्या आणि प्रचंड शक्ती निर्माण झाली. त्या शक्तीपुढे सिंहाच्या कळपालासुद्धा हार मानावी लागली.

माणूस हा सुद्धा कळपाने रहाणारा प्राणी आहे. आपण त्या कळपाला, समाज असं म्हणतो. समाजामुळे समाजातील प्रत्येकाला प्रचंड फायदे होत असतात. आपल्या यशामध्ये किती माणसांचा सहभाग असतो ह्याची आपल्याला कल्पनाही नसते. ही संपूर्ण समाजव्यवस्था रोजच्या रोज कार्यरत असते व ती नकळतपणे

आपल्या आयुष्याचा एक भाग बनते. ह्या व्यवस्थेचं एक मोठं जाळं आहे. ह्या जाळ्यात प्रत्येक माणूस वेगवेगळ्या जागी कार्यरत आहे. त्यामुळे प्रत्येक माणूस एकमेकांच्या यशात शांतपणे सहभागी असतो. ह्यातील काही थोडीच माणसं, थेट आपल्या संपर्कात असतात. पण कित्येक माणसं आपल्या संपर्कात कधीच येणार नसतात. पण म्हणून आपल्या यशातील त्यांचा सहभाग कमी लेखून चालणार नाही. आपल्या घरातील कित्येक वस्तू कोणत्यातरी कारखान्यात, कोणीतरी मन लावून काम केल्यामुळे तयार झालेल्या असतात. त्या आपल्या घरात येईपर्यंत त्याला कित्येक हात लागलेले असतात. ह्या सगळ्या व्यवस्थेमुळे आपलं आयुष्य बरंच सुखकर झालेलं असतं. नुसती माणसंच काय तर झाडंसुद्धा आपापल्या परीने आपल्या यशात सहभागी असतात. काही झाडं आपल्या थेट संपर्कात असतात तर काही झाडं आपल्याला कधी दिसणारही नसतात. पण त्यांनी आपल्या जीवनात योगदान दिलं असतं. आपल्या घरात लाकडाच्या कित्येक वस्तू असतात. त्या कोणत्यातरी झाडापासूनच तयार झालेल्या असतात. समाजव्यवस्थेचं हे जाळं इतकं मोठं आहे की आपण एका टोकाला असलो तरी दूरवरच्या दुसऱ्या टोकाच्या माणसाचासुद्धा आपल्या आयुष्यात सहभाग असतो, हे आपण नजरेआड न होऊ दिलेलं बरं. आधुनिक जगात तर हे जाळं संपूर्ण जगभर विणलं गेलं आहे. न जाणो आपल्या आयुष्यात दुसऱ्या कोणत्या तरी देशातील व्यक्तीचासुद्धा सहभाग असेल.

आपण प्रत्येकजण ह्या जाळ्याचा एक भाग आहोत. आपणा सर्वांना ह्या जाळ्याच्या अस्तित्वाचा फायदा होत असतो. ह्या जाळ्याचे आपल्यावर ऋण असतात. आपण जीवनात जे काही मिळवतो ते ह्या जाळ्यामुळे मिळवतो व ते तसंच मिळत राहावं म्हणून आपण सर्वांनी ह्या जाळ्याला आपल्यातलं थोडं थोडं द्यायला पाहिजे. आपण सर्वांनी थोडे थोडे प्रयत्न केलं तर हे जाळं आणखीनंच मजबूत होईल. ह्याचं कारणासाठी आपण पुढाकार घेऊन ह्या जाळ्याला मजबूत करण्यासाठी हातभार लावायला पाहिजे. आपण समाजासाठी काहीतरी करायला पाहिजे. ह्या प्रकरणामध्ये आपण पुढाकार घेणार आहोत तो आपल्याला काहीतरी मिळवण्यासाठी नव्हे, तर समाजाला काहीतरी देण्यासाठी.

आता काहींच्या मनात विचार येईल की आमचीच मिळकत इतकी तुटपुंजी आहे की त्यातलं आम्ही किती आणि कोणाला द्यायचं?

आपण समाजाला काहीतरी परत द्यायचा विचार करत आहोत. तेथे पैसे हे फक्त चलन आहे. त्याच्या मार्फत काही गोष्टी केल्या जातात. जर आपल्याला पैसे न देता त्यातल्या काही गोष्टी करता आल्या तर पैशाची गरज नाही. आपल्याकडे जे काही आहे त्यात थोडंसं समाजासाठी देणं आवश्यक आहे.

आपण एखादी गोष्ट, काहीही मोबदला न घेता, दुसऱ्यासाठी केली तर तीसुद्धा

समाजासाठी केलेली सेवा असते. समाजसेवा म्हटलं की आपल्याला वाटतं त्यासाठी खूप मोठा त्याग करावा लागतो. कुटुंबाचा त्याग करावा लागतो. आपल्या करिअरचा त्याग करावा लागतो. आपल्या आवडीनिवडीचा त्याग करावा लागतो. एक उदात्त हेतू घेऊन कार्यरत राहावं लागतं आणि अनेक हालअपेष्टा सहन कराव्या लागतात.

जर हेतू खरोखरीच उदात्त असेल तर एखादेवेळेस वरील शक्यता नाकारता येत नाही. पण एवढा त्याग करण्याची तुमची तयारी नसेल आणि काहीतरी सेवा करण्याची इच्छा असेल तरीही समाजसेवा करता येते.

मध्यंतरी मी एका पार्टीमध्ये एकाकडून एक किस्सा ऐकला. एकजण म्हणाला 'माझा कोणत्याही धार्मिक चालीरीतींवर विश्वास नाही. मी घरात कुणाचं श्राद्धसुद्धा करत नाही. कारण माझा त्यावर विश्वास नाही. उगाच त्यावर वेळ आणि पैसा खर्च करण्यापेक्षा मी तोच वेळ आणि पैसा कुणा गरीब माणसाला देतो. आता परवाचीच गोष्ट बघा. माझा वाढदिवस होता आणि मी तो कसा साजरा केला असेल? मी गाडीने जात होतो. ट्रॅफिकसिग्नलवर एक भिकारी भीक मागायला आला. मी त्याला गाडीत घेतलं. पंचतारांकित हॉटेलमध्ये आम्ही दोघं गेलो. मी त्याच्याबरोबर जेवलो. आमचं बील तीन हजार झालं. मी बील दिलं आणि परत त्याला त्याच्या सिग्नलवर सोडलं.'

मला वैयक्तिकरित्या हा प्रकार काही पटला नाही पण त्या माणसाला, निदान समाजाला काहीतरी देण्याची मनीषा तरी होती, हे सुद्धा काही वाईट नव्हतं.

समाजाचं ऋण फेडायचं असेल तर आपल्याला चौथं प्रकरण नजरेआड करून चालणार नाही. सहकार्यभाव निर्माण करण्याकरता जो काही पुढाकार घ्यायला सुचवलेला आहे तो आपल्याला लक्षात घ्यावा लागेल. आपण समाजातील ज्या घटकांसाठी काहीतरी देत आहोत, त्या घटकांच्या गरजा, त्यांच्या दृष्टिकोनातून पहाव्या लागतील. ते जर जमले नाही तर वर सांगितलेली किस्स्याची पुनरावृत्ती होण्याचीच शक्यता आहे. त्या माणसाला भिकाऱ्याची गरज ओळखता आली नाही. मला नाही वाटत सिग्नलवर उभ्या असलेल्या भिकाऱ्याला पंचतारांकित हॉटेलमध्ये नेऊन त्या भिकाऱ्याचं काही भलं झालं असेल. त्याची एक वेळची भूक भागली की नाही हेसुद्धा प्रश्नचिन्हच आहे. कारण पंचतारांकित हॉटेलमध्ये भेजा फ्राय आणि पाव मिळत नाही, भुर्जी पाव मिळत नाही, उसळ पाव मिळत नाही, तेलाचा तवंग असलेली चिकन करी मिळत नाही, कांदा भजी आणि त्याबरोबर मिरची मिळत नाही. हे खाण्याची सवय असलेल्याला, चिकन सिझलर्स दिल्या, फिश विथ ऑईस्टर सॉस दिलं, स्विट ॲन्ड सार प्रॉन दिलं तर त्याचं पोट कसं भरणार? पंचतारांकित हॉटेलमध्ये जायचं, ही गरज त्या माणसाची होती, भिकाऱ्याची नव्हे. चौथ्या प्रकरणामधला सहकार्य भाव जाणून घेतला नाही तर हे असं विसंगत काहीतरी होईल. तुमची लाख इच्छा असेल की आपण समाजासाठी काहीतरी करावं

पण अशी मदत कोणी घेणार नाही.

असंच एकदा झालेलं मी अक्षरशः पाहिलं आहे. एकाने पांढरा स्वच्छ नवा कोरा शर्ट महागड्या दुकानातून विकत घेतला व एका गरीब मुलाला दिला. त्या मुलाने तो विकून टाकला. नवा कोरा महागडा शर्ट अतिशय गरीब मुलगा घालूच शकणार नाही. परंतु त्याला जर एखादा जुना शर्ट, वापरलेला का होईना, दिला तर तो आनंदाने घेईल व वापरेल. पण नवा कोरा महागडा शर्ट घालून त्याला त्याच्या वस्तीत वावरता येणार नाही. महागड्या शर्टावर कोणतीही पँट चालणार नाही, ती त्याला शोभेल अशीच पाहिजे. त्यावर चपला, बुटसुद्धा साजेसेच पाहिजेत. हाताला घड्याळही चांगल्यापैकी पाहिजे. महागडा शर्ट देऊन प्रश्न सुटत नाहीत तर आणखीन वाढतात.

याकरताच सहकार्य भाव नजरेसमोर ठेवूनच समाजसेवा करायला लागेल. आपल्याला द्यायचं आहे म्हणून ते कोणीही घेईल असं नाही. जर त्या माणसाची त्यामुळे गरज भागत नसेल तर तो घेणार नाही. घेणार नाही म्हणण्यापेक्षा त्याला ते उपयोगी पडणार नाही हे म्हणणं जास्त उचित होईल. शेवटी, तुमचा उद्देश सफल होणार नाही.

आपल्यापैकी प्रत्येकाने समाजसेवा तर केलीच पाहिजे. त्याकरता सेवाभाव ही प्रवृत्तीच विकसित केली तर आपल्या रोजच्या कामातसुद्धा समाजसेवा होऊ शकेल. आपण जे काही काम करतो ते करताना, गोरा कुंभारासारखा सेवाभाव ठेवला तर आपल्या कामाची गुणवत्ता अनेक पटीने सुधारेलच, पण शिवाय आपल्याकडून थोडं जास्तच दिलं जाईल. आपल्याला आपल्या कामाचा जितका मोबदला मिळतो त्यापेक्षा जास्तच आपण जर दिलं तर तीसुद्धा एक प्रकारची समाजसेवाच आहे. ती सेवा कोणाला लाभदायक होणार आहे हे आपल्याला कळणारसुद्धा नाही. पण ती ह्या समाजव्यवस्थेच्या जाळ्यातच असेल व हे जाळं मजबूत करण्यासाठीच उपयोगी होईल. गोराकुंभार जेव्हा मडकी करायचा तेव्हा हाच सेवाभाव हृदयात ठेवून मडकी करायचा. प्रत्येक मडकं कोणत्या तरी घरात जाईल व तेथे माणसाची सेवा करील. परंतु तो प्रत्येक माणसात देव पहात होता. त्यामुळे त्याचं प्रत्येक मडकं तो ईश्वरचरणीच अर्पण करीत होता. ह्या प्रवृत्तीमुळेच त्याच्या मडक्यांची गुणवत्ता ही बाकीच्या कुंभारांच्या मडक्यांपेक्षा अतिशय उच्च पातळीची होती. सहाजिकच त्याच्या मडक्यांना भरपूर मागणी होती. सगळ्या समाजात त्याच्याकडचीच मडकी गेल्यामुळे त्याच्याकडून समाजसेवा जास्त प्रमाणात होत होती. त्यासाठी त्याला कुठेही जायला लागत नव्हते. तो फक्त आपलं काम मन लावून करत होता.

कुणाला समाजसेवेची इच्छा आहे पण त्यासाठी पैसे नाहीत व फारसा वेळही द्यायची इच्छा नाही तरीसुद्धा तुम्ही समाजाची सेवा करू शकता. फक्त त्यासाठी

सेवाभाव ही प्रवृत्ती असली म्हणजे झालं. ही प्रवृत्ती असेल आणि तुमच्या चार महत्त्वाच्या भूमिकांमध्ये ही प्रवृत्ती ओतली तरीसुद्धा तुमच्याकडून मोठी समाजसेवा होईल. आपण दुसऱ्या आणि तिसऱ्या प्रकरणामध्ये पाहिलं आहे की आपल्या प्रमुख चार भूमिका असतात. पहिली कौटुंबिक, दुसरी व्यावसयिक, तिसरी वैयक्तिक आणि चौथी सामाजिक. ह्या चारही क्षेत्रामध्ये फक्त तुम्ही तुमची कामं सेवाभाव ह्या प्रवृत्तीतून केली तरीही तुमच्या हातून एक मोठी समाजसेवा होईल.

तुम्ही तुमची कौटुंबिक जबाबदारी अगदी मनापासून सेवाभावाने पार पाडली, तर त्यामुळे किती सकारात्मक कंपने (Positive Vibrations पॉझिटीव्ह व्हायब्रेशन्स) तुमच्या कुटुंबात निर्माण झालेली असतील. ही कंपनं तुमच्या कुटुंबातून समाजात जातील व समाजव्यवस्थेच्या जाळ्यात त्याचा प्रसार होईल. सकारात्मक कंपने समाजाला दिल्याबद्दल ती कंपने समाजाकडून तुमच्याकडेच परत येतील. शेवटी हे परस्परावलंबनाचं विश्व आहे. येथे आपण जे काही देऊ, तेच आपल्याला परत मिळतं. प्रतिध्वनीच्या तत्त्वावर परस्परावलंबन काम करतं हे आपण लक्षात ठेवलेलं बरं. आपण जे काही समाजाला देऊ, तेच आपल्याकडे परत येईल.

तुम्ही तुमची व्यावसायिक जबाबदारी अगदी मनापासून केली तरी हाच परिणाम पहायला मिळेल. गोरा कुंभाराच्या वेळेस उत्पादनाची सगळी प्रक्रिया हाताने करायची होती. आज औद्योगिकीकरण झालेलं आहे. बहुतेक सर्व उद्योगांमध्ये आधुनिकीकरण आणि यांत्रिकीकरण बरंच झालेलं आहे. परंतु असं असलं तरी त्या यंत्रांची मनापासून काळजी घ्यायला लागते, तरच उत्पादनाची गुणवत्ता चांगली रहाते. गोरा कुंभार जसा मडक्यांची काळजी घेत होता तशीच काळजी हल्ली आपल्याला यंत्रांची घ्यायला लागते. आपलं उत्पादन कोणतंही असो व ते कोणत्याही घरात जाणार असो, त्यांची नावं आणि पत्ते आपल्याला माहिती असायची गरज नाही. आपणही आपल्या घरात इतकी उत्पादनं वापरतो की ती कोणाच्या मेहनतीनी झाली हे आपल्याला माहीत नसतं आणि तशी गरजही नसते. ती उत्पादनं जेथे जातील तेथे त्यामुळे सकारात्मक कंपनं निर्माण झाली पाहिजेत एवढाच आपला उद्देश असेल तरीसुद्धा ही एक प्रकारची समाजसेवाच आहे.

आता आपण वैयक्तिक जबाबदारी पाहूया. जसजसं आपलं वय वाढतं तसतसं आपल्यातला माणूस जास्तीत जास्त जागृत झाला पाहिजे ह्यालाच परिपक्वता म्हणतात. हीच वैयक्तिक जबाबदारी. आपल्या सगळ्या अनुभवांमुळे आपली माणुसकी वाढली नाही तर आपल्याकडून सकारात्मक कंपने निघणार नाहीत. वयानुरूप वागायला पाहिजे असं आपण सुचवतो. पण वयानुरूप याचा नक्की अर्थ काय? माझ्या मते, व्यक्ती वयाने जितकी मोठी तितकी त्याच्यामध्ये माणुसकी जास्त, सहकार्य भाव जास्त, ऐकून घेण्याची क्षमता जास्त, समजून घेण्याची क्षमता

जास्त, क्षमा-शीलतेची क्षमता जास्त वगैरे वगैरे. ह्या सगळ्या गोष्टी माणसाला 'माणूस' बनवतात, माणसाला सकारात्मक दृष्टिकोन देतात. ही जबाबदारी आपण लौकरात लौकर ओळखणं आणि लौकरात लौकर पार पाडणं जरुरीचं आहे. जेव्हा आपल्यातील हा सकारात्मक बदल दुसरे बघतील, तेव्हा आपोआपच सकारात्मक कंपने आपल्याकडून समाजात जातील व समाजव्यवस्थेचं जाळं आणखी मजबूत होईल.

आता सामाजिक जबाबदारीविषयी पाहूया. सामाजिक जबाबदारीची कक्षा आपण जर अगदी अरुंद केली तर आपण जेथे राहातो तेथील शेजारीपाजारी आणि आपल्या संपर्कात येणारी आजूबाजूची मंडळी, ह्या सर्वांकडे आपल्या कुटुंबामार्फत किती सकारात्मक गोष्टींचा प्रसार होतो ह्यावर विचार व्हायला हवा. आपण समाजात रहातो. आपल्या आजूबाजूला अनेक शेजारीपाजारी, दुकानदार, छोटे छोटे उद्योग करणारी माणसं आपल्या संपर्कात येतात. जरा एक नजर ह्या सगळ्यांवर टाका आणि पहा ह्यांच्याकडे आपल्याकडून काही सकारात्मक कंपनं जातात की नकारात्मक कंपनं जातात? जेव्हा सहकार्याचा प्रश्न येतो तेव्हा आपण मागे असतो की पुढे असतो? जेव्हा काही सुधारणा करायची असते तेव्हा आपण मागे असतो की पुढे असतो? जेव्हा मिळून मिसळून काहीतरी करायचं असतं तेव्हा आपण पुढे असतो की मागे राहून इतरांचे पाय खेचतो? आपल्या आणि सहकार्यांच्यामध्ये अहंकार कितीवेळा येतो? आपल्या आजूबाजूला आपण पुढाकार घेऊन सकारात्मक कंपने दिली तरी ती एक चांगली समाजसेवा होईल असं माझं मत आहे. त्यासाठी तुम्हाला पैसे लागणार नाहीत. खूप वेळ खर्च करावा लागणार नाही. फक्त लागेल तो सेवाभाव. तो मात्र हृदयात जागृत ठेवायला लागेल. प्रत्येकाशी वागताना, आपलं काम करताना, कोणाकडून काम करवून घेताना, आणि कोणाकडून सेवा घेताना आपल्या हृदयात सेवाभाव असला तर आपल्याकडून आपोआपच समाजसेवा घडेल.

सेवाभावासारखी आणखी एक गोष्ट लक्षात ठेवायला हवी. विशेषत: ज्यांना कमीतकमी खर्चात समाजसेवा करायची आहे त्यांनी हे जरूर ध्यानात ठेवावं. आपण जे मिळवतो त्यावर आपला चरितार्थ चालतो. पण आपण जे देतो त्यावर समाज चालतो आणि आपण समाजाला जे काही देतो त्याप्रमाणेच आपल्याला मिळतं. त्यामुळे आयुष्यात 'दान' हीसुद्धा प्रवृत्ती निर्माण करायला पाहिजे. परंतु जेव्हा जेव्हा पैशाचा प्रश्न येतो, तेव्हा अनेक प्रश्न उपस्थित होतात. किती? कशाला? कोणाला? कधी? योग्य अयोग्य, असे अनेक प्रश्न उपस्थित होतात. परत दान केलेले पैसे ज्याच्याकडे पोहोचायला पाहिजेत, तिथे गेले की नाही ही वेगळीच चिंता. कारण जगात जशी चांगली माणसं असतात, तशीच वाईट प्रवृत्तीची माणसंही असतात. ह्या सगळ्यावर उपाय म्हणून एक लक्षात ठेवा. आपण रोजच्या आयुष्यात अनेक वेळा कित्येकांना पैसे देत असतो व त्यांच्याकडून सेवा किंवा वस्तू विकत घेत

असतो. अशा वेळेस आणखी एक प्रवृत्ती बाळगा. इतरांना, विशेषत: आपल्यापेक्षा कमी आर्थिक क्षमता असलेल्यांना, जेव्हा पैसे द्यायची वेळ येईल तेव्हा त्यांना त्यांच्या लायकीपेक्षा थोडंसं जास्तीच द्या. तुम्हाला वाटेल ह्यामुळे आपलं दिवाळं निघेल. पण प्रत्यक्षात परिस्थिती उलटी होते. तुम्ही जितकं द्याल तितकं तुमच्याकडेच परत येईल. देणाऱ्या हाताकडे निसर्ग नेहमीच मिळकतीचा ओघ चालू ठेवतो. जी दानशूर लोकं आहेत किंवा होऊन गेली त्यांच्यावर नजर टाका आणि तुम्हाला दिसेल की अशा माणसांकडे सतत मिळकतीचा ओघ चालूच असतो. ज्या दानशूर संस्था आहेत त्यांना पैशाचा कधीच तुटवडा होत नाही. त्यामुळे ही भीती मनातून काढून टाका व खुशाल लोकांना त्यांच्या लायकीपेक्षा जास्त द्या.

सारांश

तुम्ही हे जर सुरू केलं तर तुम्हाला तुमच्यातच फरक जाणवेल. सकारात्मक कंपनांचा सगळ्यात जास्त तुमच्यावरच परिणाम होईल. शिवाय जसं पैसा हा पैशाकडे जातो असं म्हणतात तसंच सकारात्मक कंपनं एकमेकांकडे आपोआप आकर्षित होतात. तुम्ही कुठेही जाल तर तुमच्या संपर्कात सकारात्मक कंपनं सतत असतील. तुम्ही जी ऊर्जा समाजात पाठवाल तीच ऊर्जा तुमच्याकडे सतत येत राहील. अडीअडचणीच्या वेळी, अनोळखी ठिकाणी, संकटकाळी कोणीतरी येईल आणि अशी मदत घेऊन येईल की ज्या मदतीची तुम्ही अगदी प्रार्थना करीत होतात. परंतु याचा अर्थ तुमच्यावर कधी संकटं येणारच नाहीत असा नाही. संकटं येतील, अशावेळी तुमच्या प्रवृत्तीची परीक्षासुद्धा होईल, तुम्हाला प्रयत्नांची शर्थसुद्धा करायला लागेल. पण प्रत्येक प्रसंगात कोणीतरी देवासारखा धावून येईल आणि तुम्हाला काहीतरी मदत करून जाईल व तुम्ही त्या प्रसंगातून निभावून जाल.

मुख्य म्हणजे ह्या प्रकारे पुढाकार घेतल्यावर सहकार्य भाव कसा निर्माण करावा हे तुम्ही शिकाल. चौथ्या आणि पाचव्या प्रकरणामध्ये ज्या सूचना केल्या आहेत त्या कशा अमलात आणायच्या हे तुम्ही शिकाल.

■

पुढाकाराचे दहावे सूत्र
आनंदी जगा

आनंदी जगा

आपण नऊ प्रकारचा पुढाकार पाहिला. तुम्ही जर ही सगळी नऊ प्रकरणं अमलात आणलीत तर तुमचं आयुष्य आमूलाग्र बदलून जाईल. तुमच्या बहुतेक समस्या तुमच्या नियंत्रणात येतील. व्यावसायिक असो, वैयक्तिक असो, कौटुंबिक असो, सामाजिक असो किंवा तुमच्या आरोग्याच्या संबंधात असो. तुमची कोणतीही समस्या असो, ती कशी हाताळायची ह्याकरता तुम्हाला निश्चित दिशा मिळेल. कदाचित इतरांना हा फरक लक्षात येणार नाही पण तुम्हाला तो फरक निश्चित जाणवेल कारण हा बदल आंतरिक असेल. पण येवढ्यावरच मी माझं पुस्तक संपवणार नाही. आणखी एक पुढाकार सुचवीत आहे. हा पुढाकार म्हणजे केकवरचं आयसिंग आहे असं समजायचं किंवा केशरी दुधातील केशराच्या काड्या आहेत असं समजायचं.

जीवनात आनंदी जगा

मी कित्येक मंडळी पहातो, त्यांच्याकडे सगळं काही असतं. पण चेहेरा इतका सिरियस (Serious) असतो की जणू काही सुतकातच बसले आहेत. त्यांच्या घरी जा, हास्य तुम्हाला माळ्यावरच्या अडगळीत पडलेलं दिसेल. पण ह्यात त्यांची काही चूक आहे असं मला वाटत नाही कारण आपण मुलांवर संस्कारच तसे करत असतो. मुलं जसजशी मोठी होऊ लागतात तसतसं त्यांना सिरियस व्हायलाच सांगितलेलं असतं. 'अरे वीस वर्षाचा घोडा झालास आता तुमचं हसणं खिदळणं बंद करा आणि जरा तरी सिरियस व्हा.' अशी वाक्य तरुण मुलांच्या कानावर चहुबाजूनी आदळत असतात. मी तर म्हणतो कारण नसताना सिरियस होणं म्हणजे कॅन्सरच आहे. सिरयस कशासाठी व्हायचं? अरे, सिन्सिअर (Sincere) व्हा पण सिरियस होऊ नका, आनंदी व्हा, हसा, खिदळा, उड्या मारा. आपल्या प्रत्येकाच्या

मनात कुठेतरी एक लहान मुल दडलेलं असतं. त्याला मारू नका. त्याला बाहेर काढा, त्याला जिवंत ठेवा. त्याला बागडायला आवडेल, खेळायला आवडेल, हसायला आवडेल, खुशाल तसं करा. पण आनंदी जगा. बालीशपणा करू नका, पण बालपण विसरू नका. लहान मुलासारखं वागू नका, पण स्वत:मधलं लहान मूल मारू नका. त्याला स्वच्छंदीपणे बागडू द्या.

बहुतेक वेळा मी लोकांना रडतखडत जगताना बघतो. सतत रडत बसायचं ही काही लोकांची सवय असते. त्यांच्या जीवनातले प्रश्न कधी संपतच नाहीत व ही मंडळी नेहमीच रडत असतात. मग लोकही असल्या लोकांच्या रडण्याकडे दुर्लक्ष करू लागतात.

काहींच्या आरोग्याच्या तक्रारी असतात. पण आरोग्यासाठी पुढाकार काही त्यांना घ्यायचा नसतो. त्यांचा पुढाकार म्हणजे फक्त औषधाच्या गोळ्या आणि डॉक्टरकडे जाण्यापुरताच मर्यादित असतो. डॉक्टरकडे जाणे म्हणजे काही प्रतिबंधात्मक उपाय नाही. डॉक्टरच्या औषधाने, झालेल्या रोगाचं निवारण होईल पण आरोग्यासाठी सातव्या प्रकरणात सुचविल्याप्रमाणे प्रतिबंधात्मक उपाय लागतात. आरोग्याच्या तक्रारी असतील तर पुढाकार घ्या, प्रतिबंधात्मक उपाय करा आणि आरोग्य सुधारा. नुसतच रडत बसून काही होणार नाही.

काही मंडळी प्रतिबंधात्मक उपाय करायला सुरुवात करतात पण हे कामसुद्धा रडत रडत करतात. रडत रडत केलेली कोणतीही गोष्ट चांगली होत नाही. रडत रडत औषधं घेतली तर त्याची मात्रासुद्धा लागू होणार नाही. रडत रडत प्रतिबंधात्मक उपाय केले तर तेसुद्धा कष्टदायकच वाटणार. म्हणूनच तुम्ही पहा, आनंदी लोकं आजारी पडण्याची शक्यता कमी असते आणि ते जरी आजारी पडले, तरी ते पटकन बरे होतात. आनंदी लोकांना औषधंसुद्धा पटकन लागू होतात.

काही मंडळी रडत असतात कारण त्यांचे नात्यागोत्यांचे प्रश्न कधी संपतच नाहीत. ह्यांना नातीगोती सांभाळण्यासाठी पुढाकार घेता येत नाही. मग छोट्या छोट्या समस्यांचे मोठे मोठे हेवेदावे तयार होतात.

काहीजण नोकरी मिळाली नाही म्हणून रडत असतात तर काही नोकरीसाठी प्रवास करावा लागतो म्हणून रडत असतात. काहीजण बढती मिळाली नाही म्हणून रडत असतात तर काही, बढती मिळाल्यावर जबाबदारीच्या ओझ्यामुळे रडत असतात. काही मंडळी मुलाचं लग्न होत नाही म्हणून रडत असतात, तर काही मुलाचं लग्न झाल्यावर सून चांगली नाही म्हणून रडत असतात. काहीजण लग्न झाल्यावर मुलं होत नाहीत म्हणून रडत असतात, तर काही मुलं झाल्यावर खूप त्रास होतो म्हणून रडत असतात. काहीजण शांतता मिळत नाही म्हणून रडत असतात, तर काहीजण शांतता मिळाली म्हणूनही रडत असतात. थोडक्यात काय

शारीरिक कष्ट भावनिक कष्ट आणि मानसिक कष्ट झाले की लोक रडत असतात. कष्टांपासून तर आपल्यापैकी कुणाचीच सुटका नाही. समस्या तर सगळ्यांनाच भेडसावणार असतात. तुमचं लग्न झालेलं असेल तर एक प्रकारच्या समस्या, ब्रह्मचारी असाल तर दुसऱ्या प्रकारच्या समस्या. नोकरी मिळालेली असेल तर एक प्रकारचे कष्ट, बेकार असाल तर दुसऱ्या प्रकारचे कष्ट. मुलं होत नसतील तर एक प्रकारचे कष्ट व झालेली असतील तर दुसऱ्या प्रकारचे कष्ट. अयशस्वी असाल तर एक प्रकारचे कष्ट व यशस्वी असाल तर दुसऱ्या प्रकारचे कष्ट. कष्ट आणि समस्येपासून तर कोणाचीच सुटका नाही. परंतु कष्ट पदरी पडल्यावर आनंदी रहायचं की रडत रहायचं एवढंच आपल्याला ठरवायचं आहे. आनंदी रहाणं आणि रडतखडत रहाणं ह्या दोन प्रवृत्ती आहेत. ह्या दोन प्रवृत्तीमधील फरक असा आहे की तुम्ही जर आनंदी राहिलात तर तुम्हाला पुढाकाराचे फायदे लौकर मिळतील व रडत रडत पुढाकार घेतला तर तुम्हाला त्याचे फायदेही रडत रडतच मिळतील.

रडणारे लोक राई एवढ्या समस्येचा पर्वत करतात व आनंदी लोक पर्वतासारख्या समस्येचीही राई करतात. दोन्ही प्रवृत्तीच्या लोकांना समस्या भेडसावतात पण एकजण त्या ओझ्याखाली दबून जातो व दुसरा त्या समस्यांना भिडतो. बहुतेक वेळा हा फक्त वैचारिक असा मानसिक स्तर असतो. पण ह्या छोट्याशा मानसिक स्तरामुळे आयुष्यात फार मोठा फरक होतो.

आपल्याला आनंद कुठे शोधायचा हे माहीत नसतं. अशी म्हण आहे की कावळ्याच्या तोंडात कितीही शोधले तरी दात काही मिळणार नाहीत. आपण असेच करतो. आपण चुकीच्या ठिकाणी आनंद शोधत असतो. बायबलमध्ये म्हटलंच आहे 'स्वर्ग आपल्या मनातच आहे.' गीतेमध्येही म्हटलं आहे की आनंद मनातच दडलेला आहे. पण आपण बाहेरील जगात तो शोधत आहोत.

मानवाच्या ह्या कृतीला देवही कंटाळतो. त्याची एक गमतीदार गोष्ट आहे. एका देवाने ही सृष्टी निर्माण केली. अनेक प्राणी निर्माण केले. प्रत्येक प्राण्याला विशिष्ट जीवन दिलं. परस्परावलंबी जग तयार केलं. त्याचे नियम तयार केले व ते सर्व प्राणिमात्रांना सारखेच लागू केले. शिवाय मानव नावाच्या प्राण्याला विशेष बुद्धी दिली. त्याला चांगलं आणि वाईट पारख करण्याची बुद्धी दिली. हे सगळं करायला करोडो वर्ष लागली. आता त्याचं काम संपलं होतं. त्याचे नियम आता ही जगरहाटी चालवणार होते. सहाजिकपणे देव आता दमला होता. त्याला विश्रांती घ्यायची होती. तो वस्तीपासून दूर घनदाट जंगलात गेला व विश्रांती घेत बसला. पण तेथे त्याला विश्रांती घेता आली नाही. मानव नावाचा प्राणी तेथे त्याच्या शोधात गेला आणि त्याला आपल्या मागण्या सादर केल्या 'मला सुख दे, मला शांती दे, मला आनंद दे.'

देवाला आश्चर्य वाटलं. तो मनाशीच म्हणू लागला 'अरे ह्या प्राण्याला तर मी इतरांपेक्षा जास्तच दिलं आहे तरी ह्याच्या मागण्या काही संपत नाहीत. इतर कोणतेच प्राणी माझ्याकडे येत नाहीत. हा प्राणी माझे नियम पाळत नाही. मग त्याला शांती कशी मिळणार? पण आता ह्या प्राण्याकरता मी माझे नियम कसे बदलू? नाही, आता त्यामध्ये काहीही फेरफार करता येणार नाहीत. ह्या प्राण्यापासून लांबच राहिलेलं बरं नाही तर हा खूप त्रास देईल '. असे म्हणून उंच डोंगरावर विश्रांती घेण्यासाठी गेला परंतु काही दिवसातच मानव तेथेही पोहोचला. देवाला काय करावं हे सुचेना. ह्या प्राण्यापासून आपला पिच्छा कसा सोडवायचा ह्याचा तो विचार करू लागला. मग तो हिमालय पर्वतावर गेला. त्याला वाटलं तेथे त्याला चांगलीच विश्रांती घेता येईल. पण काही दिवसातंच हा माणूस तेथेही पोहोचला. 'मला सुख दे, शांती दे, आनंद दे.'

आता काय करावं हा देवापुढे प्रश्नच होता. मग तो चंद्रावर गेला. त्याला वाटले तेथे त्याला कोणीही छळायला येणार नाही. पण आश्चर्य म्हणजे माणूस तेथेही पोहोचला. आता देवाला कळलं की हा प्राणी आपला पिच्छा काही सोडणार नाही, हा कोणत्याही ग्रहावर पोहोचेल. मग आता जायचे कुठे? आणि त्याला कल्पना सुचली. त्याला एक जागा सुचली. त्याने अशी जागा शोधून काढली की तेथे माणूस कधीही पोहोचणार नाही. त्याने माणसाच्या मनातच प्रवेश केला. तेव्हापासून माणूस देवाला जळी, स्थळी, काष्ठी, पाषाणी शोधतो आहे. त्याला देव काही मिळत नाही. पण एकही माणूस आपल्या मनात डोकावून बघत नाही. तेथे देव शांतपणे विश्रांती घेत बसला आहे. तेथेच स्वर्ग आहे, तेथेच आनंद आहे.

आनंद वर्तमानात असतो

आपण म्हणतो वर्तमानात समस्याच जास्त असतात. आनंद नेहमी भविष्यकाळात मिळणार असतो. मला नोकरी नाही. नोकरी मिळाल्यावर आनंद मिळेल. मला बढती मिळत नाही. उद्या बढती मिळाल्यावर आनंद मिळेल. बढतीमुळे खूप जबाबदारी आहे. ती पार पाडल्यावर आनंद मिळेल. माझ्यावर कुटुंबाची जबाबदारी आहे. ती पार पाडल्यावर मग मला आनंद मिळेल. मला खूप पैसे मिळवायचे आहेत. ते मिळवल्यावर मग मला आनंद मिळेल. अशा रितीने पाहिलं तर वर्तमानकाळ हा फक्त समस्यांनीच भरलेला दिसतो व आनंद भविष्यकाळात जातो.

ह्या विचारांचा परिणाम काय होतो ते पाहुया.

मला वर्तमानात नोकरी नाही. ती मिळाल्यावर मग आनंद मिळेल. ह्या कारणामुळे वर्तमानात मी दुःखी होतो. पण जेव्हा नोकरी मिळते तेव्हा तो फक्त एक क्षण असतो. त्यात काही विशेष आनंद नसतो. उलट लगेच नवीन समस्या समोर

दिसतात. म्हणून परत सिरियस.

मला मॅनेजरची बढती पाहिजे. ती मिळाल्यावर मग मी आनंदी होईन. म्हणून मी आज दु:खी. पण जेव्हा मॅनेजर ह्या पदावर नियुक्ती होते तेव्हा तो फक्त एक क्षण असतो. त्यात काही आनंद नसतो. उलट नवीन समस्याच असतात. त्यामुळे परत दु:खी.

माझ्यावर कुटुंबाची खूप जबाबदारी आहे. दोनतीन बहिणी लग्नाच्या आहेत. भावाचं शिक्षण करायचं आहे. हे सगळं माझ्या डोक्यावर आहे, मग मी हसू कसा? जेव्हा एका बहिणीचं लग्न जमतं तेव्हा आणखी दोन लग्नाच्या असतात म्हणून मी हसू कसा हा विचार मनात असतो. जेव्हा सगळ्या बहिणींची लग्न होतात तेव्हा लहान भावाचं शिक्षण व्हायचं असतं म्हणून मी हसू कसा? जेव्हा शेवटची जबाबदारी पार पडते तेव्हा तो फक्त एक क्षण असतो. त्यात आनंद नसतो.

मला खूप पैसे मिळवायचे आहेत. आज माझ्याकडे काही नाही म्हणून मी दु:खी आहे. पण जेव्हा पैसे मिळू लागतात तेव्हा तो फक्त एक क्षणच असतो. त्यात काही विशेष नसतं. उलट पैशाबरोबर नवीन चिंताच मागे लागतात. त्यामुळे परत दु:खी.

पाहिलंत, असा विचार केलात तर संपूर्ण आयुष्य क्लेशदायक होऊन जाईल आणि आपण संपूर्ण आयुष्य दु:खी राहू. असा विचार करणाऱ्यांना दु:खाच्या कळा आयुष्यभर सहन कराव्या लागतात कारण ह्या विचारांनी आनंद भविष्यकाळात ढकलेला असतो. जेव्हा जेव्हा आनंद भविष्यकाळात ढकलला जातो तेव्हा तो कधीच मिळत नाही. तो वर्तमानात कधीच येत नाही. म्हणूनच आपल्याला पुढाकार घेऊन हे विचार टाकून द्यायला हवेत.

आनंद वर्तमानात आणण्यासाठी पहिली गोष्ट करायची व ती म्हणजे आनंद भविष्यकाळात ढकलायचा नाही. त्याला वर्तमानातच ठेवायचा. तसे केल्याने तो भविष्यकाळात कधी जाणारच नाही. आता हा विचार अमलात आणायचा कसा?

प्रत्येकाला समस्यांचा सामना तर करावाच लागतो. ह्या समस्या सोडवायला आपल्याला साधनसामग्रीची गरज असते. ही साधनसामग्री भौतिक असू शकते, वैचारिक असू शकते, भावनिक असू शकते किंवा मानसिकही असू शकते. कोणतीही साधनसामग्री असो ती ह्या पृथ्वीतलावरच असते. फक्त ती शोधावी लागते. त्याकरता डोळे उघडे असावे लागतात. शोधक नजर असावी लागते. डोळ्यावर पट्टी बांधली तर हे पर्याय दिसत नाहीत. आनंदी मन हे शोधक असतं. त्या मनाचे डोळे उघडे असतात. दु:खी मन हे डोळ्यावर पट्टी बांधून येतं. त्यामुळे आनंदी वृत्तीच्या लोकांना पर्याय लवकर मिळतात. साधनसामग्री लवकर मिळते व त्यांच्या समस्यांचं समाधान लवकर होण्यासारखं असतं. त्यामुळे समस्यांचा सामना करताना, आनंद मिळवण्यासाठी नव्हे, तर आनंदी वृत्तीतून केला, तर समस्या

लवकर सुटण्याचा मार्ग मोकळा होतो. आनंदी वृत्तीची लोकं आनंदासाठी काहीही करत नाहीत तर आनंद वर्तमानातच ठेवतात. त्यामुळे समस्या सोडवण्याची संपूर्ण प्रक्रिया आनंदी होते. जेव्हा समस्या सुटते तेव्हा तोही क्षण आनंदीच होतो.

मला नोकरी नाही म्हणून दुःखी होण्यापेक्षा आनंदी वृत्तीतून ही समस्या सोडवायचा प्रयत्न केला तर अशा माणसाला अनेक पर्याय दिसतील. आनंदी वृत्तीतून ही समस्या हाताळली तर त्याचं समाधान लवकर होण्याची शक्यता तयार होते. जेव्हा नोकरी मिळते तेव्हा तोही क्षण आनंदीच असतो.

मला बढती मिळाली नाही म्हणून दुःखी होण्यापेक्षा आनंदी वृत्तीतून ही समस्या हाताळली तर अशा माणसाला वेगवेगळे पर्याय दिसतील. अशा माणसाला सहाजिकच बढती मिळण्याची शक्यता जास्त असते आणि बढती मिळाल्यानंतर त्या क्षणातही आनंदच असतो.

कुटुंबाची जबाबदारी अंगावर आहे म्हणून दुःखीपणे ही समस्या हाताळली तर डोळ्यावर झापडं येतील. मग अशा माणसाला ती समस्या सोडवायला लागणारी साधनसामग्री दिसणारच नाही. हा माणूस आयुष्यभर ह्या समस्येचं ओझं घेऊन फिरत बसेल. ह्या उलट आनंदी वृत्तीतून ही समस्या हाताळली तर अनेक पर्याय दिसतील व ओझं चटदिशी हलकं होईल. मग प्रत्येक जबाबदारी पार पाडताना आनंद द्विगुणीतच होईल.

रोज पंचतारांकित हॉटेलमध्ये जेवता येईल एवढे पैसे कमवायचे आहेत. पण सिरियसपणे ही समस्या हाताळली तर असे होईल की जेव्हा तेवढे पैसे हाती येतील तेव्हा खाण्याची वासनाच संपलेली असेल. ह्या उलट जेव्हा आनंदी वृत्तीतून पैसे कमावले जातील, तेव्हा प्रत्येक वेळी हाती जे काही पैसे असतील त्याचाही आनंद लुटला जाईल. त्यामुळे एखाद्या गोष्टीची वासनाच निघून गेली असा प्रसंग येणार नाही.

आनंद वर्तमानात ठेवल्याने समस्या सोडवण्याची संपूर्ण प्रक्रिया आनंदित होते. अशा माणसापुढे समस्या कमी व आव्हानं जास्त असतात. त्याच्यापुढे नवीन संधी जास्त येतात.

भूतकाळाविषयी आणि भविष्याविषयी काहीही सोयरसुतक न ठेवताही आयुष्य जगता येतं. काही लोक अगदी अभिमानाने गीतेतील ओळी म्हणतात 'कर्म करीत राहा, फळाची अपेक्षा करू नका' परंतु फार थोड्या लोकांना ह्याचा अर्थ माहीत असतो.

फळ हे भविष्यकाळाशी सलग्न आहे तर कर्म हे वर्तमानकाळाशी सलग्न आहे. जर आपण भविष्याची चिंता करत बसलो तर वर्तमानकाळ डळमळीत होऊ शकतो. ह्याच कारणाकरता फळाची अपेक्षा करू नये असे म्हटले आहे.

समजा रेल्वेचे रूळ समांतर एक फुटाच्या अंतरावर ठेवले व त्या रूळावरून तुम्हाला चालायला सांगितलं तर तुम्हीच काय कोणीही चालून दाखवेल. पण तेच रूळ दोन इमारतींच्या गच्चीवर ठेवले व त्यावरून चालायला सांगितलं तर?

'अरे बापरे! आधाराला काहीच नाही? नको रे बाबा, तोल गेला तर?'

पडायची भीती, हातपाय मोडायची भीती, मरायची भीती!!!!

जेव्हा आपण भविष्याच्या चिंतेमुळे घसरतो, तेव्हा वर्तमानकाळ हातून निसटतो. ज्याप्रमाणे आपण देवळात गेल्यावर तळहाताच्या ओंजळीमध्ये तीर्थ घेतो, त्याकडे भक्तिभावाने बघतो, आणि त्याची चव कशीही असो ते भक्तिभावानेच प्राशन करतो त्याचप्रमाणे वर्तमानकाळ आपण हाताळला पाहिजे. जर आपण भविष्याच्या चिंतेत बुडून गेलो तर वर्तमानातील मुलाबाळांसोबतचे सुंदर क्षण गोळा करायचे राहूनच जाईल. कालांतराने सुंदरता टिपायची दृष्टीच मरून जाईल. मग आयुष्य एखाद्या यंत्रमानवासारखं जगायची वेळ येईल.

आता काहीजणांच्या मनात विचार येईल की म्हणजे आम्ही भविष्याच्या योजना आखायच्याच नाहीत की काय?

नाही, याचा अर्थ असा नाही. योजना जरूर आखायच्या, स्वप्न जरूर पहायची पण त्याची चिंता करीत बसायचे नाही. अस्वस्थता येऊ द्यायची नाही, त्याची धास्ती घ्यायची नाही.

भविष्याची स्वप्न पहा. भूतकाळातून शिका आणि वर्तमानकाळात आनंदाने जगा भूतकाळात अनेक कटू आठवणी असतील. भविष्यकाळ अनिश्चित असूही शकेल, त्याविषयी कोणालाही काहीही निश्चित सांगता येऊ शकणार नाही. परंतु देवाने दिलेली एकच भेट आपल्याकडे आहे व ती म्हणजे वर्तमानकाळ.

Past is History म्हणजे भूतकाळ ही इतिहासजमा गोष्ट आहे Future is Mystery म्हणजे भविष्यकाळ हा गूढ कोडे आहे.

Present is a Gift म्हणजे वर्तमानकाळ म्हणजे भेटवस्तू आहे. That is why we call it as PRESENT! आणि म्हणूनच त्याला भेट म्हणतात. इंग्रजीमध्ये 'प्रेझेंट' शब्दाचे दोन अर्थ होतात एक वर्तमानकाळ आणि दुसरा भेटवस्तू.

आनंदासाठी विनोद

जीवनात आपण पहातो काही लोक फक्त वयाने वाढतात तर काही मनानेही मोठे होतात. वयाने वाढणे म्हणजे फक्त दिवस मोजणे, फक्त शरीराची वाढ, त्यासाठी स्वत:ला काहीही करावं लागत नाही. निसर्ग सर्व काही करतो. परंतु मानसिकदृष्ट्या वाढणे म्हणजे व्यक्तिमत्त्वात परिपक्वता आणणे, अनुभवातून शहाणं होणं, अनुभवातून शिकणं. त्यासाठी स्वत:लाच प्रयत्न करावे लागतात. जेव्हा

आपलं संपूर्ण व्यक्तिमत्त्व पूर्णत्वाला जातं तेव्हाच जन्माला आल्याचं सार्थक होतं..

आता एक गोष्ट ऐका.

आई आपल्या मुलाला झोपेतून उठवत असते ''अरे मुला उठ! तुला शाळेत जायला हवं. तू आज जाणार नाहीस काय?''

मुलगा म्हणतो ''आई, कोणालाच मी आवडत नाही.''

आई म्हणते ''अरे बाळा! पण तरीही तुला शाळेत जायलाच पाहिजे.''

मुलगा म्हणतो ''पण आई, सगळ्या शिक्षकांनाही मी आवडत नाही.''

''पण बाळा! आता तू ४५वर्षाचा झाला आहेस आणि तू त्या शाळेचा मुख्याध्यापक आहेस. म्हणून तुला शाळेत जायलाच पाहिजे.''

हा माणूस नुसता वयाने वाढला होता पण मानसिकदृष्ट्या तो अजूनही लहान मुलगाच होता. खूप थोडे लोक मानसिकदृष्ट्याही वाढतात; बाकीचे सर्व फक्त वयानेच वाढतात. मानसिकदृष्ट्या वाढणे म्हणजे आपल्या संपूर्ण व्यक्तिमत्त्वात प्रगल्भता आणणे आणि प्रत्येक क्षणाला आनंद आणणे. जीवन ही एक कविता आहे. त्या काव्यामध्ये भर टाकल्याशिवाय कोणीही आनंदी होऊ शकत नाही. आनंद अनेकजण शोधत असतात. पण तुम्ही कल्पक असल्याशिवाय आनंद तुम्हाला मिळणार नाही.

कल्पकता अंगी असणे ही तर प्रत्येकाची गरज असते. म्हणूनच ही ऊर्जा थोपवू नका, तिला चांगलं प्रोत्साहन द्या. माझा सल्ला असा आहे की निदान अधूनमधून कल्पकता वापरून विनोद तरी सांगत जा. येथे सांगायचा मुद्दा असा आहे की विनोद काय सांगितलाय त्यापेक्षा जे हास्य निर्माण होतं ते तुमच्या अंगात भिनतं आणि त्या हास्यामुळे ताणतणावापासून मुक्ती मिळते, नितांत शांतता निर्माण होते. आपल्या जाणिवा शांत असल्या की आपल्यामध्ये त्रस्त आणि रूक्ष मन जणू विरघळून जातं. विनोद आपल्या शरीरात अगदी मजेशीरपणे काम करतात आणि आपल्या जीवनात आश्चर्य व आनंद निर्माण करतात. विनोद सांगणे ही एक कला आहे व ती कल्पकतेला प्रोत्साहन देते.

उदाहरणार्थ

एक नवरदेव असतो, चांगला ७ फुटी. त्याच्या एका अनुभवी मित्रांकडून त्याला लग्नात सल्ला मिळतो. 'पहिल्याच रात्रीपासून बायकोला मुठीत ठेव नाहीतर तिच तुला मुठीत ठेवील.' असा सल्ला मिळाल्यावर त्याला तो पाळावाच लागतो. मग तो पहिल्या रात्रीपासूनच बायकोवर हुकूम गाजवायला सुरवात करतो. 'हे बघ तुला माहीत नसेल मी कोण आहे. मी पहिलवान आहे. माझे वडीलसुद्धा पहिलवान होते. पहाटे तीन वाजता मला आंघोळीसाठी गरम पाणी तयार ठेवलं पाहिजेस

नाहीतर ...'

नववधूच ती, घाबरते बिचारी. ती अडीच वाजताच उठते आणि पाणी गरम करून ठेवते.

हा असा प्रकार दहा वर्ष चालतो. झोपायच्या आधी हा सात फुटी पहिलवान दरडावायचा 'लक्षात आहे ना, तीन वाजता गरम पाणी. नाहीतर...'

एक दिवस बायकोला ह्या सगळ्याचा अगदी वीट येतो. त्यादिवशी रात्री नवरा नेहमीप्रमाणे दरडावतो आणि बायकोही तितक्याच जोरात खेकसते 'नाहीतर काय करणार हो?'

नाहीतर मी थंड पाण्याने आंघोळ करीन नवरा म्हणाला.

जेव्हा आपण विनोदीपणा अंगिकारतो, तेव्हा आपल्यातलं लहान मूल जागृत होतं. आपल्या प्रत्येकाच्या मनात एक निरागस लहान मूल दडलेलं असतं. ह्या लहान मुलाला थोडासा मोकळेपणा हवा असतो. आपण जसजसे मोठे होतो तसतसे ह्या मुलाला आपण बांधून ठेवतो. म्हणूनच आपला खेळकरपणाही दडपला जातो. जेव्हा आपण गंभीर ॲटिट्यूड घेतो तेव्हा आनंद मावळतो. आपण जन्मत:च आनंद घेऊन जन्मलेलो असतो, पण आयुष्यभर तो शोधत रहातो.

यश आणि अपयश : एकाच नाण्याच्या दोन बाजू

स्वत:च्या छोट्याश्या विश्वाच्या पलीकडे जाऊन विचार केल्याशिवाय विश्वेश्वराच्या विश्वाची कल्पना येणे शक्य नाही.

तुम्ही लॉ ऑफ पेंड्यूलम् (Law of pendulum) अस काहीतरी ऐकलंय का? म्हणजेच लंबकाचा नियम. ज्याप्रमाणे लंबक एका टोकापासून दुसऱ्या टोकाकडे जात राहातो त्याचप्रमाणे आपलं आयुष्यही एका टोकापासून दुसऱ्या टोकापर्यंत जात असतं. एका टोकाला यश असतं तर दुसऱ्या टोकाला अपयश असतं. एका टोकाला वेदना असतात तर दुसऱ्या टोकाला सुख असतं आणि आपण ह्या टोकापासून त्या टोकापर्यंत जात असतो. पण ह्या प्रवासात महत्त्वाचे काय आहे की आपण हा प्रवास शांततेत करत रहायचा असतो.

आपल्या पदरात यश असो की अपयश आपण दोन्ही अवस्थेत शांत रहायचं असतं. ह्याचा अर्थ काय? जेव्हा नियतीचा लंबक यशाकडे सरकलेला असतो तेव्हा आपल्याला यशाची चटक लागते किंवा आता कोणत्याही परिस्थितीत अपयश नको म्हणून अपयशाची भीतीसुद्धा वाटते. जेव्हा नियतीचा लंबक अपयशाकडे सरकतो तेव्हा मला सारखं अपयश का मिळतं असे प्रश्न मनात येऊन आपण सतत अपयशाची काळजी तरी करत असतो किंवा यशाकडे चातकासारखे डोळे लावून बसलेला असतो.

ह्या सगळ्या सामान्य ऊर्जा आहेत. तुम्ही जर ह्या उर्जेचे शिकार न होता, दोन्ही अवस्थेत शांत असलात तर एक वेगळीच पवित्र ऊर्जा तुम्हाला अनुभवायला मिळेल. मग तुम्ही यशापयशाच्या दोन्ही अवस्थेतील सौंदर्यही अनुभवा. एकदा तुम्ही दोन्ही अवस्थेतील सौंदर्य अनुभवलं की मग तुमच्यात शांतता निर्माण होईल. ही शांतता यशामुळे आलेली नसेल की अपयशाचा परिणामही नसेल.

यशासाठी अधाशीपणा करू नये तसेच अपयशाची उगाचच काळजीही करत राहू नये.

आनंदाची बाग

आपला संसार म्हणजे सुपीक जमिनीसारखा आहे. सुपीक जमीन जशी वर्षानुवर्ष वेगवेगळी पिकं देऊ शकते त्याचप्रमाणे संसारही कायम हिरवीगार पिकं देऊ शकतो. असं असताना ही जमीन दुष्काळी का होते? किती मुलं आई-वडिलांची भांडण ऐकतच मोठी होतात? खूप मुलांच्या नशिबी युद्धजन्य परिस्थिती का येते?

आता ह्या दुष्काळी भागाचं, पक्ष्यांनी आणि फुलपाखरांनी भरलेल्या हिरव्या बागेत रूपांतर कसं करायचं? आनंदाची बाग कशी करायची?

ह्या प्रश्नांची उत्तरे एका मूलभूत सत्यामध्ये दडलेली आहेत.

सत्य काय आहे?

कोणत्याही संबंधांमध्ये मतभेद होणारच. काही मतभेद कायमचे असतात ते कधीही मिटले जाऊ शकत नाही. असे कोणतेही घर नाही की जेथे मतभेद नाहीत, हे कृपा करून प्रत्येकाने समजून घेते पाहिजे. हेच सत्य आहे.

महात्मा गांधी आणि कस्तुरबा गांधींमध्येही मतभेद होतेच की आणि त्याचे पडसाद त्यांच्या घरात उमटतच होते.

आपण मतभेदांसमवेतही आनंदी रहायला शिकलं पाहिजे. मतभेद म्हणजे बाटलीतल्या राक्षसासारखे असतात. जोपर्यंत तो राक्षस बाटलीत आहे तोपर्यंत लहान आहे, म्हणून नियंत्रित आहे. एकदा का बाटलीतून निघाला की मग तो मोठा होऊन आपल्याच बोकांडी बसू शकतो. म्हणून ह्या मतभेदाच्या राक्षसाला बाटलीतच ठेवायची कला आपण सर्वांनी शिकली पाहिजे.

ह्याच संदर्भात आणखी एका बाबीचा विचार व्हायला हवा.

खरं म्हणजे न मिटणारे मतभेद ही समस्याच नसते. तर खरी समस्या असते ती आपल्या दृष्टीची, आपण मतभेदाकडे कोणत्या दृष्टिकोनातून पहातो त्याची. उदाहरणार्थ, रोलर कोस्टरची खळबळजनक रपेट एखाद्याला आवडते तर एखाद्याला नुसतं आकाशपाळण्याचं नाव घेतलं तरी चक्कर येते!

मतभेद असलेले वाईट असे म्हणण्यापेक्षा मतभेद असले तरी काही हरकत

नाही असे आपण म्हणूया का? आपण एकमेकांच्या मतांना व मतभेदांना योग्य तो मान दिला तर अनेक घरातील बहुतांश भांडणे मिटतील.

वैवाहिक आयुष्य सुखी कसं करावं?

पहिल्या प्रथम एक लक्षात ठेवायचं की जेव्हा समस्या निर्माण होईल तेव्हा आपल्या जोडीदारावर आरोप करायचा नाही. उलट त्या समस्येची जबाबदारी घ्यायची. जेव्हा ह्या दृष्टिकोनातून तुम्ही समस्येकडे पहाल तेव्हा आपोआपच उत्तरं मिळत जातील. मूळ दृष्टिकोनातूनच समस्येच्या समाधानाचा मार्ग मोकळा होतो.

वैवाहिक आयुष्य अडचणीत येण्याचं आणखी एक कारण म्हणजे वादविवाद. आपापसातले वादविवाद मिटण्यासाठी दोघांनी चर्चेला प्रोत्साहन दिले पाहिजे. वादविवादापेक्षा चर्चा चांगली असते. परंतु नवराबायकोचा संसार हा प्रेमाच्या पायावर उभा असतो. प्रेमामध्ये जर तर्कशास्त्र आणलं तर मग मात्र विरोधाभास निर्माण होईल ह्याची वाचकांनी नोंद घ्यावी.

जरा कल्पना करा जेव्हा नवराबायकोमध्ये वादविवाद होतो तेव्हा काय चालू असतं? नवरा तर्कशास्त्र वापरून सिद्ध करून देत असतो की चूक बायकोचीच आहे. विरुद्ध बाजूने बायकोही तर्कशास्त्र वापरून नवऱ्याचीच चूक आहे हे पटवून देत असते. येथे प्रेमापेक्षा तर्कशास्त्र वरचढ असते.

एका प्रसिद्ध वकिलाच्या आयुष्यातील एक घटना आहे. कोर्टात खटला चालू होता. कामगार संघटना विरुद्ध व्यवस्थापन असा वाद सुरू होता. वकील कामगारांच्या बाजूने तावातावाने भांडत होता. अनेक उदाहरणं देऊन तो न्यायधीशांना पटवून देतो की व्यवस्थापनाची चूक आहे. न्यायधीशांनाही कामगारांची बाजू पटते.

विजयी मुद्रेने वकील आपल्या जागेवर जाऊन बसणार तेवढ्यात वकिलाच्या मदतनिसाला आपल्या वकिलाने केलेली घोडचूक लक्षात येते. हा खटला त्याला व्यवस्थापनाच्या बाजूने लढवायचा होता, पण आवेशात येऊन त्याने तो कामगारांच्या बाजूने मांडला. खाली बसत असताना मदतनिसाने ही चूक वकिलाच्या लक्षात आणून दिली. वकील परत उभा राहिला आणि न्यायधीशांना म्हणाला 'आत्ता मी जे काही बोललो ते कामगारांच्या बाजूने खटला लढविणारे वकील असं बोलतील हेच मला सांगायचं होतं. पण सर आता मला व्यवस्थापनाची बाजू मांडू द्या.' असे म्हणत त्याने व्यवस्थापनाच्या बाजूने काही मुद्दे मांडले आणि खटल्याचा निकाल व्यवस्थापनाच्या बाजूने लागला.

जर एखाद्याने वादविवादच करायचं ठरवलं तर त्याच्या बुद्धिमत्तेच्या आधारे आणि तर्कशास्त्राप्रमाणे तो कोणत्याही बाजूने वादविवाद करू शकतो. पण संसारात तर्कशास्त्राचा आधार घेऊन आणि वादविवाद करून समस्या आपण सोडवू शकत

नाही, उलट वाढतात.

मी समस्त नवराबायकोंना एकच सुचवीन, जेव्हा समस्या निर्माण होतील तेव्हा वाद घालू नका. फक्त म्हणा 'ह्याला मीच कारणीभूत आहे' आणि समस्या सोडवायच्या मागे लागा. घरातील समस्या सोडवायचा हाच एक उत्तम मार्ग आहे.

समस्त नवरोजींना माझं एकच सांगणं आहे; उगाच स्त्रीला समजून घेण्याकरता वेळ घालवू नका. स्त्रियांचं मन तुम्हाला कधीच समजणार नाही, उलट तुम्ही गोंधळून जाल. त्यापेक्षा बिनशर्त त्यांच्यावर फक्त प्रेम करा.

समस्त बायकांना एकच सल्ला आहे, पुरुषांवर फक्त प्रेम करण्याऐवजी त्यांना थोडं समजून घ्या आणि मग प्रेम करा. मग तुमच्या संसारात काय जादू होते ते पहा.

वादविवादाची गळचेपी न करता सुसंवादात रूपांतर करा. खुली चर्चाच फक्त नातेसंबंधांना बांधून ठेवते. बऱ्याचवेळा संबंध तुटल्यानंतर मैत्री किती चांगली होती हे जाणवते. तसेच चांगला समजूतदारपणा हा सोन्याचांदीपेक्षाही किंमती असतो. वेड्यासारखं तर्कशास्त्र हे प्रेमापेक्षा कधीच वरचढ नको.

एकदा एका पार्टीमध्ये एक बाई जवळ जवळ तीन तास नाचत होती. ती पार्टीमध्ये खूपच आनंदित दिसत होती. तिला कार्यक्रम खूपच आवडला होता. नाच संपल्यावर ती तिच्या मैत्रिणीशी बोलत होती 'मी आज खूप आनंदात आहे. मी एवढी कधीच नाचले नव्हते' असं म्हणताना तिच्या हातातील कॉफीच्या कपातून थोडीशी कॉफी तिच्या साडीवर सांडली. ती लगेच किंचाळलीच आणि म्हणाली सगळा आनंद वाया गेला.

ह्या प्रसंगाकडे पहाताना आपल्याला एक गोष्ट शिकता येईल व ती अशी की तीन-चार तासाच्या आनंदाचा अनुभव एका क्षणाच्या दुःखद प्रसंगाने वाया जाऊ शकतो. पण आपलं मन ज्याअर्थी असं करू शकतं त्याअर्थी ह्या उलटसुद्धा शक्य होऊ शकेल. म्हणजे तीन चार तासांचा दुःखद अनुभव एक क्षणाच्या आनंदाच्या प्रसंगानेसुद्धा बाजूला लोटला जाऊ शकायला काही हरकत नाही.

आनंदाचं गुपित हेच आहे की सगळे आनंदाचे प्रसंग आठवायचे आणि ते आपल्या आठवणीत ताजे ठेवायचे. जेव्हा दुःखी व्हाल तेव्हा दुःखद आठवणी लांब ठेवा. संपूर्ण तृप्तता कधीही मिळू शकत नाही; परंतु आहे त्याच्यात सुधारणा करता येते. आनंदी होण्यासाठी प्रत्येकवेळी आपल्या मनासारख्याच घटना व्हायला पाहिजेत असा काही नियम नाही. आनंद आपल्या यशावर अवलंबून नसतो. प्रतिक्रियेऐवजी प्रतिसाद द्यायला शिका. जर आपण नुसतेच प्रतिक्रियावादी राहिलो तर नंतर त्याची सवय होऊन जाते. त्यानंतर त्यातून 'अहंकार' जन्माला येतो. अहंकाराचे आपले वेगळेच तर्कशास्त्र असते.

आनंदाचे डोही आनंद तरंग

आनंदाचे डोही आनंद तरंग. ज्याचं मन आनंदानं तुडुंब भरलं आहे त्यापासून फक्त आनंदाचे आणि शांतीचेच तरंग निघतात. विषकेंद्रित मनाचे आनंदाने भरलेल्या डोहात रूपांतर करणे हेच शहाण्या माणसाचे लक्षण आहे.

भगवान बुद्ध एकदा एका गावात प्रवचन देत होते. भगवानांचा मत्सर वाटून अचानक एकाने तेथे त्यांना अर्वाच्य शिव्या देऊन गोंधळ घालायला सुरुवात केली. भगवान शांतपणे बोलले 'उद्या शेजारच्या गावातदेखील माझे प्रवचन आहे, तर तेथेही जरूर या' त्या माणसाला आश्चर्याचा धक्का बसला. त्याने भगवानांना विचारले 'तुम्हाला माझ्या शिव्या टोचल्या नाहीत काय?' भगवानांनी उत्तर दिले 'मला साक्षात्कार व्हायच्या आधी जर तू शिव्या दिल्या असत्या तर कदाचित त्या टोचल्या असत्या व रागही आला असता. परंतु ज्याप्रमाणे धगधगत्या विस्तवावर पाणी पडल्याने विस्तव शांत होतो, त्याचप्रमाणे तुझे शब्द जरी धगधगत्या विस्तवाप्रमाणे असले तरी ते जेव्हा माझ्याकडे येतात तेव्हा त्यातील विस्तव एकदम शांत होऊन जातो.'

हाच आनंदाने भरलेला डोह. आपल्याला कलुषित मनाचा असाच आनंदाचा डोह करायचा आहे.

स्वत:ला मन:शांती मिळण्यासाठी आपण जग कधी शांत होईल ह्याची वाट पहात असतो. सर्वप्रथम स्वत:लाच बदलूया. जग आपसूकच बदलेल.

परंतु तसे करताना स्वत:चं स्वत्व विसरून जाता कामा नये व इतरांना आपल्या विकासात सामील करून घ्यायला विसरताही कामा नये. आपण नेहमीच *तू तू आणि मी मी* करीत बसलेलो असतो.

एकदा एकाने प्रश्न विचारला 'पतंग कोण उडवतो आहे?'

एक मुलगा म्हणाला, 'मी पतंग उडवत आहे'

पतंगाची शेपटी म्हणाली, 'मी पतंग उडवित आहे'

वारा म्हणाला, 'मी पतंग उडवत आहे'

दोरा म्हणाला, 'मी पतंग उडवत आहे'

आकाशवाणी झाली. 'अरे बाळांनो आपण सर्वजण मिळून पतंग उडवीत आहोत' आपण जर आपल्या गुणांना वृद्धिंगत केलं व दोषांना राम राम ठोकला तर ह्या निर्दयी जगातसुद्धा आपण शांत व आनंदी राहू शकतो.

आपले कोणतेही दोष असोत, आपण जर त्यांना महत्त्व दिलंच नाही तर आपल्या विषकेंद्रित मनाची पकड आपोआपच ढिली होत जाते.

जग हे चांगल्या आणि वाईट गोष्टींनी भरलेले आहे. असल्या जगात आपण

शोधक वृत्ती बाळगली पाहिजे. चांगल्या गोष्टीचा सतत शोध घेतला पाहिजे. एका संशोधनात आढळून आलेले आहे की आनंदी वृत्तीची माणसं ही चांगली शोधक असतात व वाईट गोष्टींचा मुकाबला अतिशय चांगल्यारितीने करतात.

आपल्याला जर मंतरलेल्या जादूई जीवनाचा अनुभव घ्यायचा असेल तर आपला चांगुलपणा प्रामुख्याने आपल्या गुणांवर उभारलेला असला पाहिजे, दोषांवर आधारित नको. म्हणूनच जीवनात आनंदी रहा.

सरतेशेवटी

सरतेशेवटी मी एवढेच म्हणेन की पुढाकार घ्या. तुम्हाला जे काही पाहिजे त्यासाठी तुम्हालाच पुढाकार घ्यावा लागेल.

पहिल्या प्रकरणात विचारशुद्धी सुचवलेली आहे. त्यामुळे आपल्या स्वभावातील अनेक दोष दूर करता येतील. कित्येकवेळा आपल्या ध्येयाच्या आड आपला स्वभावच येत असतो. यशाच्या आड येणाऱ्या स्वभावामध्ये प्रामुख्याने दोन टोकाचे स्वभाव दृष्टीस पडतात. एका टोकाला भिडस्तपणा आणि दुसऱ्या टोकाला अतिशय तापटपणा. शिवाय ह्या दोन्ही टोकांमध्येही दोन्ही प्रकारच्या स्वभावाच्या मिश्रणाचीही बरीच मंडळी असतात. स्वभाव कसाही असो, दोन्ही टोकाचा असो वा त्यांचे मिश्रण असो, तो आपल्याला यशापासून वंचित करतो. भिडस्त लोकांच्या आयुष्यात त्यांच्या मनासारख्या गोष्टी होत नाहीत कारण त्यांना पुढाकार घ्यायची भीती वाटते. परंतु तिरसट मंडळींची कथा ह्याउलट असते. ते पुढाकार घेतात, पण जोपर्यंत त्यांचा पुढाकार कुणा दुसऱ्या व्यक्तीशी संबधित नसतो तोपर्यंत सगळं ठीक असतं. पण जेव्हा पुढाकारामध्ये दुसऱ्या व्यक्तींचा संबंध यायला लागतो तेव्हा थोडा प्रश्न उपस्थित होतो कारण कोणत्याही क्षणी परिस्थिती स्फोटक होण्याचा दाट संभव असतो. शिवाय त्या स्फोटक परिस्थितीबद्दल ही मंडळी सरळ दुसऱ्यांना दोष देऊन मोकळे होतात. पुढाकार घेतलात आणि विचारशुद्धी केली तर असल्या स्वभावालासुद्धा औषध सापडू शकेल.

तुम्हाला कधीकधी आयुष्य अगदी कंटाळवाणं वाटतं काय? प्रत्येक दिवस कसाबसा ढकलला जातो काय? सकाळ झाल्यावर बिछान्यातून उठावंसं वाटत नाही काय? छोट्याशा समस्येमुळे तुम्ही नाउमेद होऊन जाता काय? जगण्यात रस उरला नाही काय? अपयशामुळे खचून गेला आहात काय? तुमच्या आयुष्यात काहीतरी घडावं असं वाटतंय काय? ह्या प्रश्नांची उत्तरं होकारार्थी असतील तर प्रकरण दुसरे वाचा आणि लौकारात लौकर तुमच्या जगण्याचा उद्देश शोधा. आपल्या जगण्याला निश्चितपणे काहीतरी अर्थ आहे, काहीतरी उद्देश आहे. तो आपल्याला शोधला पाहिजे. दुसऱ्या प्रकरणात तुम्हाला ह्याविषयी दिशा मिळेल. तुमचं आयुष्य मजेदार होईल.

उद्देश शोधल्यावर तो कमीत कमी वेळात कसा साध्य करायचा हा प्रश्न साहजिकच प्रत्येकाच्या मनात उभा रहातो. कारण कोणतेही दीर्घकालीन उद्देश नियोजनाशिवाय साध्य होत नाहीत. परंतु तिसऱ्या प्रकरणातील तक्ता लक्षात ठेवलात आणि अमलात आणलात तर जीवन बरंच ताण विरहित होईल.

नातीगोती सांभाळण्यासाठी, दुसऱ्यांचं ऐकून घेण्यासाठी आणि सांघिक बळ निर्माण करण्यासाठी अत्यंत उच्च प्रकारची विचारशुद्धी करावी लागेल. त्यासाठी तुमचे उद्देशसुद्धा स्पष्ट असावे लागतील आणि उत्तम प्रकारचे नियोजनही लागेल. हे कसे साध्य करावे ते चौथ्या, पाचव्या आणि सहाव्या प्रकरणात सुचवले आहे. ह्या प्रकरणामुळे तुम्हाला तुमच्या ध्यानीमनी नसलेला फायदा होईल.

परंतु शरीर आणि मन निरोगी असल्याशिवाय ह्यातील एकही गोष्ट तुम्हाला जमणार नाही. प्रकरण सात आणि आठमध्ये ह्याविषयी उपयुक्त सूचना आहेत.

आपल्या यशामध्ये समाजव्यवस्थेचाही मोठा सहभाग आहे, ही जागरूकता नवव्या प्रकरणामध्ये निर्माण केली आहे. त्यामुळे ह्या समाजव्यवस्थेला आपण काहीतरी भरीव दिले पाहिजे हे सुचवले आहे.

परंतु हे सगळे पुढाकार, आनंदासाठी नव्हे तर आनंदाने घ्यायचे आहेत हे लक्षात असू द्या.

चला पुस्तक बाजूला ठेवा आणि आनंदाने हसा बरं.

www.ingramcontent.com/pod-product-compliance
Lightning Source LLC
LaVergne TN
LVHW032008070526
838202LV00059B/6345